சித்ரவதை

பாகம்-2

- நிர்வாணக் கொடுமைகள்
- உடலெங்கும் பாய்ச்சப்பட்ட மின்சாரம்
- அதிரடிப்படையின் நடுங்க வைக்கும் நரவேட்டை

நக்கீரன் கோபால்

நக்கீரன் வெளியீடு

சித்ரவதை
(பாகம்-2)

நக்கீரன் கோபால்

தொகுப்பு :
சுந்தர் சிவலிங்கம்

© பதிப்பகத்தாருக்கே

முதல் பதிப்பு 2023
பக்கங்கள் 416
நூலின் அளவு (14X21.5) டெமி
விலை ரூ. 390

நூலழகு
துரை.கணேசன்

வெளியீடு
நக்கீரன்
105, ஜானி ஜான்கான் சாலை
இராயப்பேட்டை
சென்னை 14
தொடர்புக்கு 044 43993000

அச்சாக்கம்
சாருபிரபா பிரிண்டர்ஸ் &
பைண்டர்ஸ்
சென்னை 14

**CHITHRAVADHAI
PART-2**

Nakkheeran Gopal

Collection :
Sundar Sivalingam

© Publisher Only

First Edition 2023
Pages 416
Book Size (14X21.5) Demy
Price Rs. 390

Layout by
Durai.Ganesan

Published by
NAKKHEERAN
105, Jani JahanKhan Road
Royapettah, Chennai 14
Ph 044 43993000

Printed at
**Saaruprabha Printers
& Binders**
Chennai 14

இந்த நூல்...
வீரப்பன் வேட்டை
என்ற பெயரில்
கொடுஞ் **'சித்ரவதை'** செய்து
கொல்லப்பட்ட
அப்பாவிகளுக்கும்...

தன் இறுதிமூச்சுவரை
மலைவாழ் மக்களுக்கு
காவல் தெய்வமாக இருந்த
சந்தன வீரப்பன்
அவர்களுக்கும்...
சமர்ப்பணம்!

முன்னுரை

நக்கீரன் கோபால்

போலீஸ்காரர்கள் எப்படிப் பட்டவர்கள்? இந்தக் கேள்விக்கு முன்னாள் போலீஸ் அதிகாரி பொன்.பரமகுரு பதவி வகித்தபோது 'போலீஸ் உங்கள் நண்பன்' என்று ஒரு திரைப்படமே எடுத்து பதிலளித்தார். அது காமராஜர் ஆட்சிக்காலம். அப்போது போலீஸார் பொதுமக்களின் உயிரையும் உடைமைகளையும் காக்கின்ற பாதுகாவலர்கள். பல சமயங்களில் தங்களது உயிரையும் துச்சமாக நினைத்து பாதிக்கப்பட்டவர்களைப் பாதுகாக்க பாடுபடும் தியாக மனோபாவம் பூண்டவர்கள் என்பதையெல்லாம் அந்தப் படத்தின் மூலம் படம்பிடித்துக் காட்டியிருந்தார் பொன் பரமகுரு. இன்றும் போலீஸாரில் பெரும்பாலானவர்கள் பொன்.பரமகுரு படம்பிடித்துக் காட்டிய நிலையிலேயே பொதுமக்களின் பாதுகாவலர்களாக பல்வேறு சிரமங்களுக்கு மத்தியிலும் பாடுபட்டுக் கொண்டுதானிருக்கிறார்கள். எனினும் சமூகத்தின் சகல துறைகளிலும் நல்லவர்களுக்கு நடுவே சில கெட்டவர்களும் நற்பயிர்களுக்கு நடுவே களைகள் மலிந்து கிடப்பதுபோல சிலர் போலீஸ்துறையிலும் இருந்து வருகின்றனர்.

வீரப்பன் சுட்டுக்கொல்லப்பட்டது பற்றி மகிழ்ச்சியும் பாராட்டும் தெரிவித்தவர்கள்

வீரப்பன் நடமாடிய வனப்பகுதியில் அதிரடிப்படை போலீஸ்காரர்கள் வீரப்பன் தேடுதல் என்ற பெயரில் நடத்திய அராஜகங்கள்- அட்டூழியங்கள் அப்பாவி மக்களுக்கு இழைத்த கொடுமைகள் ஆகியவை பற்றி வெளிவந்த செய்திகளை நினைத்து பெரும் கவலையில் ஆழ்ந்துள்ளார்கள். வீரப்பன் தேடுதல் வேட்டை என்ற பெயரில் போலீஸார் நடத்திய கொடுமைகளுக்கு தண்டனை அளிப்பதன் மூலம் வீரப்பன் நடமாடிய காட்டுப்பகுதி மக்களுக்கு நியாயம் வழங்கவேண்டாமா என்ற கேள்வியும்! மனிதநேயம், மனித உரிமைகள் பற்றி அக்கறையும் கவலையும் படைத்தவர்களின் உள்ளங்களில் எழாமல் இல்லை.

மகிழ்ச்சி நிரம்ப வாழ்ந்து கொண்டிருந்த அம்மக்கள் சமூகம் பல்வேறு நிகழ்வுகளால் பாதிப்புக்குள்ளாயிற்று. தங்கள் சொந்த விளைநிலங்களிலிருந்து அவர்கள் அன்னியராக்கப்பட்டனர். அம்மக்களின் தாயைப் போன்ற வனத்திற்குள் சுதந்தரமாய்ச் செல்ல இயலாதவாறு பல்வேறு தடைகளையும், அரசு இயந்திரங்களின் மனித உரிமை மீறல்களையும் சந்தித்தார்கள்.

வீரப்பனை கொன்றவர்களை அழைத்து பிரமாண்டமான பாராட்டுவிழா நடத்தி அவர்களுக்கு தலா மூன்று லட்சம் ரூபாயும், ஒரு இலவச வீடும், உத்தியோகத்தில் ஒருபடி பதவி உயர்வும் அறிவித்தார் ஜெயலலிதா. அள்ளியும் கொடுத்தார் மக்கள் பணத்தை.

மாநில முதல்வரால் பாராட்டப் பெற்று பரிசுகளும் வழங்கப் பெற்ற போலீஸ் அதிகாரிகள் பற்றி நேர்மையாக விசாரணை நடத்தி, நேர்மையாக அறிக்கை தரமுடியும் என்று யாரால் நம்ப முடியும்.

அப்பாவிகள் உழைப்பாளிகள் ஏழைகள் போலீசிடம் மாட்டிக் கொண்டால் எப்படியெல்லாம் அவர்களை சித்ரவதை செய்து ரசிக்கலாம் என்ற போலீசாரின் சேடிஸ்ட், குரூரத்தன அல்லது மனப் பிறழ்வு மனப்பான்மைக்கு ஆளும் அரசும் சேர்ந்து தூண்டிவிட்டால் அதன் விளைவு, சிறிதுகூட மனிதத்தன்மையற்று மேலதிகாரிகளால் ஏவிவிடப்பட்ட பிசாசுகள், ரத்தக் காட்டேரிகளாக அவர்கள் மாறிப் போவார்கள், மாறித்தான் போனார்கள். அவர்கள்தான் அதிரடிப்படை போலீஸ்காரர்கள்.

வீரப்பன் தேடுதல் வேட்டை என்ற பெயரில்- வீரப்பனின் காட்டுக்குள் வசித்த நூற்றுக்கணக்கான ஆதிவாசிகள் மீது போலீசார் நடத்திய வன்முறைத் தாக்குதல்கள், கற்பழிப்புக்

கொடுமைகள், சொல்லவே வாய் கூசும் அநாகரிகச் செயல்களை- ஆபாசமான காரியங்களை நக்கீரன் மற்றும் மனித உரிமைகளுக்காகப் போராடுவோர் சுட்டிக்காட்டுவது தவறா? வீரப்பனுக்கு உணவு அளித்தவர்கள்- வீரப்பனுக்கு உளவு சொன்னவர்கள்- வீரப்பனுக்கு உதவியவர்கள் என்று முத்திரை குத்தி 121 அப்பாவி மக்களை அதிரடிப் படையினர் தடா சட்டத்தின கீழ் கைது செய்து சிறையிலடைத்தது. பொய்வழக்குப் போட்டு கைது செய்யப்பட்டு தடாசட்டத்தின் கீழ் சிறையிலடைக்கப்பட்ட 121 பேர் மீதான வழக்கில் 107 பேரை மைசூர் தடா நீதி மன்றம் குற்றவாளிகளல்ல என்று கூறி விடுதலை செய்தது.

இவர்கள் எல்லோருமே எட்டு வருடங்கள், ஒன்பது வருடங்கள் என்று தடா சிறையில் வாடியவர்கள்.

விடுதலை செய்யப்பட்ட 107 பேர் அனுபவித்த சிறைக்கொடுமைகள் கொஞ்சமா? நஞ்சமா? 121ல் 107 பேரை விடுதலை செய்த தடா நீதிமன்றம் 14 பேருக்குத்தான் தண்டனை வழங்கியது. அதில் 7 பேருக்கு ஆயுள் தண்டனை. தண்டனையடைந்த 14 பேரில் 7 பேர் ஏற்கனவே தங்கள் தண்டனைக் காலத்தை சிறையில் கழித்துவிட்டதின் காரணமாக அவர்களும் விடுதலை செய்யப்பட்டார்கள்.

120 பேருக்கு வீரப்பன் கொடுமை இழைத்தார் என்ற குமுறுதல் எவ்வளவு நியாயமானதோ- அதுபோலவே 107 பேரை (கணக்கில் மட்டும்) ஒரு குற்றமும் செய்யாதவர்களைத் தடாவில் பிடித்து சிறையிலடைத்து அவர்களது வாழ்க்கையில் பெரும்பகுதியை சிறையிலேயே கழிக்க வைத்த கொடுமைக்காக நாம் குமுறுவதும் நியாயமானதுதானே?

தேசிய மனித உரிமை ஆணையத்தின்படி 1999-ம் ஆண்டு உச்சநீதிமன்றத்தின் ஓய்வு பெற்ற நீதிபதி சதாசிவம் தலைமையில் ஒரு விசாரணைக் கமிஷன் அமைக்கப்பட்டது. இந்தக் கமிஷன் நீதிபதி சதாசிவம் தமிழகத்திலும்- கர்நாடக மாநிலத்திலும்- 3 ஆண்டு காலத்துக்கு மேலாக சுற்றுப்பயணம் நடத்தி வீரப்பன் தேடுதல் வேட்டை என்ற பேரால்- அதிரடிப்படையினர் நடத்திய அட்டூழியங்கள் குறித்து பாதிக்கப்பட்ட ஏழை, எளிய ஆதிவாசிகளிடம், வழக்கறிஞர் ப.பா.மோகன் முன்னெடுத்தலில் ஒரு பெரும் மனித நேயப் போராளிகள் வாக்குமூலம் பதிவு செய்தார்கள்.

செல்வி. ஜெயலலிதா அரசு 752 அதிரடிப்படையினர் -16 வனக்காவலர்கள் தேவாரம் போன்ற 6 முன்னாள் அதிரடிப் படையினர், 120 கான்ஸ்டபிள்களுக்கு ஹெட்கான்ஸ்டபிள் என்ற அடுத்தநிலைப் பதவி உயர்த்தாமல் சப்-இன்ஸ்பெக்டர்களாக பதவி உயர்வு. எல்லோருக்கும் ஒரு படி பதவி உயர்வு, 3 லட்சம் ரொக்கப்பரிசு வீட்டுமனைகள், மெடல்கள்- தேவாரம் உள்பட 10 பேருக்கு தங்க மெடல்கள், மற்றவர்களுக்கு தங்கமுலாம் பூசிய வெண்கலப் பதக்கங்கள் என்று பரிசுகளையும் சலுகைகளையும் கோடிகளில் வாரி வாரி வழங்கியதில் உள்ள நியாயம்?

வீரப்பன் தேடுதல் வேட்டை என்ற பேரால் அதிரடிப்படையினரின் சித்திரவதைகள் கற்பழிப்புகள் அட்டூழியங்களுக்கு ஆளான ஏழை, எளிய மக்களுக்கும் நிவாரணம் வழங்க வேண்டும் என்ற தார்மீக நியாயத்துக்கு பொருந்தாதா?

தடா சட்டத்தின் சிறைக் கணக்கில் மட்டும்தான் இத்தனை பேர்!

சிறைக்குப் போகாமல் காட்டுக்குள்ளேயே இந்த கொடியவர்களால் சித்ரவதைகளை அனுபவித்தவர்கள் ஆயிரக்கணக்கான வனவாழ் மக்கள்!

இவர்களில் அதிரடிப்படையினர் சித்ரவதைகளால் இறந்தவர்கள் கொல்லப்பட்டவர்கள் போக வாக்குமூலம் கொடுத்தவர்கள் மட்டுமே சுமார் நூற்று தொண்ணூற்றி இரண்டு பேர்கள். அந்த மக்களைக் கொடும் சித்ரவதைகளுக்கு ஆளாக்கிய யூனிபார்ம் அணிந்த ரத்தக் காட்டேரிகள் முப்பத்தியேழு பேர்.

காலங்காலமாக மலைகளும் வனங்களும் சார்ந்த பகுதிகளில் இயற்கையோடு கலந்து உறவாடி வாழ்ந்து வந்த உழைப்பாளி மக்களை வீரப்பனைப் பிடிக்கப் போகிறோம் என்ற யூனிபார்ம் முகமூடிக்குள், கொடூர முகங்களை மன அரிப்புக்களை வக்கிரங்களை மறைத்துக் கொண்ட (ந.ப.எ) கர்நாடக, தமிழக சிறப்பு அதிரடிப்படையினர், யூனிபார்ம்டு ரவுடிகளாக மாறி கொடும் சித்திரவதைகளுக்கு உள்ளாக்கினார்கள்.

வனத்துறை, வருவாய்த்துறை, வனக் கொள்ளையர்கள், அரசியல்வாதிகள், இரு மாநில சிறப்பு அதிரடிப்படைகள், போலீஸார், எல்லைப் பாதுகாப்புப்படை, ஆட்சி அதிகாரமிக்க சில சாதுரியமான தமிழ் இனப் பகையாளர்கள், மலைவாழ் மக்களை புழு பூச்சியைப் போலப் பார்த்த சில உயர் ஜாதி

பணக்கார வர்க்க பூர்ஷ்வா சிந்தனையாளர்கள், செல்வி. ஜெயலலிதா அரசுக்கு கால்நக்கிகளாக இருந்த பல அறிவுஜீவிகள், அனைவரும் ஒன்று சேர்ந்தனர். அன்றைய தமிழக முதல்வர் செல்வி.ஜெயலலிதா சவால் விட்டார்.

அடர்ந்த வனத்துக்குள் அதிரடிப்படை போலீசார் உயிர்த்தியாகம் செய்து வனமக்களை பாதுகாத்துக் கொண்டிருக்கிறார்கள் என்ற பிம்பத்தை சாதாரண மக்கள் மத்தியில் பிரச்சாரம் செய்து கொண்டிருந்தனர். பேசிய சவால் மற்றும் சவடால் பேச்சுக்களை நியாயப்படுத்த, வீரப்பனைப் பிடிக்க வக்கற்ற அதிரடிப்படை போலீசார் நாங்களும் செயல்பட்டுக் கொண்டிருக்கிறோம் என்பதை வெளியுலகிற்கு காட்டுவதற்காக பல தந்திர வேலைகளை செய்ய ஆரம்பித்தனர்.

கூலிவேலை, கட்டிட வேலை, விவசாயம், விவசாயக் கூலிகள், டீக்கடைகாரர்கள், மளிகைக் கடைக்காரர்கள், ஏழை எளிய மக்கள், ஆண், பெண், சிறுவர், சிறுமிகள், மணமானவர்கள், மணமாகாத கன்னிப்பெண்கள், தாத்தா பாட்டிகள், சின்னஞ்சிறு குழந்தைகள் என வயது வித்தியாசமே பார்க்காமல் இரண்டாம் உலகப்போர் வில்லனான ஹிட்லர் செய்த கொடுமைகளுக்கு நிகராக வனவாழ் மக்களை சித்ரவதைக்கு உள்ளாக்கினார்கள். ஒர்க் ஷாப் என்ற பெயரில் பட்டறை அமைத்து அதிரடிப் படையினரால் சித்ரவதைக்குள்ளாகி கொல்லப்பட்டவர்கள் போக, உயிருடன் இருந்தும் நரக வேதனை அனுபவித்த, இன்றுவரை பல வகைகளில் ஊனமுற்று வாழும் மலைவாழ் மக்களும் உண்டு.

நக்கீரன் ஆரம்பிக்கப்பட்டதிலிருந்தே வனப்பகுதிக்குள் வாழும் மக்களின் பிரச்னைகளை அவ்வப்போது வெளிப்படுத்திக் கொண்டே இருந்தது. அன்றே அவர்களின் அட்டூழியங்களுக்கு எதிராக மனதில் சத்திய ஆவேசம் என்னும் பெரு நெருப்பை ஏந்திய நக்கீரன் கையில் செங்கோல் பேனா ஏந்திப் பல வகைகளிலும் போராடியது.

பிரச்னைக்கு மூலகாரணமாக இருந்த காட்டுராசா வீரப்பனை சரணடைய வைக்க தொடர் முயற்சிகள், காட்டுக்குள் அவரது தொடர் பயணங்கள், சந்திப்புக்கள், பேட்டிகள், கேசட்டுகள், தொலைக்காட்சி ஒளிபரப்புக்கள், தமிழக, கர்நாடக அரசுகளுக்கும், குறிப்பாக இலட்சக்கணக்கான தமிழர்கள் உயிரையும் உடைமைகளையும் காக்க தொடர் தூதுகள் என்று பத்தாண்டுகள் எங்கள் நலன் அனைத்தையும் இழந்து போராடியது

நக்கீரன். அதனால் நாம் சந்தித்த கொடுமைகள் எண்ணிலடங்காது.

அன்றைய அரசியல் சூழலில் எப்பொழுதெல்லாம் செல்வி.ஜெயலலிதா ஆட்சிப் பொறுப்பில் இருந்தாரோ அப்பொழுதெல்லாம், சந்தன வீரப்பனை விடவும் பெரிய எதிரியாக முதலமைச்சர் செல்வி.ஜெயலலிதா அவர்களின் கண்ணுக்கும் கருத்துக்கும் நக்கீரன்தான் வில்லனாகத் தெரிந்தார்.

நக்கீரனின் தொடர் பயணத்தில், தடா சட்டத்தின் கொடுமைகளில் இருந்து பழங்குடி மக்களைப் பாதுகாக்க நக்கீரன் மனித உரிமை ஆணையத்திடம் செய்த வழக்குப்பதிவு, இது போன்ற பேரழிவுகள் திரும்பவும் நடக்கக் கூடாது என்று நக்கீரன் கொடுத்த மனுவின் மீது அதிரடிப்படைக்கு கர்நாடக கோர்ட் உத்தரவு, இந்திய கம்யூனிஸ்ட் கட்சியின் தமிழ்நாடு பழங்குடி மக்கள் சங்க தலைவர் தோழர். வி.பி.குணசேகரன், வழக்கறிஞர்கள் திரு. ப.பா.மோகன், புதுவை கோ.சுகுமாறன், செயலாளர், மக்கள் உரிமைக் கூட்டமைப்பு., திரு. வி.சுகுமாரன், திரு.வேணுகோபால், திரு.பெருமாள், திரு.வெங்கடாச்சலம், வழக்கறிஞர் மல்லிகார்ஜுனய்யா, இன்னும் எண்ணற்ற வழக்கறிஞர்கள் படையுடன், நக்கீரன் கோபாலின் அன்புத் தம்பிகள் ஜெயபிரகாஷ், மகரன்; சுப்பு, சிவா, ஜீவா தங்கவேல், பாலு, போன்ற நக்கீரன் குடும்பத்தினர் பலரும் தங்கள் இன்னுயிரையும் மதிக்காமல் போராடினார்கள். ஆளும் அரசுகளின் கொடூரப்பிடியை தகர்க்க பலவகைகளில் சட்டப் போராட்டங்களை நடத்தினோம்.

மனித உரிமைகளுக்காக மன்றம் அமைத்துப் போராடிய நீதியரசர் வி.ஆர்.கிருஷ்ணய்யர் வழிகாட்டலில், நீதியரசர் சந்துரு, நீதிபதி பானுமதி, மதுரை சோக்கோ அறக்கட்டளை தலைவர் அ.மகபூப் பாட்சா, வி.ஆர்.லட்சுமிநாராயணன் முன்னாள் உஏட, உத.ய.ஜீவானந்தம், தமிழக பசுமை இயக்கம் போன்ற பல மனிதாபிமானம் கொண்ட மனித உரிமைப் போராளிகள் இணைந்தனர்.

குறிப்பாக மனித உரிமைகள் சார்ந்த தனது தொடர் போராட்டங்களுக்காக பலரையும், பல அமைப்புக்களையும் ஒருங்கிணைத்த அம்னெஸ்டி இன்டர்நேசனல் விருதாளர் மக்கள் கண்காணிப்பகம் நிர்வாக இயக்குனர் வழக்கறிஞர் திரு. ஹென்றி திபேன், 1997ம் ஆண்டு அந்த வனப் பகுதிகளில் நடந்த கொடூரமான அத்துமீறல்களைக் கேள்விப்பட்டு உண்மையறியும் குழு ஒன்றை அனுப்பி மனித உரிமைக்கான தனது செயல்பாட்டை

உறுதிப்படுத்தினார். இதில் ஒரு தனிப்பட்ட நிறுவனத்தின் தலையீடு போதாது. ஒரு கூட்டு முயற்சி தேவை என்பதை உணர்ந்து 1998ம் ஆண்டு அந்தப் பணியைக் கொண்டு செல்ல மைசூர் சிறையில் வைக்கப்பட்டிருந்த கர்நாடகா மற்றும் தமிழ்நாடு தடா கைதிகளின் விடுதலை மற்றும் மறுவாழ்வுக்கான பிரச்சாரம் (Campaign for the Relief and Rehabilitation of TADA Detenus from M.M.Hills in Kamataka and Tamil Nadu Detenus in Mysore Jail) என்ற அமைப்பை உருவாக்கினார்கள். அவருடன் எளிய மக்கள் நலன்களுக்காக சட்டப் போராட்டங்களை தொடர்ச்சியாக நடத்த பல வழக்கறிஞர்கள் ஒன்றிணைந்தார்கள்.

கர்நாடக மக்கள் சிவில் உரிமைக் கழகம், தமிழக மக்கள் சிவில் உரிமைக் கழகம், கர்நாடகாவைச் சேர்ந்த சிக்ரெம், தமிழ்நாடு பழங்குடி மக்கள் சங்கம், சோகோ அறக்கட்டளை மற்றும் அரசியல் ரீதியாக தி.மு.க.வின் ஆற்காடு வீராசாமி, ம.தி.மு.க. வைகோ, பாட்டாளி மக்கள் கட்சி நிறுவனர் மருத்துவர் ச. ராமதாஸ், தலைவர் ஜி.கே.மணி, விடுதலைச் சிறுத்தைகள் கட்சி பொதுச் செயலாளர் தொல். திருமாவளவன், கம்யூனிஸ்ட் கட்சியின் தோழர் இரா.நல்லகண்ணு, தா.பாண்டியன், தளி ராமச்சந்திரன், மார்க்சிஸ்ட் கம்யூனிஸ்ட் கட்சியின் என்.குணசேகரன், அகில இந்திய ஜனநாயக மாதர் சங்கத்தின் தோழர்கள் மைதிலி சிவராமன், உ.வாசுகி, தோழர் அமிர்தம், டமஈக, கர்நாடக தமிழ்ச்சங்க தலைவர் போராளி இரா.சு.மாறன், ஹனூர் தமிழ்ச்சங்கத்தின் செயல்வீரர் அரசப்பன், விடியல் பியூப்பிள் வெல்பேர் பவுண்டேஷன் மேனஜிங் டைரக்டர் திரு.முருகேசன் என அரசு சர்வாதிகாரத்துக்கு எதிரான ஒரு பரந்துபட்ட சமூக ஆர்வலர்கள், மனித உரிமைப் போராளிகள் வன வாழ் மக்களைப் பாதுகாக்க ஒன்றிணைந்தனர்.

ஜெயலலிதா ஆட்சியில் நசுக்கப்பட்ட மலைவாழ் மக்களுக்காகவும், சிதைக்கப்பட்ட பத்திரிக்கை சுதந்திரத்திற் காகவும் நக்கீரனுக்காகவும் ஒன்றிணைந்த தலைவர்கள் அரசியல் ரீதியாகவும் கூட்டணி அமைத்து மாபெரும் வெற்றி பெற்றார்கள். ஆனால், காவல்துறையின் வால்டர் தேவாரம் காட்டுக்குள் தனக்கு வேண்டிய போலீசை வைத்து அரசுக்கு துரோகம் செய்து கொண்டிருந்தார். அவரது தலைமையிலும் சரி, மற்ற அதிகாரிகள் நிர்வாகத்திலும் சரி வனவாழ் மக்கள் சித்ரவதை தொடர்ந்து கொண்டுதான் இருந்தன.

அந்த குறிப்பிட்ட காலகட்டங்களில் நக்கீரன் என்றால் வீரப்பன், வீரப்பனால், அதிரடிப்படையால் மக்கள் பாதிக்கப்பட்ட நிகழ்வுகளை நக்கீரன் இடைவிடாது நூல் பிடித்தாற் போல கட்டுரைகளாக வெளியிட்டுக் கொண்டிருந்தது. உண்மைகள் சென்ஸார் செய்து வெளியிடப்பட்டன. பெரும்பாலான மக்களும் இந்தக் காதில் வாங்கி அந்தக் காதில் வெளியே விட்டுச் சென்றார்கள். ஆனால், பல மனித உரிமையாளர்கள், நக்கீரன் புலனாய்வு இதழோடு, தி இந்து, இந்தியன் எக்ஸ்பிரெஸ், தினத்தந்தி, மாலை முரசு, தினமணி, தினமலர், மாலைமுரசு, போன்ற பத்திரிகைகள், டைம்ஸ் ஆப் இண்டியா, மற்றும் பல கன்னடப் பத்திரிகைகள் தணிக்கையையும் மீறி அவ்வப்போது உண்மைகளை, மலைவாழ் மக்களின் சித்ரவதைக் கொடுமைகளை வெளிக்கொண்டு வந்தார்கள்.

கர்நாடகா மாநிலம் பெங்களூருவில் தேசிய மனித உரிமை ஆணையத்தால் அமைக்கப்பட்ட நீதிபதி சதாசிவா விசாரணைக்குழுவின் முன்பு அளித்த வாக்குமூலங்களின் ஆங்கில அடிப்படை சாரத்தையும், அதன் தமிழ் மொழி பெயர்ப்பான மக்கள் கண்காணிப்பகத்தின் வாக்குமூலங்கள் வெளியீட்டின் சாரத்தையும் உள்ளடக்கியது இந்த ஆவணப் புத்தகம்.

இரு தரப்பினர் அளித்திருக்கும் வாக்குமூலங்களில் சித்ரவதைகளால் பாதிக்கப்பட்டவர்கள் தரப்பு வாக்குமூலத்தின் உண்மைத் தன்மையையும்,

அதிரடிப்படை போலீசார்கள் அளித்திருக்கும் வாக்குமூலங்களில் உள்ள நஞ்சுகலந்த நெஞ்சங்களில் இருந்து வெளிவந்த போலித்தனமான வார்த்தைகளையும், செய்யும் சித்ரவதைகள் அனைத்தையும் செய்து முடித்துவிட்டு மனித உரிமைக் கமிஷனின் விசாரணையிலிருந்து தப்பித்துக்கொள்ள பொய்யும் புனைசுருட்டும் கலந்து பூசிமெழுகும் கொலைகாரக் கூட்டத்தின் நயவஞ்சகத்திற்கும் உள்ள வித்தியாசத்தை இப்புத்தகத்தைப் படிக்கும் வாசக வாசகியர் படிக்கும்போதே உணர்வார்கள்.

நாம் வாழ்ந்து வரும் இந்த நாட்டிலா இத்தனை கொடுமைகள் அந்த வனப்பகுதியில் வாழ்ந்த இந்த மண்ணின் மைந்தர்களுக்கு இழைக்கப்பட்டது என்ற ஆத்திரமும் கோபமும் வருத்தமும் அழுகையும்தான் இந்தப் புத்தகத்தை வாசிக்கும் வாசக வாசகிகளுக்கு எண்ண அலைகளாக வந்து மாறி மாறித் தாக்கும்.

மொத்தத்தில் கடின உழைப்பாளிகளான வனவாழ் மக்களை கொன்று குவித்ததோடு மீந்து போய் உயிரோடு இருந்தவர்களையும் நடைப்பிணமாக்கியதுதான் நபள என்ற சிறப்பு அதிரடிப்படை போலீசாரின் சாதனை.

சித்ரவதை பாகம் 2. இந்நூலிலுள்ள தரவுகளை தேடி அதனை மாலையாய் கோர்த்து சம காலத்தில் இத்தனை கொடூரங்கள் மக்கள் அனுபவித்தார்கள் என்பதை காலத்திற்கும் பதிவாய் இருக்கவும் கல்வெட்டாய் காணவும் மிகுந்த சிரத்தையுடன் தொகுத்து இந்நூல் வெளிவரக் காரணமாக இருந்த எங்கள் நக்கீரனின் உதவி ஆசிரியர் அண்ணன் சுந்தர் சிவலிங்கம் அவர்களுக்கு ஒரு சபாஷ்.

நக்கீரனின் குழுமத்திலிருந்து வரும் நூல்களுக்கு எப்பொழுதும் அதரவு கரம் நீட்டும் உங்கள் கையில் சித்ரவதை பாகம் -2. ஆதரவளிப்பீர்.

நன்றியுடன்,
நக்கீரன் கோபால்

அணிந்துரை

சித்ரவதை செய்தோருக்கு சட்டத்தின் முன் தண்டனை?

ப.பா.மோகன்,
வழக்கறிஞர்

சுதந்திர இந்திய வரலாற்றில் ஆளும் அரசுகள் தங்கள் சட்டத்தின் ஆட்சிக்கு மாறாக ஆதிக்க சக்திகளுக்கும், சொத்துடைமைதாரர்களுக்கும் சாதகமாக எளிய மக்களுக்கு எதிராக தொடுக்கப்படும் வன்முறையின் ஒரு பகுதியே அவர்களை சித்திரவதைகள் செய்து குரூர மனத்துடன் ரசிப்பது. சித்ரவதையின் பல வடிவங்கள் சுதந்திரத்திற்கு முன்பும், பின்பும் பல வடிவங்களில் நிகழ்த்தி இருக்கிற கொடுமைகளை சான்றுகளாக வரலாற்றில் படித்து இருக்கிறோம்.

ஜனநாயகத்தில் மக்கள்தான் எஜமானர்கள். அரசும், அரசு அதிகாரிகளும், அமைச்சர்களும்...ஏன்? முதல் குடிமகனான ஜனாதிபதி, ஆளுநர்கள் அனைவருமே மக்கள் ஊழியர்கள்தான்.

ஐ.நா.மன்றத்தில் உலகளாவிய மனித உரிமை பிரகடனம், சித்ரவதையை ஒரு தண்டிக்கப்படக் கூடிய குற்றமாகவும், மனித குலமே அதனை வேறறுக்கவும் பறைசாற்றுகிறது. அதற்கு பின்பு ஏற்பட்ட சர்வதேச உடன்படிக்கையிலும், குறிப்பாக சித்ரவதைக்கு எதிராக ஐ.நா.மன்றத்தின் உடன் படிக்கையில் இந்தியாவும் கையெழுத்திட்டுள்ளது. அதன்படி, இந்திய சட்டங்களில் சித்ரவதை ஒரு தண்டிக்கக்கூடிய குற்றம் என இன்றுவரை அதனை

சட்டமாக்கவில்லை. அதனால் காவல்துறை சுதந்திரத்திற்கு பிறகும் தொடர்ந்து எளிய மக்களை வதைக்கும், மிரட்டும் ஒரு அடக்குமுறை கருவியாகவே இன்னமும் நீடிக்கிறது.

ஏற்கனவே உச்சநீதிமன்றத்தில் 2006ம் ஆண்டு பிரகாஷ் சிங் -எதிர்- ஒன்றிய அரசு என்ற வழக்கிலும் அதனை தொடர்ந்து பல வழக்குகளிலும் காவல்துறை ஜனநாயகப்படுத்தப்பட அதனுடைய செயல்களுக்கு பொறுப்பு ஏற்படுத்த (Accountability) பல வழிகாட்டும் உத்தரவுகளை பிறப்பித்தும், மனித உரிமை பாதுகாப்பு சட்டம் 1993, அதன் அங்கங்களான தேசிய மனித உரிமை ஆணையம், மாநில மனித உரிமை ஆணையம், மனித உரிமை பாதுகாப்பு நீதிமன்றங்கள் ஆகியவைகள் தொடர்ந்து மனித உரிமையை காக்கிற சட்டப்பூர்வமான அமைப்புகளாக இல்லாமல் வெறும் நஷ்டஈடு மற்றும் அரசுக்கு சில பரிந்துரைகளை சிபாரிசு செய்யும் அமைப்பாக மட்டுமே இயங்கி வருகிறது.

எனவே 75 ஆண்டுகள் கடந்தும் காவல்துறையின் அடக்குமுறை, அத்துமீறல்கள், மனிதாபிமானமற்ற சித்ரவதைக் குற்றங்கள் தொடர்ந்து கொண்டே உள்ளன. அங்கு ஒன்றும், இங்கு ஒன்றுமாக சில வழக்குகளில், சில காவல்துறை அதிகாரிகள் தண்டிக்கப்படுகின்றனர்.

மனிதஉரிமை கலாச்சாரமிகுந்த சமத்துவ, சமூகநீதி கொண்ட அமைப்பை ஏற்படுத்த, சட்டத்தை காக்க வேண்டிய காவல்துறை தண்டிக்கிற அமைப்பாக தொடர்ந்து இயங்கிவருவதை தடுக்க வேண்டிய பொறுப்பு ஜனநாயகத்தின் மீது நம்பிக்கை கொண்டுள்ள மனித உரிமை போராளிகள், பத்திரிக்கையாளர்கள் மற்றும் ஜனநாயக எண்ணம் கொண்டோரின் முதற் கண் கடமையாகும்.

சுதந்திரத்திற்கு பின் நடந்திருக்கிற பல காவல் நிலைய சித்ரவதைகள், கொலைகள் பலப்பல நடந்து இருந்தாலும் தமிழ்நாடு, கர்நாடகா எல்லைகளில் வாழ்ந்த பழங்குடி மற்றும் மலைவாழ் மக்களை வீரப்பன் தேடுதல் வேட்டை என்ற பெயரில் தமிழக, கர்நாடகா அரசுகள் நசுக்க ஆரம்பித்தன. அன்றைய அ.தி.மு.க முதல்வர் செல்வி ஜெயலலிதா அவருடைய ஆதரவோடு 1991ம் ஆண்டு அமைக்கப்பட்ட தேவாரம் தலைமையிலான கூட்டு அதிரடிப்படை இரண்டு மாநிலங்களில் மேற்கு தொடர்ச்சி மலைகளில் ஒர்க் ஷாப் என்ற பெயரில் சித்ரவதை முகாம்களை

அமைத்து நடத்தப்பட்ட என்கவுன்டர் எனப்படும் மோதல் படுகொலைகள், கொலைகள், மனித சித்ரவதைகள், உடலில் மின்சாரம் கொடுத்து தாக்குதல், காணாமல் போனவர்கள், பாலியல் வன்புணர்ச்சிக்கு உள்ளாக்கப்பட்டவர்கள் என அப்பாவி மக்கள் ஆயிரக்கணக்கானோர் பாதிக்கப்பட்டனர்.

இந்த சித்ரவதை கொடுமைகளுக்கு எதிராக அன்றைக்கு முதலில் குரல் கொடுத்த நக்கீரன் இதழ், பா.ம.க.தலைவர் ராமதாஸ், சோகோ அறக்கட்டளை, பழக்குடிமக்கள் சங்கம், மக்கள் கண்காணிப்பகம், பி.யூ.சி.எல்., சிக்ரம் போன்ற அமைப்புகளின் தொடர்ச்சியான போராட்டங்களால் ஓய்வு பெற்ற நீதிபதி சதாசிவம் - காவல்துறை அதிகாரி நரசிம்மன் தலைமையில் தேசிய மனித உரிமை ஆணையம் அமைத்த விசாரணைக்குழு பாதிக்கப்பட்ட இடங்களுக்கே சென்று, பாதிக்கப்பட்டோரை, அவரது குடும்பத்தாரை, இயக்கங்களை விசாரித்தது. அதனில் பெரும் பங்காற்றிய இயக்கங்கள் தமிழ்நாடு பழங்குடி சங்கம் மற்றும் வழக்கறிஞர் ஹென்றி டிபென் தலைமையிலுள்ள மக்கள் கண்காணிப்பகம், சோக்கோ அறக்கட்டளை மற்றும் பி.யூ.சி.எல், சிக்ரம் ஆகிய அமைப்புகளாகும்.

பல தடைகளைத் தாண்டி இறுதியாக தேசிய மனித உரிமை ஆணையம் சதாசிவம் குழுவின் அறிக்கையின் அடிப்படையில் 2004ம் ஆண்டு பாதிக்கப்பட்ட 89 பேர்களுக்கு இழைக்கப்பட்ட சித்ரவதைக்கு இழப்பீடாக நஷ்டஈடு வழங்க தமிழ்நாடு, கர்நாடக அரசுகளுக்கு உத்தரவிட்டது. அப்போது இருந்த அரசுகள் அதனை நிறைவேற்றின.

இந்த கொடூரமான சித்ரவதைகளை செய்தது தேவாரம் தலைமையில் அமைக்கப்பட்ட கூட்டு சிறப்பு அதிரடிப்படை JOINT SPECIAL TASK FORCE என்பது வெள்ளிடை மலை. குற்றம் செய்தது சிறப்பு அதிரடிப்படை என்றால் அந்த குற்றம் செய்தவர்களையும், அதற்கு காரணமானவர்களையும் அதற்குப் பொறுப்பாக்கி சிறப்பு புலனாய்வு செய்து தண்டிக்க வேண்டிய பொறுப்பும் அரசுக்கு உண்டு. ஆனால் சித்ரவதை செய்தார்கள் என்று ஒப்புக் கொண்டு இருக்கிற தேசிய மனித உரிமை ஆணையம் அதற்கான சட்டப்பூர்வமான நடவடிக்கை எடுக்க இதுவரை சம்பந்தப்பட்ட அரசுகளுக்கு ஆணையிடவில்லை அல்லது நீதிமன்றத்தின் முன்னால் தனது அறிக்கையினை வைத்து நடவடிக்கை எடுக்கவில்லை.

சித்ரவதையால் பாதிக்கப்பட்டு இருக்கிற நூற்றுக்கணக்கான பெண்கள், மலைவாழ் மக்கள் இன்றைக்கும் இரத்தமும், சதையுமாய் உயிருள்ள மாமிச பிண்டங்களாக நியாயம் கேட்டு முறையிட்டு கொண்டு இருக்கிற கொடுமை சொல்ல முடியாத துயரம் ஆகும். இந்நிலையில் இந்திய கம்யூனிஸ்ட் கட்சியின் தேசிய பொது செயலாளர் தோழர் து.ராஜா அவர்களின் இணையர் இந்திய தேசிய மாதர் சங்கத்தின் பொது செயலாளரான ஆனிராஜா அவர்கள் தமிழ்நாட்டிற்கு பலமுறை வந்து சம்பந்தப்பட்ட அரசு அதிகாரிகள் மற்றும் அரசிடம் நேரடியாக விண்ணப்பித்து இருக்கிறார். தற்போது உச்ச நீதிமன்றத்தில் பொதுநல வழக்கு தொடுக்க நடவடிக்கை எடுத்து வருகிறார்.

இந்த சூழ்நிலையில் நக்கீரன் பதிப்பகம் மூலம் சித்ரவதை என்ற பெயரிலேயே கடந்த வருடம் புத்தகமாக வெளியிட்ட நக்கீரன் கோபால் அவர்கள் சித்ரவதை இரண்டாம் பாகம் என்ற தொகுப்பை புதிய பரிமாற்றத்தோடு கட்டுரைகளோடு, வாக்குமூலங்களோடு கொண்டு வருவது சாலப்பொருத்தமாகும்.

ஒரு மனித உரிமை வழக்கறிஞர் என்ற முறையில் எனது வழக்கறிஞர் தொழிலை தொடங்கிய துவக்க ஆண்டிலிருந்தே ஈரோடு மாவட்டம் வனவாழ் மக்கள் வாழும் மலைப்பகுதிகளில் பாதிக்கப்பட்ட மக்களுக்காக வழக்குகளை நடத்தியது மட்டுமல்ல, சத்தியமங்கலம், தாளவாடி மலைப்பகுதியான கல்மண்டிபுரம், சோளகர்தொட்டியில் சித்ரவதைக்குள்ளாக்கப்பட்ட சித்தன் அவரது மனைவி கும்பி, அவரது தம்பி மாதேவன் ஆகியோர்கள் மீது போடப்பட்ட வழக்குகளை கோபி மற்றும் பவானி அமர்வு நீதிமன்றங்களில் நடத்தி விடுதலை பெற்றோம்.

அதுமட்டுமல்லாமல் பர்கூர் மலைப்பகுதியில் மூன்று வனக்காவலர்கள் கடத்தப்பட்ட வழக்கு. அதில் கைது செய்யப்பட்டு பல்லாண்டு சிறைச்சாலையில் இருந்த அன்புராஜ் போன்றோர்கள், 1998ம் ஆண்டு பவானி வட்டம், வெள்ளித் திருப்பூர் காவல் நிலைய தாக்குதல் வழக்கில் கைதானவர்கள், சிதம்பரம் கொலை வழக்கு, அரையப்பாளையம் பாலச்சந்தர் ஐ.பி.எஸ்., மோகன் நிவாஸ், தலைமையில் சென்ற அதிரடிப் படைகள், வீரப்பன் அணியினரை தாக்கிய வழக்கில் கொலைக் குற்றத்திற்கும், சித்ரவதைக்கும் உள்ளான தாளவாடியை சார்ந்த பழங்குடியின மக்கள் மேல் போடப்பட்ட வழக்கு, காவல்துறையின் கையாள் எனச்சொல்லி வீரப்பனால் கொல்லப்பட்டதாக

கூறப்படும் பக்தவச்சலம், ராஜாமணி, கந்தவேல் ஆகியோருடைய வழக்கிலும், பேராசிரியர் கிருஷ்ணசாமி கடத்தப்பட்டதாக சொல்லப்படும் வழக்கிலும், நக்கீரன் ஆசிரியர் கோபால் மற்றும் அவருடைய நிருபர்களை சிக்க வைத்து போடப்பட்ட அனைத்து வழக்குகளிலும் நீதிமன்றங்களில் போராடி வெற்றி பெற்று விடுதலை பெறப்பட்டது. இறுதியாக 2000ம் ஆண்டு தொட்டகாஜனூர் பகுதியில் கர்நாடகா நடிகர் ராஜ்குமார் கடத்தப்பட்டு 108 நாட்கள் வீரப்பன் மற்றும் அவரது ஆட்களால் சிறை வைக்கப்பட்ட வழக்கில் பழங்குடி மக்கள் மற்றும் தமிழர் இயக்கங்களை சார்ந்தவர்களும், கோபிச்செட்டிபாளையம், அமர்வு நீதிமன்றத்தால் 2018ம் ஆண்டு விடுதலை செய்யப் பட்டனர். வீரப்பன் மனைவி முத்துலட்சுமி, மாதையன் மனைவி, மருமகள், அர்ஜூனன் குடும்பத்தார் ஆகியோர் மீது போடப்பட்ட வழக்கிலும் விடுதலை பெற்றோம்.

இருந்தபோதிலும், அதிரடிப்படை காவல்துறையால் வதைக்கப்பட்ட, சித்ரவதைக்குள்ளாக்கப்பட்ட, போலீசாரால் கொலை செய்யப்பட்ட குடும்பங்களுக்கு முழுமையான நீதி என்பது, இந்த குற்றங்களை இழைத்த காவல்துறை அதிகாரிகளை நீதி முன் நிற்க வைத்து தண்டிக்க அரசுகள் உத்தரவிட வேண்டும். இல்லையென்றால் தூத்துக்குடி ஸ்டெர்லைட் ஆலையில் நடந்த 22 அப்பாவிகள் கொல்லப்பட்ட் ஜாலியன் வாலாபாக்கள், சாத்தான்குளம் காவல் நிலைய சித்ரவதைகள் தொடரத்தான் செய்யும்.

சமூக நீதிக்கான ஆட்சி என்று கூறும் மாண்புமிகு முதல்வர் ஸ்டாலின் அவர்கள் இந்த சித்ரவதை கொடுமைகளுக்கு முற்றுப்புள்ளி வைக்க சதாசிவம் கமிஷன் அளித்த அறிக்கை அடிப்படையில் சித்ரவதைக்கு காரணமான காவல்துறை அதிகாரிகளை தண்டிக்க சிறப்பு புலனாய்விற்கு உத்தரவிட இந்த புத்தகம் வழிவகுக்கும் என்று நம்புகிறேன்.

இந்த நூலில் பாதிக்கப்பட்டோர்களின் வாக்குமூலங்களின் சாரங்களின் பகுதியை மக்கள் கண்காணிப்பகத்தின் வெளியீடான வாக்குமூலம் என்ற புத்தகத்திலிருந்து எடுத்தாள ஒப்புதல் கொடுத்தமைக்கு வழக்கறிஞர் ஹென்றிக்கும், மக்கள் கண்காணிப்பகத்திற்கும் எனது மனமார்ந்த நன்றியை தெரிவித்துக் கொள்கிறேன்.

சித்ரவதை
பாகம்-2

நக்கீரன்
எங்கே? எப்போது?

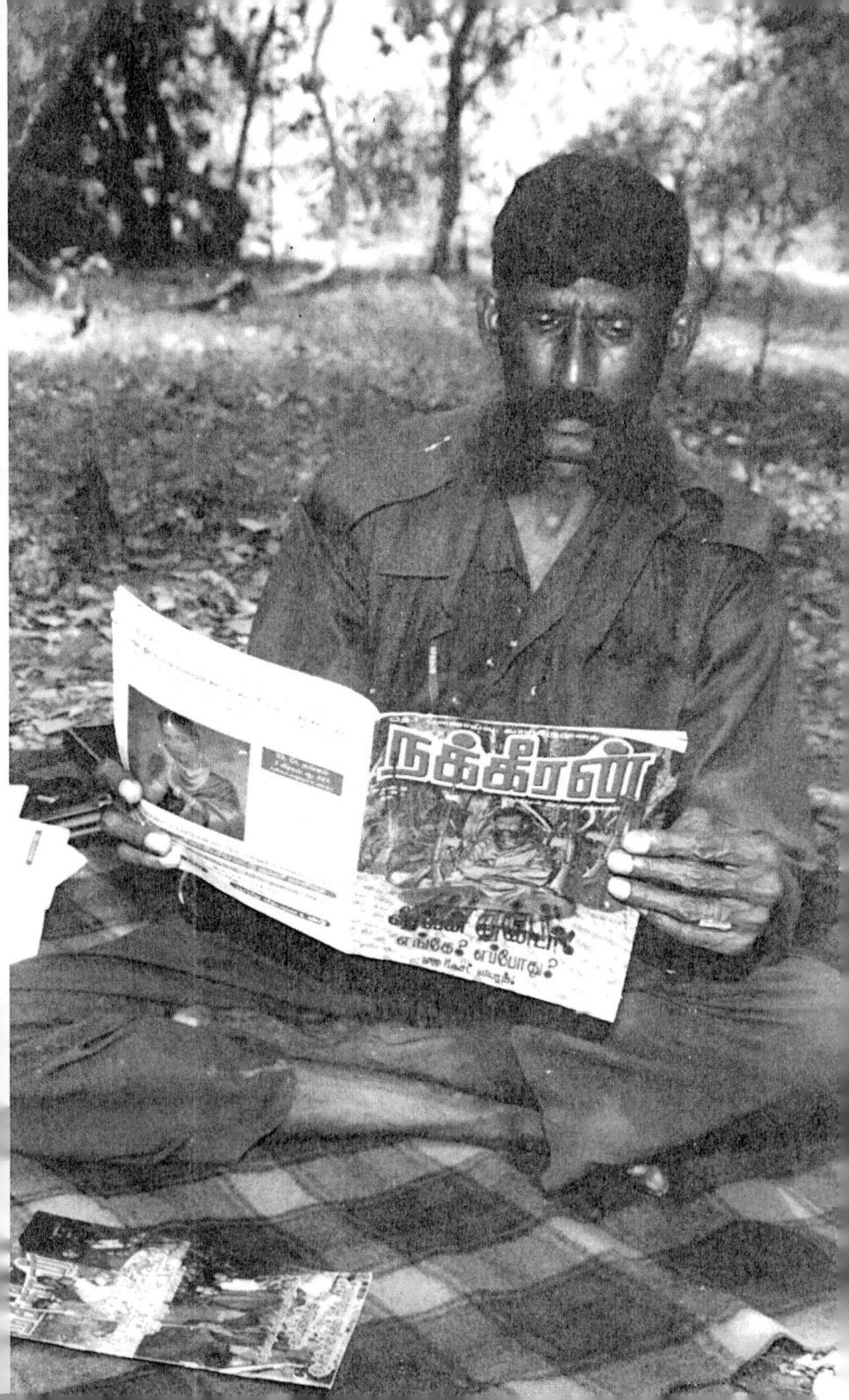

வீரப்பனுக்கு பொது மன்னிப்பு வழங்கலாமா?

காட்டு இலாகா அமைச்சர் பொங்கலூர் பழனிசாமி வீரப்பனுக்கு பொதுமன்னிப்பு வழங்குவது பற்றி தி.மு.க. அரசு ஆலோசித்து வருகிறது என்று பேசிய பேச்சு தமிழகம் மட்டுமல்ல, இந்தியா முழுவதும் பரபரப்பை ஏற்படுத்தியிருக்கிறது. பெரும் விவாதத்தையும் உண்டாக்கியுள்ளது. சந்தன மரங்களை வெட்டி கடத்தி பணம் சம்பாதித்து, யானைகளை கொன்று தந்தங்களை வெட்டி சட்டக்கிற்கு புறம்பாக செயல்பட்டது, போலீஸ்காரர் களை சுட்டுக் கொன்று குவித்தது. இந்த கிரிமினல் வீரப்பனுக்கா பொதுமன்னிப்பு, இது அடுக்குமா? என ஒருசாரார் ஆவேசத்துடன் பேசவும் எழுதவும் தொடங்கிவிட்டனர்.

இதில் என்ன தவறு இருக்கிறது? இரண்டு மாநிலப் போலீஸாராலும், ராணுவத்தாலும் பிடிக்கமுடியாத ஒருவர் தானே வலியவந்து பொது மன்னிப்பு கேட்கும்போது தந்துவிட்டு பிரச்சனையை முடித்துவிடலாமே? என்று இன்னொரு சாரார் எதிர்வாதம் செய்கின்றனர்.

பிரச்சனைக்குரிய சந்தன வீரப்பன் என்ன சொல்கின்றார்? அ.தி.மு.க. அரசு வீழ்ந்து தி.மு.க. அரசு அமைத்தவுடன் வீரப்பன் மனநிலை என்ன? பொதுமன்னிப்பு கேட்க விரும்புகின்றாரா? போன்ற கேள்விகளுக்கு விடை வீரப்பனிடம்தானே இருக்கிறது.

வீரப்பனை நேரில் சந்தித்து கேட்டால் என்ன? என்று யோசனை தோன்ற சந்திக்க கிளம்பினோம்.

இருமாநில அதிரடிப்படை போலீஸ்காரர்களின் கழுகு கண்களிலிருந்து தப்பித்து, தப்பித்து 27 கிலோ மீட்டருக்கும் மேல்,

மலைகளில் நடந்து, சரிந்து, ஊர்ந்து, விழுந்து வீரப்பனிடம் போகும் வரை சந்தித்த கொடுமைகள் இந்த நிமிடம்வரை அகலவில்லை.

வீரப்பன் சொன்ன கருத்துகள் இந்த இதழில் வெளியிடப்பட்டுள்ளன. பொதுமன்னிப்பு கேட்டு தமிழக முதல்வர் கலைஞர் அவர்களுக்கு வீரப்பன் வீடியோவில் பேசியுள்ளவை முக்கியமானவைகள் என்பதால் அந்த கேசட்டை முதல்வரிடமே நேரடியாக தரப்போகிறோம். இதற்கிடையே நடைபெறும் வாதங்கள் பற்றி நமது கருத்தை குறிப்பிட வேண்டியது அவசியமாகிறது.

கடந்த பத்து ஆண்டுகளுக்கும் மேலாக நாம் எல்லோரும் விரும்புகின்ற வகையில் தமிழக அரசு மட்டுமல்லாமல் கர்நாடகா அரசும் இணைத்து அதிரடிப்படை ஒன்றை அமைத்து வீரப்பனை பிடிக்க எவ்வளவு முயற்சிகள் செய்தன! எத்தனை கோடி ரூபாய்களை தண்ணீராய் வாரி இறைத்தன! எத்தனை போலீஸாரின் இன்னுயிர்கள் அந்த தேடுதல் வேட்டையில் பலியாயின!

இத்தனைக்குப் பிறகும் போலீசாரால் வீரப்பனை பிடிக்க முடியாமல் போய்விட்டது. பொதுமக்களே வீரப்பனைப் பிடித்து தந்து விடுவார்கள் என்ற நம்பிக்கையில் வீரப்பன் தலைக்கு விலை வைக்கப்படவில்லையா? 200 கோடி ரூபாய்க்கும் மேல் மக்கள் வரிப்பணத்தை செலவிட்ட போலீஸாராலும் வீரப்பனை பிடிக்க முடியவில்லை.

பெருந்தொகை பரிசாக வருகிறது என்ற நம்பிக்கையில் பொதுமக்களும் வீரப்பனை பிடித்து தருவதற்கு முன்வரவில்லை.

இந்த நிலை இன்னும் எத்தனை நாளைக்கு நீடிக்க வேண்டும் என்பதைவிட, இந்த நிலை இப்படியே நீடிக்க வெண்டும் என்பதை பொதுமக்களே விரும்புகின்றார்களா என்பதுதான் முக்கியான விசயம். வீரப்பனிடம் நக்கீரன் எடுத்த பேட்டி சன்.டி.வி. மூலம் ஒளிபரப்பானது. இப்பேட்டியை தமிழகத்தில் பார்க்காதவர்களே கிடையாது எனலாம். ரஜினி பேட்டிக்கு அடுத்தாக அல்லது அதற்கு இணையாக தமிழ் மக்கள் அனைவரும் தொடர்ந்து வீரப்பன் அளித்த பேட்டியை நாள் தவறாமல் பார்த்தார்கள். இடையில் சில நாட்கள் அது தடை செய்யப்பட்டிருந்தது. மீண்டும் ஒளிபரப்பு ஆரம்பமானபோது வீரப்பன் பேட்டிதானே, அதில் பார்க்க என்ன இருக்கிறது என்று யாராவது

புறக்கணித்ததாக கூற முடியுமா? எல்லா மக்களும் அந்த ஒளிபரப்பை பார்த்தார்கள் என்பது மட்டுமின்றி அந்த வாரம் முழுவதுமே பஸ்கள், ரயில்கள், சந்தைகள் என மக்கள் கூடும் பொது இடங்களில் வீரப்பன் அளித்த பேட்டியைப் பற்றித்தானே பரபரப்பாக பேசிக் கொண்டிருந்தார்கள்.

பலபேர் வீரப்பனைப்போல மிமிக்ரி செய்து அந்த பேட்டியை மற்றவர்களுக்கு நடித்துக்காட்டி மகிழ்ச்சியடையல்லையா? அவர்களில் யாராவது ஒருவர், வீரப்பனை சுட வேண்டுமய்யா என்றோ, வீரப்பனை பிடித்து சிறையில் அடைக்க வேண்டுமய்யா என்றோ கூறியதாக நாம் கேள்விப்பட்டிருக்கின்றோமா?

நக்கீரனைத் தவிர மற்ற ஏடுகள் வாதிடுவது போல, கனல் பறக்க கண்டிப்பது போல தமிழக மக்கள் வீரப்பனை பிடித்து தண்டிக்க வேண்டுமென்று விரும்பவில்லை என்பதைத்தானே இவைகளெல்லாம் காட்டுவதாக அமைந்திருந்தன.

இதுவரை ஒளிபரப்பப்படாத இன்னொரு பேட்டியில் வீரப்பன், பத்திரிகையாளர்களே காட்டுக்கு வாருங்கள், நான் உங்களுக்கு நூற்றுக் கணக்கான பெண்களை காட்டுகிறேன் அவர்களிடம் நீங்கள் மனம்விட்டுப் பேசுங்கள். அவர்கள் போலீஸாரால் மானபங்கப்படுத்தப்பட்டு கொடுமைக்கு ஆளாகி அலைக்கழிந்த நிகழ்ச்சிகளை கதை கதையாக சொல்லுவார்கள். கண்ணீரால் எழுதிக் காட்டுவார்கள் என்று கூறுவதை காணலாம்.

மற்ற அனைத்து விசயங்களுக்கும் மக்கள் தீர்ப்பே மகேசன் தீர்ப்பு என்பதை ஒப்புக் கொள்கிற நாம் எல்லோரும் வீரப்பன் விசயத்தில் மட்டும் வழக்கமான தீர்ப்புதான் வரவேண்டும் என்று வலியுறுத்துகின்றோமே அது ஏன்? வீரப்பனுக்கு பொதுமன்னிப்பு வழங்கினால் அதனால் யாருக்கு என்ன நஷ்டம். வீரப்பனை தண்டிக்க வேண்டுமென்று கூறுவதைவிட வீரப்பனால் பாதிக்கப்பட்டவர்களுக்கு இன்னமும் அதிக உதவிகள் செய்யவேண்டும் என்று கோருவதில் அர்த்தம் அதிகம் இருக்குமல்லவா?

அதனால்தான் வீரப்பனுக்கு பொதுமன்னிப்பு வழங்கவேண்டும் என்ற கருத்து அனைவருக்கும் உரிய கருத்தாக எல்லா இடங்களிலும் எதிரொலித்துக் கொண்டிருக்கிறது. இப்போதும் சொல்கின்றோம். எதிர்ப்பவர்களுடன் கைகோர்த்துக் கொண்டு வீரப்பனுக்கு பொதுமன்னிப்பு வழங்கக்கூடாது என்று

துரைமுருகன், தலைமைச் செயலாளர் நம்பியார், டி.ஜி.பி. ராஜசேகரன் நாயர், முதல்வர் கலைஞர் ஆகியோருடன் நக்கீரன் ஆசிரியர்

கூறுவது நமக்கு ஏற்புடையதாய் இல்லை.

ஆனால், இந்தப் பிரச்சனைக்கு முடிவுதான் என்ன?

கடந்த காலம் போலீசாரால் இந்த பிரச்சனைக்கு முடிவு கொண்டுவர இயலாது என்பதையே காட்டுவதாக அமைந்திருக்கிறது.

உயர் போலீஸ் அதிகாரிகள் வீரப்பன் கூட்டாளிகள் ஐம்பது பேரை கொன்றுவிட்டோம். முப்பது பேர் சரணடைந்து விட்டார்கள். இனி வீரப்பனோடு மிச்சமிருப்பது எட்டுபேர்தான் என்றெல்லாம் தினம், தினம் அறிக்கை விட முடிந்ததே தவிர, எட்டு பேரோடு இருக்கின்ற வீரப்பனை ஏன் அவர்களால் பிடிக்க முடியவில்லை?

இந்த கேள்விக்கு சரியான விடை என்பது அவர்களால் பிடிக்க முடியாது என்பதுதான்.

அப்படியானால்,வீரப்பன் பிரச்சனைக்கு வீரப்பனே முன்வந்து கூறுகின்ற தீர்வை ஏன் காது கொடுத்து கேட்கக்கூடாது என்கின்றோம்.

பூலான்தேவி வேறு, வீரப்பன் நிலை வேறு என்றெல் லாம் வாதிடுகின்றோமே. கொலைகள் என்றால் பூலான் தேவி செய்த கொலைகளுக்கும், வீரப்பன் செய்த கொலைகளுக்கும் இடையே வித்தியாசம் இருக்கிறது என்று நிஜமாகவே நம்புகின்றோமா நாம்? பூலான்தேவிக்கு பொது மன்னிப்பு வழங்கப்பட்டு, அதனடிப்படையில் விடுதலை செய்யப்பட்டு அவர் மக்களோடு மக்களாக கலந்து பேசிப்பழகி, இன்று மக்கள் ஆதரவோடு மக்களவை உறுப்பினர் ஆகவில்லையா?

அதை ஒரு முன்உதாரணமாக பாடமாக நல்ல தீர்வாக கண்ணுக்கு எதிரே கண்டுவிட்ட பிறகும், வீரப்பனை போலீசார் பிடிக்க வேண்டும்; தண்டிக்க வேண்டும் என்று வலியுறுத்துவது சரியாக இருக்குமா?

திமுக அரசு வீரப்பன் விசயத்தில் எப்படி செயல்படப்போகிறது என்பதை யாரும் அவரவர்கள் யூகத்திற்கு ஏற்ப விமர்சிக்கலாம். விவாதிக்கலாம். ஆனால், வீரப்பன் விசயத்திற்கு வேறு தீர்வு என்ன இருக்கிறது என்ற கேள்விக்கு மட்டும் யாராலும் பதில் அளிக்க இயலாது. போலீஸாரின் அணுகுமுறை மூலம் தீர்வுகண்டுவிட முடியும் என்ற நம்பிக்கை பொடிப் பொடியாகி பலகாலம் ஆகிறது என்பதோடு வீரப்பன் பேட்டியை தமிழ்மக்கள் பார்த்தவிதமும், அதுபற்றி அவர்களது ஆரோக்கியமான விமர்சனங்களும் வீரப்பனுக்கு பொதுமன்னிப்பு வழங்குவதையே அவர்கள் அனைவரும் விரும்புகின்றார்கள் என்பதை பிரதிபலிப்பதாகவே இருக்கிறது.

நக்கீரன் அலுவலகத்தில் வந்து குவிந்திருக்கும் வாசகர் கடிதங்களும் இதற்கு சாட்சி கூறிக் கொண்டிருக்கின்றன.

திருந்தி வாழத் தயாராக இருக்கும் வீரப்பன் ஒருபுறம்;

பொதுமன்னிப்பு வழங்கினால் வீரப்பனை இன்னொரு பூலான்தேவியாக காணமுடியும் என்று யோசிக்கிற தமிழகஅரசு ஒருபுறம்-

வீரப்பனுக்கு பொதுமன்னிப்பு கூடாது. கூடவேகூடாது என்று மேல்தட்டுக் குரல் ஒருபக்கம்-

இந்த மூன்று தரப்பினரையும் தாண்டி வீரப்பனை மலையூர் மம்பட்டியான், சீவலப்பேரி பாண்டி போன்றவர்களைவிட சூப்பர் கதாநாயகனாகவே கருதும் தமிழகமக்கள் இன்னொரு புறம். இதிலே. எந்த தரப்பு வெற்றி பெறும்? இறுதி வெற்றி மக்களுக்கே என்பதில் நம்பிக்கையுடைய அனைவரும் சிந்தித்து சரியான பதிலை அளிக்க இன்னமும் காலம் தாழ்ந்துவிடவில்லை.

நக்கீரன் கோபால்

05.06.1996.

நக்கீரன் ஆசிரியருடன் சந்தன வீரப்பன்!
நேருக்கு நேர்! 5.6.96

பொதுமன்னிப்பு தாருங்கள்

எதைப்பற்றிக் கேட்டாலும் பதில் சொல்ல தயங்குவதே இல்லை வீரப்பன். எல்லாவற்றையும் தெரிந்ததுபோல் பதில் சொல்லும் வீர்ப்பன். 30ம் தேதி முழுவதும் வீரப்பனோடு இருந்தபோது வீரப்பனின் முன்ஜாக்கிரதையை காணமுடிந்தது. பேசிக் கொண்டிருக்கும்போது மரத்திலிருந்து பறவைகள் பறந்தால், பேசுவதை நிறுத்திவிட்டு உடனடியாக அங்கு ஆட்களை அனுப்புவதுடன், ஆட்கள் யாரோ வருகின்றார்கள் என்பதை மரத்தில் உட்கார்ந்திருக்கும் பறவை வேகமாக பறப்பதை வைத்தே, கண்டுபிடித்து விடுவேன் எனப் பெருமையாக கூறுகிறார். வீரப்பனின் இடத்தையும், ஆட்களையும் இவர்களின் வேகத்தையும் பார்க்கும்போது இந்தக் கும்பலை பிடிப்பது என்பது சாதாரண விஷயமல்ல!

இனி பேட்டி.

ஆசிரியர்:

சன் டிவியில் நக்கீரன் ஒளிபரப்பு செய்த உங்கள் பேட்டியை பார்த்தீர்களா?

வீரப்பன்;

பார்க்கலை. மக்கள் பார்த்துட்டு வந்து, ரொம்ப நல்லாருந்ததுன்னு சொன்னாங்க. நான் பார்க்கணும்னு நினைச்சிருந்தா பார்த்திருப்பேன்; அது ஒன்னும் பெரிய விஷயம் இல்லே. ஆனா, நாம பேசறதை நாமே என்னத்தைப்

பார்க்கறதுன்னு பேசாம இருந்துட்டேன். பார்க்க வேண்டியவங்க (மக்கள்) பார்த்தா போதாதா?

ஆசிரியர்:

நக்கீரனுக்கு கொடுத்த வீடியோ பேட்டியில், 'இந்த தேர்தலில் ஓட்டுப்போட நிச்சயம் வருவேன்' என்று சொன்னீர்களே... ஓட்டுப்போட வந்தீர்களா?

வீரப்பன்:

இல்லை ஓட்டுப்போட வரவில்லை. வாய்ப்பு அமையாததால் காட்டை விட்டு வெளியே வரமுடியவில்லை. மேலும், நீங்க கேட்டதற்காக, அன்னைய சூழ்நிலையில அப்படிச் சொன்னேன்.

ஆசிரியர்:

நக்கீரன் உங்களை முதன்முதலா சந்தித்தபோது, உங்களோடு 80 நபர்கள் இருந்ததாகச் சொல்லியிருக்கிறீர்கள். அதே சமயம், அதிரடிப்படையோடு நடந்த சண்டையில், இறந்துபோனது எல்லாம் போலீஸ்காரங்கதான் என்றும் சொல்லியுள்ளீர்கள். அப்படியென்றால் அந்த 80 நபர்கள் எங்கே?

வீரப்பன்:

போலீஸ்காரர்களோடு நடந்த சண்டையில் எந்த போலீசும் எங்களை சுட்டது கிடையாது. என்னைப் பிடிப்பதற்காக, மிலிட்டரி போட்டப்பிறகு, இரண்டுமுறை எங்களுக்குள்ளே சண்டை நடந்திருக்கு. அந்த இரண்டு முறையும் நான்தான் அவங்களை சுட்டிருக்கேனேயொழிய, போலீஸ்காரங்க இல்லே!

மாயாறு பக்கத்தில எங்க ஆளுக்க 10 பேர் தங்கியிருந்திருக்காங்க. அதுல 3 பேரை சுட்டுட்டதா கேள்விப் பட்டேன். ஆனா, நான் நேர்லே பார்க்கலை. அதே மாதிரி, சத்தியமங்கலம் திம்மம் ஏரியாவில வீரப்பன் ஆளுங்கள சுட்டோம்னும், இரண்டு ஆயுதங்களை பறிமுதல் பண்ணிட்டோம்னும் சொல்லிக்கிட்டாங்க! எங்க ஆட்களை தேடிக்கிட்டுப் போய் சுட்டாங்களா? இல்லை; எங்க ஆளுங்க வீட்ல தூங்கிகிட்டிருக்கிறப்போ, பஸ்ல போய்க்கிட்டிருக்கிறப்போ பிடிச்சுட்டுப் போய் கொன்னுட்டு, அதுக்கப்புறம் கொண்டு வந்து போட்டாங்களான்னு சரியா தெரியலை. ஆனா, ஒண்ணு உறுதியா சொல்வேன். எங்களோட காட்ல நடந்த சண்டையில இதுவரைக்கும் ஒரு ஆளைக் கூட அவங்க சுட்டது கிடையாது. நான் ஒரு கோழியை காட்டுறேன்.

அதை மட்டும் சரியா சுட்டுட்டாங்கன்னா. இந்த மீசையை எடுத்துக்கிறேன். (மீசையை தடவுகிறார்)

ஆசிரியர்;

இப்போது உங்களோடு இருக்கும் ஆட்கள் நீங்கள் சொல்லும் எண்ணிக்கையில் இல்லையே?

வீரப்பன்:

ஆளெல்லாம் இருக்கு சந்தேகம் வேண்டாம். இப்போதைக்கு அவங்க யார் யாருன்னு சொல்லமாட்டேன். தலைவருங்க நாங்க அஞ்சு பேர் மட்டும்தான் வெளியிலே தெரிவோம். எங்களுக்கு பொதுமன்னிப்பு வழங்கட்டும். பிறகு எத்தனைபேர் எங்களோட இருந்தாங்கன்னு எல்லோரையும் காட்டுறேன். அப்போ நீங்க பார்க்கலாம்.

ஆசிரியர்:

அவர்களைப் பற்றி இப்போது சொல்ல ஏன் தயங்குகிறீர்கள்? பயமா?

வீரப்பன்:

பயப்படவில்லை. நான் இப்போதைக்கு அவங்களை காட்டிட்டா அவங்களோட சொந்த பந்தங்களை போலீஸ்காரங்க சும்மா விடமாட்டாங்களே. அதனாலதான்!

ஆசிரியர்:

1993 பேட்டியின் போது 'என் மருமகன் என்று 12 வயது சிறுவன் ஒருவனை அறிமுகப்படுத்தினீர்கள். தற்சமயம் அந்த சிறுவன் எங்கே இருக்கிறான்?

வீரப்பன்:

நான் காட்டுக்கு வந்த பிறகு சந்தன கட்டை கடத்தல் விஷயமா எம் பொண்டாட்டியை பிடிச்சு கொடுமைப்படுத்துச்சு போலீஸ். அப்போ, எங்களுக்கும் அவன்களுக்கும் நடந்த சண்டையிலே ஆறு பேரை கொன்னேனில்லையா.. அந்த கலாட்டாவுல அவன் தப்பிச்சு வீட்டுக்கு ஓடிட்டான். மீண்டும் என்னோட அவன் சேர முடியலை. வீட்ல இருந்தவனை போலீஸ்காரனுங்க பிடிச்சுட்டு போய் கொஞ்சநாள் வச்சிருந்து கொன்னுட்டுதா கேள்விப்பட்டேன்.

ஆசிரியர்:

சின்ன பையனைக்கூட கொன்னுட்டாங்களே என்று ஆதங்கப் படுகிறீர்கள்! ஆனால், நல்லூரில் பால்ராஜ் (பால் விற்பவர்) என்பரின் 15 வயது மகனை நீங்கள் சுட்டிருக்கீங்களே?

வீரப்பன்:

நல்லூர் பால்ராஜை நான் பார்த்ததில்லை, ஆனா என்னோடு இருந்த நல்லூர்க்காரங்க 'பால்ராஜ் நல்லவன் னு சொல்வாங்க! ஒருமுறை நடந்த சண்டையிலே ரங்கசாமி மனைவியும் அவனோட பையனும் தப்பிச்சு ஓடிப்போனாங்க! மீண்டும் எங்களோடு சேர வழி தெரியாம, நாலைஞ்சி நாளா கஞ்சிதண்ணிக்கூட குடிக்காம எங்கெங்கோ தேடி அலைஞ்சாங்க! நல்லூரில் எராம்பாடி டேமுக்கு மேலே மின்னம், குப்பம்னு 2, 3 கிராமங்கள் இருக்கு. அந்த குப்பத்துக்கு வந்தவங்க, பால்ராஜை பார்த்தா ஏதேனும் உதவி செய்வாருன்னு நினைச்சு அவனைப் போய் பார்த்திருக்காங்க. பால்ராஜுகிட்டே நடந்ததை எல்லாம் பையன் சொல்லியிருக்கான். "சாப்பிட்டு நாளஞ்சு நாளு ஆவுதுண்ணே, கண்ணெல்லாம் இருட்டிக்கிட்டு வருது. ஒரு அடிக்கூட எடுத்து வைக்க முடியலைண்ணே. இந்த சிட்டிசன் வாட்ச் சை வச்சுகிட்டு கொஞ்சம் பணம் கொடுத்தா போதும்னு சொல்லியிருக்கான்.

அதுக்கு பால்ராஜு, "என்னிடம் பணம் இல்லேப்பா. இப்படி உட்காருங்க. ஊர்ல இதை யாரிடமாவது வைச்சு பணம் வாங்கியாறேன்னு சொல்லிட்டு போனான். போனவன் அங்கிருந்த போலீஸ்காரனை கூட்டிடுட்டுவந்து இவங்க வீரப்பனோட ஆளுங்கன்னு பிடிச்சுக் கொடுத்துட்டான். அதுக்குப்பிறகு, அவங்க இரண்டு பேரையும் என்னல்லாமோ சித்ரவதை பண்ணி பையனை மட்டும் கொன்னுட்டாங்க. அந்தப் பொண்ணை மைசூர்ல வைச்சிருக்கிறதா சொல்றாங்க. அது எனக்குத் தெரியாது'. ஆனா, இந்த விஷயம் எனக்குத் தெரிஞ்சு ரத்தமெல்லாம் கொதிச்சது. எங்க ஆளுங்களை எப்படி சித்ரவதை பண்ணினாங்களோ, அதுமாதிரி அந்த துரோகியை செய்யணும்ங்கிற வெறி எனக்கும் இருக்கும்ல?

ஆசிரியர்:

அப்பா செய்த காரியத்திற்கு பையன் எப்படி பொறுப்பாளியாவான்? அவனையும் கொல்வது நியாயமா?

வீரப்பன்:

ஈழத்துல போராடுற பிரபாகரன் என்ன சொல்றார்? எதிரியைவிட துரோகியை முதலில் ஒழிக்கணும்னு. அப்பாவை மட்டும் கொன்னிருப்பேன். ஆனா, அப்பாவைக் கொன்னவன் இந்த வீரப்பன்தான்னு நாளைக்கு மகன் படையெடுத்தா என்ன பண்றது? அதான் அவனையும்...!

ஆசிரியர்;

பத்திரிகை பேட்டியிலும் வீடியோ பேட்டியிலும் தேவாரத்தை வெட்டுவேன்; கொல்லுவேன் என்று ஆவேசம் காட்டுகிறீர்கள். தேவாரம் ஒரு பெரிய போலீஸ் அதிகாரி. அவர் அரசாங்கத்திற்கு கட்டுப்பட்டவர். உங்கள் விசயத்தில் அரசுதான் பதில் சொல்லணுமே தவிர தேவாரம் அல்ல! அதனால் தேவாரத்தின் மீது உங்களுக்கிருக்கும் கோபம் நியாயமானதாகப் படலையே?

வீரப்பன்:

தமிழ்நாட்டு டி.ஜி.பி.யா இருக்கிற தேவாரத்தின் கட்டுப்பாட்டுலதான் தமிழ்நாட்டு போலீஸ்படை இருக்குது. என்னை பிடிக்கிற விசயத்தில், பொது மக்களுக்கு எந்த விதத்திலேயும் போலீஸ் படையாலே இடைஞ்சல் வரக்கூடாதுன்னுதான, இவர்கிட்டே தலைமை பொறுப்பை ஒப்படைச்சு கவனிக்கச் சொன்னது அரசாங்கம். பொறுப்பா செயல்பட்டாரா? இல்லையே! எத்தனை கற்பழிப்புகள்? அராஜகங்கள்? என்ன ஆக்சன் எடுத்தாரு இந்த தேவாரம்? விசாரணைங்கிற பேர்ல இழுத்துக்கிட்டு போனவங்களை உயிரோட விட்டாங்களா?

வீரப்பன் அபாண்டமா பழி சுமத்தறான்னு கூட சொன்னாங்க. எது அபாண்டம்? போலீஸ்காரன்க எங்க பொண்ணுங்களை கற்பழிக்கலை? மான பங்கப் படுத்தலை? இதையெல்லாம் நான் ஃப்ரூப் பண்ணி காண்பிக்கிறேன். அதற்கு என்ன பதில் சொல்லுவாங்க இந்த தேவாரமும் ஜெயலலிதாவும்?

கர்நாடகா மாநிலத்தில் கிர்காண்டி பங்களாவுக்கு பக்கத்தில் இருந்த ஒரு குடும்பத்தை நாசம் பண்ணினாங்களே, அது பொய்யா? அந்த குடும்பத்தில் இருந்த பெரியவங்களை கொன்னாங்க. அந்த வீட்டு மருமகனை தடா சட்டத்திலே தள்ளினாங்க! ஒரு பொண்ணையும் அஞ்சுமாச கைக்குழந்தையையும் தனியா இருந்த ஒரு வீட்டில் அடைச்சு வெச்சு- ராத்திரியானா ஒவ்வொரு போலீஸ்காரனும் அவனுங்க வெறியை அந்த பொண்ணுகிட்டே தீர்த்துக்கிட்டாங்க! இப்படி 9 மாசம் அந்தப் பொண்ணை அடைச்சு வெச்சு கற்பழிச்சாங்க. இதெல்லாம் பொய்யா? சஞ்சய் அரோராவை பார்த்து தனக்கு நடந்த கொடுமையை சொல்லி அந்தப் பொண்ணு கதறி அழுதா...

அந்த தே... பையனும் ஒரு ஆக்சனும் எடுக்கலை.

கேம்ப் விசிட்டுக்கு வந்த தேவாரத்திற்கும் இது தெரியும். என்ன கிழிச்சாரு தேவாரம்? ஆக்சன் எடுக்காம போலீஸ்காரனை தட்டிக் கொடுத்துட்டு போய்ட்டாரு. இந்த மாதிரி ஆளுங்களுக்கு இவர் டி.ஜி.பி.யா இருந்தா, நடக்கிற கொடூரத்தையெல்லாம் எப்படி பொறுத்துக்கொள்வது? (ஆத்திரத்தில் பயங்கரமாக திட்டுகிறார்)

நம்மை இந்த உலகத்தில் உலவவிட்டதே பொண்ணுதான். அந்தப் பெண் தெய்வத்தை இப்படி சீரழிக்கிறானுங்களே... அதுக்கு இவர் தலைமை தாங்குறாரேங்குற வெறிதான் எனக்கு.

ஆசிரியர்;

இந்த கற்பழிப்புகள் தேவாரத்தின் கவனத்திற்கு கொண்டு செல்லப்படாமல் இருந்திருக்கலாம் அல்லவா?

வீரப்பன்:

அப்படி நான் நினைக்கலை. கேம்ப் விசிட்டின் போது அவருக்கு தெரிய நிறைய வாய்ப்பிருக்கு. பொதுமக்களே இதப்பத்தி என்னிடம் சொல்லியிருக்காங்க!

ஆசிரியர்;

சகுனத்தின் மீது உங்களுக்கு அசைக்க முடியாத நம்பிக்கை இருக்கு அதுபடிதான் உங்கள் வாழ்க்கை முறையை அமைச்சுக்கிறீங்க. ஆனா, டி.எஸ்.பி. சிதம்பரநாதன் கடத்தலில் ஜெயித்தது போலீஸ்தானே?

வீரப்பன்:

சிதம்பரநாதன் விசயத்தில் எனக்கு மோசமான சகுனம் கிடைச்சது உண்மை. ஆனா, என் பொண்டாட்டி பட்ட கொடுமைக்கு நியாயம் வேண்டுமேன்னுதான் நாங்க கடத்துனோம். கடத்தினதுக்குப்பிறகு கூட சகுனம் மோசமாகத்தான் சொல்லிச்சு.

ஆசிரியர்:

நீங்கள் பயந்து விட்டதாக போலிஸ் தரப்பு சொல்லுதே..?

வீரப்பன்:

போலீஸ் படை காட்டுக்குள்ள நுழைஞ்சப்ப நான் எங்க இடத்திலேயே இல்லே! இருந்திருந்தேன்னா தெரிஞ்சிருக்கும். நான் தப்பிச்சேனா? இல்லை. அவங்க தப்பிச்சாங்களான்னு!

ஆசிரியர்:

இருந்தாலும். இந்த சண்டையிலேயே உங்களுக்கு கிடைச்சது தோல்விதானே?

வீரப்பன்;

சண்டையே நடக்கலை; பிறகு தோல்வின்னு எப்படி சொல்ல முடியும் துப்பாக்கி சண்டை நடந்து எங்களை கொன்னுட்டு டி.எஸ்.பியை மீட்டுக்கிட்டு போயிருந்தா...அவங்க ஜெயிச்சதா சொல்லலாம். ஆனா, சண்டை எதுவும் நடக்கலையே. சிதம்பரநாதன் கூட, "நாங்கதான் தப்பி வந்தோம்! போலீஸ் மீட்கலை ன்னு பத்திரிகையிலே சொல்லியிருக்கிறாரே!

ஆசிரியர்:

பா.ம.க. எம்.எல்.ஏ. மணியை அவர் வீட்டில் சந்தித்து 'சரணடைய விரும்புவதாகவும், அதற்காக 5 கோடி வேண்டுமென்றும் உங்கள் தூதுவர்கள் கேட்டது உண்மையா?

வீரப்பன்:

போலீஸ்காரன் தின்னுட்டு தின்னுட்டு கேம்ப்ல படுத்துக்கிடக்கிறான். அவங்களுக்கு வேலை கொடுக்கனும்னு எவனோ செய்ற வேலை இது. நானோ, எனது கூட்டாளிகளோ எந்த ஒரு மணியையும் சந்திச்சது கெடையாது. ஆனா, இந்த மணியை நான் சந்திச்ச காலம் ஒன்று இருக்குது அது ரொம்ப வருஷத்துக்கு முன்னாடி அதை சொல்றேன் கேளுங்க!...

சின்ன சின்னதா சந்தன கட்டையை காட்ல இருந்து எடுத்துக்கிட்டு வந்து வித்துக்கிட்டு இருந்தகாலத்திலே, ஊருக்குள்ளதான் நான் இருந்தேன். அப்பெல்லாம், எந்த போலீஸ் படையும் கெடையாது, கேம்ப்பும் கெடையாது ஊர்ல ஏதேனும் பிரச்சனை நடந்துச்சுன்னா போலீஸ் ஸ்டேஷனைத் தேடி மக்கள் போகமாட்டாங்க கிராம பைசூலிலே தீர்த்துக்கிடுவங்க...நானும் சில பிரச்சனைக்கு பைசூல் செஞ்சி வச்சிருக்கேன்.

ஒருமுறை மாதையனுக்கும் மணிக்கும் ஏதோ தகராறு. அந்த பிரச்சனை எங்கிட்டே வந்துச்சு. நானும் பைசூல் பேசி நியாயமா தீர்த்து வெச்சேன். அந்த பைகசூலுக்காக அன்னைக்கு சிங்கபுரத்திலே வெச்சு மணியைப் பார்த்ததுதான். அதுக்குப்பிறகு நாங்க யாருமே மணியை பார்த்ததில்லை. நாங்க சரணடையற விஷயத்தை முதன்முதலா நக்கீரன் மூலமாத்தான் கோரிக்கை வைச்சோம்.

ஆசிரியர்:

வீடியோ பேட்டியில் நடிகை பற்றி சில விஷயங்களை சொன்னீர்கள். அதை ஆட்சேபித்து அந்த நடிகை, உங்கள் மீதும் எங்கள் மீதும் ஒருகோடி ரூபாய் நஷ்டஈடும் மன்னிப்பும் கேட்க வேண்டுமென்று நோட்டீஸ் அனுப்பியிருக்காங்க நோட்டீஸ்

உங்களுக்கு வந்ததா?

வீரப்பன்;

எனக்கு நோட்டீஸும் வரலை. கீட்டீசும் வரலை. பெரிய பதவியில் இருக்கிறவங்களே இப்படி அயோக்கியத்தனம் செஞ்சா. போலீஸ்காரன் ஏன் செய்யமாட்டான்னு என்னை பார்க்கிற மக்கள் சொன்னாங்க! என்ன சேதின்னு கேட்டேன். நரசிம்மராவ் பையனுக்கும் நடிகைக்கும் உள்ள தொடர்பையும் அதுக்கு உடந்தையா ஜெயலலிதா இருந்ததையும் பத்திரிகைகளில் வந்த செய்தியை படிச்சுட்டு வந்து மக்கள் சொன்னதால எனக்குத் தெரியும். அதை வச்சுதான் வீடியோவில் பேசினேன். இப்போ அந்த நடிகை பாதிக்கப்பட்டதால நஷ்டஈடு கேட்கிறாங்க... கொடுத்திடலாம். மன்னிப்பு கேட்கிறாங்க...

மன்னிப்பு. மன்னிப்பு. மன்னிப்பு. மூணுமுறை கேக்குறேன்.

விக்ரமாதித்தன் கதையிலே ஒரு கட்டம். சிலர் படிச்சிருப்பாங்க, படிக்காமலும் இருப்பாங்க; சிலர் கேட்டிருப்பாங்க. கேட்காமலும் இருப்பாங்க; நான் இப்ப நினைவுப்படுத்துறேன். விக்கிரமாதித்தன் ஒரு நண்பனாலே கிளி ரூபத்திலே மாட்டிக்கிட்டான். அபரஞ்சிதான்னு தாசி ஒருத்தி இருந்தா. அந்த நேரத்திலே அபரஞ்சிதா தாசிக்கும் விக்ரமாதித்தன் கிளிக்கும் ஒரு நியாயத்திலே போட்டி வந்திருச்சி. அந்த அபரஞ்சிதா தாசிக்கிட்டே ஒரு நைட்டுக்கு யார் போய் படுத்திருந்தாலும் ஆயிரம் பவுன் கொடுக்கணும்ங்கிறது அவளோட கண்டிஷன். அபரஞ்சிதாகிட்டே இப்படி சில பேர் போனாங்க.

அப்படி இருக்கையிலே ரெண்டு ஏழை பிராமணங்க ஆத்துக்கு தண்ணி குடிக்கப் போனாங்க.

அதிலே ஒருத்தன், அடே ராத்திரி கனாவிலே அபரஞ்சிதா தாசிக்கிட்டே போனேன்டா அப்படின்னு சொன்னான்.

அடுத்தவன் ஊருக்குள்ளே வந்து, அந்த பிராமணன் நைட்டு கனாவுல அபரஞ்சியோட படுத்தானாமுன்னு எல்லார்கிட்டேயும் சொல்லிட்டான்.

இது ஊர்பூரா பிரபலமாகி அபரஞ்சி காதுக்கும் போயிடுச்சு. அவபோயி அவன் கழுத்திலே துண்டு போட்டு இழுத்து, வாடா. ராத்திரி என்கிட்டே வந்துட்டீல, ஆயிரம் பவுனைக் கொடு ன்னு சொன்னா.

அய்யய்யோ நான் கனாவுலேதானே போனேன் னு அந்த

(இடமிருந்து வலமாக) துப்பாக்கிச் சித்தன், ஆசிரியர் நக்கீரன் கோபால், சேத்துக்குளி கோவிந்தன், மாதேஷ், வீரப்பன்

பிராமணன் சொன்னான்.

அதுக்கு, கனாவிலே வந்தா என்ன, நேரிலே வந்தா என்ன, ஆயிரம் பவுனைக் கொடு அப்படிங்கிறா அபரஞ்சி.

ரெண்டு பேரும் அந்த நாட்டுல உள்ள மந்திரிகிட்டே ஞாயத்தை கொண்டு போனாங்க மந்திரியாலே அந்த ஞாயத்தை முடிக்கவே முடியலையாம். அப்பத்தான் அந்த விக்கிரமாதித்தன் கிளிகிட்டே கொண்டு போனாங்க.

தீராத ஞாயத்தை இதுதாண்டா தீர்க்கும்! அப்படின்னு போனாங்க

அந்த கிளி விசாரிச்சது ஏம்மா. அவன் உன்கிட்டே நிசமாவே வந்தானா? கனாவுலே வந்தானா?" அப்படின்னு கேட்டுச்சு.

"அவன் கனாவுலேதான் வந்தானாம். எப்படியோ வந்துட்டானுல்ல அதனாலே கொடுத்துதான் ஆகணும் அப்படின்று அபரஞ்சி சொன்னா.

சரி. ஆயிரம் பவுன மூட்டையா கட்டி கொண்டுட்டு வாங்க அப்படின்னு சபையிலே இருந்தவங்ககிட்டே கிளி சொல்லிச்சு. பவுன் மூட்டையை கொண்டு வந்தாங்க.

"சரி ஒரு கம்பை உயரமா நடுங்க, அதோட உச்சியிலே மூட்டையை கட்டுங்க. முகம் பார்க்கிற கண்ணாடி ஒன்றை அடியிலே புதைச்சு வையுங்கள் கிளி சொல்லிச்சு. அதேமாதிரி செஞ்சுட்டாங்க.

சரி. பாரும்மா... கண்ணாடியிலே ஏதாவது தெரியுதா ன்னு கிளி சொல்லிச்சு.

பவுன் மூட்டை தெரியுது ன்னு அபரஞ்சி சொன்னா.

சரி. அதை எடுத்துக்க னு கிளி சொன்னது.

அவ எங்க போய் எடுப்பா? அதனாலே, அது எப்படிப்பா. மேலே இருக்கிற மூட்டையை விட்டுப்புட்டு கண்ணாடியிலே இருக்கிறதை எப்படி எடுக்க முடியும் னு கேட்டா!

"அப்படிதாம்மா கனாவும். கண்ணாடியிலே பார்க்கிற மாதிரிதான் கனாவும் அப்படினு கிளி சொல்லிச்சு.

நடிகையோட நியாயமும் அபரஞ்சி மாதிரிதான்.

காட்டுக்குள்ள என் மக்கள் நூற்றுக்கணக்கான மக்கள் நிஜமாவே கற்பழிக்கப்பட்டிருக்காங்க. அவங்களை சாட்சியங்களோடு கொண்டு வந்து நிறுத்துறேன். ஒவ்வொருத்தருக்கும் அஞ்சு கோடி கொடுக்கணும். அப்படிக் கொடுத்தா...நானும் அந்த நடிகைக்கு ஒரு கோடி ரூபா தர்றேன்.

ஆசிரியர்:

போலீசை எதிர்த்து இனி போராட முடியாது என்று வீரப்பன் நினைக்கிறதினாலதான் சமீபகாலமாக பொதுமன்னிப்பு கோரிக்கையை முன் வைக்கிறாரு. மேலும், வீரப்பனுக்கும் வயசாயிடுச்சுன்னு மக்கள் மத்தியில் ஒரு கருத்து நிலவுகிறது. நக்கீரனின் கருத்தும் அதுதான். அதைப்பற்றி.?

வீரப்பன்:

என் உடம்புல ஒரு சொட்டு ரத்தம் இருக்கிற வரைக்கும் போராட முடியாம வீரப்பன் சரணடையறான்கிற பேச்சுக்கே இடமில்லை. ஆனா பொழுது முழுக்க போராடணும்னு ஆசையும் எனக்கு கிடையாது அதனாலதான் நக்கீரன் மூலமாக ஜெயலலிதாகிட்டே கேட்டேன், மாட்டேன்னுட்டாங்க. காட்டு வாழ்க்கைதான் உனக்கு லாயக்கு, போராடிக்கிட்டே இருடான்னு நினைச்சிட்டாங்க போலிருக்கு. அதே மாதிரி வயசாயிடிச்சிங்கிற விசயத்தையும் ஏத்துக்க மாட்டேன். வயதான வீரப்பன் எப்படி இருக்கிறான்னு நீங்கதான நேரிலேயே பார்க்கிறீங்களே.

ஆசிரியர்:

கர்நாடகாவிற்கு குண்டு வைப்பேன். இவ்வளவு பேரை கொல்வேன்னு சொல்ற உங்களை நம்பி எப்படி அரசு பொதுமன்னிப்புக்கு ஒத்துக்கும்?

வீரப்பன்:

என் உயிரே போனாலும் மக்களை கொல்லமாட்டேன். அதேமாதிரி சரணடைஞ்சபிறகு கொல்வேன்கிறது இல்லே என் பேச்சு. நான் சரணடையாத பட்சத்தில், தொடர்ந்து எங்களை தொந்தரவு பண்ற போலிஸ்காரனைத்தான் கொல்வேன் என்பதே என் பேச்சு.

ஆசிரியர்;

கோரிக்கையை ஏற்றுக்கொள்ளாத பட்சத்தில் கொல்வேன் என்பது அரசாங்கத்தை பிளாக் மெயில் பண்ணுவதாகாதா? அரசுக்கு விடுகிற எசசரிக்கைதானே இது?

வீரப்பன்:

அரசாங்கத்தை நான் மிரட்டவில்லை. நம்பிக்கை இல்லைன்னுதான் சொல்றேன். கோரிக்கை இல்லாம நான் சரணடைஞ்சா என்னை ஜெயில்ல போடுவாங்க. ஒரு வருஷமோ இரண்டு வருஷமோ போன பின்பு சுட்டு கொன்னுட்டு தற்கொலைம்பாங்க. நீதிமன்ற காவலில் இருந்த என் தம்பியை

கொன்னவங்கதானே இவங்க. இந்த நிலையில கோரிக்கை வைக்காம நான் எப்படி சரணடைய முடியும்? யாரை நம்பி ஜெயில் வாசலை மிதிக்க முடியும்? அதனாலதான் பொதுமன்னிப்பு கேட்கிறேன். என் கோரிக்கையில நியாயம் இருக்கிறதா மக்களே நினைக்கிறாங்க!. மறுவாழ்வு கொடுக்கலாம்; மன்னிப்பு அளிக்கலாம்ணு பேசுறாங்க! அதேசமயம், பெரிய இயக்கம் நடத்திகிட்டு இந்த தமிழ்நாட்டையே எனக்கு எழுதிக் கொடுங்கன்னா நான் கோரிக்கை வைக்கிறேன். இல்லையே? இந்த போலீஸ்காரன்னால எங்க மக்கள் எவ்வளவு பேர் பாதிக்கப் பட்டிருப்பாங்க. அவங்களும் சாதாரணமா, பிரச்சனையில்லாம வாழனும்னுதானே இந்த கோரிக்கையே!

மக்களும் சரியா ஓட்டுப்போட்டு, கடவுள் மாதிரி கலைஞரை ஜெயிக்க வைச்சுட்டாங்க! அவரும் ஆட்சிக்கு வந்துட்டாரு. அவர் ஆட்சியில நல்லது நடக்கும். நல்லதையே அவர் செய்வாருன்னு மக்கள் நினைக்கிறாங்க. அப்படி செய்வாருன்னு எனக்கும் நூறு சதம் நம்பிக்கை இருக்கு.

என் விஷயத்திலே எவ்வளவு அராஜகம் நடந்திருக்குன்னு உலக மக்களுக்கெல்லாம் உண்மையை தெரிய வைத்த நக்கீரன் குடும்பத்திற்குத்தான் நன்றி சொல்லணும். உங்க குடும்பத்துக்கெல்லாம் தர்மம் கிடைக்கட்டும்.

அதே மாதிரி எனக்கு பொதுமன்னிப்பை முதல்வர் கலைஞருகிட்டே பேசி வாங்கித்தாங்கன்னு உங்ககிட்டே கேட்டுக்கிறேன்.

ஆசிரியர்:

உங்களை சரண் அடைய வைப்பதில் என்னென்ன முயற்சி எடுக்க வேண்டுமோ, அவை அனைத்தையும் நக்கீரன் செய்யும். உங்கள் கோரிக் கையை முதல்வர் கவனத்திற்கு கொண்டு செல்வதில் உரிய நடவடிக்கை மேற்கொள்வோம். நன்றி!

கொடூரங்களை அம்பலப்படுத்திய சதாசிவம் ஆணையத்தின் விசாரணை அறிக்கை!

(ஆங்கில மூலம்)

PANEL CONSTITUTED BY THE NATIONAL HUMAN RIGHTS COMMISSION. NEW DELHI AT BANGALORE

Report of inquiry into allegations of rape, torture and other excesses by the Joint Special Task Forces of Karnataka and Tamil Nadu against tribals and others, in the course of anti#Veerappan operation.

By

Hon'ble Mr.justice A.J.Sadashiva, former Judge,
High Court of Karnataka, Bangalore ... Chairman

&

Hon'ble Mr. C.V. Narasimhan, I.P. S. (Retd.)
Former Director, Central Bureau of Investigation ... Member

CHAPTER – I

1) INTRODUCTION:

The National Human Rights Commission, (NHRC), New Delhi, from around mid#1997, received a number of representations from individuals and also from some Non#Governmental Organisations, alleging large#scale harassment to the villagers and tribals in the border area of Karnataka and Tamil Nadu and gross violation of their human rights by the Members of Joint Special Task Force (JSTF) set up by the two States to apprehend smuggler Veerappan.

2. The NHRC got the matter examined in the first instance by the Director General (Investigation) and the Special Rapporteur of the Commission. After considering their reports, the Commission, in its Proceedings dated 18th June, 1999, decided to constitute a Panel of two persons, one drawn from the judiciary and the other "having experience at the highest levels of the police" to look into all relevant aspects of the allegations made and to recommend to the Commission the action that should be taken to redress the grievances that are found to be justified.

3. In pursuance of the aforesaid Proceedings, the NHRC, in its Proceedings dated 28th June 1999, constituted this Panel of Inquiry with Hon'ble Mr. Justice A.D. Sadashiva, former Judger of the High Court of Karnataka as Chairman and Shri C.V. Narasimhan, former Director of Central Bureau of Investigation as Member to inquire into the matter and make its recommendations to the Commission. Copies of the NHRC Proceedings dated 18th June, 1999 and 28th June 1999 are furnished in Annexures I & II, respectively.

4. The outrageous lawless situation created by the brigand Veerappan, which called for intense and extensive police operations, which, in turn, gave rise to allegations of police excesses and gross violation of human rights of the residents of the area, is briefly described below for a proper understanding of the magnitude of the situation, the issues involved and the psyche of the police personnel engaged in the operations.

2) DEPREDATIONS OF VEERAPPAN:

5. Veerappan is presently a household name in and around Mysore, Chamarajnagar, Mandya, Bangalore – both urban and rural districts in Karnataka, Salem, Erode, Periyar and Dharmapuri districts in Tamil nadu.

6. A meta#morphosis of his life from a small hunter to a huge smuggler of forest wealth and a ruthless killer of men and

animals, is astounding.

7. It is said that Veerappan operates in the forest area which extends upto 16,000 Sq. Kms., spread over the borders of three States of Kerala, Karnataka and Tamil Nadu. He started his career as a small#time hunter of animals; particularly, elephants, in and around Male Mahadeshwara Hills, at the age of 14 under the guidance of his uncle. With the passage of years, he became a ruthless brigand and is said to have killed more than 1,000 elephants for their tusks; practically, denuded the entire forest of sandalwood trees and killed in cold#blood around 124 persons, including police officers, their informants, forest officials and others, whomsoever he thought were hindering his activities. He secures assistance of local people not only be paying them handsomely but also by threat and coercion whenever he found them hesitant. Thus, he has been a friend of a few, a terror for many and blood#thirsty challenger for the law enforcing agency.

8. He carries a reward of more than five million rupees over his head.

9. On mounting public pressure on the State Governments of Karnataka and Tamil Nadu, both inside and outside the Legislature, to take effective action to apprehend Veerappan and his associates, each State Government appointed a Special Task Force (STF) to apprehend Veerappan, resulting in the death of one or two of his associates and the arrest of some of his followers. It is said that Veerappan became furious by this police action, attacked Ramapura Police Station in Karnataka on the night of 19/20.5.1992, killed five police personnel and carried away twenty guns from the police station.

10. Again, 14.8.1992, he laid an ambush on Ramapura – Meenyam road, near Koppal, at about 1.00 p.m. and killed six police personnel, including T. Harikrishna, the then Superintendent of Police, Mysore District, and Shakeel Ahamed, a Police Sub#Inspector, and carried away a wireless set, a binocular, a pistol and three rifles and ammunition.

11. Then again, on 9.4.1993, he laid mines on the road near Sorokai Maduvu on the banks of Palar and killed fifteen police in-

formants, five police personnel of Tamil Nadu, two forest watchers and injured eleven persons, including Gopalakrishnan, Superintendent of Police of Tamil Nadu Police. Further, on 24.5.1993, at 7.30 hours, near Shanishwara temple, at 18/27 curve on MM Hills, he with his gang members, attacked the convoy of Gopal Hosur and killed six police officers and injured Gopal Hosur, Superintendent of Police. During this incident, it is said that some of the gang members of Veerappan were also killed.

12. These incidents, occurring in quick succession, resulted in a furore and public outrage against the ineffectiveness of States' action. Reacting to the needs of the situation, the State Governments of Karnataka and Tamil Nadu constituted a JSTF under a unified command toapprehend Veerappan and his gang members and, for this purpose; hundreds of policemen of various cadres were inducted into the operation.

3) CONSTITUTION OF NATIONAL HUMAN RIGHTS COMMISSION PANEL:

13. After the commencement of operations by the STF in the two States and later by the JSTF, it was alleged by different sections of people; particularly, the proactive members of human rights group and the tribal welfare associations, residing in and around the area of operation, that the STF of Tamil Nadu and Karnataka had arrested and illegally detained several innocent people in the hill areas of Tamil Nadu and Karnataka; tortured them in several ways, like, raping, maiming, administering 'electric current' to various parts of their bodies, besides beating them indiscriminately and suspending them from the roof and chaining them on mere suspicion that they were assisting Veerappan in his illegal activities and forcing them to give information for his capture. It was also alleged that many innocent persons had been killed in the name of 'encounters' and many more had been detained under the provisions of the Terrorist and Disruptive Activities (Prevention) Act, 1987 (TADA) for many years without trial.

14. In the middle of 1997, the NHRC received a petition from one Govindamma, alleging that her husband was lodged in the Cen-

tral Prison, Mysore, as a co#accused in a TADA case and he had been languishing in jail for more than two years without grant of bail even though he had committed no offence. She also alleged torture by police.

15. Similarly, in November 1997, A. Mahaboob Batcha, Managing Trustee of the Society for Community Organisation Trust (SOCO), transmitted a letter from Hon'ble Mr. Justice V.R. Krishna Iyer, Former Judge of the Supreme Court, containing allegations of violation of human rights ofinnocent persons, as a result of atrocities perpetrated by the security forces of the two States of Tamil Nadu and Karnataka in their effort to capture Veerappan.

16. MW#193 V.P.Gunasekaran, General Secretary, Tamil Nadu Tribal People's Association (TTPA), wrote to the Commission alleging torture of villagers by the JSTF of Tamil Nadu and Karnataka and registration of TADA cases against a certain caste people on 28.11.1997.

17. Another representation dated 30.11.1998 was sent to the Commission by MW#193 V.P.Gunasekaran, reiterating that atrocities had been committed against the tribals and innocent hill people.

18. Similarly, Dr. S. Ramadoss and three members of Parliament and two Members of Legislative Assembly of Tamil Nadu, addressed a letter dated 20.11.1998 to the NHRC inviting the attention of the Commission to the plight of 121 villagers who had been jailed since 1993 for no fault of theirs.

19. The letters dated 17th May 1999 and 21st May 1999, written by Hon'ble Mr. Justice D.M. Chandrashekar, former Chief Justice, High Court of Karnataka, Bangalore, drawing the attention of the NHRC to the two reports published in Deccan Herald dated 12.5.1999 and 29.5.1999, were also received by the NHRC.

20. All these complaints were registered in case Nos. 222/10/98#98, 534/22/97#98, 795/22/97#98, 249/22/97#98 and 79/10/99#2000 of the NHRC.

21. It was in the context of these mounting allegations that this Panel of Inquiry was constituted by the NHRC, as earlier noted.

CHAPTAR – II
1) PANEL PROCEEDINGS:

The Panel held its first meeting on 15.7.1999 at Bangalore and determined the modalities of inquiry and the Staff needed for its work.

2. On the request of the Panel, the Government of Karnataka provided an office and Court Hall, with necessary Staff for its work.

3. On the request of the Panel, the Government of Karnataka provided on office and Court Hall, with necessary staff for the Panel from 1.12.1999, on the 21st Floor, V.V. Tower, Dr. B.R.Ambedkar Veedhi, Bangalore.

4. In pursuance of the Panel Proceedings dated 13.12.1999, notices were issued to the Governments of Karnataka and Tamil Nadu, their respective Directors General of Police, the TTPA and Dr. S. Ramadoss, Founder and President of "Pattali Makkal Katchi", Thindivanam, to appear before the Panel on 29.12.1999 at Bangalore to enable the Panel to take further steps in the matter.

5. At the Session, on 29.12.1999, the Panel accepted the request of the parties present to conduct the inquiry at some convenient places near the residence of the victims in Tamil Nadu and also in MM Hills in Karnataka.

6. The Panel informed them that the inquiry would be held in public. The statements of victims and their witnesses will be recorded in the presence of all persons concerned. The STF will be allowed to cross#examine such witnesses. Similarly, the representatives of the NGOs will also be allowed to cross#examine the STF witnesses, besides being allowed to elicit any relevant and materials information from the victims and their witnesses during their examination by the Panel. They were also told that no lawyer as such would be permitted to appear for any person or organisation in the inquiry.

7. MW#193 V.P. Gunasekaran, Secretary, TTPA, stated before the Panel that he had no personal knowledge of the alleged torture; but, he would produce the victims before the Panel for examination, and field a list of witnesses – victims.

8. The Secretary to the Government of Karnataka, Home De-

partment, filed Xerox copies of eight proceedings of the Review Committee Meetings in regard to TADA cases.

9. It was decided to commence the inquiry with a session at Gobichettipalayam on 27th, 28th and 29th January, 2000.

10. The Panel commenced its inquiry at Gobichettipalayam (TN) on 27th, 28th and 29th January 2000, followed with another session at Kolathur (TN) on 28th & 29th February, 2000. Thereafter, the proceedings of the Panel were held up owing to a stay order issued by the High Court of Karnataka on a writ petition filed by M.Muthuraya, Assistant Commissioner of Police, Devaraja Division, Mysore, questioning the legal validity of the inquiry work entrusted to the Panel by the NHRC. This matter was finally disposed of by the High Court of Karnataka on 30.11.2001 by the dismissal of the contentions raised by Muthuraya and allowing the inquiry by the Panel to proceed. Accordingly, the Panel resumed its inquiry with a session at Bangalore on 3.1.2002 and held further sessions at MM Hills (Karnataka), Gobichettipalayam (TN), Chamarajanagar (Karnataka), Mysoreand Bangalore.

11. Wide publicity was given in and around the area of the places of inquiry and the places of residence of victims through the district revenue authorities besides publication of notices in the local language dailies having circulation in the area, before the inquiry was held at Gobichettipalayam, Kolathur and MM Hills.

12. The Panel recorded the statements of 243 persons, in all, during the inquiry, of whom 193 are the alleged victims, 4 are the representatives of NGOs, 38 are the police officers and 8 are the other persons summoned by the Panel to get clarifications on some matters that came up during the inquiry. They are described as 'MWs', 'PWs' and 'Panel Witnesses', respectively. We noticed from the records received from the NHRC twenty affidavits of the victims received by the NHRC from the TTPA, of whom only 18 persons appeared before the Panel. The individual statements of
62. victims are recorded because of the gravity of their allegations, and the statements of the rest are recorded in groups.

2) PLEA OF THE VICTIMS:

13. The sum and substance of the allegations made by the victims is that the STF, during their search for Veerappan and his associates, took them to their custody, detained them illegally for periods varying from three days to one and a half years on the mere suspicion that they must have assisted Veerappan in various ways since they belong to the same caste as Veerappan, besides being Tamilians. They stated that they are all poor, innocent and illiterate people. Most of them living by coolly work in the forests as well as the agricultural lands of others; they are ignorant of the activities of Veerappan and have not assisted him in any manner. They alleged that the STF, during their illegal detention, disrobed them and humiliated them in several ways, passed "electric current" through different points of their body with the help of a small handy machine, applied chilly powder or paste to their urinal passage, beat them mercilessly with 'lathis' and the butt end of rifles, tied their limbs with ropes behind their back and suspended from the roof of the building, kicked them with boots and trampled on them.

14. Some of the victims, including women, have alleged that besides being subjected to torture, the women were also raped repeatedly and their kith and kin were shot dead after being taken to the deep forest from police custody, in the name of "encounter". They further said that some had even died as a result of these atrocities and some had become totally disabled.

15. The allegations of mal#treatment at the hands of the STF, as made by the witnesses examined; by the Panel, may be broadly classified as follows:

   i. Rape and accompanying molestation of women in police custody;

   ii. Outraging the modesty of women by disrobing them and subjecting them to torture by applying chilly powder or paste to their urinal passage;

   iii. Repeated torture by application of "current treatment" in which electric current at an unbearable voltage was generated in a small handy machine close#by and made up pass through different points of the victims' body, including their private parts with the help of pointed electrodes.

iv. Killing of persons taking them to forest area from police custody in the name of 'encounters'.

v. Repeated torture resulting in the death of a few after their release from police custody;

vi. Prolonged detention in police camps without regard to law and human rights and humiliating treatment by the police in a variety of ways.

16. In addition to the statements of victims, members of the NGOs, police officers and Panel witnesses, the Panel took note of a number of documents, such as, copies of affidavits, representations from TADA detenus, which were part of the records received from the NHRC. The Panel also secured many documents, such as, Log Books, Order sheets in Special Case Nos., 63/94, 44/94, 67/94 and 66/94 on the file of the Special Court, Mysore; the bail applications, deposition of police officials and statement of some of the accused under Section 313 of the Cr.P.C., in such cases; the case diaries, mahazars, post mortem certificates, hospital records from K.R. Hospital, Mysore, and Governemnt Kumaramangalam Medical College Hospital, Salem.

17. MW#193 V.P.Gunasekaran, Secretary, TTPA, also produced Xerox copies of certain representations, resolutions, news paper cuttings, along with his written submission. Panel witness No. 2 C, Arasappan, President, Hanur Tamil Sangham, also produced certain documents. Jail registers were also summoned to compare the signatures of some of the victims.

18. Some of these documents were formally marked as exhibits in view of their evidentiary significance; but the other documents were not formally filed as exhibits though their contents were generally taken note of by the Panel as a fact finding body.

19. MW#193 V.P.Gunasekaran, MW#194 Henri Tiphagne, MW#195 A. John Vincent and MW#196 Smt. P.Selvi, members of voluntary organisatiosn, who assisted the victims in the protection and preservation of their human rights, gave evidence before the Panel in respect of violation of human rights of tribals and others

by the STF.

20. The afore said persons attended almost all the hearings held by the Panel along with some of their colleagues in their organisations and assisted the victims to attend the inquiry and place their grievances before panel.

2) STATEMENTS O THE TTPA, THE PEOPLE'S WATCH & KARNATAKA HANUR TAMIL SANGHAM:

21. MW#193 V.P.Gunasekaran is the Secretary of the TTPA. He has been the Secretary of the TTPA from 1994, the year of its registration, after having resigned from his job as an Engineer in a private company. He said that he became a Member of Communist party of India after resignation.

22. From his evidence, coupled with the documents found in the records received from the NHRC, it is seen that he has been working for the upliftment of living conditions of tribals in Tamil Nadu and protection and preservation of their human rights.

23. He deposed that the TTPA has been working for the welfare of the tribals in Tamil Nadu for over fifteen years. It was registered in 1994 under the Societies Registration Act. In 1993, the first conference of the TTPA was held in Andiyur at which they came to know of the atrocities committed by the STF against tribals. Some time in January 1994, during their visit to the tribal villages to mobilize the tribals, they met and heard from many persons at villages, like, Solangani, Thambaratti, Devaramalai, etc., that the STF had illegally arrested many persons, detained them in their custody and tortured them on the suspicion that they were supplying provisions to Veerappan and his gang.

24. MW#193 V.P. Gunasekaran further deposed about the action taken by the TTPA to submit representations/appeals to various authorities requesting them to use their authority to prevent atrocities and to provide them appropriate reliefs. He also spoke about the reports of fact finding bodies which were constituted by the NGOs., representations made to the NHRC as well as the State Human Rights Commission (SHRC). He also mentioned about the response of the district authorities to their representations and pro-

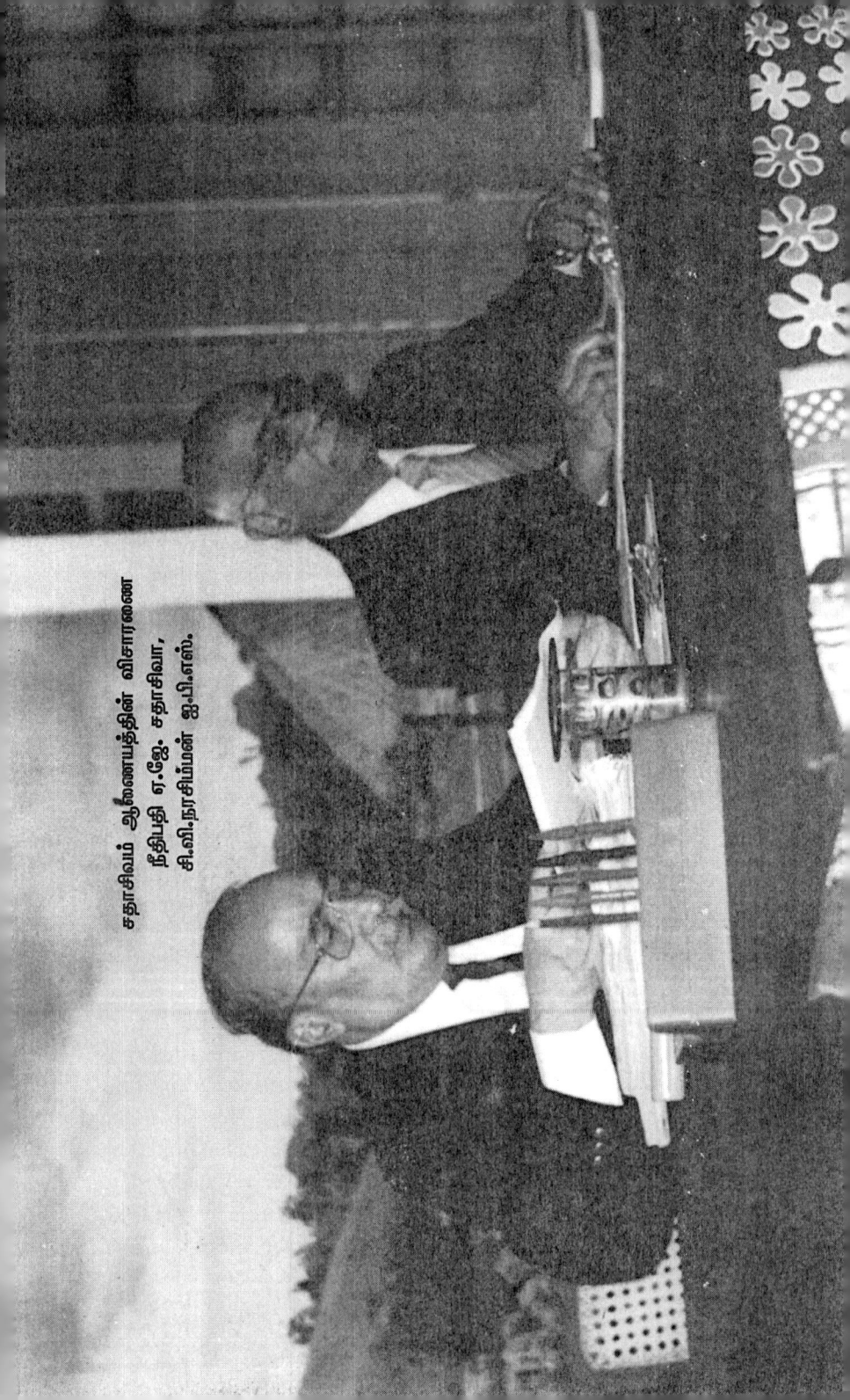

சதாசிவம் ஆணையத்தின் விசாரணை
நீதிபதி ஏ.ஜே. சதாசிவா,
சி.வி.நரசிம்மன் ஐ.பி.எஸ்.

duced copies of representations; some of which are already available in the NHRC records. He also spoke about the particulars of persons arrested and detained by the STF, disappearances of many; constitution of "The Joint Campaign for Rehabilitation of Tribal People" in association with other voluntary organisations like, the PUCL, the SOCO Trust, People's Watch – Tamil nadu and the SICHREM; conference of TADA detenus, submission of complaint of victims before the SHRC, participation of A. John Vincent and others.

25. However, he admitted that they did not receive any complaint from any of the victims about the violation of their human rights or harassment and torture they were subjected to, but received some complaints from the members of the TTPA from 1993 onwards. He added that he received information about "current treatment", rape, etc., directly from the victims and noted down the same in a small note book, which he had, as and when reported. However, he could not produce this note book for perusal by the panel. He also admitted that no register was maintained by the TTPA to register complaints as and when received.

26. He further admitted that affidavits of the victims sent to the NHRC were prepared by the members of the TTPA on the basis of the information given by the victims and he does not remember the names of the members who actually prepared the affidavits and sent the representations to the NHRC in the name of the detenus.

27. He also deposed that from 1996 A. John Vincent was attending the cases before the TADA Court and he had made enquiries with the detenus about the atrocities perpetrated against them and filed a report on the basis of which affidavits were prepared and submitted to the SHRC. MW#193 V.P. Gunasekaran further says that all the persons who have sworn to the affidavits had been asked to go to Kolathur to swear to those affidavits and they were sworn to at Kolathur.

28. He denied all the suggestions made by the STF representatives before the Panel that the TTPA was coming up with these false allegations against the STF merely to secure monetary com-

pensation to the members.

29. He concluded his evidence by saying that: "the Tribal Association is assisting the victims of the STF torture and harassment not merely to secure compensation. They would get compensation if their case is established. The Association is interested in preventing the recurrence of such human rights violation and ensuring the observance of Rule of Law by every individual concerned."

30. MW#194 Henri Tiphagne is the Executive Director of the People's Watch, a voluntary social organisation in Tamil Nadu based at Madurai. Admittedly, they entered the scene in May 1997, after MW#194 Henri Tiphagne came across a letter addressed to Panel Witness No. 2 C. Arasappan by MW#178 T.P. Keladi, one of the TADA detenus from the Central Prison, Mysore. MW#194 Henri Tiphagne had taken the initiative to bring together several NGOs on 5.9.1998 to conduct a "Campaign for the Relief and Rehabilitation of the TADA detenus from MM Hills in Karanata and Tamil Nadu," to pursue the case unitedly, since the individual efforts of other organisations had not yielded any result.

31. He further stated that after he came across the aforesaid letter of MW#178 T. P. Keladi, he requested MW#195 A. John Vincent, his colleague in the organisation, to visit the Central Jail, Mysore, and ascertain from MW#178 T. P. Keladi about the correctness or otherwise of the contents of the said letter. After the receipt of information from MW#195 A. John Vincent, about the arrest, detention and torture of victims, he constituted a fact finding team, comprising MW#195 A. John Vincent, Mrs. Ramani, Roach, Ms. Rani and Sridhar to ascertain the details and to file a report. They visited places, like, Hanur, Nallur, Santhanapalayam, MM Hills, Mettur and Chinnapallam, on the 5th, 6th and 7th May 1997, made enquiries and filed a report about the commission of the STF atrocities, like, torture, disappearance of persons, deliberate and wanton killings, rapes, looting and damage to property. He then requested MW#195 A. John Vincent to go to Mysore and appear for all unrepresented detenus and conduct cases on their behalf. Since there was no response from the NHRC to the represen-

tations already made, another fact finding body was constituted by the same campaigners, which visited from house to house of the victims of atrocities and secured their statements. 271 affidavits were prepared and 217 persons signed their affidavits and they were all filed before the Tamil Nadu SHRC. He also said that the campaign filed its report before the NHRC also.

32. MW#194 Henri Tiphagne admitted that the first report was; not supported by any statement of the victims and the second team did not file any report but collected only the statements on the basis of which the affidavits were prepared and filed before the SHRC.

33. He further admitted that the statements secured by the members of the second fact finding team from the victims were not filed before the SHRC and that the affidavits prepared on the basis of such statements were not sent to the NHRC. The report of Vincent Committee was not filed before any authority.

34. MW#194 Henri Tiphagne did not produce before the Panel the report of the first fact finding committee or the statement of victims recorded by the second team.

35. MW#195 A. John Vincent is a practicing lawyer with fifteen years standing at the Bar. Presently, he is the Co#ordinator of the Intervention Unit, People's Watch – Tamil Nadu based at Madurai. Earlier, he was a member of the monitoring team of the People's Watch. He was a member of the fact finding team constituted by MW#194 Henri Tiphagne, to visit the villages in Karnataka and Tamil Nadu to collect details from the victims of the atrocities committed by the STF during their search operations to apprehend Veerappan and his associates. He visited the Central Jail, Mysore, met the detenus and collected the details of torture perpetrated on them by the STF. He also appeared for some of the accused in TADA cases before the Special Court at Mysore.

36. MW#195 A. John Vincent further stated that Panel Witness No. 2 Arasappan, the President of Hanur Tamil Sangham, had sent the copy of a letter written to him by MW#178 T.P.Keladi, to People's watch. On receipt of the said letter, he, i.e, MW#195 A. John Vincent, was directed by MW#194 Henri Tiphagne the Direc-

tor of People's Watch, to go to Mysore and find out the plight of the TADA detenus. Accordingly, he visited Mysore and made attempts to meet the detenus; but could not, for want of permission. In May 1997, he visited villages, like, Hanur, Oogyam, Santhanapalya and MM Hills, along with Smt. Ramani, Miss Rani, Sridhar and Roach and collected the details of the harassment and torture from the villagers, including fifteen victims. They recorded their statements and handed over the statements to the office of People's Watch. As per their directions, he attended the Special Court and spoke to the accused and gained their confidence. He, then, visited the jail and met all the detenus and ascertained from them the details of torture they had suffered at the hands of the STF. He filed 'Vakalatnama' for about twenty accused, including ten detenus in jail and also filed an application for bail, which was rejected. He also prepared affidavits of the detenus on the basis of their statements and secured their signatures in jail to send the same to the NHRC; but did not send them. They are available in their office.

37. He also deposed about the formation of joint campaign and the visit of villages by the volunteers and collection of details of atrocities the villagers had undergone and the preparation of affidavits of villagers and submission of the same to the SHRC. He also spoke about the organization of a conference on 27.4.1999 at Kolathur immediately after their visit to various villages.

38. He admitted that he did not file any report after his first visit to Mysore and could not name the victims whose statements they had recorded during their first visit to villages. In March 1999, after collecting the information, they went to Madurai, prepared the statements, came back to villages and secured their signatures. The affidavits of the victims of atrocities from Tamil Nadu were sent to the SHRC through one Vidyasagar, one of the volunteers, who later informed them that those papers were handed over to Shri Justice Rathnaswamy, one of the then Members of the SHRC at his residence. With reference to the copies of representations of detenus and others sent to the NHRC, found in the records from the NHRC, he expressed his ignorance as to the identity of the person who had prepared them. While denying the suggestions that

they had tutored the victims, he admitted that they assisted them. He admitted that one Miss Thilagam, who is the Co#ordinator of the monitoring team of their organisation, assisted the victims during the inquiry. He also admitted that he filed the bail application after ascertaining all the details of torture perpetrated by the STF from the detenus. Panel witness No. 2 C.Arasappan helped them in getting the victims to appear before the Panel during inquiry. The members of the organisation went to villages, informed them of the hearing dates and made them appear before the Panle.

39. The copies of any of the affidavits prepared by MW#195 A. John Vincent and his colleagues in People's Watch were not produced before the Panel. The SHRC expressed its inability to send the complaints said to have been filed by People's Watch on the ground that all the records had been destroyed. It was also stated by the SHRC that no register of complaints was maintained in the office. In this view of the matter and in view of the evidence of MW#195 A. John Vincent, the Panel, by their letter dated July 1, 2003, requested Shri Justice Rathnaswamy, Member, SHRC, to inform us if affidavits had been handed over to him at his residence by any person on behalf of People's Watch. The Panel did not receive any reply, in writing, from Shri Justice Rathnaswamy though the Chairman of the Panel was informed during his telephone conversation with Shri Justice Rathnaswamy that no such affidavits were given to him.

40. MW#196 Miss. P. Selvi, a practicing lawyer in Chennai, deposed about the report submitted by the fact finding team of which she was one of the members, on the basis of which, the People's Union for Civil Liberties, Chennai, filed a writ petition before the High Court of Madras, Chennai, for certain reliefs.

41. The Panel noted that her evidence would not serve any purpose, in view of the observations of the High Court of Madras in its judgment reported in 1994 (1) Law Weekly 254 (L.W. Crl.) The report of the fact finding team was not taken into account by the High Court since it was unsigned and the affidavit was sworn to even before the report was filed. The allegations made against the Karnataka STF were also not accepted by the Court.

42. It will be appropriate at this juncture to read the evidence of Panel Witness No. 2 C. Arasappan, who was summoned by the Panel to throw light on the assistance extended by him to the fact finding teams appointed by MW#194 Henri Tiphagne, as disclosed in the evidence of MW#194 Henri Tiphagne and MW#195 A. John Vincent.

43. Panel Witness No. 2 C. Arasappan is the President of Karnataka Hanur Tamil Sangham, a registered association established in 1993 to protect and promote the interests of Tamilians in Kollegal Taluk and prevent any recurrence of 1991 incidents relating to distribution of Kaveri water. He resides in Hanur, having migrated from Tamil Nadu in 1982.

44. In regard to the alleged atrocities of the STF against the Tamilians, he deposed about the representation dated 7.1.1997 sent to Tamil Sangham from one Yallappa complaining about the rape of one minor girl Smt. Chellamma by an STF policeman. He mentioned the action taken on this representation, his visit to Nallur on 9.1.1997 along with the Vice President, the Convenor of Tamil Sangham and the Vice President of Hanur Janatha Dal and their meeting with the people of Nallur and adjoining villages and the disclosures made by the villagers about atrocities committed by the STF. The incidents of harassment and atrocities narrated by the villagers included the following;

a) Forcible seizure of their agricultural produce.

b) Destruction of thirty two houses in Nallur by setting fire to them.

c) Eviction of twenty seven families from 1`50 acres of land, rendering them houseless.

d) Employment of villagers forcibly in groups of 20 persons each to keep watch over the area and to assist the STF to move easily in the forest area along known routes.

e) Disconnection of telephone connections to their villagers.

45. He also gave evidence about the representations received from Smt. Amase, Smt. Eswari, Smt. Madamma, Smt. Yallamma, Smt. Govindamma and Perumal on 20.2.1997 in respect of the torture they had suffered at the hands of the STF. He also produced

certain letters said to have been received from some detenus in jail; the representations given by the aforesaid persons and the registers – both inward and outward – maintained by the Association.

46. However, he admitted that he has no personal knowledge about the alleged atrocities or torture to which the people in the area had been subjected. He does not know the persons who had addressed him the letters from jail. He did not visit any detenu or accused either in jail or outside the jail. He has not met any one of them at any point of time and even now. He also admitted that he met the fact finding team which visited Hanur while going to Nallur. He recalled his having accompanied them to Nallur and returned from Nallur within two hours. He did not visit any other village. He also admitted that he did not meet any member of People's Watch other than MW#195 A. John Vincent and the members of his team. He was examined by the Panel on two days. On the second day, he produced the representations said to have been given to Hanur Tamil Sangham on 20.2.1997 by Smt. Amase, Smt. Eswari and others. One such representation is dated 20.2.2000 and some do not bear the signature or L.T.F. of the complainant. Some are not attested. He also stated that every one in the area was aware that the Sangham has been taking steps to protect the interests of linguistic minorities, including those of the STF victims and, at no point of time, they were harassed by the STF or by the civil police.

47. The evidence of this witness is of no help to the case of the victims. We find contradictions between his evidence and that of MW#195 A. John Vincent on some material points, such as, the assistance given by him to the members of People's Watch and their meeting. The documents produced by him create an element of doubt as to their authenticity, since they had not been maintained properly and many entries found in the registers and in other documents patently appear to have been made recently. With regard to the letters said to have been received by him from detenus, which are marked as Ex. PE#11 series, we do not attach much importance, in the absence of any evidence as to who wrote them. It is seen from those leeters that copies of those letters are marked to the members of the fact finding team formed by MW#194 Henri

Tiphagne, who had no occasion to meet the persons who are said to have written such letters. Even such persons had no occasion to meet the members of the fact finding team. It is, therefore, obvious that such letters could not have been written by persons who were supposed to have written such letters. Panel witness No. 2 C. Arasappan also did not identify the author of such letters.

48. In the NHRC records, we found a report regarding the human rights violation committed by the STF in MM Hills under the guise of hunting for the dreaded sandalwood smuggler Veerappan submitted by the joint campaign. There appears to be some exaggeration in this report in regard to the description of the torture alleged to have been committed by the STF, since some of the incidents of torture have not been mentioned by the victims themselves in their statements before the panel.

49. It is stated in the report that the torture inflicted by the STF on innocent men and women have even surpassed the treatment allegedly meted out to jews in the concentration camps of Nazi regime in Germany!

50. The report refers to a few instances, such as:

1) A 70 year old man was made to squat on the ground continuously for six months without any respite, except to answer the calls of nature.

2) A woman had given birth to a child fathered through rape by the STF personnel. When she was giving birth and she was in agony, the STF men rejoiced at her discomfiture and added to her pain by squeezing her breast milk to spurt out.

3) Having caused pregnancies by rape on some women, the STF attempted to get the victims married to some innocent and unsuspecting persons in the neighbourhood.

4) A child left with relatives since her parents were in Jail, was brought and left at the gates of the jail.

5) Men were forced to place the clips with electric wire on genitals and nipples of the breasts of women, while women were forced to place the electric wire on the male organs and nipple of men.

51. These instances with such lurid details were not spoken to

by any of the victims who deposed before the panel. It is also mentioned in the joint campaign's report that the victims are wary of revealing their names, apprehending the repetition of such torture again by the STF. The statements of victims, if any, recorded by the joint campaign have not been produced before any authority, including this Panel. We are unable to persuade ourselves to agree with the aforesaid observations of the joint campaign in their report.

4) DEFENCE OF THE STF:

52. The tribals and others, who deposed about torture by the STF, have named 38 STF personnel as responsible for the torture and connected acts in gross violation of their human rights. All the accused personnel also tendered evidence before the panel. 13 among them belong to Tamil Nadu police and the rest are from Karnataka police. They include PW#1 Walter Devaram, the then Chief of the JSTF and PW#7 Shankar Bidri, the then Commander of Karnataka STF.

53. All of them vehemently denied the allegations of rape, outraging the modesty of woman and perpetration of other atrocities and described them as false and motivated. Most of them stated that they were entrusted with the task of collecting intelligence about the activities and whereabouts of Veerappan and his associates and the alleged victims were all duly arrested and proceedings were initiated against them on the basis of information collected by the STF personnel and hence their names have been mentioned in the allegations made by the arrested villagers and their people. The total denial by the police officers of all allegations made against them is quite natural and not unexpected. It would be relevant and material, at this stage, to note the constitution, structure and mode of operation of the STF for a proper appreciation of the evidence for and against them. What emerges from the evidence of the STF personnel regarding the aforesaid aspects is noted hereunder.

54. Ever since 1986, the States of Karnataka and Tamil Nadu are facing the menace of Veerappan, the forest brigand, and his associates. What started as a small itch, with passage of time, has

grown to cancerous proportions. In the beginning, his activities were mostly confined to Karnataka forest. Between 1986 and 1993, many cases of murder, looting, grievous hurt, etc., were registered against him. The State of Karnataka in their efforts to capture him paid very dearly. Many police officials, police informants and forest guards, besides several from the general public, lost their lives in the course of anti Veerappan operations. On 14.8.1992, Veerappan and his associates killed Harikrishna, the then Superintendent of Police, Mysore District, and 6 others within the limits of Ramapura police station. At this stage, the Tamil Nadu Government formed a unit of armed battalion headed by Rambo Gopalakrishnan, to assist Karnataka STF to apprehend Veerappan. This unit was greeted by Veerappan on 9.4.1993 by exploding their vehicles with land mines near Sorekaimaduvu on the bank of Palar, which killed 22 persons, including 5 police officials of Tamil Nadu. Rambo Gopalakrishnan was also severely injured.

55. This incident prompted the Governments of Karnataka and Tamil Nadu to take action jointly to capture Veerappan. Accordingly, the Chief Ministers of both States met in Chennai on 11.4.1993 and decided to constitute the JSTF of Karnataka and Tamil Nadu, with Walter Davaram, the then DGP (Law & Order), Tamil Nadu, as the Co#ordinator. Though the constitution of the JSTF was decided at this meeting, no formal government order was issued in this regard. However, the Tamil Nadu STF came into being from 11.4.1993. 237 personnel o various ranks were drafted, given training in Chennai for one month and then sent to the forest on 13.5.1993. Tamil Nadu STF witnesses have stated that after the formation of the STF, it was sub#divided into six groups headed by M. Ashok Kumar, D. Mohan Singh, F. M .Hussain, Perumal and Sanjay Arora, with 23 persons in each group. The remaining personnel were assigned to Wireless, Administration and Reserve Groups. It appears from their evidence that mostly they were entrusted with intelligence work to collect information about the movement and whereabouts of Veerappan. PW#1 Walter Davaram stated that no specific area was assigned to the control of any particular officer; the JSTF was considered as a single unit, every officer was

நீதியரசர் வி.ஆர். கிருஷ்ணய்யர்

empowered to visit any place at any time and take any person to his custody as warranted by the situation. The movements of officers were always subject to the direction and control of a superior officer. The directions regarding the movements were only oral. He further stated that "the Tamil Nadu Special Task Force" did not have the jurisdiction to investigate into the offence. However, whenever an arrest was made, they would produce the arrested person with a report at the nearest police station and hand over him to the police who would proceed with the investigation. To my knowledge, the procedure with Karnataka STF is slightly different. I think, by virtue of an executive order issued by the heads of both the districts, they may be having the police powers."

56. It may be inferred from the statements of the STF witnesses that through the JSTF was constituted to work as a single unit, they did not function in that manner for all practical purposes. The 'Joint Action' was apparently mutual co#operation, such as, exchanging information and providing local assistance when sought.

57. PW#7 Shankar Bidri, the then DIG of Police, Mysore Division, took charge as Commander of Karnataka STF on 13.2.1993. However, he also continued to hold this office as the DIG of Police, Mysore division. After the formation of the JSTF, PW#7 Shankar Bidri said that he used to lead the Karnataka and Tamil Nadu Task Forces along with BSF., subject to the general powers of control, superintendence and direction of PW#1 Walter Davaram, the Chief of the JSTF. PW#7 Shankar Bidri further stated that when he took charge on 18.2.1993, police action to catch Veerappan had come to standstill. An area of about 1,000 Sq. Kms. remained totally incommunicable and out of control of the administrative machinery. He, therefore, submitted a proposal to the Government for sanction of various posts with infrastructure. The Government, by its order dated 13.4.1993, sanctioned all the posts with infrastructure as sought and, in pursuance of the order, 114 police officers of different cadres were deputed to the STF and 5 platoons of KSRP were added to the existing 11 platoons.

58. The STF was divided into 3 wings, viz., intelligence, operational and investigation. Inspectors and Sub#Inspectors of Po-

lice were entrusted with the task of collection of information about movement and activities of Veerappan through various sources, including their regular informants and transmit such information to the Commander or the operational wing, as the case may be, and assist the investigating officers by securing the persons required by them for interrogation. The duty of the operational wing was to comb the forest area, on the bass of available information, to capture Veerappan and his associates. PW#36 M. C. Mariswamy, the then Inspector of Police, Ramapura Police Station, and PW#38 Madhukar Musale, the Inspector of Police at the time of his deputation to the STF on 'On other duty' basis, were appointed as Investigating Officers in respect of criminal cases, which were later converted as TADA cases, registered in Ramapura and MM Hills Police Stations. Some officers, who were assigned intelligence work, were also directed to lead operational wing on some occasions, which task was normally being done by KSRP.

59. It is seen from the statements of the STF personnel that no specific area was assigned to any particular group either for collecting information about the activities and whereabouts of Veerappan and his gang or to comb the forest on the basis of the information; Every group was empowered to visit any place and take any person to custody and comb any area, on the basis of the information they received; sometimes, more than one officer visited the same place together also. Incompliance with the instructions issued by the Commander or Investigating Officers and the powers conferred on them, they took persons to their custody and produced them before the investigating officers; PW#7 Shankar Bidri stated that no movement dairy was maintained by the STF officers; the officers entrusted with intelligence work used to report to the investigating officers about the information they collected, the places visited and the number of days they had stayed there to collect such information. The investigating officer would, in the normal course, record these details in the concerned case diary and, except this document; there is no other document to show the movements of the officers of the intelligence wing. However, PW#36 M. C. Mariswamy, one of the investigating officer,

said that no officer from intelligence wing submitted any report, in writing with respect to the place, the time and the person he visited and the information he gathered from different sources; except the radio messages recorded now and then, there is no documentary evidence to ascertain the movement of various officers of the intelligence wing. He also said that no radio message was received in respect of any suspect having been apprehended at any place in Tamil Nadu.

60. It would be appropriate to extract the statement of PW#38 Madhukar Musale, one the two investigating officers, to understand the functioning of the STF. It reads as follows: "I was also dealing with the allotment of vehicles. After 13.4.1993, I took account of the men and material of STF staff, as and when they arrived and reported the same to the Commander. The Commander formed 12 operational groups of KSRP platoons. Each group was headed by its respective Reserve Police Inspector. In one or two cases, they were put under the charge of Civil Police Inspectors. The Inspectors, who reported for duty in STF, were assigned the work of intelligence, to collect information about the whereabouts and movements of Veerappan, with a specified area assigned to each o them. There were 9 such Inspectors of Police. They are, Ashok Kumar, Bawa, Soudagar, Kumaraswamy, Moodalaiah, Mandappa, Venkataswamy, Nagaraj and Poonacha. Police Constables and, in some cases, Sub#Inspectors were attached to each Inspector to assist them in their function. There were about 6 Sub#Inspector in STF. They are: Ramanna, M.P. Nagaraj, Jayamaruthi, Jayanna, David and Gurusiddappa. In addition to posting the aforesaid officers to STF, the assistance of the local police officers was alsosought and taken some times. The authority of the Inspectors and Sub#Inspectors attached to STF was not actually restricted to any specified area, even though certain area was mentioned against their names. Depending upon the information received and the exigencies of the situation, they had the authority to visit the entire area where Veerappan was operating and do all such acts which are legally authorised to required to be done, in furtherance of the purpose or constitution of STF."

61. PW#38 Madhukar Musale further deposed about the filing of F.I.R.s in the STF cases registered in MM Hills and Ramapura Police Stations, their contents, the procedure followed in respect of persons who, during investigation, were found involved in the commission of such offence; recording such information in the case diary and production of such case diary before the Court when such persons were arrested and produced before the Court.

62. PW#38 Madhukar Musale further deposed that there was total lawlessness in the villages situated around MM Hills and the borders of TamilNadu and Karnataka when the STF was constituted; none of the villagers was prepared even to talk to police personnel on account of the fear psychosis created by Veerappan and his gang who used to shoot people dead from close range and severe their heads even on the slightest suspicion that such persons have had contact with police. It took more than a year for the STF to gain the confidence of the locals and establish their foothold. Most of the residents of the villages, like Nallur, Jellipalaya and Oogyam, etc., in Karnataka, as also in TamilNadu, are either the relatives of Veerappan or his caste men and, as such, they opposed the visit to their villages by the STF.

Chapter – III
WRITTEN SUBMISSION

After the Completion of recording of evidence tendered before the Panel, the NGOs. Who advocated the cause of the alleged victims as also the STF of both the States were given an opportunith to make their submissions to the Panel, if they so desired.. The TTPA and the STF of both the States accordingly submitted their concluding arguments through written submissions.

2. MW#193 V.P. Gunasekaran, General Secretary, TTPA, produced certain documents along with his written submissions, many among which had not been spoken to earlier by any witness. Yet, the Panel took due note of these documents also, in the interest of its functions as a fact#finding body to ascertain the truth.

3. MW#193 V.P. Gunasekaran has stated that the TTPA was formed for the uplift and welfare of the tribal people notified and

to be notified in the State of Tamil Nadu. The aims and objects listed by the TTPA are as under:

a) To organise all the tribals throughout Tamil Nadu on one platform for their social, political and economic uplift.

b) To protect the tribals from various social atrocities and fight for their rights.

c) To work for the creation of a separate Ministry for tribal welfare to protect their rights.

d) To get notification issued by the competent authority to include many tribals who have not, so far, been declared as such.

e) To secure education and employment opportunities for the tribals.

f) To create self#employment opportunities for the tribals by legal and permissible means.

g) To create awareness among the tribals in regard to their traditional agriculture as also modern agriculture and their connected basic needs.

h) To secure the restoration of their traditional lands in the hill areas by means of comprehensive legislation.

4. It is stated by TTPA that they first came to know of the harassment of the tribals by the STF at the first conference of tribal people held in Andiyur in mid#1993 where the tribals narrated that they have been living under constant threat of police harassment and were prohibited to enter the forest and that at any time the police can take any person in their area to the police camp to question about Veerappan and beat them mercilessly before letting them off.

5. MW#193 V.P. Gunasekaran has also stated that during their visit to villages to mobilize the tribals in pursuance of their objects, they came across some soligars who were said to have been taken by police to their custody and subjected to torture; at which, one of them had suffered fracture of his hand. They referred to certain correspondence/representations/memoranda submitted by them before various authorities in respect of the torture perpetrated by the STF against the tribals anothers. In some of them particulars of persons so harassed are also mentioned.

6. The documents produced by TTPA with their submission are all xerox copies. The copies of such documents from which the xerox copies had been made were not produced. Even other#wise, no person, including MW#193 V. P. Gunasekaran had given any evidence in respect of many of these documents. Even then, no document, except documents 1 and 2, referred to in their written submission, furnishes any particulars of torture alleged to have been perpetrated by the STF. On the other hand, they deal with many demands made on behalf of the tribals to promote their social, political and economic interests and inclusion of some castes in Tamil Nadu in the list of Scheduled Tribes in accordance with the provisions of law. Some allegations of torture mentioned in thosedocuments are in respect of atrocities committed elsewhere, like, Nagpur, Kerala and Chinnampatti in Coimbatore District, which had been looked into by another Commission of Inquiry and its report had already been filed. Casual reference only has been made in all these representations/ complaints/memoranda in regard to serious allegations of abduction, illegal detention, torture and rape, which were made, later in the representation dated: 29.2.1995 along with particulars, such asnames of victims, place of torture and the time of such torture, etc.,

7. It is also contended by the TTPA that the STF of Karnataka and Tamil Nadu have taken into custody many innocent persons on the mere suspicion that they had supplied provisions and other com#modities to Veerappan on account of their belonging to his caste. Some of the complaints filed by MW#193 V. P. Gunasekaran have been replied by the Collectors of Erode and Periyar Districts on the basis of reports of the STF denying illegal detention and tor#ture.

8. The TTPA have also alleged that on 17#2#1996, the Tamil Nadu STF raided Kalmantipuram and Allapura Doddi villages at 3.00 A.M., entered every house, beat the inmates mercilessly and took away some persons to their camps.

9. The Karnataka and Tamil Nadu STF have filed separate written submissions denying the allegations made against them but defending their action in respect of interrogation, arrest of various

persons and death of some others in the encounters between police and Veerappan gang as just, appropriate in the circumstances and also legal.

10. The STF of both the States have questioned the authority of the Panel to conduct this inquiry. They contended that since the complaints filed in 1997#98 reveal that the alleged acts of violation of human rights were admittedly committed in 1993 and 1994, neither the Panel nor the NHRC can inquire into any matter after the expiry of one year from the date on which the act constituting violation of human rights is alleged to have been committed, in view of the legal bar prescribed by Section 36 (2) of the Protection of Human Rights Act, 1993.

11. A similar objection was raised by the DG & IGP, Karnataka, before this Panel by Memorandum dated: 7#2#2000, copy of which was also submitted to the NHRC. Another Memorandum of similar nature was also submitted before the NHRC by Bawa, Assistant Commissioner of Police, Karnataka STF. This Panel rejected the request of the DG & IGP, Karnataka, leaving liberty to him to approach the NHRC, since the Panel having been constituted by the NHRC, has no jurisdiction to sit in appeal over the orders of the NHRC. The NHRC also, by their Endorsement dated: 11#2#2001, informed the STF that the points raised in the memorandum will be considered after the inquiry report was submitted by the Panel. Apart from these representations to the NHRC, Muthuraya and some other members of Karnataka STF had filed writ petitions before the High Court of Karnataka, Bangalore, challenging the constitution of the Panel to inquire into the allegations of torture, on the very same grounds. The High Court, by its judgment dated 20.11.2001, dismissed the petitions, reserving liberty to the STF to approach the NHRC in case any adverse order is ultimately made against them.

12. Another objection raised by the STF of both the States indicates that they have misread the order of the NHRC in regard to the scope of the inquiry to be held by this Panel. In order to understand the scope of the inquiry intended by the NHRC, we should read the entire proceedings of the NHRC as a whole and

சோகோ அறக்கட்டளை அ. மகபூப் பாட்ஷா

not in isolated portions. It is clear from the proceedings that the intended inquiry is not to be confirmed to the five cases registered with the NHRC but also cover all persons whose human rights have been violated by the STF during their operation against Veerappan and his associates. It is also clear from the complaints filed by MW#193 V.P. Gunasekaran and others that many persons, besides those specifically named in the complaints, had also been allegedly tortured by the STF. If the inquiry is restricted only against 15 or 19 persons, as contended by the STF, it will be great travesty of justice and negation of human rights of the tribals and others living in the area of anti#Veerappan operation by the two STFs.

13. The Karnataka STF, in their written submission, have also narrated the barbarous acts of Veerappan and his associates in the forest and listed the loss of men and material cause by him. The list of cases filed against Veerappan, and the courageous and selfless acts of the STF personnel under the most adverse circumstances and sacrifice of life of some officers in fulfillment of their professional obligation to maintain law and order and protect the property of the State and the general public are also mentioned in the submission.

14. They have contended that all the allegations made before the Panel are motivated, false, baseless and made with mala fide intention of demoralising and defaming the police officers who has discharged their legitimate duties without fear of favour, and many allegations have been made with the sole intention of getting compensation from the State Governments. They have alleged that memorialist witnesses have been tutored by the members of the TTPA to depose that they have been tortured, electrocuted, molested and raped. The stereo#type parrot like evidence given by the memorialist witnesses is, therefore, liable to be rejected in toto. They have also contended that these complaints are instigated by political elements and vested interests. They have also attacked the NGOs and their activities, attributing motives to them. They are particularly severe in casting aspersions on Batcha and MW#193 V.P. Gunasekaran. They have stated that "certain self styled leaders who are the elements responsible in bringing the complaints before the

Panel initially enticed some of the innocent tribals and villagers with the allurement of getting compensation from the Panel. Batcha and MW#193 V. P. Gunasekaran are the main instruments in bringing such persons to depose before the Panel and there is nothing on record to show that they had fought for any genuine cause of the tribal population in the past. "With reference to MW#193 V. P. Gunasekaran, they have alleged that "it is only MW#193 V. P. Gunasekaran who was interested to get compensation for himself and not for the tribals." The STF have made these defamatory allegations against Batcha and MW#193 V. P. Gunasekaran without any basis whatsoever. We reject these allegations as unwarranted and baseless.

15. The Karnataka STF have branded the evidence of all witnesses against them as false, concocted and motivated to secure compensation. They stated that the NGOs and other supporters of Veerappan and his gang members have publicly announced in the area that "whoever makes allegations against police regarding torture will be benefitted by two lakh, those making allegations of rape will get five lakh and those making allegations of killing will get Rs.10,00,000/#." V. P. Gunasekaran gave evidence before the Panel as MW#193. No suggestion relating to the allegations made against him in their written submission was made to him in their written submission was made to him during his cross#examination by the two STF representatives. No Police officer has made any statement in his evidence before the Panel, even remotely suggesting such mala fide motive against MW#193 V. P. Gunasekaran.

16. We feel sorry and disappointed to note that in attacking the veracity of the statements of some victims of rape and molestation, the STF have not produced any material evidence to discredit the witnesses out have only used derogatory language bordering on obscenity merely to state that the witnesses are not believable. We expect some minimum standards of decency to be maintained in all proceedings of a public nature. The written submission made by Karnataka STF appears to have spilled over the limit in this regard, in our opinion. We are only recording this observation in passing, while proceeding to consider their submission

fully and strictly on its merits.

17. The Karnataka STF have requested this Panel to consider the following points, viz.,

a) Whether the Hon'ble Tribunal and NHRC can look into the allegations which are related to the incidents which have taken place allegedly as per the depositions of the main witnesses even before passing of the NHRC Act and the constitution of the NHRC?

b) Whether it would be proper for the Hon'ble NHRC and the Panel to look into the allegations in violation of Section 36 of NHRC Act and Rules made there under?

c) Whether it would be proper for the NHRC and the Hon'ble Panel to look into the allegations which have been made by the persons arrested and subjected for trial in the designated Court as per the law of the land? Whether it is admissible to entertain allegations from persons who have been adversely affected by legitimate acts of police?

d) Whether it is proper for the Hon'ble Panel and the Commission to look into the allegations which have been made by the close relatives and subjected to trial in various Courts by the various officers of the Task Force as per the law of the land? Whether the statements given by them really deserve to be given any credence?

18. They conclude their submission with the grave declaration that "Any encouragement of such persons will be contrary to the unitary character of this country and the nation has to pay heavy price if such activities are encouraged in any form knowingly or unknowingly."

19. The Tamil Nadu STF, in their written submission, in addition to the legal objections as regards the jurisdiction of the Panel, to look into allegations in respect of acts done or committed beyond the prescribed period of one year, have contended that all the memorialist witnesses are interested, in the sense, either they have all been participants in the commission of crimes with Veerappan or the relatives of such participants and, therefore, it is not safe to rely on their evidence. They have further contended that the wit-

nesses have all been tutored by interested organisations to give false evidence before the Panel, motivated to secure compensation. The have not proved their allegations of torture, rape and molestation beyond reasonable doubt.

20. In their written submission, the Tamil Nadu STF have referred to the 'encounter deaths' and pointed out that in each case an inquiry had been conducted by a Revenue Sub#Divisional Officer and reports were submitted to the State Government who have also accepted the reports. Since the police firing in each case was held to be necessary at the relevant point of time, no action need be taken now against the police in regard to such deaths.

21. They have also contended that the evidence of persons of questionable character and convicted for other offences should not be accepted, and pleaded that the statement of Smt. Muthulakshmi, wife of Veerappan, before the High Court of Madras, that she was not at all tortured by Tamil Nadu STF felt safe in the hand of Tamil Nadu STF should be taken into account to examine the character and conduct of Tamil Nadu STF.

22. The STF of both the States have failed to explain their failure to inform the local police about the arrests made within their limits by police officials of other stations.

தேசிய மனித உரிமை ஆணையத்தால நிறுவப்பட்ட நீதிபதி சதாசிவா விசாரணைக் குழுவின் மனிதாபிமானமும், மனசாட்சியு மிக்க மனிதர்கள் முன் சித்ரவதையால் பாதிக்கப்பட்டோர்கள் MW 1 to MW 195. / சித்ரவதை செய்த சிறப்பு அதிரடிப்படையினர் PW 1 to 37. அளித்த வாக்குமூலங்கள்.

அதிரடிப்படை போலீசாரால் சித்திரவதைக்குள்ளாக்கப்பட்ட வனவாழ் மக்களின் வாக்குமூலங்கள்!

ஸ்ரீ ஜாவரயா மனைவி எர்ரம்மா

"என் உடைகள் அவிழ்க்கப்பட்டு பலாத்காரம் செய்யப்பட்டேன். என் கண்கள் கட்டப்பட்டு இருந்ததால் அதைச் செய்தவர்கள் யார் என்று என்னால் அறிய முடியவில்லை."

(இவர் ஒரு விவசாயக் கூலித் தொழிலாளி. தாளவாடி தாலுகா, பாலபடகாவைச் சேர்ந்தவர்.)

கணவர் 12 வருடத்திற்கு முன் இறந்துவிட்டார். குழந்தைகள் இல்லை. தனியாகத்தான் வசித்துவருகிறேன். நாலு வருடத்திற்கு முன்பு காலை 10.00 மணிக்கு வேலைக்கு கிளம்பும்போது சங்கர் பிதாரி நாலு போலீசுடன் என் வீட்டிற்கு வந்து என் கூடப் பிறந்தவன் போலீஸ் கட்டுப்பாட்டில் இருப்பதாக அவரைச் சந்திக்க என்னை அழைத்தார். தம்பி என்னைப் பார்க்க விரும்புவதாக அவர்கள் கூறினார்கள். திம்பம் போலீஸ் முகாமிற்கு அழைத்துச் சென்று நான் வீரப்பனுக்கு சர்க்கரை, வெல்லம் அனுப்பினேனா என்று விசாரித்தார்கள். இல்லவே இல்லை என்றேன். சொல்லியதை போலீஸ் நம்பவில்லை. என் கண்களை துணியால் கட்டி கால்களில் சங்கிலி போட்டுக் கட்டி, லத்தியால் அடித்தார்கள். லத்தியடி என் கண்ணில் பட்டது. என் வலது கண்

பார்வையை இழந்தேன். அதற்குப் பின் நான் எம்.எம்.மலை முகாமிற்கு மாற்றப்பட்டேன். அப்போது மட்டும் என் கை கால்கள் செயினால் கட்டப்படவில்லை. பின் மீண்டும் என் கண்கள் கட்டப்பட்டு,கைகள் பின்பக்கம் மடக்கப்பட்டு பின்முதுகில் இரும்பு செயினால் கட்டப்பட்டது. கால்களும் இரும்புச் செயினால் கட்டப்பட்டது. அவர்கள் கொண்டுவந்த வயர்கள் இணைக்கப்பட்ட கிளிப்புகளை என் காதுகளில் இணைத்து மின்சாரத்தைப் பாய்ச்சினர். என் பின்புற கழுத்து, மார்பகம் மற்றும் பெண்குறியிலும் மின்சாரத்தை பாய்ச்சினார்கள். அப்போது நான் நிர்வாணமாக்கப் பட்டேன். பின்னர் மூன்று நாட்களாக என்னை அந்த அறையின் மூலையில் போட்டு வைத்தார்கள். என் உடலில் சிறிது சக்தி கிடைத்ததும் நான் அவர்களிடம் என்னைக் கடுமையாக சித்ரவதை செய்யாதீர்கள், எனக்கு உதவி செய்ய யாரும் இல்லை என்று கூறினேன். அவர்கள் ஏற்றுக் கொள்ளவில்லை. என்னை வேறு அறைக்கு மாற்றினார்கள். அங்கு என் உடைகள் அவிழ்க்கப்பட்டு பலாத்காரம் செய்யப்பட்டேன். என் கண்கள் கட்டப்பட்டு இருந்ததால் அதைச் செய்தவர்கள் யார் என்று என்னால் அறிய முடியவில்லை..

மூன்றுநாட்கள் கழித்து சங்கர் பிதாரி வந்தவுடன் மின்சார வயர்கள் கொண்ட கிளிப்புகள் இணைக்கப்பட்டு என் உடலின் பல பாகங்களிலும் மீண்டும் மின்சாரம் செலுத்தப்பட்டது. நாலு நாட்களாக எந்த உணவும் கொடுக்காமல் தூங்கவும் விடாமல் வைத்திருந்தார்கள். எட்டு நாட்கள் கழித்து சங்கர் பிதாரி திரும்ப வந்து எனக்கு உணவு கொடுக்கப்பட்டதா என்று விசாரித்தார். அங்கிருந்தவர்கள் நான் செத்துவிட விரும்புவதால் உணவு சாப்பிடாமல் இருக்கிறேன் என்று அவரிடம் கூறினார்கள். பின்னர் என்னை அங்கிருந்து செல்லுமாறு கூறினார்கள். அதன்பின் போலீஸ் வண்டியில் என் கிராமத்திற்கு அழைத்துச் செல்லப்பட்டு போலீசாரால் என் வீட்டில் இறக்கி விடப்பட்டேன்.

இப்போதும் வேலை செய்வது என்பது என்னால் இயலாத காரியம். பிச்சை எடுத்துத்தான் வாழவேண்டும். நான் என் வீட்டிற்கு வந்ததும் என்னை ஐடேமாடி என்ற வயதான பெண் ஒருவர் பார்த்துக்கொண்டார். தேவையான மருத்துவ உதவிகளைச் செய்தார்.

இந்தசம்பவம் நடப்பதற்கு முன்பு மாதேஸ்வரா மலை கிராமத்தில் ஒரு பெண்ணோட திருமணத்தை சங்கர்பிதாரி

நடத்திக்கொண்டு இருக்கும்போது நான் அவரை பார்த்திருக்கிறேன். எனக்கு எந்த டாக்டரையும் தெரியாததால் என் உடம்பில் மின்சாரத்தை பாய்ச்சியதன் பாதிப்பிற்கும் போலீஸ் சித்ரவதையால் ஏற்பட்ட பாதிப்பிற்கும், கண் பார்வை இழந்ததற்கும் சிகிச்சைபெற முடியவில்லை. நான் போலீஸ் சித்ரவதையால் துன்பப்படும்போது என் சொந்தக்காரர்கள் யாரும் வந்து என்னைப் பார்க்கவில்லை.

திம்பம் போலீஸ் முகாமில் போலீஸ்காரர்கள் என்னை கற்பழித்ததையும், சித்ரவதை செய்ததையும் தாளவாடி காவல் நிலையத்திலோ மற்ற வருவாய்த்துறை அதிகாரிகளிடமோ இதுவரை நான் புகார் கூறவில்லை. சொன்னால் என்னை மறுபடியும் சித்ரவதை செய்வார்களோ என்ற பயம்தான் காரணம். நான் சோழிகர் சாதி. என் வயது சரியாக தெரியாது. அதனால் சொல்ல முடியவில்லை. வலது கண் பார்வையை இழந்து விட்டேன்; நான் காவல் துறையினரால் கற்பழிக்கப்பட்டதை செய்யப்பட்டது இந்த கிராமத்துக்கு தெரியும். அதனால் கிராம மக்கள் நான் கிராமத்தைவிட்டே போய்விட வேண்டும் என்கின்றனர். என் கண் பாதிக்கப்பட்டதை என் கிராமத்தில் உள்ளவர்களில் ஒருவரிடம்கூட சொல்லவில்லை அதுபோலவே காவல் துறையினர் என்னைப் படுத்திய பெருங்கொடுமையையும் யாரிடமும் சொல்லவில்லை என்றார் குறுக்கு விசாரணையில்

நான் தாளவாடி மருத்துவமனைக்குச் சென்றதில்லை. எப்போதும் மூலிகை மருந்தைத்தான் எடுத்துக்கொள்வேன். எந்த அதிகாரி மீதும் எந்த புகாரும் நான் கொடுக்கவில்லை. நான் பழங்குடியினர் சங்கத்தில் உறுப்பினர். எனக்கு நடந்த சித்ரவதை குறித்து விளக்கமாக சங்கத்தில் புகார் கொடுத்தேன். புகாரை புளியம்பட்டி சங்க அலுவலகத்தில் ஒப்படைத்தேன். நான் பவானியில் சத்தியபிரமாண வாக்குமூலம் கொடுத்திருக்கிறேன். சத்தியப் பிரமாண வாக்குமூலத்தின் போது எனக்கு நேர்ந்த கொடுமைகளை சங்கத் தலைவரிடம் விரிவாக கூறினேன். நான் இதே கிராமத்தில்தான் தொடர்ந்து வசித்து வருகிறேன் என்றார் மேல் விசாரணையில்

சித்தம்மா என்ற சித்தி.

"ரத்தம் அதிகமாக வழிந்ததால் அந்த நேரத்தில் ஒன்றும் சொல்ல என்னால் முடியவில்லை. ரத்தத்தை அவர்கள் கண்டுகொள்ளவேயில்லை."

(இவர் ஈரோடு மாவட்டம் தாளவாடி தாலுகா, கல்மாண்டிபுராவைச் சேர்ந்த கூலித் தொழிலாளி)

நான்கு ஆண்டுகளுக்கு முன் தமிழ்நாடு போலீசார் என் கணவரைக் கைது செய்து கோயமுத்தூர் சிறைச்சாலையில் அடைத்தார்கள். அப்போது கர்நாடக போலீசில் ஆறு பேர் இரண்டு வண்டிகளில் என் வீட்டிற்கு வந்தார்கள். அவர்களுடன் நாக்ராவிற்குச் செல்ல வேண்டும் என்றும் நான் அங்கு சென்றதும் என் கணவரை விடுவிப்பதாகவும் கூறினார்கள். அப்போது என் குழந்தைகளில் ஒன்று நோயில் இருந்ததால் அவர்களுடன் வருவது இயலாது என்றேன். ஒரு மணி நேரத்தில் என்னை விட்டுவிடுவதாக உறுதி கூறி போலீஸ் ஊர்தியில் கூட்டி சென்றார்கள். எம்.எம்.மலையில் உள்ள முகாமிற்கு அழைத்துச் சென்றார்கள். நேரம் மாலை 5.00 மணிஇருக்கும். முகாமிற்குள் நுழைந்தவுடன் என் கண்கள் கட்டப்பட்டன. இரண்டு கால்களும் கைகளும் ஒரே இரும்புச் சங்கிலியாலேகட்டப்பட்டு அந்தச்சங்கிலி ஜன்னலில் கட்டப்பட்டது. அப்படியே தரையில் படுக்க வைத்து என் பின்பக்கம் உதைக்கப்பட்டேன். நான் வீரப்பனுக்கு உணவுப் பொருட்கள் கொடுக்கிறேனா இல்லையா என்று கேட்டார்கள். ரத்தம் அதிகமாக வழிந்ததால் அந்த நேரத்தில் ஒன்றும் சொல்ல என்னால் முடியவில்லை. ரத்தத்தை அவர்கள் கண்டுகொள்ளவேயில்லை.

சங்கர்பிதாரி என்ற அதிகாரி என்னிடம் இரவு இரண்டு மணிக்கு வந்து உங்கள் சங்கத்திற்கும் வீரப்பனுக்கும் என்ன தொடர்பு என்றும் ஏன் நீ வீரப்பனுக்கு உணவுப் பொருட்கள் அளித்து வந்தாய் என்றும் விசாரித்தார்.

எனக்கு ஒன்றும் தெரியாது. நான் ஒன்றும் செய்யவில்லை என்று கூறிய பின்னும் அவர் இரண்டு போலீஸ் ஏட்டுகளை அழைத்தார். அவர்கள் என்னை இறுக்கமாகப் பிடித்துக்கொண்டு மின்சார வயர்கள் கொண்ட கிளிப்புகளை என் காது, மார்பக

காம்புகள், உடலின் மற்ற பகுதிகளிலும் இணைத்து மின்சாரத்தை செலுத்தினார்கள். வலியை என்னால் தாங்க முடியவில்லை.

என்னை எந்தப் போலீஸ்காரர்கள் கற்பழித்தார்கள் என்று எனக்கு தெரியாது. என்னால் அவர்களை அடையாளம் காட்ட முடியும். என் உடலில் மின்சாரம் செலுத்தியது சங்கர் பிதாரிதான். 15 நாட்களாக முகாமில் அடைத்து வைக்கப்பட்டு, வீரப்பன் எங்கேயிருக்கிறான் என்று நான் மிரட்டினர். திரும்பவும் என் உடம்பில் அவர்கள் மின்சாரத்தைச் செலுத்தினார்கள். பின்னர் 15 நாட்களுக்குப் பிறகு என்னை ஜீப்பில் ஏற்றிக்கொண்டு என் கிராமத்தில் விட்டுவிட்டு போனார்கள். மூன்று வருடங்களுக்குப் பின்னர்தான் என் கணவர் விடுவிக்கப்பட்டார்.

என் கணவரும் வீரப்பனுக்கு உணவுப்பொருட்கள் அளித்து வந்தார் என கைது செய்யப்பட்டார். சங்கத்தின் உறுப்பினர்கள் யார் யார் என்று சொல்ல தெரியாது. பழங்குடி சங்கத்தைச் சேர்ந்த ஒரு ஆபீஸ் உதவியாளர் புகாரை எழுதினார். தமிழ் மொழியில் எழுதப்பட்டது. நடந்த சம்பவத்தை விரிவாக தெரிவித்தேன். இராமப்பா என்பவர் கிராம பஞ்சாயத்துத் தலைவர். காவல்துறை முகாமிலிருந்து திரும்பியதும் எனக்கு நடந்த போலீஸ் சித்ரவதைகளை அவரிடம் தெரிவித்தேன். வேறு யாரிடமும் எழுத்து மூலமாக புகார் கொடுக்கவில்லை. சங்கத் தலைவரிடம் மட்டுமே என் புகாரைக் கொடுத்தேன். போலீஸ் முகாமில் இருந்து விடுவிக்கப் பட்டதும் எந்த டாக்டரிடமும் போகவில்லை. நான் சோழிகர் சாதியைச் சேர்த்தவள். காவல்துறையின் முகாமில் அடைக்கப்பட்டிருந்தபோது எனக்கு எந்த டாக்டர் மருந்து மாத்திரை கொடுத்தார் என்பது தெரியாது. மருத்துவர் சங்கர் பிதாரியால் அழைத்து வரப்பட்டார். சங்கர் பிதாரியுடன் எங்கள் கிராமத்திற்கு வந்த இன்ஸ்பெக்டர்கள் யார் யார் என்று எனக்குத் தெரியாது. எனக்கு சங்கர் பிதாரியை நன்றாகவே தெரியும். என் கிராமத்திற்கு அவர் வந்துள்ளார். பழங்குடி சங்கத்தைச் சேர்ந்தவர்கள் என் கிராமத்துக்கு வந்தார்கள். என் வாக்கு மூலத்தைக் கொடுத்தேன். சங்கர்பிதாரி என் உடலில் பல பாகங்களில் மின்சாரத்தைச் செலுத்தி என்னை சித்ரவதை செய்ததை முழுவதுமாக சொன்னேன். கணவர் விடுவிக்கப்பட்டதும் எனக்கு நேர்ந்த கொடுமைகளை அவரிடம் சொன்னேன் என்றார் குறுக்கு விசாரணையில்.

சிவன்னா மனைவி ரத்தினி என்கிற ரத்னா

"சுயநினைவாகியபின் தண்ணீ கேட்டேன். தண்ணீ தர மறுத்ததோடு எனக்கு குடிக்க சிறுநீர் கொடுப்பதாக சொன்னார் கள். என் நிலையைப் பார்த்து பின் தண்ணீர் கொடுத்தார்கள். அடுத்த நாள் பத்து நபர்கள் என்னைக் கற்பழித்தனர்"

(ஈரோடு மாவட்டம் தாளவாடி தாலுகா பாலபடகாவைச் சேர்ந்தவர்.)

நாலு வருடங்களுக்கு முன் என் பெற்றோர் போலீசாரால் கைது செய்யப்பட்டதால் அதிகாலை ரெண்டு மணியளவில் நான் வீட்டில் தனியாக இருந்தபோது ரெண்டு ஜீப்களில் வந்த போலீசார் என்னை எம்.எம்.ஹில்ஸ் முகாமிற்கு அழைத்துச்

சென்றனர். திம்பம் மேலும் வேறுவழியாக மாலை 6.00 மணியளவில் எம்.எம்.மலை அடைந்தோம். ஏற்கனவே அங்கிருந்த சங்கர்பிதாரி என் உடம்பில் மின்சாரம் செலுத்தினார். நான் உடனே மயக்கமானேன். பக்கத்து ரூமுக்கு மாற்றப்பட்டேன். சுயநினைவாகியபின் தண்ணீ கேட்டேன். தண்ணீ தர மறுத்ததோடு எனக்கு குடிக்க சிறுநீர் கொடுப்பதாக சொன்னார்கள். என் நிலையைப் பார்த்து பின் தண்ணீர் கொடுத்தார்கள். அடுத்த நாள் பத்து நபர்கள் என்னைக் கற்பழித்தனர். பதினைந்து நாட்கள் காவலில் வைக்கப்பட்டேன். அத்தனை நாட்களும் மின்சாரம் செலுத்துவது தொடர்ந்தது. என்பெற்றோர் பற்றி கேட்டார்கள். அவர்கள் இருக்கும் இடம் தெரியாததால் தெரியாது என்றேன்.

சங்கர் பிதாரி என்னை மலைமகாதேஸ்வரா அழைத்துச்

சென்று சிவன்னாவுக்கு திருமணம் செய்து வைத்தார். தற்போது என் கணவருடன் வசித்து வருகிறேன். அவர் ஒரு விவசாயி. என் பெற்றோர் கோயம்புத்தூர் சிறையில் உள்ளனர். என்னை சட்டவிரோதமாக எம்.எம்.ஹில்ஸ் போலீசார் காவலில் வைப்பதற்கு முன்பிருந்தே அவர்கள் சிறையில் உள்ளனர் என தெரிந்தது.

என் கணவர் என் தாய்மாமா மகன். குண்டுலுபேட் தாலுகாவை சேர்ந்தவர். சங்கர்பிதாரி என்னை அழைத்து வந்து அவருடன் திருமணம் நடத்தி வைத்தார். கணவரையும் கைது செய்த சங்கர்பிதாரி காவல்துறை முகாமிற்கு அழைத்துச் சென்றார். என் பெற்றோருக்கும் வீரப்பனுக்கும் தொடர்பு இருப்பதாக நினைத்து, அவர்களின் இருப்பிடத்தைப் பற்றித் தெரிந்து கொள்வதற்காக என்னை எம்.எம்.ஹில்ஸ் கூட்டிச் சென்றனர். ஆனால், எனக்கு எதுவும் தெரியாது. என் கணவரும் இதே காரணத்திற்காக கைது செய்யப்பட்டார்.

சொந்த ஊரான பாலபடாகாவுக்கும் எம்.எம். குன்றுக்கும் இடையே உள்ள தூரத்தை கிலோமீட்டரிலோ மைல் கணக்கிலோ சொல்ல எனக்குத் தெரியாது. இதற்குமுன் நான் அங்கு சென்றதில்லை. சங்கர் பிதாரிதான் என்னிடம் மலைமஹாதேஸ்வரா குன்று என்று கூறினார். என் பெற்றோருக்காக என்னை போலீசார் என்னை அழைத்துப் போனார்கள். என் உடம்பில் கரண்ட் செலுத்தியதால் என் காதுகள் செவிடாகிப் போனது. காது கேட்காது. நான் படிக்காதவள். போலீசார் என்னைக் கூட்டிச்சென்ற சரியான தேதி தெரியாது. என்னை அழைத்துச் செல்லும்முன் கிராம மக்களிடம் விசாரித்து அவர்களை தாக்கி உள்ளனர். என் பெற்றோருக்கு நான் ஒரே வாரிசு. போலீசார் சட்டவிரோதமாக கைது செய்து சித்ரவதை செய்தது பற்றி நான் யாரிடமும் இதுவரை கூறவில்லை.

*சி*த்தன் மனைவி லெட்சுமி

"என்னை தொந்தரவு செய்யாதீர்கள் என்று கெஞ்சினேன். நான் சொல்வதை அவர்கள் கேட்கவேயில்லை. என்னைக் கீழே தள்ளி பலவந்தமாக கற்பழித்தனர். திரும்பத் திரும்ப கற்பழிக்கப்பட்டதால் நான் சுய நினைவிழந்து"

(ஈரோடு மாவட்டம் தாளவாடி தாலுகா, பாலபடாகாவைச் சேர்ந்த கூலித்தொழிலாளி)

என் கணவர் கர்நாடக காவல் துறையினரால் ஆறு வருடத்திற்கு முன் பிடித்துச் செல்லப்பட்டார். இப்போது அவர் எங்கிருக்கிறார் என்பதே எனக்குத் தெரியாது. நான் என் மூன்று குழந்தைகளுடன் வசித்து வருகிறேன். அவரைப் பிடித்துச்சென்ற மூன்று நாட்கள் கழித்து மூன்று போலீஸ்காரர்கள் காலை பத்து மணிக்கு வீட்டிற்குள் வந்தார்கள். நான் உடல்நிலை சரியில்லாத என் குழந்தையுடன் படுத்திருந்தேன். கர்ப்பமாகவும் இருந்தேன். போலீஸ்காரர்கள் என் குழந்தையை வெளியே போகச் சொல்லி கேட்டனர். குழந்தை உடம்பு சரியில்லை. வெளியே போகச் சொல்ல முடியாது என்றேன். போலீஸ்காரர் என் குழந்தையைத் தூக்கி பக்கத்து அறையில் போட்டுவிட்டு என்னை கற்பழிக்க முயன்றனர். நான் ஆறு மாதம் கர்ப்பமாக இருக்கிறேன். என்னை தொந்தரவு செய்யாதீர்கள் என்று கெஞ்சினேன். நான் சொல்வதை அவர்கள் கேட்கவேயில்லை. என்னைக் கீழே தள்ளி பலவந்தமாக கற்பழித்தனர். திரும்பத் திரும்ப கற்பழிக்கப்பட்டதால் நான் சுய நினைவிழந்து மயக்க மடைந்து விட்டேன். அன்று மதியம் 3 மணியளவில் என் அம்மா வீட்டிற்கு வந்து என்னைப் பார்த்துவிட்டு தண்ணீ கொடுத்தார். பின் எனக்கு நினைவு வந்தது.

கர்ப்பமாயிருந்த என் உடலை போலீஸ்காரர்கள் நாசம் பண்ணியதால் எனக்கு கருச்சிதைவு ஏற்பட்டது. இந்த சம்பவம் நடந்ததற்கு மூணு நாட்களுக்கு முன் என் கணவர் வங்கியிலிருந்து வந்துகொண்டிருக்கும்போது போலீசாரால் பிடித்துச் செல்லப்பட்டார் என சொன்னார்கள். இப்போது வரை அவர் திரும்பவில்லை. அவர் சிறையிலும் இல்லை. அவர் போலீசாரால் கொல்லப்பட்டு தூக்கி வீசப்பட்டிருப்பார். என் கரு கலைந்ததற்கு பின் சில போலீஸ் அடிக்கடி என் வீட்டிற்குள் வந்து முதல்

குழந்தையைக் காட்டச் சொல்லி என் குழந்தை அர்ஜுன் போல இருக்கிறானா என்று பார்ப்பார்கள். அர்ஜுன் யார் என்று எனக்குத் தெரியாது.

ஏழு வருடங்களுக்கு முன்பு எனக்கு இந்தக் கொடுமை நடந்தது. எந்த போலீஸ் என்னை கற்பழித்தார்கள் என்று எனக்கு தெரியாது. அந்த கொடுமையை கிராமத்தில் உள்ள யாரிடமும் நான் கூறவில்லை. பழங்குடி மக்கள் சங்கத்தைச் சேர்ந்த உறுப்பினர்களை தேடிக்கொண்டிருந்தேன். அவர்களை பவானியில் சந்தித்தேன். அவர்களிடம் எனக்கு நடந்த வன்கொடுமையை சத்தியப்பிரமாண வாக்குமூலமாகக் தெரிவித்தேன்.

குறுக்கு விசாரணையில், நான் கல்வியறிவு இல்லாதவள். என் பெயரை மட்டும் தமிழில் எழுதுவேன். போலீஸ்காரர்கள் என்னை கற்பழித்துப் போட்டதோடு உன் கணவரையும் ஏற்கனவே தூக்கிக்கொண்டு போய்விட்டோம் என்றார்கள்.

கருச்சிதைவு ஏற்பட்டதால் நாகராவில் உள்ள டாக்டர் வைத்தியம் பார்த்தார். பயத்தினால் என் கரு கலைந்ததற்கான காரணத்தைச் அவரிடம் சொல்லவில்லை என்றார் விசாரணையில்.

சிக்காஜவனன் மனைவி நாகி

"வலி தாங்க முடியாமல் சிறுநீர் கழித்து விட்டேன். அதன்பின் என்னை போலீசார்கள் திரும்பத் திரும்ப கற்பழித்தனர். பதினைந்து நாட்கள் அங்கு வைக்கப்பட்டு சித்ரவதை செய்தார்கள். போலீஸ்காரர்கள் என் தங்கையையும் கற்பழித்துப் போட்டார்கள்."

(ஈரோடு மாவட்டம் தாளவாடி தாலுகா கல்மண்டிபுரத்தைச் சேர்ந்தவர்)

கணவர் மற்றும் ஐந்து குழந்தைகளுடன் வாழ்ந்து வந்தேன். எனக்கு ஆறு குழந்தைகள் உள்ளனர். நாலு வருடங்களுக்கு என் கணவரை கைது செய்து தெரியாத ஒருஇடத்திற்கு அழைத்துச் சென்றனர் போலீஸ் காரர்கள். அவர் கைது செய்யப்பட்டு ஆறு மாதங்களுக்கு அப்புறம் ரெண்டு ஜீப்பில் என் வீட்டிற்கு வந்து

போலீசார் என்னை அவர்களுடன் வரும்படி அழைத்தனர். போக மறுத்தேன். வந்தால் என் கணவரை என்னுடன் திருப்பி அனுப்புவதாக உறுதியளித்தனர். என் தங்கை மற்றும் ஒரு குழந்தையுடன் நான் சென்றேன். எங்களை எம்.எம்.குன்று அழைத்துச் சென்றனர். எற்கெனவே அங்கு சங்கர் பிதாரி இருந்தார். முகாமை அடைந்ததும் என் கண்களை மூடிவிட்டு என் கை கால்களை கட்டினர்.

உணவுப் பொருட்களை வீரப்பனுக்குக் கொடுத்தேனா என்று சங்கர் பிதாரி என்னிடம் கேட்டார். நான் அதை மறுத்தேன். சங்கர்பிதாரி என்னைக் கெட்டவார்த்தைகளால் திட்டினார். நான் தொடர்ந்து மறுத்ததால் என் காதுமடல் அடிப்பகுதி, மார்பகம் மற்றும் உடலுறுப்பில் மின்சாரத்தை பாய்ச்சும்படி கீழ் அதிகாரிகளுக்கு உத்தரவிட்டார். வலி தாங்க முடியாமல் சிறுநீர் கழித்து விட்டேன். அதன்பின் என்னை போலீசார்கள் திரும்பத் திரும்ப கற்பழித்தனர். பதினைந்து நாட்கள் அங்கு வைக்கப்பட்டு சித்ரவதை செய்தார்கள். போலீஸ்காரர்கள் என் தங்கையையும் கற்பழித்துப் போட்டார்கள். பதினைந்து நாட்களுக்குப் பிறகு என் கிராமத்திற்கு அருகில் விட்டார்கள். ரெண்டு மாதங்களுக்கு அப்புறம் போலீஸ்காரர்கள் என் கணவரை கொண்டுவந்து என் வீட்டில் விட்டனர்.மின்சாரம் செலுத்தப் ப்பட்டதால் உடல் சுத்தமாக வலுவிழந்து விவசாய கூலி வேலை செய்ய முடியவில்லை. என் கணவரும் கொடூரமாக சித்ரவதை செய்யப்பட்டார். அவரது முன்னங்கை மோசமாக பெரும் காயமடைந்திருந்தது. அவராலும் எந்த வேலையும் செய்ய முடியவில்லை.

எனக்கு காவல்துறையினரால் ஏற்பட்ட சித்ரவதைகளைப் பற்றி என் கூட்டத்து உறுப்பினர்களைத் தவிர வேறு யாரிடமும் நான் கூறவில்லை என்று குறுக்கு விசாரணையில் கூறினார்.

சங்க உறுப்பினர்கள் எங்கள் கிராமத்திற்கு வந்தபோது போலீசார் காவலில் நடந்ததைக் கூறினோம். சங்கர் பிதாரி என்னைக் கற்பழித்து படு காயப்படுத்தினதை சொன்னேன் என்றார் மேல் விசாரணையில்

மஞ்சுளா

"ஒரு தங்கும் விடுதிக்கு கொண்டு சென்றார். என் கணவரை மிரட்டி வெளியே இருக்க உத்தரவிட்டார். அறைக்குள்ளே வந்த எஸ்.ஐ.மோகன்சிங் விளக்குகளை அணைத்துவிட்டு என்னை கற்பழித்தார். போலீஸார் தொடர்ச்சியாக என்னை கற்பழித்து உடலுறவு செய்ததால் என் கணவர் என்னை விட்டுவிட்டு வேறொரு பெண்ணை"

(ஈரோடு மாவட்டம் குன்ட்ரியைச் சேர்ந்த 21 வயதான கட்டிடத் தொழிலாளி)

13ஆம் வயதில் எனக்கு திருமணம் ஆகியது. திருமணத்திற்குப் பின் என் பெற்றோர்களை காணவில்லை. கிராமத்தில் இருந்து போய்விட்டனர். போலீசார் வீரப்பன் நடவடிக்கைபற்றி எங்கள் கிராமத்தில் விசாரணை செய்து கொண்டிருந்தார்கள். என்னுடைய பெற்றோர்கள் தேவன்மலையில் இருந்தனர். குன்ட்ரி கிராமத்தைச் சேர்ந்தவர் என் கணவர். ஆறு வருடம் முன்பாக கிராமத்திற்கு வந்த கர்நாடகா போலீஸ் என் பெற்றோர் பற்றி விசாரித்தனர். எனக்குத் தெரியாது, திருமணத்திற்குப் பிறகு கிராமத்தைவிட்டு இங்கே வந்து விட்டேன் என்றேன்.

போலீசார் குன்ட்ரி கிராமத்திற்கு என்னை போகச் சொன்னார்கள். நான் என் கணவன் வீட்டிற்கு போனேன். மூணு நாளுக்குப் பின்னர் தமிழ்நாடு போலீசைச் சேர்ந்த பழனிச்சாமி என்ற எஸ்.ஐ. குன்ட்ரியில் உள்ள என் வீட்டிற்கு வந்து உன் பெற்றோர் எங்கே என்று கேட்டார். நான் கர்நாடகா போலீசிடம் பெற்றோர் பற்றி சொன்னேதையே இவரிடம் சொன்னேன்.

உன்னை உதைத்துவிடுவேன் என்று மிரட்டி விட்டு எஸ்.ஐ. அப்போது சென்றுவிட்டார். நாலு நாட்களுக்கு அப்புறம் எஸ்.ஐ.பழனிச்சாமி போலீசாருடன் வந்து கோயிலூர் முகாமிற்கு கொண்டு சென்றார். அந்த காவல் முகாமில் மதுரை போலீசார் என்னை விசாரித்தனர். அப்போது மேட்டூரில் இருந்து தொலைபேசியில் பேசிய எஸ்.ஐ. பழனிச்சாமி என் பெற்றோர்கள் தேடப்பட்டு வருவதாகக் கூறினார். என் பெற்றோரைக் கண்டுபிடிக்க முடியாததால் என்னைப் காவலில் வைக்குமாறு அவர்களிடம் கூறினார். எஸ்.ஐ. பழனிச்சாமி கோயிலூர் வந்து

என்னை கூட்டிக் கொண்டு என் பெற்றோரைத் தேடி ஒவ்வொரு இடமாக சென்று பின்னர் என்னை கோயமுத்தூரில் உள்ள கரும்புத் தோட்டத்திற்கு அழைத்துச் சென்றார். தோட்டத்தில் வேலை பார்ப்பவர்களில் என் பெற்றோரைப் பார்த்து அவரிடம் சொல்லும்படி கேட்டார். என் பெற்றோர்கள் இங்கில்லை என்று கூறினேன். உடனே அவர் என்னை கீழே தரையில் தள்ளி கடுமையாகத் தாக்கினார். பின்னர் என்னை கற்பழித்து விட்டார்.

அங்கிருந்து நான் மேட்டூரில் இருந்த மதுரை போலீசிடம் கொண்டு செல்லப்பட்டு அங்கிருந்து எஸ்.பி. மோகன் சிங் என்ற போலீசால் விசாரணைக்காக கொண்டு செல்லப்பட்டேன். அவரிடமும் என் பெற்றோர்கள் எங்கிருக்கிறார்கள் என்பது எனக்குத் தெரியாது என்று சொன்னேன். அப்படியும் மோகன்சிங் மதுரை போலீஸ் கட்டுப்பாட்டில் என்னை விட்டுவிட்டார். மாலை என் கணவருடன் திரும்பி வந்தார். மோகன்சிங் எங்களை ஒரு தங்கும் விடுதிக்கு கொண்டு சென்றார். என் கணவரை மிரட்டி வெளியே இருக்க உத்தரவிட்டார். அறைக்குள்ளே வந்த எஸ்.ஐ.மோகன்சிங் விளக்குகளை அணைத்துவிட்டு என்னை கற்பழித்தார். மறுநாள் காலை என்னையும் என் கணவரையும் போலீஸ் வண்டியில் குன்ட்ரி அனுப்பினார். போலீஸார் தொடர்ச்சியாக என்னை கற்பழித்து உடலுறவு செய்ததால் என் கணவர் என்னை விட்டுவிட்டு வேறொரு பெண்ணை திருமணம் செய்து கொண்டார். கணவர் என்னை விட்டு சென்ற பின்னர் என் இரண்டாவது திருமணத்தை எஸ்.ஐ.பழனிச்சாமியே ராஜேந்திரன் என்பவருடன் நடத்தி வைத்தார். போலீசாரால் எனக்கு நடந்த அசிங்கத்தால் இவரும் என் மீது கருத்து வேறுபாட்டுடன் இருக்கிறார்.

குப்புசாமி

"இறப்பதற்கு முன் இரத்த வாந்தி எடுத்தார். சி.ஐ.டி. போலீஸ் என் வீட்டிற்கு வந்து ரூ5000 பணம் கட்ட வேண்டும், பணம் கட்டாவிட்டால் விபரீதமான முடிவுகளை சந்திக்க நேரிடும் என்று மிரட்டினார். மிரட்டலில் பயந்து எங்கள் கால்நடைகளை விற்று ரூ.3000 கொடுத்தோம். அவர் காவலில் வைக்கப்பட்டு விடுதலையான ஐந்தாவது நாள் இறந்ததையோ...''

(ஈரோடு மாவட்டம் சத்யமங்கலம் தாலுகா பெரியசாலை கிராமத்தைச் சேர்ந்த 32வயது விவசாயி)

எனது தம்பி சுப்ரமணி. மறைந்த சடையப்பன் மகன்கள் நாங்கள். ஐந்து வருடம் முன் தந்தை இறந்தார். இறப்பிற்கு முன் எந்த நோயும் அவருக்கு இல்லை. என் தந்தை வைத்திருந்த பன்றியை பல வருடங்களுக்கு முன் வீரப்பன் கொடுத்திருக்கலாம் என்று அவர் இறப்பதற்கு ஒரு மாதத்திற்கு முன் கர்நாடகா சி.ஐ.டி.யின் இரண்டு போலீசார் வந்து அழைத்துச் சென்றனர். முப்பது நாட்களுக்கு அவர் காவல்நிலையத்தில் வைக்கப்பட்டார். போலீஸ் பாதுகாப்பில் இருந்தபோது நாங்கள் யாரும் அவரை பார்க்க முடியவில்லை. அவர் திரும்பி வந்தபின் போலீசார் காவலில் இருக்கும் பொழுது நடந்தவற்றைக் கூறினார்.

எம்.எம்.ஹில்ஸ் பசவபுர முகாமுக்கு அவரை அழைத்துச் சென்ற போலீசார் முன்பு போலவே ஆறு மாதங்களுக்கு முன்னர் வீரப்பனிடம் என் தந்தை பன்றி வாங்கியிருக்கலாம், அதனால் வீரப்பன் இருப்பிடம் பற்றி அவரிடம் விசாரித்ததாக கூறினார். வீரப்பனைப் பற்றி தெரியாது என்று கூறியதற்கு லத்தியால் அவரை அடித்ததோடு உருளைத் தடியை வைத்து கால்களில் உருட்டியதாகவும் கூறினார். பின் பன்னாரி காவல் நிலையத்திற்கு மாற்றப்பட்டு அங்கும் போலீசார் வீரப்பனை பற்றி விசாரித்திருக்கின்றனர்.

வீரப்பன் இருப்பிடம் தெரியாது என்று சொன்னதால் மீண்டும் எம்.எம்.குன்று கொண்டு சென்று அவரது உடலில் மின்சாரத்தை பாய்ச்சி வீரப்பனுடன் தொடர்பு உள்ளதாக ஒப்புக் கொள்ள போலீஸ் கட்டாயப் படுத்தியதாக கூறினார். அவருக்கு மின்சாரம் பாய்ச்சப்பட்ட அந்த நாளைத் தவிர மீதமிருந்த 29 நாட்கள் அதிக தொந்தரவாயில்லை என்று எங்களிடம் கூறினார்.

என்தந்தை திரும்பி வந்து நான்கு நாட்களுக்குப் பின் அவர் உடல்நிலை மோசமான பாதிப்புக்குள்ளானது. அவரை குளிக்க வைத்தோம். அவர் பலவீனமாய் இருந்தார். மருத்துவமனை கொண்டு செல்ல நினைத்தோம். ஆனால், எங்கள் கிராமத்திலிருந்து 27 கி.மீ. தொலைவில் மருத்துவமனை இருந்தது. போக்குவரத்து வசதி இல்லாததால் அவரை மறுநாள் மருத்துவமனைக்குக் கொண்டு செல்ல இருந்தோம். ஆனால், மறுநாள் காலை 4 மணிக்கு அவர் உயிரிழந்தார். இறப்பதற்கு முன்

இரத்த வாந்தி எடுத்தார் அவர்.

என் தந்தை போலீஸ் காவலில் இருந்தபோது, சி.ஐ.டி. போலீஸ் என் வீட்டிற்கு வந்து ரூ5000 பணம் கட்ட வேண்டும், பணம் கட்டாவிட்டால் விபரீதமான முடிவுகளை சந்திக்க நேரிடும் என்று மிரட்டினார். மிரட்டலில் பயந்து எங்கள் கால்நடைகளை விற்று ரூ.3000 கொடுத்தோம். அவர் காவலில் வைக்கப்பட்டு விடுதலையான ஐந்தாவது நாள் இறந்ததையோ நான் யாரிடமும் எழுத்து வடிவில் தெரிவிக்கவில்லை.

சி.ஐ.டி.அதிகாரிகள் பெயர் எனக்கு தெரியாது. கன்னடம் பேசினர். எனக்கு அவர்களை அடையாளம் தெரியாது. நான் பணத்தை அவர்களிடம் இரவில் கொடுத்தேன். மின்சாரம் செலுத்தி அவரை சித்ரவதை செய்த போலீஸ் அதிகாரிகளின் பெயர்களை அப்பா எங்களிடம் சொல்லவில்லை என்றார் குப்புசாமி.

கெம்பம்மா

"போலீசார் லத்தியால் அடித்ததால் வயிற்றுக்குள் இரத்தக்கசிவு ஏற்பட்டு அதனால்தான் அவர் இறந்தார்."

(அல்லபுரம் தொட்டி, தாளவாடி தாலுகா ஈரோடு மாவட்டத்தை சேர்ந்த 25-வயது கூலிவேலை செய்பவர் அளித்த சாட்சியம்)

போலீசார் அவரை சித்ரவதை செய்ததால் என் அப்பா மாடையார் ஒரு வருடத்திற்கு முன் இறந்தார். மூன்று வருடங்களுக்குமுன் என் தந்தையை ஒரு ஏட்டுவும் சில போலீசாரும் கசனூர் முகாமுக்கு கொண்டு சென்றனர். அங்கே பத்து மாதங்களுக்கு போலீஸ் காவலில் வைத்திருந்தனர். விடுதலை செய்யப்பட்ட பின் ஒரு வருடத்திற்கு உயிரோடு இருந்தார். போலீசார் லத்தியால் அடித்ததால் வயிற்றுக்குள் இரத்தக்கசிவு ஏற்பட்டு அதனால்தான் அவர் இறந்தார். கோயம்புத்தூரில் உள்ள மருத்துவர் இதைக் குணப்படுத்த முடியாது என்று கூறியதாக அப்பா கூறினார். தாளவாடியில் ஒரு மருத்துவமனை உள்ளது. அது பதினைந்து கிலோமீட்டர் தூரம். அவரை மருத்துவமனைக்கு

செல்லச் சொன்னேன். நான் வயக்காட்டு வேலைகளில் இருந்ததால் அவர் மருத்துவமனைக்குப் போனாரா என்று எனக்கு தெரியாது. உடல்நிலை சரியில்லாததால் அவர் எந்த வேலையும் செய்யவில்லை. என் அப்பா மலம் கழிக்கும் போது இரத்தக்கசிவாகும். அவருக்கு உள்ளூர ரத்தக்கசிவு இருக்கும் என்பதோடு வெளிக்காயங்களின் வழியாகவும் அவருக்கு இரத்தக்கசிவு ஏற்படும். நான் அழுவேன் என்பதால் காவல் நிலையத்தில் நடந்தவற்றை என் தந்தை என்னிடம் கூறிவில்லை என்றார் கெம்பம்மா.

ஐவரய்யா மனைவி மாரம்மாள்.

"அவர் மலம் கழிக்கும்போது இரத்தமும் கலந்து வரும்.''

(முப்பது வயதான இவர் ஈரோடு மாவட்டம் தாளவாடி தாலுகா கல்மண்டிபுரா தோப்பை சேர்ந்தவர்)

ஒரு வருடத்திற்கு முன்பு என்னையும் என் இரு குழந்தைகளையும் விட்டுவிட்டு என் கணவர் ஜவரய்யா இறந்துவிட்டார். அவர் நான்கு வருடத்திற்கு முன்பு கர்நாடக போலீசாரால் கொண்டு செல்லப்பட்டு ஒரு மாதம் ஹாசனூர் முகாமில் சித்ரவதை செய்யப்பட்டார். அவர் விடுவிக்கப்பட்ட ஒரு மாதம் சாதாரணமாகத்தான் இருந்தார். பின்னர் அவருக்கு உடல் நிலை பாதிக்கப்பட்டது. இரண்டு வருடமாக தொடர்ச்சியாக உடம்பு சரியில்லாமல் இருந்தார். அவர் மலம் கழிக்கும்போது இரத்தமும் கலந்து வரும். ஒரு வருடத்திற்கு முன்பு அவர் இறந்துவிட்டார். எங்க கிராமத்திலிருந்து கர்நாடக போலீசால் அவர் தூக்கிச் செல்லப்பட்டபோது அவருடன் எங்கள் கிராமத்தைச் சேர்ந்த மேலும் மூன்றுபேரும் தூக்கிச் செல்லப்பட்டார்கள். பின் அவர்கள் காவல் விடுவிக்கப்பட்டனர்.

என் கணவரை விசாரிக்கும்போது நான் அருகில் இருந்தேன். வீரப்பனுக்கு உணவுப் பொருட்களை அளித்து வந்ததாக சந்தேகித்து என்னை போலீசார் இங்கு தூக்கி வந்துவிட்டனர் என்றார். போலீசார் கருணையே இல்லாமல் அடித்தார்கள் என்று என் கணவர் கூறினார். போலீஸ்காரர்கள் அவரைக் கீழே தள்ளி தரையில் படுக்க வைத்து அடித்துள்ளனர். அவருக்கு உடல் முழுக்க

காயங்கள் ஏற்பட்டது. என் கணவரை தாளவாடியில் உள்ள டாக்டரிடம் கொண்டு சென்று காண்பித்தேன். தாளவாடியில் உள்ள டாக்டர் என் கணவருக்கு என்ன நோய் என்றும் நோய்க்கான காரணத்தையும் சொல்லவில்லை. வெளிநோயாளிக்கான எந்த சீட்டும் எனக்கு வழங்கப் படவில்லை. அது அரசு மருத்துவமனை.

நாகராஜ் மனைவி மாரம்மா
"என் கணவரது தோளிலும், இடுப்பிலும் புண்கள் ஏற்பட்டு எப்பொழுதும் சீழ் வைத்து சலம் வந்து கொண்டே இருந்தது. என் கணவரை எஸ்.ஐ.மோகன் நிவாஸ்"
(அழபுரா டொட்டி தாளவாடி தாலுக்கா, ஈரோடு மாவட்டத்தைச் சேர்ந்த கூலி வேலை செய்பவர்)

என்னையும் இரண்டு பெண் குழந்தைகளையும் விட்டுவிட்டு கடந்த ஒன்றரை வருடத்திற்கு முன் என் கணவர் நாகராஜ் இறந்து விட்டார். இறக்கும் போது வயது 36தான். எந்த நோயாலும் பாதிக்கப்படவில்லை. நாலு வருடத்திற்கு முன் போலீசார் அடித்து துன்பறுத்தியதால்தான் பின்னர் அவர் இறந்துவிட்டார். நாலு வருடத்திற்கு முன் ஒருநாள் இரவு எட்டு மணிக்கு எஸ்.ஐ.மோகன் நிவாஸ் இரண்டு போலீசுடன் என் வீட்டிற்குள் வந்து என் கணவரை ஹாசனூர் முகாமிற்கு தூக்கிச் சென்றார். நான் மறுநாள் காலை ஹாசனூர் முகாம் சென்றேன். என்கணவர் இங்கு இல்லை என்று சொன்னார். எனக்கு உதவி செய்யவோ ஆலோசனை சொல்லவோ ஆள் இல்லை. என் வீட்டிற்கு திரும்பி வந்து என் கணவர் எப்போது வருவார் என்று எதிர்பார்த்து நான் காத்திருந்தேன்.

அவர் இரத்தம் வடிந்த உடம்போடும் நிறைய காயத்தோடும் வீட்டிற்கு வந்தார். போலீஸ்காரர்கள் அடித்து துன்புறுத்தியதால் உடல் முழுவதும் காயம் ஏற்பட்டது என்றார். என் கணவரின் சட்டை முழுவதும் இரத்தமாய் வடிந்திருந்தது. அவரை தாளவாடி மருத்துவமனை அழைத்துச் சென்று சிகிச்சை அளிக்க வைத்தேன். அவரை தொடர்ந்து இரண்டரை வருடமாக காவல்துறையினர் அடித்ததால் உடம்புக்குள் மோசமாகப் பாதிக்கப்பட்டு ஒன்றரை

வருசம் முன் இறந்து விட்டார்.

என் கணவர் வீரப்பனுக்கு உணவுப் பொருள் அளித்திருக்கலாம் என்ற சந்தேகத்திலே போலீஸ்காரர்கள் இழுத்துச் சென்றனர். திருப்பி அனுப்பி விடுவோம் என்றார்கள். அவர் வீரப்பனுக்கு எந்த உணவுப் பொருளும் வழங்கவில்லை. இதே காரணத்துக்காக எங்கள் கிராமத்திலும் வெவ்வேறு கிராமத்திலும் உள்ளவர்களை போலீஸ்காரர்கள் தூக்கி கொண்டு சென்றனர். என் கிராம பஞ்சாயத்து தலைவரிடம் நான் கூறினேன். என் கணவரை மீட்கவோ காப்பாற்றவோ என்னால் இயலாது. அவர்கள் எந்த உதவியும் செய்ய மாட்டார்கள் என்று தலைவர் கூறினார். என் கணவரை போலீஸ் இழுத்துச் செல்லும் போது நல்ல பலசாலியாக ஆரோக்கியத்துடன் இருந்தார். ஆனால், போலீசிடமிருந்து என் கணவர் திரும்பி வரும்போது உடம்பு முழுக்க இரத்த காயத்தோடு வந்து இறுதியில் அவர் இறந்தே போய்விட்டார்.

என் கணவர் டாக்டரிடம் எப்படி காயம் ஏற்பட்டது என்ற விபரத்தையும், காரணத்தையும் யார் காயப்படுத்தினார்கள் என்றும் கூறினார். என் கணவரது தோளிலும், இடுப்பிலும் புண்கள் ஏற்பட்டு எப்பொழுதும் சீழ் வைத்து சலம் வந்து கொண்டே இருந்தது. என் கணவரை எஸ்.ஐ.மோகன் நிவாஸ் கடுமையாக அடித்து துன்புறுத்தியதாக கூறினார்.

சிவண்ணா மனைவி மகாதேவி

"உள்காயங்களால் அவரது மூக்கு, வாய் வழியாக இரத்தம் கசிந்து ஒழுகியது. வயிற்று வலி கடுமையாக இருந்ததால்"

(ஈரோடு மாவட்டம் தாளவாடி தாலுகா, லொட்டாபுரத்தைச் சேர்ந்த கூலித் தொழிலாளி)

நான்கு வருடங்களுக்கு முன் என் நாலு குழந்தைகளையும் என்னையும் விட்டுவிட்டு என் கணவர் இறந்துவிட்டார். அவர் இறப்பதற்கு ரெண்டு மாதங்களுக்கு முன் தாளமலை எஸ்.டி.எப். முகாமில் வேலை செய்யும் போலீஸ் பாஸ்கர் என் கணவரை தாளமலை முகாமிற்குக் கொண்டு சென்றார். இரண்டு

நாட்களுக்குப்பிறகு என் கணவரின் தம்பி அந்த முகாமுக்கு சென்று என் கணவரைத் திருப்பி அழைத்து வந்தார். அங்கு லத்தியால் என் கணவரை பலமாக அடித்துள்ளனர். பூட்ஸால் அவரை உதைத்ததாக கூறினார். வீட்டிற்கு திரும்பி வந்த பிறகு உள்காயங்களால் அவரது மூக்கு, வாய் வழியாக இரத்தம் கசிந்து ஒழுகியது. வயிற்று வலி கடுமையாக இருந்ததால் என் கணவர் தம்பி அவரை மைசூர் மருத்துவமனைக்கு கூட்டிச் சென்றார். அறுவை சிகிச்சை செய்யப்பட்டது. வீட்டுக்கு கொண்டு வரப்பட்டு ஒன்றரை மாதங்களுக்குள் அவர் இறந்து விட்டார். தாளமலை அதிரடிப்படை முகாமில் போலீஸ் பாஸ்கரும் அவருடனிருப்பவர்களு என் கணவரை சித்ரவதை செய்ததால்தான் அவர் இறந்துவிட்டார்.

மைசூர் கே.ஆர். மருத்துவமனையில் வேலை செய்யும் கே.ஜி என்னும் டாக்டர் தனது அண்ணன் சிவண்ணாவுக்கு அறுவை சிகிச்சை செய்ததாக சாஸ்திரி மகாதேவா கூறினார். சிவண்ணா கே.ஆர் மருத்துவமனையில் ஒன்றரை மாதம் உள்நோயாளியாக இருந்தார். நலம் பெற்றபின் மருத்துவமனையிலிருந்து திரும்பினார். ஆனால் அடுத்த அவர் பதினைந்து நாட்களில் இறந்துவிட்டார். மருத்துவமனையிலிருந்து மருத்துவ சான்றைப் பெற்றேன் நான். காலப்போக்கில் அது தொலைந்துவிட்டது. கே.ஆர் மருத்துவமனையிலிருந்து மருத்துவ சான்றை திரும்பவும் என்னால் பெற முடியும்.

என் கணவர் காவல்துறையினின் கொடுமையால் இறந்தார் என்று விசாரணை குழுவிடம் கூறுவதற்கு முன் யாரிடமும் கூறவில்லை. என் கணவரின் தம்பிதான் இந்த விசாரணை பற்றி என்னிடம் கூறி என்னை இங்கு சாட்சியமளிக்க அழைத்து வந்தார். என் கணவர் போலீசாரின் கொடுமையால் இறக்கவில்லை, வியாதியால்தான் இறந்தார் என்பது உண்மையல்ல. ஐ.ஜி.பி.வி.பாலச்சந்திரன் கூறுவதுபோல் நஷ்ட ஈடு பெறுவதற்காகவே என் கணவரின் தம்பி இங்கு என்னை அழைத்து வந்தார் என்று கூறுவதும் பொய் என்றார் மகாதேவி.

மாறன் மகன் நாகேஷ்

"என் தந்தையை கொண்டு சென்று விசாரணை செய்தபோது என் குடும்பத்தை சேர்ந்த யாரும் அங்கு போக முடியவில்லை"

(ஈரோடு மாவட்டம், சத்தியமங்கலம் தாலுகாவின் குழியாடா கிராமத்தைச் சேர்ந்த இவர் விவசாயக் கூலி)

ஐந்து வருடங்களுக்கு முன்பு ஒரு நாள் இரவு 8 மணிக்கு ஹாசனூர் காவல் நிலையத்தின் போலீசார் வந்து எங்கள் கிராமத்தில் நான்கு பேரை இழுத்துச் சென்றனர். அதில் எனது தந்தையும் ஒருவர். ஊராட்சிக் கூட்டம் கூட்ட அழைத்துச் செல்லப்படுகிறார்கள் என்று போலீசார் கூறினார்கள். போலீஸ் ஸ்டேஷன் சென்ற பின் என் தந்தை மாறனை மட்டும் வைத்துக் கொண்டு மற்ற மூவரையும் அனுப்பி விட்டனர். என் தந்தைதான் கிராம பஞ்சாயத்துக்கு முக்கியமானவர். ரெண்டு நாட்களுக்கு பிறகு எஸ்.ஐ.மோகன் என் கிராமத்துக்கு வந்து உன் தந்தை எங்களிடம் இருந்து தப்பித்து விட்டார் அவர் சட்டத்திற்கு புறம்பாக தலைமறைவாகி விட்டார். அவர் தப்பித்து போகாமல் இருந்தால் இந்நேரம் அவரை நாங்கள் வீட்டிற்கு அனுப்பியிருப்போம் என்றார்.

என் தந்தையை கொண்டு சென்று விசாரணை செய்தபோது என் குடும்பத்தை சேர்ந்த யாரும் அங்கு போக முடியவில்லை. பின்னர் நாங்கள் குடும்பத்துடன் கிராமத்தை விட்டு வெளியேறி சத்தியமங்கலம் தாலுகாவிற்கு உட்பட்ட ராம்பலூர் கிராமத்துக்கு சென்றோம். அப்போதிருந்து எங்கள் தந்தை எங்கு இருக்கிறார் என எங்களுக்கு தெரியாது. ஆறு மாதத்திற்கு பிறகு ஒரு நபர் என்னை சந்தித்து, நீ ஒத்துழைப்பு கொடுத்தால் உன் தந்தையை நான் தேடி கண்டுபிடிக்கிறேன் என்றார். அவர் சொன்னதை நான் ஏற்றுக்கொள்ளவில்லை. போலீசாரிடம் என் தந்தை உங்களிடமிருந்து தப்பிச் செல்லும்போது நீங்கள் என்ன செய்து கொண்டிருந்தீர்கள் என்று கேட்கவில்லை. ஏனென்றால் எனக்கு போலீசார் மீது பயமாக இருந்தது.

சன்னா நாம்ஜா மகன் சிவன்னா

"கையளவில் உள்ள மின்சாரத்தை உற்பத்தி செய்யும் இயந்திரத்தின் மூலம்''

(குங்குலுபேட் தாலுகா அகடஹல்லவைச் சேர்ந்த விவசாயி)

என் தந்தை திரு. சன்னா நாம்ஜா எங்கே இருக்கிறார் என்பது எனக்கு கடந்த நான்கு வருடமாக தெரியாது. நாலு வருடத்துக்கு முன்பாக போலீஸ் அதிகாரி சங்கர் பிதாரி பத்து போலீசாருடன் காவலர்களுடன் எங்க கிராமத்துக்கு வந்து என்னையும் என் தந்தையையும் தூக்கிச் சென்றார். முதலில் திம்பம் முகாமுக்கு கொண்டு சென்றார். பின்னர் எம்.எம்.குன்று முகாமுக்கு கொண்டு செல்லப்பட்டோம். அங்கே போலீஸ் சங்கர் பிதாரி எங்கள் சங்கத்துக்கும் வீரப்பனுக்கும் என்ன தொடர்பு, வீரப்பனுக்கும் அவரது கூட்டாளிகளுக்கும் எவ்வளவு உணவுப் பொருட்கள் அளித்தீர்கள் என்றார்.

எந்த உணவுப் பொருளும் நாங்கள் அளிக்கவில்லை. வீரப்பன் யார் என்பது கூட எங்களுக்கு தெரியாது என்றோம்.

பத்திரிக்கைளில் வந்த வீரப்பன் போட்டோ தொகுப்பை எங்களிடம் காட்டியவர், வீரப்பனை எந்த இடத்தில் பார்த்தீர்கள் என்றார்.

எங்களுக்கும் வீரப்பனுக்கும் எந்த தொடர்பும் இல்லை என்றோம்.

ஆனால், அதற்கு பிறகு எங்கள் உடலில் மின்சார வயர்கள் கொண்ட பல கிளிப்புகளை உடலின் பல பகுதியிலும் இணைக்கப்பட்டு எங்கள் மீது மின்சாரம் செலுத்தி நாங்கள் சித்ரவதை செய்யப்பட்டோம். அவர்களிடம் ''எங்களுக்கு வீரப்பனை பற்றி எதுவும் தெரியாது என்று சொன்னோம். அதன் பின்னர் நாங்கள் பதினைந்து நாட்கள் எம்.எம்.ஹில்ஸ் முகாமில் வைக்கப் பட்டோம். அங்கே தொடர்ந்து பதினான்கு நாட்கள் கையளவில் உள்ள மின்சாரத்தை உற்பத்தி செய்யும் இயந்திரத்தின் மூலம் உடல் எங்கும் மின்சாரம் செலுத்தப்பட்டு பயங்கரமான சித்ரவதைக்கு உள்ளாக்கப்பட்டோம்.

அடுத்தநாள் சங்கர்பிதாரி என்னிடம் வந்து, ரத்தனா என்ற பெண்ணை கல்யாணம் செய்து கொள். மறுத்தால் உன்னை சுட்டுக்

கொன்று விடுவேன் என்றார்.

நான் கொல்லப்பட்டு விடுவேனோ என்ற பயத்தில் ஒத்துக்கொண்டேன். இதுவரை யார் என்று தெரியாத ஒரு பெண்ணுடன் என் கல்யாணத்தை நடத்தினார். போலீசாரால் மிகக் கடுமையாக நான் அடிக்கப்பட்டதால் என் உடல் பலவீனம் அடைந்து விட்டது. என்னால் முன்போல் வேலை செய்ய முடிவதில்லை.

எம்.எம்.ஹில்ஸ் கொண்டு வரப்பட்டு மூன்று நாட்கள் கழித்து, ஷங்கர் பிதாரி என்னை அழைத்து போலீஸ் சித்ரவதையிலிருந்து தப்பிக்க வேண்டும் என்றால் நீ உன் தந்தையை செருப்பால் அடிக்க வேண்டும், மறுத்தால் மீண்டும் மின்சாரம் செலுத்தப்படும் என்று அவர் கூறியதால் என் உயிரைக் காப்பாற்றிக் கொள்வதற்காக என் தந்தையை நான் செருப்பால் அடித்தேன்.

திருமணத்திற்குப் பிறகு என் மனைவியுடன் வீட்டிற்குச் செல்ல என்னை அனுமதித்தார்கள். அப்பாவை எனக்கு முன்பே எங்கள் கிராமத்திற்கு அனுப்பி விட்டதாக கூறினார்கள். எங்களை வீட்டில் இறக்கி விட்டார்கள்.என் தந்தை வீட்டில் இல்லை. இன்னும் அவர் எங்கு இருக்கிறார் என்று எனக்கு தெரியாது. ஒரு சட்டமன்ற உறுப்பினரிடம் இதைக் கூறினேன். அவர் எனக்கு உதவ மறுத்துவிட்டார். என் தந்தையார் உயிருடன் இருக்கிறாரா இல்லையா என எனக்கு தெரியாது. அவர் காணாமல் போனாரோ, கொல்லப்பட்டு இறந்தாரோ அதற்கு காரணம் நபஎ போலீஸ்தான்.

அக்கடஹல்ல குண்டுலுபேடில் இருந்து ஹிம்மாவாத் கோபால்சாமி மலைக்கு செல்லும் வழியில் 15வது கிலோமீட்டர் தூரத்தில் என் கிராமம் உள்ளது. நாங்கள் விவசாய குடும்பம். இரண்டரை ஏக்கர் விவசாய நிலம் உள்ளது. என்னை கைது செய்வதற்கு முன்வரை போலீஸ் சங்கர் பிதாரியை நான் பார்த்ததில்லை. என் கல்யாணத்தின் போதுதான் இவர் சங்கர்பிதாரி என அடையாளம் காட்டப்பட்டேன். என்னுடைய கண்கள் கொள்லேகால் அருகே சென்றபோது கட்டப்பட்டது. என் கிராமத்திற்கும் எம்.எம்.மலைக்கும் இடையே உள்ள தூரத்தை சொல்லத் தெரியவில்லை. திம்பம்போகும் போது என் கண்கள் கட்டப்படவில்லை. எங்கள் கிராமத்தில் இருந்து எம்.எம்.மலைக் குச் போக திம்பம் செல்ல தேவையில்லைதான். ஆனால் நான் பொய்யாக சாட்சி அளிக்கிறேன் என்பது உண்மையல்ல.

என் கண்களை கட்டியது யார் என்று என்று என்னால் சொல்ல இயலாது. என் கண்களை கட்டியது போலீஸ்காரர் என்பது எனக்கு தெரியும். மதியம் 2:00 மணி இருக்கும். போலீஸ் என் வீட்டுக்கு வந்து என்னை கைது செய்தனர். அவர்கள் சீருடையில் இருந்தனர். எம்.எம்.மலை போலீஸ்காரர்கள் என்னிடம் செருப்பை கொடுத்து என் தந்தையை செருப்பால் அடிக்கச் சொன்னர்கள். எம்.எம்.மலை முகாமில் ஒரு அறை உள்ளது. அது பெரிய கூடம். அந்த பெரிய அறையில் அங்கே ஐம்பதிலிருந்து அறுபது பேர் வரை இருந்தனர். கல்மண்டிபுராடொட்டி கிராமத்தை சேர்ந்த பேடா என்பவர் மட்டும் எனக்குத் தெரியும். அங்கே இருந்த போலீஸ் அதிகாரி யார் என்பது எனக்கு தெரியாது. நான் என் தந்தை மீது பாசமாக இருந்தேன். அவரும் அப்படித்தான் இருந்தார். தந்தை காணாமல் போனது எனக்கு வெளிப்படையாக தெரிந்தும் தாமதப்படுத்தியது என் அறியாமைதான். என் மனக்குறை பற்றி யாரிடம் மனுக் கொடுத்து தீர்ப்பது என எனக்கு தெரியவில்லை.

தமிழ்நாடு பழங்குடி மக்கள் சங்கம் மூலமாக நான் இந்த சபையில் என் தந்தை காணாமல் போனது குறித்து சாட்சியம் கொடுக்கிறேன். அதனால் என் தந்தை பற்றிய விபரம் எனக்கு தெரியலாம். நான் பழங்குடி சங்கத்தை தவிர வேறு யாரையும் சந்தித்து என் தந்தை குறித்து முறையிடவில்லை. அவர் வயது ஐம்பது. என் தந்தை பிறந்து வளர்ந்தது அக்கடஹலாவில். அம்மண்டிபுரடாடோட்டி என்ற பகுதி அக்கடஹல்லா பகுதியில் இருந்து 70 கிலோமீட்டர் தூரத்தில் உள்ளது, இது தாளவாடி அருகே உள்ளது. என் திருமணத்திற்கு முன்பு வரை நான் கலமண்டிபுராடோட்டிக்கு சென்றதில்லை என் திருமணத்திற்கு பிறகு ஒருமுறைதான் கல்மண்டிபுரடாடோட்டிக்கு சென்றேன். பேடா என்பவர் தந்தை வழி முறையில் என் மனைவிக்கு மாமா.

ரத்னா என்ற பெண்ணை கல்யாணம் செய்வதற்கு முன் கல்மண்டி புராடொட்டியில் உறவினர் எனக்கு இல்லை. சேகரய்யா, கும்பியின் மகள்தான் ரத்னா. இருவரும் உயிருடன்தான் இருக்கிறார்கள். என்னுடைய அத்தை கும்பி சிறையில் உள்ளார். மாமா சேகரய்யா பாலபடகாவில் உள்ளார். அவர் ஒரு விவசாயி. அவருக்கு சொந்தமாக விவசாய நிலம் உள்ளது. தன் மனைவி கும்பியை என் மனைவி சிறு குழந்தையாக இருக்கும் போது அவர் கைவிட்டுவிட்டார். பாலபடாகாவில் என் மனைவியின் தாயின்

சகோதரி ஒருவர் வசித்து வருகிறார். எனக்கு ஒரு வயது பெண் குழந்தை உள்ளது. எனக்கு குழந்தை பிறந்த பிறகும் கூட என் அப்பா பற்றி நான் எதுவும் கேள்விப் படவில்லை. எனக்கும் என் மனைவிக்கும் கல்யாணத்துக்கு முன்பு எந்த தொடர்போ உறவு முறையும் இல்லை. குண்டுலுபேட் தாலுகாவில் உள்ள அக்கடஹல கிராமத்திற்கு எந்த தேவைக்கும் தாளவாடியிலிருந்தோ அதன் அருகே உள்ள கிராமங்களில் இருந்தோ யாரும் வந்ததில்லை. எங்களுக்கும் எங்கள் கிராமத்தில் உள்ளவர்களுக்கும் எந்த பகையும் இல்லை. என் மீது எந்த புகாரும் இதுவரை காவல்நிலையத்தில் பதிவு செய்யப் படவில்லை. தாளவாடி அருகே உள்ள மற்றொரு கிராமமான போரிமட்டாடோட்டி கிராமத்தை சேர்ந்த பொம்மா நாங்கள் இருவரும் கைது செய்யப்படுவதற்கு முன்தினம் மாலை எங்க வீட்டிற்கு வந்து எங்கள் உறவு என்று தன்னை சொல்லிக் கொண்டார். அவர்தான் போலீசார் எங்களைப் பிடிப்பதற்கு காரணமாக இருந்திருப்பார் என்று நான் சந்தேகப்படுகிறேன். நான் என் தந்தையை தேடி என் உறவினர்களிடம் விசாரிக்கவில்லை. எனக்கு என் மனைவி, அவர் தாயின் சகோதரி மற்றும் பொம்மா ஆகியோரை தவிர யாரும் உறவினர் இல்லை. என் நிலம் நான்கு வருடமாக விவசாயம் உழவு செய்யப்படாமல் அப்படியே போடப்பட்டுள்ளது. நான் இப்போது பாலபடாகாவில் கூலி வேலை செய்கிறேன்.

பீமா மாடய்யா மனைவி மாடம்மா.

> **"என் மகனை அவர்கள் சுட்டுக் கொன்றதாக கூறிவிட்டு, என்னை எம்.எம்.ஹில்ஸ் முகாமுக்கு இழுத்துச்சென்று லத்தியால் அடித்தனர். என் கழுத்து, மார்பகம், காது மடல் அடிபாகம், மார்புக் காம்பு மட்டுமன்றி என் உடலின் மற்ற பாகங்களிலும் மூன்று நாட்களுக்கு மின்சாரம் செலுத்தினார்கள்"**

(இவர் பவானி தாலுகா. அந்தியூர் அருகில் உள்ள தேவாரபெட்டாவைச் சேர்ந்த கூலித்தொழிலாளி)

எங்களுக்கு மூன்று குழந்தைகள் இரண்டு ஆண், ஒரு பெண். மகளுக்குத் திருமணமாகிவிட்டது. ஒரு மகனுக்கு திருமணமாகி

விட்டது. என் மகன்கள் முருகன், மகாதேவா. முருகனுக்கு திருமணமாகிவிட்டது. முருகனுக்கு இரண்டு குழந்தைகள். அவனது மனைவி தொட்டதாயி. ஆறு வருடங்களுக்கு முன் கர்நாடக போலீஸ் எஸ்.ஐ.குருசிட்டப்பா என் வீட்டிலிருந்து என் மகனைக் கொண்டு சென்றார். ஐந்து அல்லது ஆறு மாதங்களுக்குபிறகு என்மகனை சுட்டுக் கொன்றதாகக் எஸ்.ஐ.குருசிட்டப்பா கூறினார்.

மகனைக் கைது செய்தபோது என் கணவரையும் கொண்டு சென்றனர். கணவர் மைசூர் சிறையில் இருக்கிறார். ஐந்து மாதங்களுக்கு பிறகு போலீசார் என் வீட்டிற்கு வந்து என் மகனை அவர்கள் சுட்டுக் கொன்றதாக கூறிவிட்டு, என்னை எம்.எம்.ஹில்ஸ் முகாமுக்கு இழுத்துச்சென்று லத்தியால் அடித்தனர். என் கழுத்து, மார்பகம், காது மடல் அடிபாகம், மார்புக் காம்பு மட்டுமன்றி என் உடலின் மற்ற பாகங்களிலும் மூன்று நாட்களுக்கு மின்சாரம் செலுத்தினார்கள். வேதனையால் துடித்துப் போனேன். மூன்று நாட்களுக்கு பிறகு என்னை விட்டனர். திரு.குணசேகரனுடன் தமிழ்நாடு ஆதிவாசிகள் சங்க உறுப்பினர்கள் கிராமத்திற்கு வந்து கொடுமைகள் நடக்காமலிருக்க உதவி செய்வதாகக் கூறினர். அவர்களுடன் பவானிக்குச் சென்றோம். காவல்துறையினர் செய்த சித்ரவதையைக் கூறினோம். ஒரு வருடத்திற்கு ஒரு முறை சிறையில் என் கணவரைப் பார்ப்பேன். 1993லிருந்து என் கணவர் சிறையில் இருக்கிறார். ஆறு மாதங்களுக்கு முன் சிறைக்குச் சென்றேன்.

தேவாரமலையில் என் கணவர் டீக்கடை வைத்திருந்தார். பலரும் எங்கள் கடைக்கு வருவர். இதனால் வீரப்பனுக்கு உணவுப் பொருட்கள் கொடுக்கிறோமா என்று போலீசார் எங்கள் டீக்கடைக்கு வந்து கேட்டனர். அதை மறுத்து வீரப்பன் யாரென்று தெரியாது என்றும் டீக்கடை நடத்துவதன் மூலம் கிடைக்கும் அல்ப சம்பாத்தியத்தில்தான் வாழ்வதாகக் கூறினோம். எங்கள் பதிலில் திருப்தியடையாத போலீசார் அன்று இரவே எங்கள் வீட்டுக்கு வந்து கணவரையும் முதல் மகனையும் சட்ட விரோதமாக கைது செய்து சென்றனர். கிராமத்தில் உள்ள சுமார் ஐநூறு பேரில் ஏழு, எட்டு பேர்களை கைது செய்துள்ளனர். போலீசார் கைது செய்த மற்றவர்களின் பெயர் எனக்குத் தெரியாது. சிக்கண்ணானின் மகன் பாசவன் என்பவரை தெரியும். என் மகன் முருகனை கைது செய்ய உதவும்படி பாசவா, கொண்டையா, போளப்பா ஆகியவர்களுக்கு ரூபாய் இருபத்து ஐந்தாயிரத்தை குருசித்தப்பா கொடுத்தார்.

குறுக்கு விசாரணையில்,

போலீசார் விசாரணையின் போது என பற்களை இழந்து விட்டதால் என்னால் தெளிவாக உச்சரிக்க முடியாது. விசாரணை என்றால் அடி மற்றும் சித்ரவதைதான். கண்மூடித்தனமாக காவல்துறையினர் அடித்ததால் என் பற்களை இழந்துவிட்டேன். என் கணவரின் பெயர் பீமா மாடய்யா. என் கணவரின் கிரிமினல் வழக்கு பதிவு செய்தபின் போலீசார் என் கணவரைக் கைது செய்தார்களா என எனக்குத் தெரியாது. கொலை மற்றும் கலவரத்தில் கலந்து கொண்டதற்காக என் கணவர் கைது செய்யப்பட்டாரா என்றும் எனக்குத் தெரியாது. நாங்கள் கைத்தடி மற்றும் வெடிகுண்டு தயார் செய்கிறோம் என்று போலீசார் சொல்வது உண்மையல்ல. என் வீட்டில் துப்பாக்கி இல்லை. குருசிட்டப்ப்பா எஸ்.ஐ.தான் என் மகனை சுட்டுக் கொன்றார். அதை அவரே என்னிடம் கூறினார்.

ஆதிவாசிகள் சங்கத்தை தவிர வேறு யாரிடமும்

நடந்தவைகளைக் கூறவில்லை. என் கணவர் கிரிமினல் வழக்கில் சம்பந்தப்படுத்தப்பட்டதால் நான் காவவர்களுக்கு எதிராக பொய் கூறுகிறேன் என்பது உண்மையல்ல. நாங்கள் ஆதரவற்ற பெண்கள் என்பதால் என் மகனின் பிணத்தைப் பெற முயற்சிக்கவில்லை. ஆதிவாசிகள் சங்க உறுப்பினர்களிடம் நடந்தவற்றைக் கூறும்போது எஸ்.ஐ.குருசிட்டப்பாதான் என் மகனையும் கணவரையும் கொண்டு சென்று என் மகனை சுட்டுக் கொன்றார் என்று உறுதியாக குறிப்பிட்டு கூறினேன். என் மருமகள் தொட்டதாயி எங்களை விட்டு அவளது பெற்றோருடன் எம்.எம்.மலையில் இருக்கிறாள். எங்கள் வீட்டில் குழந்தைகளை வைத்து பார்த்துக் கொள்ள முடியாததால் தொட்டதாயியை அவளது அப்பா வீட்டிற்கு அனுப்பிவிட்டேன். என் மகனை கொன்று விட்டதாக போலீஸ் எஸ்.ஐ.குருசிட்டப்பா கூறியபோது நான் யாரிடமும் புகார் செய்யவில்லை.

கிருஷ்ணபாண்டையா மனைவி கௌரி

"என் கணவரை கைது செய்ய மீண்டும் வருவோம் என மிரட்டிவிட்டுச் சென்றனர். என் கணவர் வீட்டுக்கு வரவேயில்லை. அவரைப்பற்றி இன்றுவரை தகவல் இல்லை. போலீசாரும் அதன்பிறகு என் வீட்டுக்கு விசாரிக்க வரவில்லை''

(தேவாரபெட்டாவைச் சேர்ந்த இவர் ஒரு விவசாயக் கூலித் தொழில் செய்பவர்)

அது 1903ஆம் வருடம். ஒருநாள் போலீஸ் இன்ஸ்பெக்டர் மோகன்சிங் போலீசாருடன் மாலை நாலு மணியளவில் என் வீட்டிற்கு வந்து நாங்கள் வீரப்பனுக்கு உணவுப்பொருட்கள் கொடுத்ததாக சொல்லி என் கணவரை வலுக்கட்டாயமாகக் கொண்டு சென்றனர். அப்போது வீட்டில் நான் என் கணவர் மாமியார் மற்றும் எனது மூன்று குழந்தைகள் இருந்தோம். இன்ஸ்பெக்டர் மோகன் சிங் என் வீட்டுக்கு வந்து வீரப்பனுக்கு உணவுப் பொருட்கள் கொடுத்தீர்களா? என்று கேட்டார். நாங்கள் மறுக்கவே போலீசார் எங்களை அடித்து என் கணவரை இழுத்துச் சென்றனர். பிறகு என் கணவரைப் பற்றி ஒன்றும் தெரியாது. இரண்டு ஏக்கர் வரை நிலம் எங்களிடம் உள்ளது.

என் கணவரை இழுத்துச் சென்ற ஒரு வாரத்திற்குப் பிறகு, மீண்டும் என் வீட்டிற்கு வந்த போலீசார் என் கணவர் அவர்கள் பாதுகாப்பில் இருந்து தப்பி விட்டதாகவும் வீட்டுக்கு திரும்பி வந்தாரா என்றும் கேட்டனர். என் கணவர் பற்றி எதுவும் தெரியாததால் என்னை மீண்டும் தாக்கினர். என் கணவரை கைது செய்ய மீண்டும் வருவோம் என மிரட்டிவிட்டுச் சென்றனர். என் கணவர் வீட்டுக்கு வரவேயில்லை. அவரைப்பற்றி இன்றுவரை தகவல் இல்லை. போலீசாரும் அதன்பிறகு என் வீட்டுக்கு விசாரிக்க வரவில்லை. என் உறவினர்களிடம் என் கணவர் அவர்கள் வீட்டிற்கு வந்தாரா என்று நான் விசாரிக்கவில்லை. போலீசார் மேல் உள்ள பயத்தினால் அவர்களிடம் நான் எதுவும் விசாரிக்கவில்லை. என் கணவர் இருப்பிடத்தை தெரிந்துகொள்ள எந்த முயற்சியும் எடுக்கவில்லை. என் கணவரை போலீசார் பலவந்தமாக இழுத்துச் செல்வதற்கு முன்னரே தமிழ்நாடு ஆதிவாசிகள் சங்கத்துடன் அவர் தொடர்பு வைத்திருந்தார். அதனால் நான் பவானிக்குச் சென்று சங்க உறுப்பினர்களிடம் நடந்தவைகளைக் கூறினேன். என் வாக்குமூலத்தை எழுதிக் கொண்டார்கள்.

போலீஸ் இன்ஸ்பெக்டர் பெயர் மோகன்சிங் என்பது அவர் கூறியதால் தெரியும். அனைவரையும் தாக்கிவிட்டு எங்கள் வீட்டிலிருந்து என் கணவரை மோகன்சிங் வலுக்கட்டாயமாக இழுத்துச் சென்றார். ஒரு வாரத்திற்குப் பிறகு போலீஸ் என் வீட்டிற்கு வந்து, என் கணவர் அவர்களிடமிருந்து தப்பி விட்டதாகவும் வீட்டிற்கு வந்தாரா என்றும் விசாரித்தார்கள். இன்ஸ்பெக்டர் மோகன்சிங் உட்பட எல்லா போலீசாரும்

ஆதிவாசிகள் உடை அணிந்திருந்தனர். என் கணவர் கைது செய்யப்பட்டு இரண்டு மாதங்களுக்குப் பின் நான் ஆதிவாசிகள் சங்கத்துக்கு சென்றேன். நாலு வருடங்களுக்கு முன் தமிழ்நாடு ஆதிவாசிகள் சங்கத்தில் ஏற்பாடு செய்திருந்த கூட்டத்தில் கலந்து கொண்டேன். இக்குழுவிடம் சாட்சியம் கூறுவதற்கு முன்பு ஆதிவாசிகள் சங்கத்திடம் எழுத்து வடிவிலான வாக்குமூலம் கொடுக்கும்போது கூறியவற்றை நான் கூறினேன். போலீசார் என் வீட்டுக்கு வந்து இரண்டு மாதங்களுக்குப் பிறகு என் கணவரை அவர்கள் தாமரக்கீரயில் கைது செய்தது எனக்குத் தெரியும் என்று சங்க உறுப்பினரிடம் நான் கூறவில்லை.

சுப்பன்னா மகன் அங்கப்பா

"என் மகன் போலீசாரால் அடித்து கொல்லப்பட்டான் என்று என்னிடம் சொன்னவர்களின் பெயரை சொல்ல இயலாது. என் மகனை போலீசார்தான் அடித்துக் கொன்றார்கள் என்று என் கிராமம் முழுவதுமே பேசுகிறார்கள்''

(தேவாராபெட்டாவைச் சேர்ந்த 45 வயது கொண்ட மர வேலை ஆசாரி)

எனக்கு ஐந்து ஆண் குழந்தைகளும் மூன்று பெண் குழந்தைகளும் உள்ளனர். என்னுடைய மூத்த மகன் சுப்ரமண்யா காணாமல் போய்விட்டான். எம்.எம்.ஹில்ஸில் உள்ள முகாமில் வைத்து சித்ரவதை செய்து போலீசார் என் மகனை கொலை செய்து விட்டார்கள் என்று ஊர் மக்கள் சொல்கிறார்கள். அவன் தேவாராபெட்டாவில் தையல்வேலை செய்து கொண்டிருந்தான். நான் பெஜலஹட்டியில் டீக்கடை வைத்திருந்தேன். வீரப்பனுக்கு மளிகைசாமான் அளித்து வந்தேன் என்று என் மீது குற்றம் சாட்டி 1993ல் தமிழ்நாடு போலீஸ் என்னை கைது செய்து மத்திய சிறையில் அடைக்கப்பட்டேன். சிறையில் இருந்த போது என் முத்த மகன் சுப்ரமணியாவையும் கர்நாடகா போலீஸ் இதே காரணத்திற்காக கைது செய்தனர். எம்.எம்.ஹில்ஸ் முகாமிற்கு போலீசாரால் கொண்டு செல்லப்பட்டு, அடித்துக் கொலை செய்யப்பட்டுள்ளான் என்பது எனக்கு தெரியவந்தது. அவன் திருமணமானவன் என்மருமகளையும் இரு குழந்தைகளையும்

நான்தான் கவனித்து வருகிறேன். என் மகன் போலீசாரால் அடித்து கொல்லப்பட்டான் என்று என்னிடம் சொன்னவர்களின் பெயரை சொல்ல இயலாது. என் மகனை போலீசார்தான் அடித்துக் கொன்றார்கள் என்று என் கிராமம் முழுவதுமே பேசுகிறார்கள். ஏழு வருடத்திற்கு முன்னர் என் மகன் இறந்ததாக கூறுகின்றனர்.

நான் சிறையில் இருந்தபோது என் மகன்களோ மருமகள்களோ என் மூத்த மகன் சுப்ரமணியா பற்றி எங்கே இருக்கிறான் என்று விசாரிக்கவே இல்லை. நான் சிறைக்கு சென்ற ஒரு மாதத்திற்குள் என் முதல் மகன் சுப்ரமணி போலீசாரால் கொல்லப்பட்டதை அறிந்தேன். என் மகன் கொலை செய்யப்பட்டதை யார் என்னிடம் கூறினார்கள் என்று எனக்கு ஞாபகம் இல்லை. என் மகன்களும் மருமகள்களும் சென்னை மத்திய சிறையில் இரண்டு மாதத்திற்கு ஒருமுறையாவது வந்து என்னைப் பார்த்துச் செல்வார்கள். என் மகன் கொல்லப்பட்டதற்கு என்ன நடவடிக்கை எடுக்க வேண்டும் என்று என்னிடம் யோசனை கேட்டார்கள். அந்தச் சூழ்நிலையில் எதுவும் செய்ய முடியாது என்பதால், அவர்களை அமைதியாக இருக்கச் சொன்னேன்.

ஆறு மாதங்களுக்கு முன்னர் பழங்குடியினர் சங்கத்திடம், எனக்கு உதவி செய்யுமாறு கேட்டுக் கொண்டேன். சங்கத்தை சேர்ந்த உறுப்பினர்களிடம் தெரிவித்து கையொப்பம் இட்டேன். மாநில மனித உரிமை ஆணையத்திற்கும் மனுவின் நகல் திரு. வி.குணசேகரன் அவர்களால் கொடுக்கப்பட்டு அது ஆவணப்படுத்தப்பட்டது. என் மகன் போலீசாரால் கொல்லப்பட்தை சபையினர் முன்பு முழுவதுமாக கூறினேன்.

ஜவரய்யா மனைவி ஜோகம்மாள்

"அவர் போலீசாரால் கொல்லப்பட்டது குறித்து எந்தப் போலீஸ் உயர் அதிகாரியிடமும் அரசு அதிகாரியிடமும் புகார் செய்யவில்லை. நாங்களும் போலீசாரால் தூக்கிச் செல்லப்படுவோம்''

(ஈரோடு மாவட்டம். பவானி தாலுகா, செங்கல பேட்டாவைச் சேர்ந்த இவர் கூலி தொழிலாளி)

என் கணவர் மறைந்து விட்டார். எந்த நோயாலும் இறக்கவில்லை. வீரப்பனுக்கும். அவருக்கும் தொடர்பு உண்டு என்ற குற்றம்சாட்டி போலீசார் அவரை சித்திரவதை செய்ததால்தான் இறந்துபோனார். ஐந்து வருடத்திற்கு முன்பு வீரப்பனுக்கும் அவரது கூட்டாளிகளுக்கும் என்கணவர் உணவு கொடுத்தார் என்று குற்றம் சாட்டப்பட்டு கர்நாடகா போலீசாரால் கைது செய்து நள்ளிரவில் கொண்டு செல்லப்பட்டார். மறுநாள் காலை கிராமத்தினர் என் கணவரை போலீசார் மைசூருக்கு கொண்டு சென்றதாக கூறினர். அவர் மைசூர் சிறையில் அடைக்கப்பட்டதாக கேள்விப்பட்டோம். அவர் கொண்டு செல்லப்பட்ட பிறகு என்ன நடந்தது என்று எங்களுக்குத் தெரியாது. என் கணவர் மைசூர் சிறையில் இறந்துவிட்டதாக மைசூர் போலீஸ் என் மாமனாரிடம் கூறியதாக அவர் கூறினார். மைசூர் சிறையில் என் கணவர் இருந்தபோது நாங்கள் யாரும் அவரை பார்க்க போலீஸ் அனுமதிக்கவில்லை. அவர் போலீசாரால் கொல்லப்பட்டது குறித்து எந்தப் போலீஸ் உயர் அதிகாரியிடமும் அரசு அதிகாரியிடமும் புகார் செய்யவில்லை. அப்படிச் செய்தால் நாங்களும் தூக்கிச் செல்லப்பட்டு போலீசாரால் மிரட்டப்படுவோம் என்ற அச்சம்தான் காரணம்.

இரண்டு மாதத்திற்கு முன்பு, வீரப்பனையும் அவரது கூட்டாளிகளையும் பிடிப்பதற்கு அமைக்கப்பட்ட கூட்டு அதிரடிப்படை செயல்பட்டு கொண்டிருக்கின்ற பகுதியில் வாழ்கின்ற பொதுமக்களுக்கு எதிரான போலீஸ் சித்திரவதைகளை பற்றிய விசாரணை நடந்து கொண்டிருப்பதை கேள்விப்பட்டேன். நான் பவானி சென்று கிராம நிர்வாக அதிகாரியான மணியகாரரை சந்தித்து எனக்கு உதவி செய்ய கேட்டுக் கொண்டேன். அவர் இந்த நிலையில் நான் ஒன்றும் செய்யமுடியாது என்றார்.

தமிழ்நாடு பழங்குடி சங்கத்தினரிடம் முறையிட்டேன். சபையின் முன் உன் சாட்சியத்தைக் கொடுக்கலாம் என்று கூறினார்கள். ஆகையால் இந்த வாக்குமூலத்தை கொடுத்தேன். எனக்கு இரண்டு குழந்தைகள் உள்ளனர். எனக்கு யாரும் இல்லை. எந்த நியாயமான காரணமின்றி என் கணவரை போலீசார் கைது செய்து கண்காணாமல் செய்து விட்டார்கள்.

மாடன் மகன் மாசானன்

"கைது செய்யப்பட்ட பிறகு அவருக்கு என்ன ஆனது என்பது எங்களுக்கு தெரியாது. அண்ணன் திரும்பி வரவில்லை. போலீசாரிடமிருந்து எந்த தகவலும் இல்லை."

(கூலிவேலை செய்யும் இவர் தாளவாடி தாலுகா இராமரணியைச் சேர்ந்தவர்)

கடந்த ஆறு வருசத்துக்கு முன் என் அண்ணன் மணி என் வீட்டில் இருக்கும் போது போலீசாரால் கைது செய்யப்பட்டார். என் தந்தை இறந்த சமயத்தில் அவர் கைது செய்யப்பட்டார். அவர் திருமணமானவர். மூன்று குழந்தைகள் உள்ளன. அண்ணி பெயர் காளி. அண்ணிக்கு சொந்த ஊர் நீலகிரி மலை. அவருடைய தந்தையும் இறந்துவிட்டார். என் அண்ணன் பழங்குடி மக்கள் சேர்ந்து உருவாக்கிய சொசைட்டியில் சங்கத்து கூலி வேலையும் செய்தார். திருமணத்திற்கு மூன்று வருடத்திற்கு பின்தான் அவருக்கு ஆண் குழந்தை பிறந்தது. என் அண்ணியும் அவரது குழந்தைகளும் தனியாக வாழ்கின்றனர். அண்ணன் கைது செய்யப்பட்ட பிறகு அவருக்கு என்ன ஆனது என்பது எங்களுக்கு தெரியாது. அண்ணன் திரும்பி வரவில்லை. போலீசாரிடமிருந்து எந்த தகவலும் இல்லை.

மோகன் என்ற இன்ஸ்பெக்டரை சந்தித்து என் அண்ணனுக்கு என்ன நடந்தது என்று நான் விசாரித்தேன். உன் அண்ணன் எங்களிடம் இருந்து தப்பித்துவிட்டான் என்றார். இது நடந்தது ஆறு வருடத்திற்கு முன்பு. நீலகிரி மலைக்குச் சென்று அண்ணனைத் தேடினேன். நீலகிரியில் இருந்து திரும்பி வந்து மீண்டும் காவல்நிலையம் சென்று என் அண்ணன் குறித்து விசாரணை மேற்கொண்டேன். நான் எதையும் எழுத்துப் பூர்வமாக கொடுக்கவில்லை; நேரில் மட்டுமே கேட்டேன். என் அண்ணன் காணாமல் போனது குறித்து நான் எந்த அதிகாரியிடமும் அரசு அதிகாரி உட்பட சென்று முறையான மனு கொடுக்கவில்லை.

அது மட்டுமில்லாமல் என் அண்ணியும் என் உடன்பிறந்த சகோதரனின் மகனும் என் சகோதரனைத் தேட எந்த முயற்சியும் எடுக்கவில்லை. அவர்களும் என் சகோதரன் காணாமல் போனது

குறித்து எந்த அதிகாரியிடத்திலும் முறையான கோரிக்கை கொடுக்கவில்லை. என் அண்ணன் காணாமல் போன மூன்று மாதத்திற்கு பிறகு பழங்குடி மக்கள் சங்கத்தில் சென்று கூறினேன். நான் எழுத்துப் பூர்வமான புகாரை கொடுத்தேன். அவ்வப்போது நான் பழங்குடி சங்க உறுப்பினர்களிடம் என் அண்ணன் காணாமல் போனது குறித்து என்ன நடவடிக்கை எடுப்பது என்று கேட்பேன்.சபை விசாரணை பற்றி என் அண்ணிக்கு தகவல் சொல்லவில்லை. என் அண்ணன் காணாமல் போனது பற்றி இங்கு வந்து சாட்சியம் பற்றியும் அவரிடம் நான் சொல்லவில்லை.

அமேஸ் மனைவி அனந்தாயி

" பேத்தியை அடித்தபோது தடுத்ததற்காக போலீசார் அவரது தொண்டையில் இரும்புக் கம்பியால் அடித்ததால் தொடர்ச்சியாக பேசும் சக்தியை அவர் இழந்து திரும்பிய மூணாவது நாள் என் மாமியார் இறந்துவிட்டார். என் மாமியார் இறந்து இரண்டு மாதங்களுக்குப் பிறகு போலீஸ் காவலில் என் மகளும் இறந்து விட்டாள்."

(அந்தியூர் தாலுகா என்னமங்கலத்தைச் சேர்ந்த இவர் கூலித் தொழிலாளி)

மூன்று அல்லது நாலு வருடங்களுக்கு முன் ஹொன்னகெரயில் உள்ள என் வீட்டிற்கு கர்நாடகா போலீஸார் வந்தார்கள். வீரப்பனின் குழந்தையைப் பார்த்துக் கொண்டதாக குற்றம்சாட்டி என் கணவர், மாமியார், என் மகளையும் கைது செய்தனர். மாமியாரின் பெயர் ஈத்தம்மாள். என் மகள் பழனியம்மாள். அவர்கள் கைது செய்யப்பட்டு ஆறு மாதங்களுக்குப் பிறகு என் மாமியாரை மட்டும் போலீஸ் ஜீப்பில் கொண்டு வந்து என் வீட்டிற்கருகில் விட்டுச் சென்றனர். வந்த பொழுது அவர் பலவீனமாயிருந்தார். நடக்கக்கூட முடியவில்லை. பேசவும் முடியவில்லை. போலீசார் பேத்தியை அடித்தபோது தடுத்ததற்காக அவரை அடித்ததாக என் மாமியார் கூறினார். போலீசார் அவரது தொண்டையில் இரும்புக் கம்பியால் அடித்ததால் தொடர்ச்சியாக பேசும் சக்தியை அவர் இழந்து விட்டார். எம்.எம்.ஹில்ஸ் முகாமில் என் மகளை சென்று நான்

பார்க்கவில்லை. போலீஸார் காவலில் இருந்து திரும்பிய மூணாவது நாள் என் மாமியார் இறந்துவிட்டார். என் மாமியார் இறந்து இரண்டு மாதங்களுக்குப் பிறகு போலீஸ் காவலில் என் மகளும் இறந்து விட்டாள்.

என் மகள் பழனியம்மாள். அவளுக்கு வயது 19. செல்லிபாளையத்தில் போலீஸ் காவலில் வைக்கப்பட்டிருந்தாள். எட்டு மாதங்களுக்கு என் மகள் காவலில் வைக்கப்பட்டிருந்தாள். அவள் திரும்பத் திரும்பக் கற்பழிக்கப்பட்டாள். என் மகளைப் பற்றியோ கணவரைப் பற்றியோ விசாரித்து நான் எந்த முகாமிற்கும் செல்லவில்லை. கைது செய்யப்பட்டு பதினோரு மாதங்களுக்கு பிறகு என் கணவரை போலீஸ் காவலில் இருந்து மீட்டுச் செல்லும்படி சொல்லியனுப்பினார். போலீசார் சித்ரவதை செய்ததாலும் கற்பழித்ததாலும் என் மகள் இறந்துவிட்டாள் என்றும் அவர் தகவலனுப்பினார். செல்லி பாளையத்திற்கு சென்று என் கணவரை விடுதலை செய்து வீட்டிற்கு அழைத்து வந்தேன். திரும்பி வந்தபின் என் கணவருக்கு நெஞ்சு வலி வந்தது. அதனால் அவரை அந்தியூர் மருத்துவமனைக்குக் அழைத்துச் சென்றேன். சிகிச்சை பெற்ற பின்னர் அவரை மீண்டும் வீட்டிற்குக் கொண்டு சென்றேன். காவலிலிருந்து விடுதலை செய்யப்பட்ட ஒரு வருடத்தில் என் கணவர் இறந்தார். என் மாமியார், கணவர், மகள் கைது செய்யப்பட்டது பற்றியோ, சட்ட விரோதமான போலீஸ் காவல் சித்ரவதை பற்றியோ காவல் முகாமில் என் மகள் இறந்தது பற்றியோ நான் புகார் செய்யவோ அதிகாரிகளிடம் கூறவோ இல்லை. என் கணவர் மாமியார், மகள் கைதுக்குப் பிறகு என் குடும்பத்தைப் பற்றி யாரும் விசாரிக்க வரவில்லை.

என்னை தமிழ்நாடு ஆதிவாசிகள் சங்க சபையிடம் வாக்குமூலம் கொடுக்க அழைத்து வந்தனர். போலீசார்களின் கொடுமைகளைப் பற்றி கொன்னகெரயிலிருந்து சிலர் சங்கத்தில் புகார் செய்தனர். இதைப் பார்த்து நானும் சங்கத்தில் போய் புகார் கூறினேன். என் கணவர், மாமியார், மகள் மூவரும் கைது செய்யப்பட்டு சட்டவிரோதமாகக் போலீஸ் காவலில் வைக்கப்பட்டதும் ஊர் மக்களுக்குத் தெரியும்.

காரியா மகன் சிக்க மாடா

"ஜன்னலில் என் கால்கள் இரும்பு செயினால் கட்டப்பட்டது. காது. மார்பு, உடலின் மற்ற பகுதிகளில் கைகளால் இயக்கும் சிறிய ஜெனரெட்டரால் மின்சாரம் வரவைத்து என் உடலில் செலுத்தப்பட்டது. இதுபோல ஐந்து நாட்கள் சித்ரவதை செய்யப்பட்டேன்"
(அறுபது வயதான இவர் கூலித் தொழிலாளி)

பத்து வருடத்திற்கு முன்பு என் கிராமத்தில் இருந்து பனிரெண்டு கிலோமீட்டர் தள்ளியுள்ள பர்கூர் சென்றேன். பேருந்து நிலையம் அருகே சென்றபோது மூன்று போலீசார் வந்து என்னை போலீஸ் ஸ்டேஷனுக்கு கொண்டு சென்றனர். ஆய்வாளர் உன்னை கூட்டி வருமாறு கூறினார் என்று அவர்கள் சொன்னார்கள். அங்கிருந்து எம்.எம்.மலை போலீஸ் முகாமிற்கு கொண்டு செல்லப்பட்டேன்.

அங்கே உள்ள ஜன்னலில் என் கால்கள் இரும்பு செயினால் கட்டப்பட்டது. என் காது. மார்பு மற்றும் உடலின் மற்ற பகுதிகளில் கைகளால் இயக்கும் சிறிய ஜெனரெட்டரால் மின்சாரம் வரவைத்து என் உடலின் மீது செலுத்தப்பட்டது. இதுபோல ஐந்து நாட்கள் சித்ரவதை செய்யப்பட்டேன். ஒன்பது மாதங்கள் சிறையில் வைக்கப்பட்டேன். சிறையில் இருந்த காலம் முழுவதும் நான் லத்தியால் அடிக்கப்பட்டேன். ஒன்பது மாதங்கள் கழித்து விடுதலை செய்யப்பட்டேன். காவல்துறையினர் எனக்கு போதுமான உணவும் வழங்கவில்லை.

என் உடலின் மேல் மின்சாரம் செலுத்தப்பட்டதால் முழுவதுமாக ஊனமுற்ற நிலையில் என் இயற்கையான வேலையை கூட செய்யமுடியாத நிலையில் உள்ளேன். நீண்ட தூரம் நடக்க முடியவில்லை. அதுபோல் உடல் உழைப்பு வேலை செய்யவும் முடியவில்லை. இப்பொழுது நான் முழுவதுமாக என்னுடைய இரண்டு மகள்களை நம்பியே உள்ளேன். பர்கூர், ஆண்டியூரில் உள்ள டாக்டர்களிடம் சென்றேன். என்னை ஓய்வு எடுக்கும்படி அறிவுரை கூறினார்கள். போலீசார் சித்ரவதையால், வன்கொடுமையால் நான் எதற்கும் பயன்படாதவனாகி விட்டேன்.

தற்போது டாக்டர் கொடுத்த பரிசோதனை அறிக்கை என்னிடம் இல்லை. நான் அதை என்னுடைய வீட்டில் பத்திரமாக வைத்துள்ளேன். அதை பழங்குடி சங்கத்தின் உறுப்பினர்களிடம் கொடுத்து விடுகிறேன்.

தேசிய மனித உரிமை ஆணையத்தின் முன்பாக நான் சத்தியபிராமன வாக்குமூலம் பதிவு செய்திருக்கிறேன். நான் போலீசாரால் கைது செய்யப்பட்டு சட்டத்திற்கு புறம்பாக சிறையில் வைக்கப்பட்டு கடுமையாக சித்ரவதை செய்யப்பட்டதை வாய்வழியாகவோ, எழுத்து மூலமாகவோ, போலீசார் மிரட்டியதால், யாரிடமும் சொல்லவில்லை.

ஆறு வருடத்திற்கு முன்பு பழங்குடி சங்கத்தில் சேர்ந்தேன். சங்கத்தில் சேர்ந்த போது எனக்கு நடந்த சம்பவத்தை விரிவாக செயலாளரிடம் தெரிவித்தேன். ஒன்பது வருடங்களுக்கு முன் நான் போலீசாரின் பிடியில் இருந்து விடுவிக்கப்பட்டதும் பழங்குடி சங்கத்தின் உறுப்பினர்களை சந்தித்து எனக்கு நடந்த காவல்துறை சித்ரவதைகளை கூறினேன். அவர்கள் எனக்கு பாதுகாப்பு அளிப்பதாக உறுதி கூறி என்னை எனது கிராமத்தில் விட்டுச் சென்றார்கள்.

எனக்கு அறிவுரை வழங்கி, “தைரியமாக இரு எப்போதும் போல் வேலை செய். உன் வேலையில் யாரும் தலையீடு செய்ய மாட்டார்கள்“ என்று கூறினார்கள். ஒவ்வொரு மாதமும் சங்க உறுப்பினர்களை சந்திக்கிறேன். அப்போது அவர்களிடம் போலீஸ் சித்ரவதையின் பாதிப்பால் என்னால் வேலை செய்யமுடியவில்லை. கடுமையான வலியால் அவதிப்படுகிறேன் என்பேன். என்னை பவானிக்கு அழைத்துச் சென்று டாக்டரிடம் காண்பித்து பரிசோதனை செய்தார்கள். நான் முழுவதுமாக உடல் உழைப்பு செய்ய தகுதியற்றவனாகவும் திறமையற்றவனாகவும் உள்ளதாக டாக்டர் கூறினார். சங்கத்திடம் என்னை பரிசோதனை செய்ததற்கான சான்றிதழ் கொடுத்தார் டாக்டர்.

சிக்கா மாது மகன் புட்டன்

"உடலில் போலீசார் மின்சாரம் செலுத்தி சித்ரவதை செய்ததால் என் உடல் மிகவும் பாதிக்கப்பட்டு, சக்தியிழந்து இருக்கிறேன்.இந்த பிரச்சினை எனக்கு கடந்த இரண்டு மாதமாக இருந்து வருகின்றது''

(இவர் கூலித் தொழில் செய்பவர்)

நான் ஐந்து வருடத்திற்கு முன்பு பதினோரு மணியளவில் மாணவர் விடுதியில் இருந்தபோது போலீசார் பதினேழு பேர் என்னிடம் வந்து 'புருஷன்பால்யா வரை செல்வோம் என்றார்கள். புர்ஷன்பால்யா வந்ததும் பர்கூர் வரை வர வேண்டும் என்றனர். பர்கூருக்கு முன்னதாக அவர்கள் எனக்கு சிறிய ராகி உருண்டைகள் சாப்பிட கொடுத்தனர். அங்கிருந்த காவல்துறை கண்காணிப்பாளர் என்னை பார்க்க விரும்புவதாகக் கூறி என்னை வேறொரு இடத்திற்குக் கொண்டு சென்றனர். கடைசியாக நாங்கள் எம்.எம்.மலையை சேர்ந்தோம். அப்போது இரவு நேரம். மறுநாள் காலையில், வீரப்பனுக்கு மளிகை சாமான்கள் கொடுக்கும் அளவுக்கு அவனுடன் உனக்கு என்ன தொடர்பு என்று என்னிடம் கேட்டார்கள். வீரப்பனுக்கு எந்த பொருளும் அளிக்கவில்லை என்றேன். நான் சொல்வதை போலீசார் ஏற்கவில்லை.

என் சட்டையை சுழற்றி உடல் பாகங்களில் மின்சார வயர்கள் மூலம் மின்சாரத்தை செலுத்தினார்கள். என்னால் ஒரு நாள்தான் மின்சார சித்ரவதையை தாங்கி கொள்ள முடிந்தது. நான் ஏழு மாதங்கள் சிறை வைக்கப்பட்டேன். சிறையில் இருந்தபோது போதுமான உணவு கொடுக்கப் படவில்லை. அந்த ஏழு மாதங்களில் முதல் நாள் தவிர மற்ற நாட்களில் நான் சித்ரவதை செய்யப்படவில்லை. ஏழு மாதத்திற்கு பிறகு வெளியில் விட்டார்கள். என் உடலில் போலீசார் மின்சாரம் செலுத்தி சித்ரவதை செய்ததால் என் உடல் மிகவும் பாதிக்கப்பட்டு, சக்தியிழந்து இருக்கிறேன். இந்த பிரச்சினை எனக்கு கடந்த இரண்டு மாதமாக இருந்து வருகின்றது. கைதுக்கு முன்பு உடல் பிரச்சினை எதுவும் எனக்கு இருந்ததில்லை. நான் தேசிய மனித உரிமை ஆணையத்தின் முன்பாக சத்திய பிரமாணம் கொடுக்கின்றேன். எனக்கு கையெழுத்து போடத் தெரியும். நான் சத்தியபிரமாண வாக்குமூலத்தில் கையொப்பம் இட்டுள்ளேன்.

உச்சதம்பாடி மனைவி கரியதம்பாடி

"துணிகளை அகற்றி நிர்வாணப்படுத்தி கைகளையும் கால்களையும் சுவரில் கட்டி காது மடலின் அடிப்பகுதி, மூக்குத்துவாரம், கழுத்து, மார்பு, மார்பகங்கள், அந்தரங்க உறுப்பின் வழியாக மின்சாரத்தை செலுத்தினர். இந்த சித்ரவதை ஐந்து

நிமிடங்கள் நடந்தது"
(பர்குதாலுகா, கொன்னெறுவைச் சேர்ந்த இவர் விவசாயம் செய்பவர்)

1993ஆம் வருடம் எங்கள் கிராமத்திற்கு வந்த போலீசார் என்னோடு ஆறு பேரை எம்.எம்.ஹில்ஸ் எஸ்.பி. அழைப்பதாக கூட்டிச் சென்றனர். மாலை ஆறு மணிக்கு கூடாரத்திற்கு அழைத்துச் சென்றனர். மறுநாள் காலையிலேயே வீரப்பன், அவருடன் இருப்பவர்களிடம் தொடர்பு உண்டா என்று போலீசார் விசாரித்தனர். நாங்கள் வீரப்பனுக்கு உணவு தானியங்கள் வழங்கினோமா என்று கேட்டனர். எங்களது பதிலில் திருப்தியடையாத போலீசார் எங்களை சித்ரவதை செய்ய ஆரம்பித்தார்கள்.

எங்களது துணிகளை அகற்றி நிர்வாணப்படுத்தினார்கள். கைகளையும் கால்களையும் சுவரில் கட்டி காது மடலின் அடிப்பகுதி, மூக்குத்துவாரம், கழுத்து, மார்பு, மார்பகங்கள் உடலின் அந்தரங்க உள்ளுறுப்பின் வழியாக மின்சாரத்தை உடலில் செலுத்தினர். இந்த சித்ரவதை ஐந்து நிமிடங்கள் நடந்தது. இரண்டு நாட்களுக்கு மின்சாரம் வைத்து கொடுமை செய்தனர். பிறகு பத்து மாதங்கள் நாங்கள் காவலில் வைக்கப்பட்டோம்.

எந்த அசைவுமின்றி ஒரே இடத்திலே உட்கார வைக்கப்பட்டோம். நாங்கள் சிறுநீர் கழிக்க போகும் போதெல்லாம் காவலில் உள்ள போலீஸ்காரர் லத்தியால் அடிப்பார். நான் மிகவும் பலவீனமானேன். வயலில் வேலை செய்யவோ நீண்டநேரம் நடக்கவோ முடியாது. நான் முழுவதுமாக என் மனைவியை நம்பியே உள்ளேன். என்னை எந்த டாக்டரும் பரிசோதிக்கவில்லை. மருந்தும் எடுத்துக் கொள்ளவில்லை. எம்.எம்.ஹில்ஸ் போலீசாரின் கொடுமையை யாருக்கும் தெரியப்படுத்தவில்லை. எழுதப் படிக்கவும் தெரியாது. ஆதிவாசிகள் சங்கத்திடம் கூறினேன். இரண்டு வருடங்களுக்கு முன் நான் சங்க உறுப்பினர்களை தொடர்பு கொண்டிருக்கிறேன்.

கோபிசெட்டிபாளையம் முகாம்

"லத்தியால் அடித்து காதுமடலின் அடிப்பகுதி, நாசித்துவாரம், மார்புகாம்பு மற்றும் ஆண்குறி வழியாகவும் அவர்கள் உடலில் மின்சாரம்

செலுத்தப்பட்டது. அதனால் அவர்கள் உடல் முழுவதும் பலவீனமடைந்தது. வயல் வேலைகள் செய்ய முடியவில்லை. அதிக தூரம் நடக்க முடியவில்லை''

(கீழ்க்கண்டவர்கள் அனைவருமே அதிரடிப்படை ஓநாய்களால் கடித்துக் குதறப்பட்டு பெரும் சித்ரவதைகளுக்கு ஆளானவர்கள்தான்)

மாதவன். கரியன், பெரியசாமி, பூச்சியப்பன்.பூசாரிபொம்மன் பெருமாள், பெடன், சரவணன், சடையன், சன்னஜன், ராஜு, ஜவன்னா, இராமசாமி. பொன்னன், நடராஜன், நாகராஜ், ரங்கசாமி. சித்தன்,ஜடையன், ஸ்ரீமதிமாடி, சடையன், சிவா, ராஜன். ராமசாமி. ரங்கப்பா. மாதவன். ராஜு. காலச்சித்தன்.மாடா. இராமசாமி, நடராஜன். காந்தி, சிக்காமாடா, ஸ்ரீமதி தொட்டத்தாயி, ஸ்ரீமதி.சின்னகன்னி, கலன், அழகு தம்படி, ஹனிப், நாகன், அரப்புளி,இராமன், ஸ்ரீமதி பகுடி, ஸ்ரீமதிகெஞ்ஜி, நாகராஜ். மாதய்யா, பசவராஜு, வீரபத்திரன், தோட்டையன், சிவன்னா, சின்னசடையன்,ராஜன், மாதவன். முருகன், மதவன்,தேவராஜ், ராமன், சடையபந்தன்,இந்த சாட்சி கள் அனைவரும் 23 முதல் 81 வரை சாட்சிகளாக வரிசைப்படுத்தப்பட்டவர்கள்.

லத்தியால் அடித்து காதுமடலின் அடிப்பகுதி, நாசித்துவாரம், மார்புகாம்பு மற்றும் ஆண்குறி வழியாகவும் அவர்கள் உடலில் மின்சாரம் செலுத்தப்பட்டது. அதனால் அவர்கள் உடல் முழுவதும் பலவீனமடைந்தது. வயல் வேலைகள் செய்ய முடியவில்லை. அதிக தூரம் நடக்க முடியவில்லை என்கின்றனர். வாழ்விற்காக அவர்களது சகோதரர்களை குடும்பத்தின் மற்ற உறுப்பினர்களை சார்ந்திருக்கிறார்கள். இவர்களில் சிலரை போலீசார் கைது செய்து எம்.எம். ஹில்ஸ் அழைத்துச் சென்று சட்ட விரோதமான காவலில் வைத்திருந்தார்கள். காதுமடல்களின் அடியில் மின்சாரம் பாய்ச்சியதால் காது சரியாக கேட்கவில்லை என்கிறார்கள். உடம்பு முழுக்க பலவீனமானத்துடன் காதுகளின் கேட்கும் சக்தியை இழந்து செவிடாகிப் போனதாகவும் சொல்கிறார்கள். அதிரடிப்படை போலீஸ்காரர்கள் காட்டுத்தனமாக கண்மண் தெரியாமல் லத்தியால் இரக்கமற்று அடித்ததாக கூறுகின்றனர். தற்போது அவர்களால் எந்த வேலையும் செய்ய முடியாமல்

போனதோடு சாப்பாட்டுக்கு ஜீவனத்திற்கு அவர்களது மகன் மகள்களை உறவினர்களை சார்ந்தே இருக்கும் நிலையில் உள்ளார்கள்.

கர்நாடகா காவல்துறையினரால் கைது செய்யப்பட்டு சட்டத்திற்குப் புறம்பாக குன்ட்ரி முகாம், ஹசனூர் முகாம், தாளமலை முகாமில் வைக்கப்பட்டார்கள். ராஜு என்பவரின் வீட்டிற்கு சென்ற போலீசார் தடயங்கள் தேடுவது போல ராஜு சேமித்து வைத்திருந்த பணத்தை திருடிக் கொண்டதோடு குன்ட்ரி முகாமிற்கு இழுத்துச் சென்று சித்ரவதை செய்தனர் றார்.

அனைவரையும், கண்மூடித்தனமாக போலீசார் லத்தி கம்பால் உயிர் நிலை பகுதியிலும், இடுப்புக்கு கீழேயும், தொடை எலும்பு பகுதியிலும் அடித்துள்ளனர். போலீஸ் அடித்ததில் பல் உடைந்து இன்றுவரை வலிப்பதாக கூறினார் ஒரு சாட்சி. எங்கள் வாழ்க்கையை நடத்துவதற்கு கூட எங்களால் வேலை செய்ய இயலவில்லை என்றனர் அதிகதூரம் நடக்க முடியாத நிலை ஏற்பட்டுள்ளதாகவும் கூறுகின்றனர். உண்மையை ஏற்றுக்கொள் என்று சொல்லி லத்தியாலும் துப்பாக்கியின் பின்புறக் கட்டையாலும் அடித்தாக கூறுகின்றனர். வயலில் மாடு மேய்த்துக் கொண்டிருக்கும் போதும், வீட்டில் வேலை செய்து கொண்டிருக்கும் போதுகூட கடுமையாக தாக்கப் பட்டுள்ளனர். போலீசார் தாக்கியதானால் வலி அதிகமாக ஏற்பட்டு, பாதிப்புக்குள்ளாகி, அவர்களால் எப்போதும் செய்யும் மலம் கழித்தல், கழுவுதல், தலை துவட்டுதல், தண்ணீர் இறைத்தல் கூட செய்ய முடியாமல் உடல் பலவீனமடைந்தும் உள்ளார்கள்.

அவர்களது முக்கிய உறுப்புகளில் முக்கியமாக இடுப்புக்குக் கீழும், உயிர்நிலையிலும் சில சமயங்களில், தாடை மற்றும் கழுத்திலும் லத்தியால் கண்மூடித்தனமாக காவல்துறையினர் அடித்துள்ளனர். பல போலீஸ்காரர்கள் ஒன்று சேர்ந்து ஒரு மனிதனை ஒரேநேரத்தில் உடலின் பல இடங்களில் கண்மூடித்தனமாக அடித்ததால் அவர்களது எலும்பு பலவீனமடைந்ததோடு ஆண்மை இழந்தவர்கள், ரத்தம் கக்கி செத்தவர்கள் அதிகம் என்றார் ஒருவர். சட்டையைக் கழற்றி முதுகில் கண்மூடித்தனமாக அடித்ததால் ஏற்பட்ட காயங்களை காண்பித்தார் ஒருவர். போலீசார் எந்தப் பாகம் என்று பாராமல் லத்தியால் அடித்ததில் சிலர் கண்களை இழந்துள்ளார்கள்.

வீரப்பனுக்கு மளிகை சாமான்கள் தந்ததாக குற்றம் சாட்டி

சட்டத்திற்கு புறம்பாக கைதுசெய்து சிறையில் பலரையும் வைத்தனர். சிறையில் இருந்தபோது காவல் துறையினர் அவர்களை கருணையில்லாமல் உடல் முழுவதும் வெவ்வேறு லத்திகளால் வெவ்வேறு திசைகளில் அடித்து துன்புறுத்தியதோடு மனைவி முன் கணவனின் விதைக் கொட்டைகளை நசுக்குதல், கணவன் முன்னே மனைவியின் அந்தரங்க உறுப்புகளை தடவுதல், மார்பகங்களை லத்தியால் அடித்தல், நிர்வாணப்படுத்தி அனைவரையும் பார்க்கச் செய்தல் போன்ற சித்ரவதைகள் மூலம் அவர்கள் அனைவருமே உடல் அளவிலும் மன அளவிலும் கடுமையான பாதிப்பிற்கு உள்ளாகியுள்ளனர். அவர்களுடைய உடல் வலியை, குறிப்பாக அந்தரங்க உறுப்புக்களில் மின்சாரம் செலுத்தியதால் உறுப்புகள் மரத்துப்போய் செயலற்றவர்களாக ஆனவர்கள் அதிகம். சிறுநீர் கழிப்பது கூட அவர்களுக்குத் தெரியாமலே நடந்துவிடும் என்றார்கள் சிலர். பெரும்பாலும் இது அனைத்து சாட்சிகளுக்கும் பொதுவான பாதிப்பாகும். அவர்கள் அடித்ததை மிருகங்கள்தான் தாங்கிக் கொள்ள முடியும் என்கின்றனர். சிலரை போலீசார் முகாமில் சிறைவைக்காமல் அவரவர் கிராமத்தில் வைத்து அடித்துள்ளனர்.

சட்டத்திற்கு புறம்பாக அடர்ந்த வனப்பகுதிக்குள் இழுத்துச் செல்லப்பட்டு பாட்டரியால் இயங்கும் சிறிய கையடக்க மிஷினை வைத்து காது, கண் இமை, மூக்கு துவாரம், மார்பு மற்றும் ஆண் குறி, பெண்குறிகள், மார்பகங்களில் மின்சாரத்தை செலுத்தி பலர் துன்புறுத்தப்பட்டுள்ளார்கள்.ஒரு கிராமத்தில் போலீசார் நான்கு பேரை கொலை செய்தனர். போலீசாருக்கு பயந்த கிராமத்தினரே அவர்களை இறுதி மரியாதை செய்து மயானத்தில் எரியூட்டினர் என்றார் ஒருவர். போலீஸ்காரர்கள் முகாமில் சட்டத்திற்கு புறம்பாக சிறைவைத்து எங்களுக்கு மூச்சுத் திணறி வேர்த்துக் கொட்டும் வரை கண்மூடித்தனமாக பல சைஸ்கள் கொண்ட வைத்திருந்த லத்திகளால் அடித்தனர் என்றார் ஒருவர்.

கொளத்தூர் சித்ரவதை முகாம்
வெத்தலைக்கார தங்கம்மாள்

"என் நெற்றிப் பொட்டில் துப்பாக்கியை வைத்த வால்டர் தேவாரம் அர்ச்சுனனுடன் நீ எவ்வளவு நெருக்கம், உங்களுக்குள் அந்த தொடர்பு

இருந்ததா? என்றார். மாடிக்கு கொண்டு சென்று என்னை நிர்வாணப்படுத்தி அர்ச்சுனனுடன் எப்படி எப்படியெல்லாம் நீ உடலுறவு கொண்டாய் என்று கேட்டார். மூன்று நாட்களாக தொடர்ச்சியாக என்னைக் கற்பழித்தார் தேவாரம். அப்போது அர்ச்சுனனுடன் நான் எப்படி உறவு வைத்திருந்தேன் எனக் கேட்டார் வால்டர் தேவாரம். தேவாரத்தின் சில தேவைகள் காரணமாக போலீசார் என்னை சுடவில்லை. கேம்ப்ல ஒண்ணுக்குப் போகணும்னு சொன்னாக்கூட பாத்ரூம்ல தள்ளிக்கிட்டுப் போயி கற்பழிச்சு வெளில கூட்டிட்டு வருவாங்க அதிரடிப்படை போலீசு. பாத்ரூம் போனாலே கற்பழிப்பாங்க. ஏதாவது பண்ணுவாங்க.''

என் ஊரு மேச்சேரி. தொண்ணூத்தி மூணுல கொளத்தூர் பஸ் ஸ்டாண்டுல வெத்தல வியாபாரம் பண்ணிக்கிட்டு இருந்தேன். அப்ப வீரப்பன் பெரியதண்டால இருந்தாராம். நாங்க அவரப் பாத்தது கூட இல்ல. வெத்தலைக் கடைதான் வச்சிருந்தேன்.

அப்ப மோகன் நிவாஸ் இன்ஸ்பெக்டர் பவுனு கலர்ல ஒரு பஸ்சுல வந்து, வயசான மூணு பேரு மீன் பிடிச்சுக்கிட்டு இருந்தவங்களப் பிடிச்சுத் தூக்கிப் போட்டாங்க. அவங்களோட என்னையும் தூக்கி வண்டில போட்டுக் கொண்டு போனாங்க. முருகன் போலீஸ். மோகன் நிவாஸ். மேட்டூரு கூப்பிட்டுப் போயி பன்னெண்டு மணிக்குள்ள விட்டுறோம். நீ திரும்பி வந்துருவ அப்டின்னு சொல்லித்தான் கூப்பிட்டுப் போனாரு. எனக்குப் பயமாகிப் போச்சு.

பஸ்சு நெறையப் போலீசா இருந்தாங்க. வேற எந்த ஆளுகளும் கிடையாது. போடியா கிழவன், வயசான கிழவனுக ரெண்டு பேரு.

மேட்டூர் ஸ்கூல்லதான். மே மாசம் லீவு. அதான் முகாம்.

போலீஸ் ஸ்டேஷனுக்குள் போனதும் ஹெட் கான்ஸ்டபிள் என் முகத்தில் உதைத்தார். மேட்டூர்ல எட்டாயிரம் போலீஸ்காரங்கள உன்னால சமாளிக்க முடியுமா என அசிங்கமாகக் கேட்டார். இங்க பாரு. எட்டாயிரம் அதிரடிப் போலீஸ் இருக்கறோம். எட்டாயிரம் பேருக்கும் இவ தாங்குவா. ஒடம்பப் பாருன்னு சொல்லிக்கிட்டே அந்த மோகன் நிவாஸ்

இன்ஸ்பெக்டர் எட்டி என் வாயிலயே ஒதைச்சார். பாருங்க. என் வாயில உள்ள பல் எல்லாம் கத்திரிச்சுப் போயிருச்சு. ஒதடு கிழிஞ்சு ஒடஞ்சி போச்சு. தொற தொற தொறனு ரத்தம் ஊத்துச்சு.

சிதிலமடைந்த வாய்ப்பகுதிகளைக் காண்பிக்கிறார்

மேட்டூர்ல வச்சு மூணு மாசம் பயங்கரமான கொடுமைகள். விடவுமில்ல. ஒண்ணுமில்ல. பாத்ரூம் போகவிட மாட்டாங்க. பிளாஸ்டிக் கவரு இல்லைனா, கஞ்சி கொண்டு வந்து சுடச் சுடக் கையிலயே ஊத்துவாங்க. அதையும் வாங்கிக் குடிக்கணும்.செங்கல், கட்டைகள கொண்டு வந்து தரைல போட்டு அதுல முட்டி போட வச்சு அடிப்பாங்க.

மோகன் நிவாஸ் இன்ஸ்பெக்டரும் தேவாரமும்தான் இந்தக் கொடுமைகளை செய்வாங்க. ரெண்டு பேரும் என்னை ரொம்பக் கொடுமை செஞ்சாங்க. மேட்டூர் ஐ.பி.ல என்னை பத்து நாள் வச்சி ஒடம்புல ஒட்டுத்துணி கூட இல்லாம அஞ்சு நாலு கவுந்தே உக்காந்திருந்தேன். துணியப் பூராப் புடுங்கி தூக்கி எறிஞ்சிட்டாங்க.

இன்ஸ்பெக்டர் மோகன்நிவாஸ் என்னை ஒரு ரூமுக்குள்ளே கூட்டிச் சென்று பெஞ்சில் படுத்துக் கொண்டார். மதியத்திலிருந்து நடுராத்திரி வரை அவர் உடம்பை பிடித்து விடும்படி என்னை கட்டாயப்படுத்தி செய்ய... வைத்தார். வீரப்பன் தம்பி அர்ச்சுனனுக்கு வைப்பாட்டியா நீ என்றார். அசிங்கப்படுத்துவது அவருக்கு சாதாரணம். தண்டாவிலிருந்து பத்துபேரை கொண்டு வந்து அவர்களை அடையாளம் காட்டச் சொன்னார். வயலில் கூலி வேலை செய்யும் போது நான் பார்த்திருந்ததால் அவர்கள் தண்டாவைச் சேர்ந்தவர்கள் என்பது தெரியும். பெயர் எனக்குத் தெரியாது என கூறினேன்.

போலீஸ் அதிகாரிகள் தங்கும் விருந்தினர் விடுதி பவானி சாலையில் உள்ளது. கட்டிடத்திற்குள் தேவாரம் இருந்தார். உள்ளே போனவுடன் என் நெற்றிப் பொட்டில் துப்பாக்கியை வைத்த வால்டர் தேவாரம் அர்ச்சுனனுடன் நீ எவ்வளவு நெருக்கம், அர்ச்சுனன் என்னை எப்படி நடத்துவார், உங்களுக்குள் அந்த தொடர்பு இருந்ததா என்றார். அசிங்கமாகத் திட்டினார். அர்ச்சுனன் உன்னை உபயோகித்தாரா என்று கேட்டார். அர்ச்சுனன் பற்றித் தெரியாது என்றேன். அர்ச்சுனன் அடிக்கடி உன் வீட்டில் வந்து தங்கும்போது எப்படி மறுக்கலாம் நீ என்று மிரட்டினார்.

மாடிக்கு கொண்டு சென்று என்னை நிர்வாணப்படுத்தி

அர்ச்சுனனுடன் எப்படிஎப்படியெல்லாம் நீ உடலுறவு கொண்டாய் என்று கேட்டார் தேவாரம். மூன்று நாட்களாக தொடர்ச்சியாக என்னைக் கற்பழித்தார் வால்டர் தேவாரம். கற்பழிக்கும்போதே அர்ச்சுனனுடன் நான் எப்படி உறவு வைத்திருந்தேன் எனக் கேட்டார் வால்டர் தேவாரம். நான் இல்லை என்ற உண்மையைச் சொன்னாலும் போலீசார் என்னை நம்பவில்லை. எனக்கு வீரப்பனையோ அர்ச்சுனனையோ தெரி யாது. அர்ச்சுனனைப் பற்றி நான் எதுவும் சொல்லாததால் என்னை சுடும்படி தேவாரம் போலீசாரிடம் சொன்னார். தேவாரத்தின் சில தேவைகள் காரணமாக என்னை அவர்கள் சுடவில்லை.

பயங்கரக் கொடும பண்ணுவாங்க. மேலெல்லாம் சிகரெட்டால சூடு வைப்பாங்க. தொடை கிடைனு எல்லா எடத்துலயும் சூடு வைப்பாங்க. என் ரெண்டு கால்களையும் ஒடைச்சி மதுரைக்கு கொண்டு போய்ட்டாங்க. பாதி ஜனங்கள இராமநாதபுரத்துக்கும், அவங்களுக்கு தேவைப்படுறவங்கள திருநெல்வேலி செவந்திபட்டி கஸ்டடிக்கும் கூட்டிட்டுப் போயிட்டாங்க. எனக்கு நடக்க முடியலை. தரையில தவந்தே பாத்ரூம் போகணும். என்னோட இருந்த ரெண்டு பேரு என்னத் தூக்கிட்டுப்போயி வேலிச்சந்துல விட்டாங்கன்னாதான் ஆயி இருக்க முடியும். கோயமுத்தூர் ஜெயில்ல கொண்டு வச்சாங்க. பத்து நாள் சோறு எதுவும் சாப்பிடல. சட்டி பானைல என்னைச் சுத்தி பத்துப்பேரு ஆயி இருப்பாங்க. குமட்டிக்கிட்டே இருக்கும். பச்சத்தண்ணியக் குடிச்சுக்கிட்டே கெடந்தேன்.

முட்டிக்குக் கீழே கால் சீழ் பிடிச்சுப் போச்சு. இடுப்பெல்லாம் வீங்கிப் போச்சு. சூடு வைக்கிறதுமில்லாம, பெரிய தொன்னைக் கட்டையால கால் பாதத்துலயே அடிப்பாங்க. வீரப்பன் படையாச்சி. நீயும் படையாச்சி. கொன்னுடுவேன். வீரப்பனைப் பத்தி சொல்லு சொல்லுன்னு அடிப்பாங்க. ஈரோடு. மெட்ராஸ்னு கூட்டிட்டுப்போய் கடைசில தடா சட்டத்துல ஜெயில்ல போட்டாங்க. மூணு வருஷம் ஜெயில்ல இருந்தேன். சொந்த பந்தம் யாரும் பயந்துக்கிட்டு பாக்குறதுக்கு வரலை..

கேம்ப்ல ஒண்ணுக்குப் போகணும்னு சொன்னாக்கூட பாத்ரூம்ல தள்ளிக்கிட்டுப் போயி கற்பழிச்சு வெளில கூட்டிட்டு வருவாங்க அதிரடிப்படை போலீசு. பாத்ரூம் போனாலே கற்பழிப்பாங்க. ஏதாவது பண்ணுவாங்க. அவங்களுக்குப் பயந்துக்கிட்டு பாத்ரூம் போகாம பிளாஸ்டிக் கவர்லயே போயி

தூக்கிப் போட்டுடுவேன்.

ராஜேந்திரன் மனைவி லட்சுமி.

> **"சிறுநீர் கழிக்க வேண்டும் என்று கூறிய என்னை இரண்டு போலீஸ்காரர்கள் கழிப்பறைக்குக் கூட்டிச் சென்று என்கைகளை தலைக்குப் பின்னால் சேர்த்துக் கட்டிப் போட்டு என்னைக் கற்பழித்து விட்டார்கள். என் அந்தரங்க உறுப்பில் இரத்தப்போக்கு அதிகமாகி இருந்தது. மறுநாள் என் ஆடைகளைக் கழற்றி நிர்வாணமாக்கி தரையில் அப்படியே குத்தி உட்கார வைத்து என் வயிறு, மூக்கு, தாடை வழியாக மின்சாரம் செலுத்தி மூன்று நாட்கள் சித்ரவதை''**

நாற்பது வயதான கொளத்தூர் லக்கம்பட்டியைச் சேர்ந்த இவர் காய்கறி வியாபாரம் செய்தவர்.

ஒருநாள் காலை பத்து மணியளவில் போலீஸ் ஜீப் எங்க வீட்டிற்கு வந்தது. வீட்டிற்குள் வந்த ரெண்டு போலீசார் என கண்களைக் கட்டி ஜீப்பில் கூட்டிச் சென்றனர். எம்.எம்.ஹில்ஸ் கொண்டு போனார்கள். நான் மூன்று வருசங்களுக்கு ஐ.பி.பங்களாவில் வைக்கப்பட்டேன். போலீசார் கொடுத்த உணவை சாப்பிட மறுத்துவிட்டேன். மார்பகங்களை திருகியும் தொடைகளில் கிள்ளியும் போலீசார் என்னை அசிங்கப் படுத்தினார்கள். சிறுநீர் கழிக்க வேண்டும் என்று கூறிய என்னை இரண்டு போலீஸ்காரர்கள் கழிப்பறைக்குக் கூட்டிச் சென்று என்கைகளை தலைக்குப் பின்னால் சேர்த்துக் கட்டிப் போட்டு விட்டு என்னைக் கற்பழித்து விட்டார்கள். என் அந்தரங்க உறுப்பில் இரத்தப்போக்கு அதிகமாகி இருந்தது.

மறுநாள் என் ஆடைகளைக் கழற்றி நிர்வாணமாக்கி தரையில் அப்படியே குத்தி உட்கார வைத்து என் வயிறு, மூக்கு, தாடை வழியாக மின்சாரம் செலுத்தி மூன்று நாட்கள் சித்ரவதை செய்தனர். பின்னர் எம்.எம். குன்றிலிருந்து பேருந்து நிலையத்திற்கு அருகில் உள்ள போலீஸ் ஸ்டேஷனுக்கு மாற்றினார்கள். என்னை தரையில் குத்த வைத்து ஒரு மின்சாரக் கம்பியைக் என் கையில் கொடுத்து வேறு இரண்டு பேர்களின் உடலில் மின்சாரம் வைக்க கட்டாயப்படுத்தினார்கள். கைகளைக் கட்டி தொங்கவிடப் பட்டிருந்த சில கைதிகளை அங்கு நான் பார்த்தேன். என் கையில்

லத்தியைக் கொடுத்து தொங்கிக் கொண்டிருந்தவர்களை அடிக்கும்படி செய்தனர். கட்டாயப்படுத்தினர். நாங்கள் கூப்பிடும் போதெல்லாம் முகாமிற்கு வரவேண்டும் என்றும் இதைப் பற்றி யாரிடமும் சொல்லக்கூடாது என்று மிரட்டி என்னை வீட்டிற்கு அனுப்பினர்.

எம்.எம்.ஹில்ஸ் போலீசார் என்னை விடுதலை செய்து ஐந்து நாட்களுக்குப் பின் பாலாருக்கு அழைத்துச் சென்றனர். ஒரு பங்களாவில் சிறை வைத்து என் ஆடைகளைக் கழற்றி நிர்வாணமாக்கி துப்பாக்கியின் அடிக்கட்டையினால் அடித்தனர். ஒரு போலீஸ்காரர் என்னைக் கற்பழிக்க ஆசைப்பட்டார். என் மோசமான உடல்நிலையைப் பார்த்த இன்னொரு போலீஸ்காரர் அவரை தடுத்துவிட்டார். மறுநாள் காலையில் வீட்டிற்கு அனுப்பப்பட்டேன். இரண்டுநாள் கழித்து மீண்டும் இங்கு வர வேண்டும் என கூறி வீட்டிற்கு அனுப்பினர். இரண்டு நாட்களுக்குப் பிறகு பங்களாவிற்கு சென்றேன். கட்டடத்தின் தரையை சுத்தம் செய்தேன். ஒரு வருடம் முழுக்க இப்படியேதான் நடந்தது. நடத்தப்பட்டேன். போலீஸ்காரர்கள் என் வீட்டிற்கு வந்து பாலாருக்குக் கொண்டு செல்வார்கள். அங்கு கொண்டு செல்லப் படும் பொழுதெல்லாம் அவர்கள் என்னை கற்பழித்தார்கள்.

என்னைக் கொண்டு சென்ற போலீசார் பெயர் எனக்குத் தெரியாது. கர்நாடகா போலீஸ் ஜீப் அது. அவர்கள் வைத்திருந்த பேட்டரி மூலமாக மின்சாரம் செலுத்தினர். மின்சாரக் கம்பியின் மறுமுனை பாட்டரியோடு சேர்ந்திருக்கும். பாட்டரியைத் தவிர வேறு எந்தக் கருவியும் அங்கு நான் பார்க்கவில்லை. என்னை மற்ற நபர்களுக்கு மின்சாரம் பாய்ச்ச கட்டாயப் படுத்திய போது அங்கே சின்னக் குழந்தைகள் உள்பட அறுபது பேர் இருந்தனர். அவர்களில் என்னால் ரெண்டு பேரை அடையாளம் காட்ட முடியும். லக்கம்பட்டியைச் சேர்ந்த ராமுவும் சின்னம்மாவும். சிகிச்சைக்காக அரசு மருத்துவமனைக்கு சென்றேன். போலீசுக்குப் பயந்து சிகிச்சையளிக்க மறுத்துவிட்டனர். எனக்கு சிகிச்சை அளிக்க மறுத்த மருத்துவர்கள் மீது நான் எந்தப் புகாரும் கொடுக்கவில்லை. ஏழு வருசங்களுக்கு முன் காவலர்கள் என்னைக் கொண்டு சென்றதற்கான காரணம்கூட எனக்குத் தெரியாது. பாலாரு கட்டிடத்திற்கு என்னை ஜீப்பில் கூட்டிச்சென்று விட்டு பேருந்தில் திருப்பி அனுப்பிவிடுவார்கள். திருப்பி அனுப்பும் பொழுது சில சமயம் 20 ரூபாய் கொடுப்பார்கள் என்றார் குறுக்கு

விசாரணையில்.

கிருஷ்ணன் மனைவி மாதி

"மேட்டூர் பள்ளியில் உள்ள முகாமிற்குச் சென்று அங்கு என் கணவர் கட்டி வைக்கப்பட்டு இருந்ததைப் பார்த்தேன். அவர் முழு நிர்வாணமாக இருந்தார். யாராவது உன்னைப் பார்த்தால் சித்ரவதை செய்யப்படுவாய்... நீ மீண்டும் கிராமத்திற்கே சென்றுவிடு! என்று அங்கிருந்த போலீஸ் ஒருவர் கூறினார்''

என் கணவர் கடந்த ஏழு வருடங்களுக்கு முன், கொளத்தூருக்கு கடலை விற்கச் செல்லும் போது, குழந்தைக்கு சிகிச்சைப் பெறுவதற்கு கொளத்தூருக்கு குழந்தையைக் கூட்டிவரச் சொன்னார். மதியம் பனிரெண்டு மணியளவில் நான் கொளத்தூர் வந்தபோது என் கணவரைக் போலீஸ் கொண்டு சென்றதாக பஸ் நிலையத்தில் ஒருவர் கூறினார். என் கணவரின் தம்பி மகன் சின்னப்பன். என் கணவரை போலீஸ் கொண்டு சென்றதாக அவன்தான் என்னிடம் கூறினான். டாக்டர் ராஜசேகரிடம் என் குழந்தைக்கு சிகிச்சை பெற்றேன். அவரிடம் என் கணவர் கைது செய்யப்பட்டது பற்றி கூறி நான் என்ன செய்யலாம் என்று அறிவுரை கேட்டேன். என்னை மீண்டும் கிராமத்திற்குச் செல்ல வேண்டாம் என்றும் என் கணவரை அவர்கள் கொண்டு சென்ற காரணத்தை போலீசாரிடம் தெரிந்து கொண்டு என்னிடம் கூறுவதாகச் சொன்னார்.

மேட்டூர் பள்ளியில் உள்ள முகாமிற்குச் சென்று அங்கு என் கணவர் கட்டி வைக்கப்பட்டு இருந்ததைப் பார்த்தேன். அவர் முழு நிர்வாணமாக இருந்தார். யாராவது என்னைப் பார்த்தால் சித்ரவதை செய்யப்படுவேன் என்றும் என்னை மீண்டும் கிராமத்திற்குச் செல்ல வேண்டும் என்றும் அங்கிருந்த போலீஸ் ஒருவர் கூறினார். நான் வீட்டில் இருந்த பொழுது. கர்நாடகா போலீஸ் வந்து என் கணவரை காட்டும்படி கேட்டனர். அவர்கள் பேசிய மொழி தெரியாததால் அவர்களுக்கு என்னால் பதிலளிக்க முடியவில்லை. கர்நாடகா போலீசார் என்னை அடித்தனர்.

என் கணவரைப் பார்க்க மேட்டூர் சென்றேன். என்

கணவரைப் பார்க்க போலீசார் அனுமதிக்கவில்லை. பார்க்காமலேயே திரும்பினேன். பதினைந்து நாட்களுக்குப் பின் என் கணவர் இறந்து விட்டதாக மக்கள் பேசிக் கொண்டனர். என் கணவரின் புகைப்படத்தை இன்ஸ்பெக்டர் ராமலிங்கத்திடம் காட்டி அவர் கொல்லப்பட்டாரா என விசாரித்தேன். அது உண்மையல்ல என்று ராமலிங்கம் சொன்னார். யாரையும் கொல்லமாட்டார்கள், என் கணவர் பாளையங்கோட்டையில் உள்ளார், திரும்பி வந்துவிடுவார் என்று இன்ஸ்பெக்டர் அசோக்குமார் கூறினார்.

ரெண்டு மாதங்களுக்குப் பிறகு கர்நாடகா போலீசார் மகேஷின் மகன் பண்ணாடியிடம் என் கணவர் கொல்லப்பட்டதாக தொலைபேசியில் கூறினர். இன்ஸ்பெக்டர்கள் அசோக்குமாரும். ராமலிங்கமும் என் கணவரை மேட்டூர் கொண்டு சென்றுள்ளதாக சின்னப்பன் கூறினார். என் கணவர் கர்நாடகா போலீசாரால் கொல்லப்பட்டார் என்று தெரியவந்தது. ஆனால், இன்ஸ்பெக்டர் அசோக்குமார் அவருக்கு ஒன்றும் தெரியாது என்றும் சிறிது நேரத்திற்குப் பிறகு தெரியப்படுத்துவதாகவும் என்னிடம் கூறினார்.

சின்னப்பனைத் தவிர, வேறு சிலரும் ராமலிங்கம் மற்றும் அசோக்குமார் என் கணவரை கைது செய்தது பற்றி கூறினர். போலீசார் என் கணவரை மேட்டூர் காவல் நிலையத்திற்கு கொண்டு சென்றதாக சின்னப்பன் என்னிடம் கூறினார். அந்த சித்ரவதை முகாம் பள்ளியின் ஜன்னல் வழியாக என் கணவரை பார்த்தேன். என் கணவர் வைக்கப்பட்டிருந்த மேட்டூர் முகாம் அமைந்திருக்கும் தெருப் பெயரைச் சரியாக கூற இயலாது. அரசு மருத்துவமனையிலிருந்து வலதுபக்கம் திரும்பினால் முகாமிற்கு செல்ல முடியும். பள்ளியைச் சுற்றி மதில்சுவர் உள்ளது. கிழக்குப் பக்கம் ஒரு கேட் உள்ளது. ஒரு ஜன்னல் வழியாக எட்டிப் பார்த்தேன். மதில் சுவருக்கும் பள்ளிகட்டிடத்திற்கும் ஐந்திலிருந்து பத்து அடி இடைவெளி இருக்கும். வேலாயுதம் என்ற உறவினர் பள்ளிக்கு அழைத்துச் சென்று சன்னலின் வழியாக என் கணவரைக் காண்பித்தார். என் கணவர் கட்டப்பட்டு இருந்ததை நான் பார்க்கவில்லை என்பதும் நான் விசாரணை குழுவிடம் பொய் கூறுகிறேன் என்பதும் உண்மையல்ல. என் கணவர் ஆறு மூட்டை கடலை கொண்டு சென்று ரூ 22000 க்கு அவற்றை வையாபுரி எண்ணெய் ஆலையில் விற்றார். அந்த பணம்

என்னாயிற்று என்று எனக்குத் தெரியாது. என் கணவர் கைது செய்யப் பட்டதை பேருந்து நிலையத்தில் தெரிந்து கொண்ட உடனே வையாபுரி எண்ணெய் ஆலைக்குச்சென்று கடலை விற்றதை உறுதி செய்து கொண்டேன்.

சுசிலா

''போலீசார் அவர்கள் கொன்றவர்களின் புகைப்படங்களை காண்பித்தனர். போட்டோ இருந்தது. என் இரண்டு குழந்தைகள் பாதுகாப்பு கருதி எனது கணவரின் உடலை பார்க்கவோ, பெறவோ நான் முயற்சி செய்யவில்லை''

ஒன்பது வருடங்களுக்கு முன் எனது கணவர் விறகு எடுப்பதற்காக காட்டிற்குள் சென்றார். காலை ஆறு மணியளவில் மதன் என்பவருடன் சென்றார். மாலை ஐந்து மணிக்கு திரும்பி வந்த மதன் எனது கணவர் கர்நாடகா போலீசாரால் கொல்லப்பட்டதாக சொன்னார். ஒரு மாதத்திற்கு பின் மதனும் போலீசாரால் கொல்லப்பட்டார். கர்நாடகா மற்றும் தமிழ்நாடு போலீசார் என்னைத் தேடிவருவதை அறிந்து எனது பெற்றோருடன் கேரளாவுக்கு ஓடிவிட்டேன். ஒண்ணேகால் வருடம் மூன்று மாதங்களுக்குப் பின்னர் பெரியகருப்ப கவுண்டர் என்பவர் போலீசாருக்கு எல்லாம் சரி செய்யப்பட்டுவிட்டதால் நான் இனி போலீசாரை பற்றி கவலை கொள்ள வேண்டாம் எனக் கூறியதால் கேரளாவிலிருந்து திரும்பி வந்தேன். நான் கேரளாவில் நம்பாட் என்னும் இடத்தில் இருந்தேன். அது பாலக்காட்டிலிருந்து வெகு தொலைவில் உள்ளது.

மாடா என்பவர் ஒரு வேன் நிறைய போலீசார் இருப்பதாகவும் துப்பாக்கி சுடும் சத்தம் கேட்டு அவர் அவ்விடத்தை விட்டு ஓடிவிட்டதாகவும் கூறினார். போலீசாரும் அவர்கள் கொன்றவர்களின் புகைப்படங்களை பின்னர் காண்பித்தனர். இதில் மாடாவின் போட்டோ இருந்தது. என்னுடைய இரண்டு குழந்தைகளின் பாதுகாப்பு கருதி எனது கணவரின் உடலை பார்க்கவோ அதைப் பெறவோ நான் முயற்சி செய்யவில்லை. வீரப்பன் மற்றும் அவருடைய குழுவில் தொடர்புடைய பெண்களை போலீசார் தேடிகொண்டு

இருப்பதால் நான் எனது கிராமத்திலிருந்து ஓடினேன். எனக்கும் வீரப்பனுக்கும் எந்த தொடர்பும் கிடையாது. மனித உரிமை ஆர்வலர்களைத் தவிர வேறு யாருக்கும் நான் ஒரு வருடம் முன்வரை எந்தத் தகவலும் சொல்லியதில்லை. எனது கணவரின் உடலை பெற்று இறுதிச் சடங்குகள் செய்ய எனது கிராமத்திலிருந்த எவரும் முயற்சி செய்யவில்லை. போலீசாருக்கு பயந்து சடலத்தை பெறுவதற்கான எந்த முயற்சியும் செய்யவில்லை.

பாப்பா என்கிற பாப்பம்மாள்

"பனிரெண்டு போலீஸ்காரர்கள் அவர்களது ஆடைகளை களைந்து வெறும் உடம்போடு என்முன் நின்று இதேபோல் உன்னையும் செய்வோம் என்றனர். நான் மயக்கமடைந்தேன்"

ஏழு வருடங்களுக்கு ஐந்து போலீசார் என் வீட்டிற்கு வந்து என் கணவரை இழுத்துச் சென்றனர். கைது செய்த காரணத்தை அவர்களிடம் கேட்டதற்கு சட்ட விரோதமாக வீரப்பனுக்கு மது கொண்டு சென்ற குற்றத்தை விசாரிக்க அழைத்துச் செல்வதாகக் கூறினர். என் கணவரிடம் நான் பேசியபொழுது போலீசார் என்னை திட்டி கீழே தள்ளினர். என் கணவர் எந்தக் குற்றமும் செய்யாதபோது ஏன் கூட்டிச் செல்கிறீர்கள் என்று கேட்டுக் கொண்டே அவர்கள் பின்னால் போனேன்.

பனிரெண்டு போலீஸ்காரர்கள் அவர்களது ஆடைகளை களைந்து வெறும் உடம்போடு என்முன் நின்று இதேபோல் உன்னையும் செய்வோம் என்று கூறினர். நான் மயக்கமடைந்தேன். போலீசார் என் கணவரை ஜீப்பில் கொண்டு சென்றதாக உறவினர் சுப்ரமணியா, நான் சுயநினைவு அடைந்ததும் என்னிடம் கூறினார். என் கணவரை சின்னதண்டா பங்களாவிற்கு கொண்டு சென்று சித்ரவதை செய்யப்பட்டதாக மறுநாள் காலையில் என் உறவினர் தேவராஜ் கூறினார்.

என் கணவரை மேட்டூர் முகாமில் பார்க்கச் சென்றேன். மேட்டூர் முகாமில் என் கணவரின் கால்கள் கட்டப்பட்டு இருப்பதை ஒரு ஜன்னல் வழியாக பார்த்ததை ஒரு போலீஸ் பார்த்துவிட்டு அந்த இடத்தை விட்டு செல்லாவிட்டால் அதே

நிலை உனக்கும் ஏற்படும் என்று மிரட்டினார். என் கணவர் கைது செய்யப்பட்டு ஒருவருடத்திற்குப் பிறகு போலீசாரால் கொல்லப்பட்ட சிலர் போட்டோக்களை கர்நாடகா போலீசார் காண்பித்தனர். என் கணவரின் புகைப்படமும் இருந்தது. என் கணவரை கைது செய்து கொண்டு சென்றது கர்நாடக போலீசா தமிழ்நாட்டு போலீசா என்று எனக்கு சொல்லத் தெரியாது. போலீசார் என் கணவரை சட்ட விரோதமாக காவலில் வைத்திருந்ததைப் பற்றி எந்த அதிகாரியிடமும் புகார் செய்யவில்லை. என் கணவர் கைது செய்யப்பட்டு ஒருவருடத்திற்கு பிறகே அவர் இறந்த செய்தி எனக்கு தெரியவந்தது. எம்.எம். குன்றிலிருந்து மேட்டூருக்கு என் கணவர் மாற்றப்பட்ட பிறகு அவரது நிலைபற்றி எந்த அதிகாரியிடமும் நான் விசாரிக்கவுமில்லை. அவரை காவல்நிலையத்தில் பார்க்க எந்த முயற்சியும் எடுக்கவில்லை. காவல்துறையினரால் என் கணவர் கைது செய்யப்பட்டு கொல்லப்பட்டதை அறிந்த பிறகு. அவர் எப்படி இறந்தார் என்று எந்த அதிகாரிக்கும் நான் புகார் கொடுக்கவில்லை. அவரின் இறப்பிற்கான காரணத்தை தெரிந்து கொள்ள நான் முயலவில்லை.

முருகன் மனைவி சிவகாமி.

> **"போலீசார் என் கணவரை அழைத்துச் சென்ற ஒரு வருடத்திற்குப் பிறகு அவர்களால் கொல்லப் பட்டவர்கள் புகைப்படங்கள் சிலவற்றை எங்களிடம் காண்பித்தனர். அதில் என் கணவரின் புகைப்படமும் ஒன்று//**

ஏழு வருடங்களுக்கு முன்பு ஒருநாள், கர்நாடகா போலீசார் என் வீட்டிற்கு வந்து, ஐயா என் கணவரை அழைப்பதாகக் கூறினர். ஏன் என்று கேட்டதற்கு, கவலைப்பட ஒன்றுமில்லை என்றும் என் கணவரை விசாரித்த பின் அய்யா திருப்பி அனுப்பி விடுவார் என்று கூறினர். என் கணவர் திரும்பி வரவேயில்லை. போலீசாரிடம் என் கணவரைப்பற்றி தெரிந்து கொள்ள முயற்சி செய்தோம். பதில் எதுவும் கிடைக்கவில்லை. நாங்கள் திரும்பவும் அங்கே வந்தால் பயங்கர முடிவுகளைச் சந்திக்க நேரிடும் என மிரட்டினர்.

போலீசார் என் கணவரை அழைத்துச் சென்ற ஒரு வருடத்திற்குப் பிறகு காவல்துறையினரால் கொல்லப்பட்டவர்களின் புகைப்படங்கள் சிலவற்றை எங்களிடம் காண்பித்தனர். அதில் என் கணவரின் புகைப்படமும் ஒன்று. என் கணவர் இறந்த செய்தி எங்களுக்குத் தெரிந்தது. என் கணவர் மீது எந்த குற்றமும் இல்லையென்றாலும் கர்நாடகா போலீசாரால் என் கணவர் கொல்லப்பட்டார்.

நான் என் கணவரின் இறப்பிற்கான காரணங்களை எந்த அதிகாரியிடமும் கேட்கவில்லை. என் கணவரை போலீசார் அழைத்துச் செல்லவில்லை என்று கூறுவதும், மேலும் காவல்துறையினருக்கும், வீரப்பனின் கூட்டத்திற்கும் நடந்த சண்டையில் கொல்லப்பட்டார் என்பது பொய்யான கூற்று.

ஆண்டியப்பன் மகன் முருகேஷ்

> "என்னுடைய தந்தையையும், மாமாவையும் போலீசார் கொன்று விட்டதாக நக்கீரன் பத்திரிக்கையில் படித்தோம். நக்கீரன் செய்தி படித்த இரண்டு நாட்களில் என் தந்தைக்கு இறுதிச் சடங்கை செய்தோம். 1994ல் நக்கீரன் செய்தி வெளிவந்ததனால் என் தந்தை இறந்ததை நம்பினோம்."

சென்னை சென்று மருத்துவர் பா.ம.க. நிறுவனர் திரு. ச.ராமதாஸ் அவர்களை சந்தித்து விபரங்களைக் கூறினோம்

போலீசார் எங்கள் உடலின் காது மூக்கு துவாரங்களிலும் எனது தாத்தாவின் உயிர்நிலை பகுதிகளிலும் மின்சாரம் செலுத்தினர். அதனால் என் அம்மா மனநோயாளியாகி விட்டார். தாத்தாவின் பற்களும் போலீசாரால் உடைத்து நொறுக்கப்பட்டன. என் தங்கை பனிரெண்டு வயது சின்னப் பெண். மற்றொரு பையனுடன் உடலுறவு கொள்ள வற்புறுத்தப்பட்டாள்.

எங்கள் குடும்பம் லக்கம்பட்டியில் இருந்தது. 1993ஆம் வருடம் ஒரு நாள் காலை ஆறு மணிக்கு போலீசார் என் வீட்டிற்கு வந்து அம்மா, தாத்தா, தங்கை உட்பட என்னையும் போலீஸ் வேனில் எம்.எம்.ஹில்ஸ் கொண்டு சென்றனர். என் அப்பா மட்டும்

ஜீப்பில் கொண்டு செல்லப்பட்டார். இதற்கு நாலுநாள் முன் எனது மாமா தமிழ்நாடு போலீசால் கைது செய்யப்பட்டார். அப்பா தவிர எங்கள் அனைவரையும் எம்.எம்.ஹில்ஸ் பேருந்து நிலையம் அருகிலுள்ள போலீஸ் ஸ்டேஷனில் வைத்தனர். என் தந்தையை வேறு எங்கோ அழைத்துச் சென்றனர்.

போலீசார் எங்கள் உடலின் காது மூக்கு துவாரங்களிலும் எனது தாத்தாவின் உயிர்நிலை பகுதிகளிலும் மின்சாரம் செலுத்தினர். அதனால், எனது அம்மா உடல் ரீதியாக, மனரீதியாக பாதிக்கப்பட்டு இறுதியில் மனநோயாளியாகி விட்டார். என் தாத்தாவின் பற்களும் போலீசாரால் உடைத்து நொறுக்கப்பட்டது. என்தந்தை சிறையில் அடைக்கப்பட்ட இடத்திற்கு எங்கள் அனைவரையும் கொண்டு சென்று என் தந்தையை லத்தியால் அடிக்கச்சொல்லி என்னை வற்புறுத்தினர். என் அம்மாவையும் தங்கையையும் என் தந்தையையும் தாத்தாவையும் லத்தியால் அடிக்கச் சொல்லி வற்புறுத்தினர்.

என் தங்கைக்கு பனிரெண்டு வயது சின்னப் பெண். அவள் மற்றொரு பையனுடன் உடலுறவு கொள்ள வற்புறுத்தப்பட்டாள். பின்னர் என் தங்கை உடலுறவு வைத்துக் கொள்ள தகுதியில்லை என்றறிந்த அவர்கள் அந்த எண்ணத்தை விட்டுவிட்டனர். அப்பாவின் கைகளை கயிறால் பின்புறமாக கட்டி மேற்கூரையில் இருந்து தொங்க விட்டனர். படுக்க வைத்து இடுப்புக்குக் கீழே கால்களில் இருந்து பாதம் வரை மரஉருளை கொண்டு உருட்டப்பட்டு சித்ரவதை செய்யப்பட்டார். அவரால் நடக்கமுடியவில்லை. என் அப்பாவும், தாத்தாவும் போலீசார் சொல்லும் பொய்யை ஏற்றுக் கொள்ளும் வரை உடலில் மின்சாரம் செலுத்தப்பட்டு துன்புறுத்தப்பட்டார்கள். அடுத்தநாள் என் தந்தை தவிர எல்லோரும் ஜீப்பில் ஏற்றப்பட்டோம். போலீசார் எங்களை சுட்டுக் கொலை செய்துவிடுவோம் என்று பயமுறுத்தினார்கள்.

நான், எனது அம்மா, தங்கை ஆகிய மூவரை மட்டும் பஸ் நிலையத்திற்கு அருகில் உள்ள போலீஸ் ஸ்டேஷனில் வைத்துக்கொண்டு தாத்தாவை என் அப்பா சிறைவைக்கப்பட்டு இருந்த இடத்திற்கு கொண்டு சென்றனர். பின்னர் ஒவ்வொரு நாளும் எங்களை எனது தந்தையும் தாத்தாவும் சிறைவைக்கப்பட்டு இருக்கும் இடத்திற்கு கொண்டு சென்று, சித்ரவதையை தொடர்ந்தனர். மின்வயர்கள் கொண்ட கிளிப்புகளை என்

அப்பாவின் உடலில் மாட்டி மின்சார சித்ரவதை செய்தனர். செலுத்தினர். நாங்கள் சிறைவைக்கப்பட்ட 19வது நாள் எனது அப்பா பஸ் நிலையம் கொண்டு வரப்பட்டார்.

அவரை வீரப்பனுடன் தொடர்புள்ளவர் என்று ஒத்துக் கொள்ள வற்புறுத்திய போது அவர் வீரப்பனுடம் எந்த தொடர்பும் இல்லை என்று கூறியதாகவும், போலீசாரின் சித்ரவதை தாங்காமல் வீரப்பனுடன் தொடர்பு என்று ஒத்துக்கொண்டார் என்றும் எங்களிடம் அப்பா கூறினார். என் தந்தையை போலீஸ் ஸ்டேஷன் கொண்டு வருமுன் என் அம்மாவை அங்கு கொண்டுவந்து கண்களை மறைத்துக்கட்டி சுவரைப்பார்த்து திருப்பி உட்கார வைக்கப்பட்டார்.

என் தந்தை போலீஸ் ஸ்டேஷனுக்கு கொண்டுவரப்பட்டபோது அவரது உடல் முழுக்க முகம் உட்பட வெள்ளைத் துணியால் சுற்றப்பட்டு இருந்தது. போலீசார் என் தந்தையிடம் வீரப்பனுக்கு உதவினாயா என்று கேட்டனர். என் தந்தை போலீசாரிடம், தனது நிலங்கள் வனப்பகுதிக்கருகில் உள்ளதால் போலீசார் அவர்மீது சந்தேகப்படுவதாகவும் வீரப்பனுக்கு உதவி செய்திருக்கலாம் என்று போலீசார் கருதுவதாகவும் கூறியபின் போலீசாரிடம் அது உண்மை இல்லை என்றும் கூறினார். என் தந்தை போலீஸ் உடையில் என் வீட்டிற்கு கொண்டு வரப்பட்டார். அன்று எங்கள் வீட்டில் உள்ள ஆயில் இன்ஜின் மற்றும் இதர பொருட்களையும் போலீசார் உடைத்தார்கள். எனது தந்தை மட்டும். எம்.எம்.ஹில்ஸில் உள்ள வேறொரு இடத்திற்கு கொண்டு செல்லப்பட்டார். முதன் முதலாக அப்போதுதான் போலீசார் கருணை அடிப்படையில் பிஸ்கெட் கொடுத்தனர். நான் என் தந்தையை கடைசியாக பார்த்தது அப்போதுதான்.

பின்னர் நாங்கள் மூவரும் போலீசாரால் விடுவிக்கப்பட்டோம். என் தாத்தாவுக்கு என்ன நடந்தது என்பதுபற்றி தெரியவில்லை. எங்களை விடுவிக்கும்போது என் தங்கையின் காது ஓட்டை வழியாக மின்சாரம் செலுத்தி அப்பாவை என்ன செய்யவேண்டும் என்று அவளிடம் கேட்டனர் போலீசார். அப்பாவைக் கொன்று விடு என்றார்கள். என் தந்தையை நீதிமன்றத்திற்கு அனுப்பி வைப்போம், அவர் கொலை செய்யப்பட மாட்டார் என்றனர். ஒரு வருடத்திற்கு அப்புறமாக என்னுடைய தந்தையையும், மாமாவையும் போலீசார் கொன்று

விட்டதாக நக்கீரன் பத்திரிக்கையில் படித்தோம். என்தந்தையும் மாமாவும் போலீசாரிடம் இருந்து ஓட முயற்சி செய்த போது சுட்டு வீழ்த்தப்பட்டார்கள் என்ற செய்தி நக்கீரனில் வெளியாகி இருந்தது. இச்செய்தியை தெரிந்தபிறகுதான் அவர்களுக்கான இறுதி சடங்கைச் செய்தோம். என்தாத்தா காணாமல் போன துக்கத்தில் என் பாட்டியும் இறந்துவிட்டார்.

என்னை எம்.எம்.ஹில்ஸ் போலீஸ் ஸ்டேஷனுக்கு அழைத்து சென்றால் இன்ஸ்பெக்டர், போலீசாரையும் அடையாளம் காணமுடியும். பேட்டரியுடன் கூடிய கைமிஷினால் என் உடலில் மின்சாரம் செலுத்தப் பட்டது. போலீசார் எனக்கு செய்த சித்ரவதையை என் ஆசிரியர் மற்றும் நண்பர்களிடம் தெரியப்படுத்தினேன். ஏழ்மை நிலையில் இருந்ததால் எந்த டாக்டரிடமும் சிகிச்சைக்காகச் செல்லவில்லை. என் தந்தை இறப்பை பற்றி நக்கீரனில் படிக்கும் வரை அவரைப்பற்றிய எந்த விவரமும் எங்களுக்குத் தெரியாது. நக்கீரன் செய்தியை உறுதிப்படுத்திக்கொள்ள நாங்கள் எடுத்த மற்ற முயற்சிகளுக்கு சுமார் பத்தாயிரம்ரூபாய் வரை செலவு செய்தோம். என்னுடைய மாமா முத்துச்சாமி மற்றும் மகேஷ் பன்னாடி ஆகியோர் என்னுடைய அத்தையை எம்.எம்.மலை, கொள்ளேகால், மைசூர் ஆகிய பல பகுதிகளுக்கும் என் தந்தை உயிரோடு இருக்கிறாரா இல்லையா என்பதை உறுதி செய்ய அழைத்துச் சென்றனர். நான் என் மாமா என் அத்தை மற்றும் மகேஷ் ஆகியோரிடம் நாங்கள் போலீசாரால் சித்ரவதைக்கும் அவமானத்திற்கும் உட்படுத்தப் பட்டோம் என்று கூறினேன்.

என் தந்தையின் இறப்பை உறுதி செய்து கொள்ள எம்.எம்.மலைக்குச் சென்றோம். மேலும் நாங்கள் சென்னை சென்று மருத்துவர் திரு. ச.ராமதாஸ் அவர்களை சந்தித்து விபரங்களைக் கூறினோம். நான் எட்டாவது வரை படித்திருக்கிறேன். கொத்தனார் வேலை செய்வேன். என்னுடைய தந்தை அவரது இரு சகோதரர்கள் சேர்ந்து எட்டு ஏக்கர் நிலம் வைத்துள்ளார்கள். மிளகாய். கரும்பு. வேர்க்கடலை போன்ற பயிர்களை பயிர் செய்வோம். என் தந்தைக்கு என்றைக்கு இறுதிச் சடங்கு செய்தோம் என்பது எனக்கு ஞாபகம் இல்லை. நக்கீரன் செய்தி படித்த இரண்டு நாட்களில் என் தந்தைக்கு இறுதிச் சடங்கை செய்தோம். 1994ல் நக்கீரன் செய்தி வெளிவந்ததனால் என் தந்தை இறந்ததை நம்பினோம்.

பாப்பாத்தி

"இரண்டு நாட்களுக்குப் பிறகு என் தாய் எனக்கு மாலைமுரசு என்ற தமிழ் பேப்பரை கொடுத்து அனுப்பினார். என் கணவரும் இரண்டு நபர்களும் கொல்லப்பட்ட செய்தி இருந்தது. வால்டர் தேவாரம், ராமலிங்கம், அசோக்குமார் மற்றும் பலரும் என்னை காட்டில் வேலை செய்யாமல் வீட்டிற்குப் போகச் சொன்னார்கள். மூன்று நபர்கள் போலீசாரின் கொடுமையால் கொல்லப்பட்ட செய்தி (26.5.1993) வெளிவந்த மாலைமுரசு நாளிதழை காண்பித்தார்"

நான் தமிழ்நாடு வனத்துறையில் ஒரு தினக் கூலியாக வேலை பார்த்து வந்தேன். கணவர் கரியன் கேரளாவிற்கு ரப்பர் மரம் நடும் வேலைக்காக சென்றிருந்தார். நான் 26.5.1993 காலை ஒன்பது மணிக்கு, சில செடிகளை நட்டுக் கொண்டிருந்தேன். அப்பொழுது தேவாரம், ராமலிங்கம், அசோக்குமார் ஆகிய போலீசார் ஏழு ஜீப்புகளில் போலீசாருடன் வந்தனர். என்னை அழைத்து வயலில் வேலை செய்ய வேண்டாம் என்றும் வீட்டிற்கு செல்லும்படியும் உத்தரவிட்டனர். நான் நாற்று நடுவதற்கு பயன்படுத்திய குடம் மற்றும் வாளிகளையும் எடுத்துச் சென்றனர். இரண்டு நாட்களுக்குப் பிறகு என் தாய் எனக்கு மாலைமுரசு என்ற தமிழ் பேப்பரை கொடுத்து அனுப்பினார். என் கணவரும் இரண்டு நபர்களும் கொல்லப்பட்ட செய்தி இருந்தது. என் தாயுடைய தம்பிதான் என் கணவர். செய்தி வந்ததற்கு ஒரு மாதத்திற்கு முன்னரே ரப்பர் எஸ்டேட்டில வேலை பார்த்து கொண்டிருந்த என் கணவர் இறந்து விட்டதாக கேரளாவில் செய்தி வெளிவந்ததாக நான் அறிந்தேன்.

அவர் இறப்பைப்பற்றி எனக்கு எந்த விசயமும் தெரியாது. அவரை போலீசார் கைது செய்தது பற்றி எனக்குத் தெரியாது. எனக்கு இரண்டு குழந்தைகள் உள்ளனர். நான் வனத்துறையில் தொடர்ந்து வேலை பார்த்து வருகிறேன். என் கணவரின் இழப்பிற்கு பிறகு என் குழந்தைகளின் படிப்புக்கும் உணவுக்கும் கஷ்டப்படுகிறேன். என் கணவர் பண்ணையில் வேலை பார்த்தார். அவருக்கும் வீரப்பன் கூட்டத்திற்கும் எந்த தொடர்பும் இல்லை.

என் கணவர் சட்ட விரோதமான செயலில் ஈடுபடவில்லை என்றாலும் காவல்துறையினரால் கொல்லப்பட்டார். வால்டர் தேவாரம், ராமலிங்கம், அசோக்குமார் மற்றும் பலரும் என்னை காட்டில் வேலை செய்யாமல் வீட்டிற்குப் போகச் சொன்னபோது என்னிடம் என் கணவரைப் பற்றி எதுவும் குறிப்பிடவில்லை. மூன்று நபர்கள் போலீசாரின் கொடுமையால் கொல்லப்பட்ட செய்தி (26.5.1993) வெளிவந்த மாலைமுரசு நாளிதழை சாட்சி காண்பித்தார்.

சூப்பன் மனைவி மணி

"என் கணவரின் நிலையைப் பார்த்த நான் மேட்டூர் முகாமில் இருந்த வால்டர் தேவாரத்திடம் என் கணவருக்கு டாக்டர் மூலம் சிகிச்சையளிக்க ஏற்பாடு செய்யுங்க''என்றேன். ''நீயே ஆஸ்பத்திரிக்கு கூட்டிச்சென்று திரும்ப 'ஜங்கிள் பேட்' என்ற இடத்திற்கு கூட்டி வா'' என்றார் வால்டர் தேவாரம். "உன் கணவரின் சடலத்தை இங்கிருந்து கொண்டு செல்" என சொன்னார்கள்.

ஏழு வருடத்திற்கு முன்னர் என் கிராமத்திற்கு இன்ஸ்பெக்டர்கள் ராமலிங்கம், அசோக்குமார் ஆகியோர் போலீசாருடன் வந்தனர். என் கணவர் மாரிகோவில் அருகே இருந்தார். போலீசார் என் கணவரை மேட்டூர் முகாமுக்கு கொண்டு சென்றனர். என்னுடைய கணவரை கொண்டு செல்லும் போது என்னிடம் அடுத்த நாள் மேட்டூர் முகாமிற்கு போ என்றனர். நான் மேட்டூர் போலீஸ் முகாமிற்கு சென்றபோது என் கணவர் மிக மோசமான நிலையில் இருப்பதைப் பார்த்தேன். என் கணவரின் நிலையைப் பார்த்த நான் மேட்டூர் முகாமில் இருந்த வால்டர் தேவாரத்திடம் என் கணவருக்கு டாக்டர் மூலம் சிகிச்சையளிக்க ஏற்பாடு செய்யுங்கள் என்றேன்.

நீயே உன் கணவரை ஆஸ்பத்திரிக்கு கூட்டிச்சென்று திரும்ப ஜங்கிள் பேட் இடத்திற்கு கூட்டி வா என்றார் வால்டர் தேவாரம். நான் என் தம்பியை உதவிக்கு அழைத்துக் கொண்டு. போலீஸ் ஸ்டேஷன் சென்றேன். அவர் கடுமையாக தாக்கப்பட்டதால் கணவரின் உடல் நிலை மிகவும் ஆபத்தான நிலையில் இருந்தது. அவர் உடலில் நான் எந்த காயத்தையும் பார்க்கவில்லை. என் கணவர் ஊசி போட்டதற்கு பின்னர் என்னிடம் பேசினார். என்

கணவரை போலீசார் கொண்டு செல்லும்போது ஆரோக்கியமான உடல் நலத்துடன் இருந்தார். அதுவரை அவருடைய உடல் நலத்திற்கு எந்த ஒரு பாதிப்பும் ஏற்படவில்லை. அவர் கைது செய்வதற்கு முன்பு வரை மருத்துவமனை பக்கம் கூட சென்றதில்லை.

நான் அவரை போலீஸ் சித்ரவதை முகாமில் பார்த்தபோதோ அவர் பேசும் நிலையில் இல்லை. மூச்சுவிடுவதற்கு திணறிக் கொண்டு மிகவும் கஷ்டப்பட்டுக் கொண்டிருந்தார். என் கணவரை ஆஸ்பத்திரிக்கு பேருந்தில்தான் கூட்டிச் சென்றேன். அவர் யாரிடமும் பேசும் நிலையில் அப்போது இல்லை. மருத்துவமனையில் அனுமதிக்கப்பட்டு, ஒரு நாள் அங்கே தங்க வைக்கப்பட்டார். அப்போது பணியில் இருந்த டாக்டரிடம் என் கணவரின் இந்த நிலைக்கான காரணத்தைச் சொன்னேன். மறுநாள் “உன் கணவரின் சடலத்தை இங்கிருந்து கொண்டு செல்“ என சொன்னார்கள். என் கணவர் இறந்தபின் மாவட்ட ஆட்சித் தலைவரிடமோ வேறு எந்த அதிகாரியிடமுமோ நான் புகார் ஏதும் செய்யவில்லை. போலீசார் என்னிடம் இருந்து எந்த வாக்குமூலமும் கையெழுத்தும் பெறவில்லை

மணி அம்மா

"இன்ஸ்பெக்டர் செல்லபாண்டியன் வந்து 'கல்யாண மண்டபத்தில் நடக்கவுள்ள வக்கீல்களின் மாநாட்டில் கலந்து கொள்ள வேண்டாம் என்றும் கலந்து கொண்டால் விபரீதமான விளைவுகளை சந்திக்க நேரிடும்' என்றார்.''

எனக்கு குழந்தை பிறந்தபின் மற்றொரு குழந்தையை லக்கம்பட்டியில் என் வீட்டில் கணவருடன் விட்டுவிட்டு குடும்பக் கட்டுப்பாடு அறுவை சிகிச்சை செய்வதற்காக சேலம் சென்றிருந்தேன். மருத்துவமனையிலிருந்து நான் திரும்புவதற்கு முன்னரே வால்டர் தேவாரம் போலீசாருடன் கிராமத்துக்குச் சென்று என் கணவரை அடர்ந்த காட்டிற்கு அழைத்துச் சென்றனர். நான் திரும்பிய பின் என் கணவரையும் மாதேஸ் என்பவரையும் தேவாரம் அடர்ந்த காட்டிற்கு அழைத்துச் சென்றுள்ளதாக என் மாமனார் மாமியார் என்னிடம் கூறினர்.

மாலை ஐந்து மணிக்கு என் கணவரையும் அவரது நண்பரையும் வெள்ளை வேனில் கொண்டு வந்து கொளத்தூர் ஊராட்சி அலுவலகத்தில் மூன்று நாட்கள் காவலில் வைத்தனர்.

என் மாமனார் மாமியார் ஒரு போலீசைப் பார்த்து என் கணவரை விடுதலை செய்ய முடியுமா என கேட்டனர். அந்த போலீஸ்காரரர் ரூ.1000 என் கணவருக்காக, ரூ.500 மாதேஷுக்காக கொடுத்தால் உதவி செய்வதாக உறுதியளித்தார். பணத்தைக் கொடுத்த பிறகும் என் கணவரையும் மாதேசையும் மேட்டூர் முகாமிற்கு மாற்றினர். கர்நாடகா போலீசார் என் கிராமத்திற்கு வந்து என் மாமனார், என் கணவரின் தம்பி, அவரது மனைவி, என் தந்தை மற்றும் என் கொழுந்தனின் பனிரெண்டு, ஐந்து வயசு கொண்ட குழந்தைகளையும் இழுத்துச் சென்றனர். முரட்டுத்தனமான இந்த செயலால் நான் பயந்து போனதால் என் கணவரைப் பற்றி எங்கும் சென்று விசாரிக்கவில்லை. குடும்பக் கட்டுப்பாடு செய்து மருத்துவமனையிலிருந்து நான் திரும்பி வந்தபிறகு என் கணவரை நான் பார்க்கவில்லை.

என் கணவரை மாதேசிடமிருந்து பிரித்து எட்டு நபர்களுடன் சேர்த்து எம்.எம்.ஹில்ஸ் அழைத்துச் சென்றுள்ளதாக என்னிடம் கூறினர். ஒருவரைத் தவிர மற்ற அனைவரும் கொல்லப்பட்டனர் என்று சொன்னார்கள். ஒரு வருடத்திற்கு நான் என் கணவரைப்பற்றி விசாரித்தேன். ஒரு வருடத்திற்கு பிறகு இன்ஸ்பெக்டர் ராமலிங்கம் மேலும் சில போலீஸ் அதிகாரிகளும் என் கணவர் கொல்லப்பட்டிருக்கலாம் அல்லது வீரப்பனுடன் சென்றிருக்கலாம் என என்னிடம் கூறினர். என் கணவரது ஈமச்சடங்குகளை செய்யுமாறு கூறினர். ஒரு வருடத்திற்குப் பிறகு இன்ஸ்பெக்டர் செல்லபாண்டியன் வந்து என்னை கல்யாண மண்டபத்தில் நடக்கவுள்ள வக்கீல்களின் மாநாட்டில் கலந்து கொள்ள வேண்டாம் என்றும் கலந்து கொண்டால் விபரீதமான விளைவுகளை சந்திக்க நேரிடும் என்றும் கூறினார்.

கொளத்தூர் சித்ரவதை முகாம்

ராமநாயக்கர், சுப்பராயன், கங்கஜன்; லக்கம்பட்டி. லட்சுமி, ராம்ஜி. அனுபவித்த சித்ரவதைகள்

> **"கை கால்களை கயிறால் பின்னால்கட்டி, முழு உடலையும் காற்றில் தொங்கவிட்டு கட்டப்பட்ட இரு கால்களையும் இரண்டு பக்கத்திலிருந்தும் இழுத்துள்ளனர். அவரது இடுப்பில் எலும்பு முறிவு ஏற்பட்டது. அவரது கால்கள் உணர்ச்சி இழந்துவிட்டன''**

வீரப்பன், அவரது கூட்டாளிகளுக்கு மது மற்றும் மளிகைப்பொருட்கள் கொடுத்ததாக ஏழு வருடங்களுக்கு முன் கர்நாடகா போலீசார் அவர்களை கொண்டு சென்றதாக கூறுகின்றனர். கர்நாடகா போலீசார் சுமார் ஏழு வருடத்திற்கு முன் ஒரு நாள் காலை அவர் வீட்டிற்கு வந்து கண்களைக் கட்டி எம்.எம்.ஹில்ஸ் கொண்டு சென்றதாக ராமநாயக்கர் கூறுகிறார். மது கொடுத்ததில் அவருக்கும் வீரப்பன் கூட்டத்திற்கும் தொடர்பு இருந்ததா என்று விசாரிக்கப்பட்டது. துப்பாக்கியின் அடிமுனையால் அடித்தனர். எட்டு நாட்களுக்குக் காவலில் வைக்கப்பட்டார். வீரப்பனைப் பற்றித் தெரியாது என்றதற்கு காது, கழுத்து, மார்புகாம்பு மற்றும் இனப்பெருக்க உறுப்புகளின் வழியாக மின்சாரம் பாய்ச்சினர். வயது முதியவர் என்பதால் சித்ரவதை தாங்க முடியாமல் பலவீனப்பட்டு கை பலமிழந்து எதையும் தூக்க முடியாமல் இருப்பதாகவும் கூறினார். முதல் மூவரை பத்து பேருடன் சேர்த்து எம்.எம்.ஹில்ஸ் கொண்டு செல்லப்பட்டதாக கூறினார். வீரப்பனைப் பத்தி எதுவும் தெரியாது என்று மிக உறுதியாக கூறவே அவரை கொளத்தூருக்கு கொண்டுசென்று கைது செய்யப்பட்டு பத்து நாட்களுக்குப் பின் ஜாமீனில் விடுதலை செய்யப்பட்டார்.

ஒரு நாள் காலை போலீசார் கிராமத்திற்கு வந்து சுப்பராயன், கங்கஜன் இருவரிடம் ஆண்டியப்பனைப் பற்றி விசாரித்தனர். அவரைப் பற்றி தெரியாது என்று கூறவே இருவரையும் ஆண்டியப்பன் வீட்டிற்குக் கூட்டிச் சென்று கண்களைக் கட்டி ஜீப்பில் எம்.எம்.ஹில்ஸ் அழைத்துச் சென்றனர். ஆண்டியப்பன்

ஜாவர் வயலில் கைது செய்யப்பட்டதாக கூறுகிறார். உணவுப் பொருட்கள் கொடுத்ததை பற்றியோ வீரப்பனைப் பற்றியோ கூற மறுக்கவே எம்.எம்.ஹில்ஸில் கடுமையாக அடிக்கப்பட்டதாய் கூறுகின்றனர். வீரப்பன் மற்றும் அவரது கூட்டாளிகளுடன் தொடர்பு உள்ளது என்று ஒப்புக் கொள்வதற்குப் பதிலாக இறந்துவிடுவோம் என்று கூறியதால் கைது செய்யப்பட்ட ஏழாவது நாள் அவர்கள் கொளத்தூருக்குக் கொண்டு வரப்பட்டு ஜாமீனில் விடுதலை செய்யப்பட்டதாக கூறுகின்றனர்.

லட்சுமி என்பவர் பாசு, சேகரின் அம்மா. தடாசட்டத்தில் மைசூர் மத்தியசிறையில் சேகர் காவலில் வைக்கப்பட்டிருந்தார். பாசுவை கர்நாடகா காவல்துறையினர் ஏழு வருடங்களுக்கு முன் எம்.எம்.ஹில்ஸ் கொண்டு சென்று பாசு வீரப்பன், அவரது கூட்டாளிகளைப் பற்றிக் கூறாததால் பலமாக போலீசாரால் அடிக்கப்பட்டதாக கூறுகிறார்.

இரண்டு மரத்தடிகளை பாசுவின் உடலில் வைத்து போலீசார் தம் பலம் முழுவதையும் திரட்டி அதை உருட்டியதாக லட்சுமி கூறுகிறார். அவரது மகனுக்குக் கொடுக்கப்பட்ட தண்டனைப் பற்றி எப்படித் தெரியும் என்று பேனல் சபை கேட்டதற்கு, இரண்டாவது மகனை மைசூர் சிறையில் பார்க்கச் சென்ற போது சேகர் தன் அண்ணனுக்கு போலீசார் செய்த சித்ரவதை குறித்து தன்னிடம் கூறியதாக லட்சுமி கூறுகிறார். பாசு விடுதலைசெய்யப்பட்டு இரண்டு மாதங்களுக்கு தன்னுடன் வாழ்ந்ததாகவும், பின்னர் அவர் வீட்டைவிட்டுச் சென்று விட்டதாகவும் பாசுவைப் பற்றித் தெரியாது என்கிறார் லட்சுமி. பாசு அதிர்ச்சிக்குள்ளாகி மனநிலை பாதிக்கப்பட்டதாகவும் அதனால் வீட்டைவிட்டு சென்றுவிட்டதாகவும் அவன் திரும்பிவரும் மனநிலையில் இல்லை என்றும் கூறுகிறார்.

ராம்ஜியை ஏழு வருடங்களுக்கு முன், வீரப்பன் கூட்டத்திற்கு மளிகை சாமான் கொடுத்ததாக சந்தேகத்தின் பேரில் தமிழ்நாடு போலீஸ் இன்ஸ்பெக்டர் சன்னமல்லன் மேட்டூர் முகாமிற்கு கொண்டு சென்றார். மளிகை சாமானை வீரப்பனுக்குக் கொடுத்தீர்களா என்றதற்கு ராம்ஜி மறுத்ததால் மேட்டூர் முகாமில் போலீசார் பயங்கரமாக அடித்துள்ளனர். கை கால்களை கயிறால் பின்னால்கட்டி, முழு உடலையும் காற்றில் தொங்கவிட்டு கட்டப்பட்ட இரு கால்களையும் இரண்டு பக்கத்திலிருந்தும் இழுத்துள்ளனர். அவரது இடுப்பில் எலும்பு முறிவு ஏற்பட்டது.

அவரது கால்கள் உணர்ச்சி இழந்துவிட்டன. ஒரு போலீஸ் ஸ்டேஷனிலிருந்து இன்னொரு போலீஸ் ஸ்டேஷனாக அவரை மாற்றி மாற்றி மூன்று வருடங்களுக்கு போலீஸ் காவலில் அவரை வைத்திருந்ததாக ராம்ஜி கூறியுள்ளார். மேட்டூரிலிருந்து ராமநாதபுரத்திற்கும், திருநெல்வேலிக்கும், மீண்டும் மேட்டூருக்கும் மாற்றினார்கள். போலீஸ் சித்ரவதை செய்ததால் அவரால் எந்த வேலையும் செய்ய முடியவில்லை என்றும் அரை கிலோமீட்டருக்கு மேல் நடக்க முடியவில்லை என்றும் கூறுகிறார். இவரது உடலில் எந்தப் பாகத்திலும் எக்ஸ்ரே எடுக்கப்படவில்லை என்கிறார். அவரது இடுப்பில் பெல்ட் போடும்படி எந்த மருத்துவரும் அறிவுறுத்தவில்லை. இவரது ஏழ்மையினால் பெல்ட் போட முடியவில்லை.

போலீஸ் செய்த சித்ரவதைகள் பற்றி எந்த அதிகாரியிடமும் சொல்லவுமில்லை. புகார் கொடுக்கவுமில்லை என்று அனைவருமே கூறுகின்றனர். ஒரு வருடத்திற்கு முன்பிருந்தே இதைப்பற்றி யாரிடமும் கூறவில்லை என்றும் மனித உரிமை இயக்கத்தினர் அவர்கள் இடத்தைப் பார்வையிட்டபோதுதான் அவர்களிடம் கூறியதாக சாட்சிகள் கூறுகின்றனர்.

ராஜா, செல்லம்மாள், சாந்தி, பாப்பாத்தி, ராஜம்மாள்.

"ஆறு மாதத்திற்குப் பிறகு அவர் மேட்டூர் முகாமிற்குச் சென்றபோது அவரது கணவனைக் கொன்று விட்டதாக போலீசார் கூறினர். அவரது கணவனைக் கொன்றதாக தினசரி பத்திரிக்கை அவரிடம் காண்பிக்கப் பட்டதாக கூறினார்"

ஏழு வருடங்களுக்கு முன் நோய்வாய்ப்பட்டிருந்த உறவினர் ஒருவரைப் பார்க்க தன் தந்தை ஜாகெரிக்குச் சென்றதாக ராஜா கூறுகிறார். தமிழ்நாடு போலீசார் அவரது வீட்டிற்கு வந்து தந்தை எங்கே என்று கேட்டனர். தன் தந்தை ஜாகெரிக்குச் சென்றிருப்பதாகக் கூறிய உடன் தந்தையை அடையாளம் காட்ட ராஜாவையும் ஜாகெரிக்குக் கொண்டு சென்றனர். ஜாகெரியில் தன்னையும் தன் தந்தையையும் கைது செய்து மேட்டூர் முகாமிற்குக் கொண்டு செல்லப்பட்டதாக ராஜா கூறுகிறார். நான்கு

நாட்களுக்கு போலீசார் அவர்களைச் சித்ரவதை செய்தனர். நான்கு நாட்களுக்குப் பிறகு இருவரும் பிரிக்கப்பட்டனர். ராஜா செவண்டபட்டி கொண்டு சென்று காவலில் வைக்கப்பட்டார். நாற்பத்து ஆறு நாட்களுக்குப் பிறகு, விடுதலை செய்யப்பட்டார். அவரது அப்பா கொல்லப்பட்டார் என்று போலீசார் அப்போதுதான் கூறினர். இன்ஸ்பெக்டர் ராமலிங்கம் தங்களை சித்ரவதை செய்ததாகக். கூறுகிறார். அவரது அப்பா கொல்லப்பட்ட செய்தியை சொன்ன அதிகாரி பெயர் நினைவில்லை என்று கூறுகிறார். 25.05.1993 அன்று பர்கூர் காவல்நிலையத்திற்கு உட்பட்ட டோனிமடுவில் போலீசார் நடத்திய எதிர்பாராத மோதலில் ராஜாவின் அப்பா கொல்லப்பட்டார் என்பதை சாட்சி மறுக்கிறார். தந்தை எப்படி கொல்லப்பட்டார் என்று தெரியாது என்றும் ஆனால், அவரையும் அவரது அப்பாவையும் ஜாகெரியிலிருந்து போலீசார்தான் கூட்டிச்சென்றதாகவும் கூறுகிறார்.

ஒருநாள் காலை அதிரடிப்படையினர் தன் வீட்டிற்கு வந்து கணவர் முனியனைக் கொண்டு சென்றதாக செல்லம்மாள் கூறுகிறார். ஒரு வருடத்திற்கு பிறகு போலீசார் அவர் கணவனைக் கொன்றது தெரியவந்தது. தன் கணவரைக் பார்க்க போலீசார் அனுமதிக்கவில்லை என்றார். தன் மாமியார் மகனைப் பார்க்கச் சென்றபோது அவரையும் கஸ்டடியில் வைத்ததாக கூறுகிறார். வீரப்பனுக்கு மளிகை சாமான்கள் கொடுப்பதாக சந்தேகத்தின் பேரில் தன் கணவனைக் கொன்றதாகக் கூறுகிறார்.

பர்கூர் காவல்நிலையத்திற்குட்பட்ட கார்கன்டி என்ற இடத்தில் எதிர்பாராத பயங்கர மோதலில் முனியன் மற்றும் மதன் கொல்லப்பட்டனர் என்று வி.பாலச்சந்திரன் கூறினார்.

அவளது கணவர் காவல்துறையினரின் எதிர்பாராத பயங்கர மோதலில் கொல்லப்பட்டார் என்பதை செல்லம்மாள் மறுத்துவிட்டார்.

தந்தை, கணவர் இறந்ததற்கு எந்த ரெக்கார்டும் அவர்களிடம் இல்லை என்று அனைவரும் கூறுகின்றனர்.

ஏழு வருடங்களுக்கு முன் ஒருநாள் காலை 7.00 மணிக்கு போலீசார் வீட்டுக்கு வந்து தன் கணவனை மேட்டூர் காவல் நிலையத்திற்குக கொண்டு சென்றதாக அர்ஜுனின் மனைவி சாந்தி கூறினார். அவருக்கு அப்பொழுதுதான் குழந்தை பிறந்ததால் அன்று அவரால் செல்லமுடியவில்லை. இரண்டு நாட்களுக்குப்

பிறகு அவர் மேட்டூர் முகாமிற்குச் சென்றார். தன் கணவர் எம்.எம்.ஹில்ஸ் மாற்றப்பட்டுள்ளார் என்பதை அறிந்து அங்கு சென்றார். அங்கிருந்து அவர் மைசூருக்கு மாற்றப்பட்டுள்ளதாக கூறினர். தனது குழந்தையைப் பார்த்துக் கொள்ள யாருமில்லாததால் அவரால் மைசூருக்குச் சென்று அவரது கணவனைத் தேடமுடியவில்லை. ஆறு மாதத்திற்குப் பிறகு அவர் மேட்டூர் முகாமிற்குச் சென்றபோது அவரது கணவனைக் கொன்றுவிட்டதாக போலீசார் அவரிடம் கூறினர். அவரது கணவனைக் கொன்றதாக தினசரி பத்திரிக்கை அவரிடம் காண்பிக்கப் பட்டதாக கூறினார். அவரது கணவன் குழந்தை ஆகியோர் அடங்கிய குடும்பத்தில் அவரது கணவன் மட்டுமே சம்பாதிப்பவர் என்கிறார். போலீஸ் கைதுசெய்யும் அளவிற்கு என் கணவர் எந்தத் தவறும் செய்யவில்லை. அவரைக் கொன்றதற்கான காரணத்தையும் போலீசார் கூறவில்லை என்கிறார்.

அர்ஜுன் 24.05.1993 அன்று கர்நாடகா காவல் துறையினருக்கும் வீரப்பனின் கூட்டத்திற்கும் இடையே நடந்த மோதலில் கொல்லப்பட்டதாக கலீல்-உர்-ரெஹ்மான் கர்நாடகா டி.ஜி.பி.க்காக ரெக்கார்டுகளைப் பார்த்து விசாரணைக் குழுவிடம் கூறினார்.

சாட்சியின் கணவரை மேட்டூர் காவலர்கள் கைது செய்யவில்லை என்றும் காவல்துறையினருக்கும். வீரப்பனுக்கும் நடந்த மோதலில் கொல்லப்பட்டார் என்று கர்நாடகா காவல்துறையினர் கூறுவதை சாந்தி மறுக்கிறார்.

பாப்பாத்தியின் மகள் வள்ளி தடா சட்டத்தில் மைசூர் மத்திய சிறையில் இருக்கிறார். தனது மகளும் மகளின் கணவரும் அவர்களின் குழந்தையோடு வாழ்ந்து வந்ததாகவும், சுமார் ஏழு வருடங்களுக்கு முன் கர்நாடகா காவல்துறையினர் அவர் வீட்டிற்கு வந்து மகளையும் அவள் கணவன் சம்புவையும் கைதுசெய்து கூட்டிச்சென்றனர். மகளின் கணவரைப்பற்றி இதுவரை எதுவும் தெரியவில்லை. காவலில் இருந்து திரும்பாததால் அவரை போலீசார் கொன்றிருக்கலாம் என்கிறார் பாப்பாத்தி.

சத்தியமங்கலம் காவல் நிலையத்திற்குட்பட்ட மஞ்சுகும்மபட்டியில் நவம்பர் 5, 1993 அன்று காவல்துறையினரால் சேத்துக்குளி ரங்கசாமியின் மகன் சம்பு கொல்லப்பட்டார் என்று எங்கள் கவனத்திற்குக் கொண்டு வரப்பட்டது. சம்புவைக்

காவல்துறையினர் கைது செய்யவில்லை. அவன் வீரப்பன் கூட்டத்தைச் சேர்ந்தவன் என்பதால் கொல்லப்பட்டான் என்று போலீசார் சொன்னதை பாப்பாத்தி மறுத்து விட்டார்.

ராஜம்மாள் தனது கணவர் ராமசாமியை காவல்துறையினர் கைது செய்யக் கூடும் என்பதால், சேலம் நீதிமன்றத்திற்குச் சென்று ஜாமீன் வாங்கியதாகக் கூறுகிறார். இருந்தாலும் நீதிமன்றத்தில் இருந்து வருகையில் இன்ஸ்பெக்டர் ராமலிங்கம் அவரைக் கைது செய்து மேட்டூர் முகாமிற்குக் கொண்டு சென்றார். தன்னையும் கைது செய்த கொளத்தூர் போலீசார் தன்னை மூன்று மாதங்களுக்கு மகேஷாலையில் காவலில் வைத்திருந்ததாக சாட்சி கூறுகிறார். காவலில் இருக்கும் போது அவரையும் மற்றவர்களையும் போலீசார் மேட்டூர் காவல்நிலையத்திற்கு கூட்டிச் சென்று வருவர். அப்படி ஒரு முறை சென்று வருகையில்தான் தன் கணவர் இறந்தது பற்றி தனக்குத் தெரிந்ததாக கூறுகிறார். சாம்ராஜ் நகர் கிழக்கு காவல்நிலையத்திற்குட்பட்ட சின்னரி ஹல்லாவில் 23.12.1993 அன்று போலீசாருக்கும் வீரப்பனுக்கும் நடந்த மோதலில் அவரது கணவர் ராமசாமி கொல்லப்பட்டார் என்று காவல்துறையினர் கூறுவதை சாட்சி மறுத்துவிட்டார்.

கொளத்தூர் முகாம் தமிழ்நாடு.

"போலீசாரால் கண்மூடித்தனமாக அடிக்கப்பட்டு மர உருளையால் அவருடைய தொடையில் வைத்து இரு போலீசார் தங்கள் அதிகபட்ச பலத்தை பயன்படுத்தி உருட்டி பின்னர் இரு கால்களையும் பின்புறமாக கட்டி கூரையின் மீது தலைகீழாக தொங்கவிடப்பட்டு சில மணி நேரம் அப்படியே விடப்பட்டிருந்ததால் அவருடைய கால்கள் பலவீனமடைந்து அவருடைய உடல் எடையையே தாங்க முடியாத நிலைக்கு மாறிவிட்டது"

திப்பி, சங்கர், பொன்னுசாமி. எல்லம்மாள், பொன்னுசாமி, குருசாமி, மது. சின்னம்மாள், காளியம்மாள், மாணிக்கம், மாதையன். அம்மாசி மனைவி ஹரிமுத்து... இவர்கள் சபை முன்பு வந்து, சட்டத்திற்கு புறம்பாக கர்நாடகா போலீசார்

தங்களை கைது செய்து எம்.எம்.மலைமுகாமில் பல சமயத்தில் இருபத்தியாறு நாட்களில் இருந்து ஒன்றரை வருடங்கள் வரை சிறை வைத்திருந்தனர் என விளக்கமாக கூறினர்.

இது அனைவருக்குமான ஒட்டுமொத்தமான வாக்கு மூலமாகும்.

இவர்கள், அதிக காலம் சிறையிலடைக்கப் பட்டாலும், போலீசாரால் 3 நாட்களில் இருந்து 4 நாட்கள் வரைதான் உடலில் மின்சாரம் செலுத்தி மர உருளையால் அடித்து, கண்மூடித்தனமாக உயிர்நிலை பகுதிகளில் அடித்து கைவிரல்கள், கால் விரல்நுனி, கைகளை பின்புறம் கட்டி கூரையின் மேல் தொங்கவிட்டு பலவிதமான வகைகளில் சித்ரவதை செய்யப்பட்டு துன்புறுத்தப் பட்டுள்ளனர்.

திப்பியை போலீசார் பூட்ஸ்கால்களால் உதைத்து தலைமுடியை கைகளால் பிடித்து இழுத்து துன்புறுத்தியுள்ளனர். மின்சாரத்தை அனைவர் உடலிலும் குறிப்பாக காது துவாரம், கழுத்து, மார்பு மற்றும் பிறப்புறுப்பு பகுதிகளில் செலுத்தி அவர்களை சித்ரவதை செய்து துன்புறுத்தியுள்ளனர் என்று அனைத்து சாட்சிகளும் கூறியுள்ளனர்.

எல்லம்மாள் தற்போது இருபது நிமிடங்களுக்கு மேல் தொடர்ந்து நிற்க முடியாத நிலையில் உள்ளார். போலீசாரால் கண்மூடித்தனமாக அடிக்கப்பட்டு உருளை கம்பால் அவருடைய தொடையில் வைத்து இரு போலீசார் தங்கள் அதிகபட்ச பலத்தை பயன்படுத்தி உருட்டி பின்னர் இரு கால்களையும் பின்புறமாக கட்டி கூரையின் மீது தலைகீழாக தொங்கவிடப்பட்டு தற்காலிகமாக சில மணி நேரம் அப்படியே விடப்பட்டிருந்தார். அதன் விளைவாக அவருடைய கால்கள் பலவீனமடைந்து அவருடைய உடல் எடையையே தாங்க முடியாத நிலைக்கு மாறிவிட்டது.

சங்கர் டிரைவராக பணிபுரிகிறார். அவர் ஆறு மாதங்கள் சிறையில் அடைக்கப்பட்டார். ஏழு நாட்கள் சித்திரவதைக்கு உட்படுத்தப்பட்டார். டி.ஐ.ஜி. முன்பாக போய் சித்ரவதை செய்வதற்கு பதிலாக என்னை சுட்டுக் கொன்று விடுங்கள் அல்லது என்னை சிறைச்சாலைக்கு அனுப்பி தொடர்புடைய சட்ட நடவடிக்கைகளை நடைமுறை செய்யுங்கள் என்று கேட்டிருக்கிறார். அவர் கோரிக்கை ஏற்றுக் கொள்ளப்படவில்லை. எனக்கு பழைய உடல் பலத்தை ஈடு செய்யவும் முன்போல வேலை

செய்வதற்கும் பல மாதங்கள் ஆயின என்றார்.

எம்.எம்.ஹில்ஸ் முகாம்
முனிசாமி மனைவி சேவா

''இன்ஸ்பெக்டர் ஹரிகிருஷ்ணன் சிகரெட் துண்டுகளால் என் தொடையில் சூடு வைப்பார். எனக்குத் தெரியாத வீரப்பனைப் பற்றி தகவலைப் பெற போலீசார் என்னை சித்ரவதை செய்தனர்''

நல்லூரில் வசித்து வருகிறேன் 1992ஆம் வருடம் ஒரு நாள் அதிகாலை இரண்டு மணியளயில் போலீஸ் எஸ்.ஐ.ஷகில்அகமது, ஹரிகிருஷ்ணன் ஆகிய இருவரும் என் வீட்டிற்கு வந்து சோதனை செய்தனர். மூன்று வேன்கள் நிறைய போலீசார் இருந்தனர். வீட்டிலிருந்து அரை கிலோமீட்டர் தொலைவில் உள்ள காட்டிற்கு எங்கள் ஏழு பேரை ஜீப்பில் கொண்டு சென்றனர். எங்களை அடித்து மின்சாரம் செலுத்தினர். நாலு ரோடு புற நகர் காவல் காவல் நிலையத்திற்கு எங்களை கொண்டு சென்றனர். நாலுரோடு புற நகர் காவல் நிலையத்திலிருந்து என் கணவரை எங்களிடமிருந்து பிரித்து காட்டிற்குள் கொண்டு சென்றனர். இரண்டு நாட்களுக்கு பிறகு மீண்டும் புறநகர் காவல் நிலையத்திற்கு என் கணவர் கொண்டு வரப்பட்டார்.

அதன்பிறகு எம்.எம்.ஹில்ஸ் காவல் நிலையத்தில் என்னையும் என் கணவரையும் நிர்வாணப்படுத்தி மின்சாரம் செலுத்தினர். ஒரு மாதத்திற்கு இரண்டு நாட்களுக்கு ஒரு முறை முகாமில் என் இரு கைகளையும் கட்டி என்னை உத்தரத்தில் தொங்கவிட்டனர். எஸ்.ஐ.ஷகில்அகமது என்னை பிடித்து மானபங்கப்படுத்தி விடுவேன் என்று மிரட்டினார். ஆனால் ஒன்றும் செய்யவில்லை. இன்ஸ்பெக்டர் ஹரிகிருஷ்ணன் சிகரெட் துண்டுகளால் என் தொடையில் சூடு வைப்பார். எங்களை மூன்று மாதங்கள் காவலில் வைத்திருந்து, என் கணவரை மட்டும் வைத்துக் கொண்டு எங்களை வீட்டிற்கு அனுப்பினர். என் கணவரை எங்கேயோ தெரியாத இடத்திற்கு போலீசார் கொண்டு சென்றனர். இரண்டு மாதங்களுக்கு பின்னர் விடுதலை செய்யப்பட்டார்.

எம்.எம்.ஹில்ஸ் போலீஸ் நிலையத்திலிருந்து விடுவிக்கும் போது நல்லூருக்குச் செல்ல வேண்டாமென்றும் சென்றால்

விபரீதமான விளைவுகளை சந்திக்க நேரிடும் என்றும் எஸ்.ஐ.ஷகில் அகமது மிரட்டினார். எங்களை தமிழ்நாட்டிற்குச் செல்லும்படி கூறினார். அதனால் கொளத்தூர் அருகிலுள்ள கருங்கலூரில் அம்மாவுடன் வசித்து வருகிறேன். கொளத்தூருக்கும் அந்தியூருக்கும் இடையிலுள்ள கோமராயனூருக்கு அதன்பிறகு சென்றோம். கோமராயனூரில் என் கணவரின் உறவினர் மது என்பவருடன் இருந்தோம். உடம்பு வலிக்கு சிகிச்சைபெற என் கணவர் மருத்துவமனைக்குச் செல்வதாக கூறிச் சென்றார். ஒரு வருடத்திற்கு பிறகு இன்ஸ்பெக்டர் வெங்கடசாமி என்னை எம்.எம்.ஹில்ஸ் கொண்டு சென்றார். மூன்று வேன் நிறைய போலீசாருடன் வெங்கடசாமி கோமராயனூர் வந்தார். என கணவரைப் பற்றி என்னிடம் விசாரித்தார். மருத்துவ சிகிச்சைக்காக கொளத்தூர் மருத்துவமனைக்குச் சென்றிருக்கிறார் என்று கூறினார்.

கோமராயனூரில் இருந்து நான் மட்டுமே எம்.எம்.ஹில்ஸ் கொண்டு வரப்பட்டேன். போலீஸ் ஸ்டேஷனில் ஒரு நாள் மட்டும் வைத்துவிட்டு ஒன்பது நாட்களுக்கு முகாம் ஓர்க் ஷாப்பில் வைக்கப்பட்டு பின் மைசூருக்கு கொண்டு செல்லப்பட்டேன். பத்து நாட்களுக்கு போலீஸ் ஸ்டேஷனிலும், ஓர்க் ஷாப்பிலும் முதலில் கொடுக்கப்பட்ட அதே தண்டனை திரும்ப திரும்ப கொடுக்கப்பட்டது. கோமராயனூரிலிருந்து என்னைக் கொண்டு வந்து விட்டு விட்டு வெங்கடசாமி ஸ்டேஷனுக்கு சென்று விட்டார். அதன் பிறகு நான் அவரைப் பார்க்கவில்லை. மருத்துவமனையில் இருந்து என் கணவர் திரும்பும் வரையில் என்னை காவல் நிலையத்தில் இருக்கச் சொன்னார். மைசூர் கொண்டு செல்லப்பட்ட அன்றே குற்றவியல் நடுவரிடம் என்னைக் கொண்டு சென்றனர். எனக்கு நடந்த சித்ரவதைகளைப் பற்றி மாஜிஸ்டிரேட்டிடம் கூறக்கூடாது என்று காவலர்கள் என்னை மிரட்டினர். அங்கிருந்து சிறைக்கு அனுப்பப்பட்டேன். எட்டு மாதங்களுக்குப் பிறகு என் கணவர் சிறையில் என்னைப் பார்த்தார். அதுவரை என் கணவரைப் பற்றி எனக்கு எதுவும் தெரியாது. சுமார் ஐந்து, ஆறு மாதங்களுக்கு முன், தடா நீதிமன்றத்தால் விடுதலை செய்யப்பட்டேன் என் கணவரும் கைது செய்யப்பட்டு அதே சிறையில் வைக்கப்பட்டார்.

ஹரிகிருஷ்ணன், ஷகில் அஹமது எங்கள் வீட்டிற்கு வந்த தேதியும் மாதமும் எனக்கு தெரியாது. அன்று மிகவும் வெப்பமாக

இருந்தது. அதற்கு முன்போ பிறகோ ஷகில் அஹமதை பார்க்கவில்லை. அவரது பெயரைக் கூறியதாலேயே அவரது பெயர் ஷகில் அஹமது என்று எனக்குத் தெரியும். அவரது பதவியைப் பற்றி எனக்குத் தெரியாது. எஸ்.ஐ.என்று அவர் கூறினார். ஹரிகிருஷ்ணன் பெயரையும் அவர் தனக்கு உயர் அதிகாரி என்றும் ஷகில் என்னிடம் கூறினார். எங்களைக் காட்டிற்குள் கொண்டு சென்றனர். எங்கள் வீட்டிற்கு சோதனை செய்ய வந்தபோது நான் ஹரிகிருஷ்ணனை முதல் முறையாகப் பார்த்தேன். ஹரிகிருஷ்ணன் சிவப்பான தோற்றமுடையவராக உயரமாக இருந்தார். சாதாரணமான மீசை வைத்திருந்தார். எங்கள் வீட்டிற்கு வந்தபோது ஷகில் அஹமது கன்னடத்தில் பேசினார். எனக்கு அவர் பேசிய மொழி புரியவில்லை. நாங்கள் வீரப்பனுக்கு உதவுவதாக ஷகில் அஹமது கூறினார். வீரப்பனும் நாங்களும் ஒரு சாதியைச் சேர்ந்தவர்கள் என்பதால் அவனுக்கு உதவி செய்கிறோமா என்று எங்களிடம் விசாரித்தார். ஹரிகிருஷ்ணன் என்னோடு பேசவில்லை. அவர் என்னை அடித்து சித்ரவதை செய்தார். மூன்று மாதங்களுக்கு காவலில் வைக்கப்பட்டோம். அந்த மூன்று மாதங்களில் பண்டிகை வருமா என்று எனக்கு ஞாபகமில்லை. நாங்கள் வெளியே செல்ல அனுமதிக்கப் படாததால் அந்த மூன்று மாதங்களில் பண்டிகைக் கொண்டாடப்பட்டதா என்று எனக்குத் தெரியாது. எம்.எம்.குன்று காவல் நிலையத்திலிருந்து தமிழ்நாட்டுக்கு அனுப்பப்பட்டபோது நான் ஷகில் அஹமதை மட்டுமே பார்த்தேன். ஹரிகிருஷ்ணனை பார்க்கவில்லை. தமிழ்நாட்டில் ஒரு வருடத்திற்கு இருந்தேன். எம்.எம்.குன்றில் போலீசார் எங்களை சித்ரவதை செய்ததை எங்கும் புகார் செய்யவில்லை. யாரிடமும் அதைக் கூறவில்லை.

வீரப்பனையோ அவரது குழந்தையையோ நான் பார்த்ததில்லை; ஹரிகிருஷ்ணன், ஷகில் அஹமது இருவரும் நான் தமிழ்நாட்டில் இருந்தபோது வீரப்பனால் கொல்லப்பட்ட செய்தி எனக்கு தெரிய வந்தது. கொளத்தூர் மருத்துவமனையில் சில ஊசிகள் போட்டுக் கொண்டேன். நான் அங்கு நோயாளியாக இல்லை. ராம் டாக்டர் தனியார் மருத்துவமனையில் ஊசி போட்டுக் கொண்டேன். எனக்கு எதிராக தடா நீதிமன்றத்தில் மூன்று வழக்குகள் உள்ளன. அவைகளைப் பற்றி எனக்குத் தெரியாது. எங்களைக் கைது செய்த ஹரிகிருஷணன் மற்றும் ஷகில் அஹமது எங்களை ஐந்து மாதத்திற்குச் காவலில் வைத்து

சித்ரவதை செய்ததாக நஷ்டாடு பெற பொய் சொல்லவில்லை. வெங்கடசாமிதான் என்னைக் கூட்டிச் சென்று சித்ரவதை செய்தார் என்பதும் உண்மையல்ல. 11.05.1993 அன்று நல்லூரில் என் வீட்டில் சிறப்பு அதிரடிப்படையினர் என்னைக் கைது செய்தனர் என்பதும் உண்மையல்ல.

எனக்குத் தெரியாத வீரப்பனைப் பற்றி தகவலைப் பெற போலீசார் என்னை சித்ரவதை செய்தனர். வீரப்பன் இருப்பிடம் பற்றி மீண்டும் மீண்டும் என்னிடம் கேட்டனர். எனக்கு ஒன்றும் தெரியாததால் என்னால் பதிலளிக்க முடியவில்லை. என் கணவரும் சித்ரவதை செய்யப்பட்டார். என் குழந்தைகள் நல்லூரில் என் வீட்டில் இருந்தனர். அவர்களை அக்கம் பக்கத்தினர் பார்த்துக் கொண்டனர். எம்.எம்.ஹில்ஸ் ஸ்டேஷனிலிருந்து என்தாயின் வீட்டிற்கு சென்றபோது என் குழந்தைகள் என் தாய் வீட்டில் இருந்தனர். கருங்கலூருக்கு என் குழந்தைகள் எப்போழுது வந்தார்கள் என்று எனக்குத் தெரியாது என்னைக் கைது செய்ததை அறிந்த என் தாய் என் குழந்தைகளை நல்லூரில் இருந்து கருங்கலூருக்குக் கூட்டி வந்ததாக என்னிடம் கூறினார். என் உடலில் மின்சாரம் செலுத்திய போது கடுமையான வலி உண்டாக்கியது. எந்தக் காயமும் ஏற்படவில்லை. சிகரெட் துண்டுகளால் சுடப்பட்டதால் தொடையில் காயங்கள் ஏற்பட்டது. அந்தத் தழும்பு இப்போது மறைந்துவிட்டது.

சிறையில் என் உறவினர்கள் என்னை ஆறு மாதத்திற்கு ஒரு முறை பார்க்க அனுமதிப்பர். மைசூரில் உள்ள வக்கீல் திரு.சுப்பகிருஷ்ணன் தடா வழக்குகளில் எனக்காக வாதாடினார். தமிழ்நாட்டிலிருந்து என்னை யாரும் வந்து பார்க்கவில்லை. வழக்கைப் பற்றி திரு.சுப்பகிருஷ்ணன் என்னிடம் எதுவும் கேட்கவில்லை. ஷகில் அஹமது, ஹரிகிருஷ்ணன் ஆகியோர் 1992ம் ஆண்டு ஒரு நாள் அதிகாலை 2.00 மணிக்கு என் வீட்டுக்கு வந்து சோதனை செய்ததையோ எங்களை கைது செய்ததையோ வெங்கடசாமி என்னை காவல் நிலையத்திற்குக் கொண்டு சென்றதையோ மாஜிஸ்ட்டிரேட்டிடம் கொண்டு சென்றதையோ நான் இதுவரை யாரிடமும் கூறவில்லை. முதல்முறையாக நடந்தவைகளை இக்குழுவிடம்தான் நான் சொல்கிறேன்.தடா வழக்கின் போது நீதிபதி ஏதாவது கூறவேண்டுமா என்று என்னிடம் கேட்டார். போலீசார் எனக்கு மின்சாரம் செலுத்தியதை மட்டும் கூறினேன்.

ரங்கசாமி மனைவி அம்மாசி

"மைசூர் ஆல் இந்தியா ரேடியோ ஒலிபரப்பிய செய்தியில் என் கணவர் இறப்பைப் பற்றி தெரிந்து கொண்டேன். தடா சட்டத்தில் சிறை வைக்கப்பட்டு ஐந்து வருடங்களுக்குப் பிறகே என் கணவரின் இறப்பை தெரிந்து கொண்டேன்''

எனக்கு குழந்தை பிறந்து பத்து நாட்களுக்குப்பின் ஒருநாள் நான் என் வீட்டில் தூங்கிக் கொண்டிருந்தேன் என் கணவர் ஆடு மேய்க்க சென்றிருந்தார். காலை ஏழுமணிக்கு அதிரடிப்படையைச் சேர்ந்த முப்பது போலீசார் வீட்டுக்கு வந்து என் கணவரைப் பற்றி விசாரித்தனர். ஆடு மேய்க்கச் சென்றிருக்கிறார் என்று கூறியதற்கு என்னை வலுக்கட்டாயமாக இழுத்து எம்.எம்.ஹில்ஸ் கொண்டு சென்று ஒர்க் ஷாப் என்னும் இடத்தில் வைத்தனர். அந்தரங்க உடலுறுப்புகள் உட்பட என் உடலில் மின்சாரம் பாய்ச்சி, என்னை அடித்து சித்ரவதை செய்தார்கள். என்னை சித்ரவதை செய்யும் போது என் கணவரின் இருப்பிடத்தைப் பற்றிக் கூறும்படி சொன்னார்கள். எனக்கு அதுபற்றி ஒன்றும் தெரியாது. ஒர்க் ஷாப்பில் ஒன்றரை வருடங்கள் வைக்கப்பட்டிருந்தேன். ஆரம்பத்தில் பத்து நாட்களுக்கு மின்சாரம் பாய்ச்சினர் அதன்பிறகு காவலில் இருந்த பொழுது கண்களைக் கட்டி என்னை பலமாய் அடித்தனர்.

ஒன்றரை வருட ஒர்க் ஷாப் காவலுக்குப் பிறகு, தடா சட்டத்தில் சிறைக்கு அனுப்பப்பட்டேன். மைசூர் மத்திய சிறையில் ஏழு வருடங்களுக்கு இருந்தேன். எனக்குப் பிறந்த குழந்தை ஒரு நாள் மட்டுமே உயிரோடு இருந்தது. போலீஸ்காரர்கள் என் வீட்டில் நடத்திய சோதனையின்போது அது இறந்துவிட்டது. ஐந்து மாதங்களுக்கு முன்பு விடுதலை செய்யப்பட்டேன். தடா சட்டத்தில் காவலில் இருந்த பொழுது, செய்தித்தாள்கள் வழியாக என் கணவர் இறந்ததைத் தெரிந்து கொண்டேன். மைசூர் ஆல் இந்தியா ரேடியோ ஒலிபரப்பிய செய்தியில் என் கணவர் இறப்பைப் பற்றி தெரிந்து கொண்டேன். தடா சட்டத்தில் சிறை வைக்கப்பட்டு ஐந்து வருடங்களுக்குப் பிறகே என் கணவரின் இறப்பை தெரிந்து கொண்டேன். நான் காவலில் இருந்தபோது

அவர் என்னை வந்து பார்க்கவில்லை. மலைமகாதேஸ்வரா குன்றில் என்னை சித்ரவதை செய்த காவலர்களின் பெயர் எனக்குத் தெரியாது. வீரப்பனின் இருப்பிடத்தைப் பற்றி என்னை தெரியப்படுத்தச் சொன்னார்கள். எனக்கு இருப்பிடத்தைப் பற்றித் தெரியாததால் அவர்களுக்கு தேவையான தகவலை என்னால் கொடுக்க முடியவில்லை. அவர்கள் என்னை நம்பவில்லை என்னிடமிருந்து தகவலைப் பெற என்னை ஒர்க் ஷாப் கொண்டு சென்று சித்ரவதை செய்தனர். என் தம்பியும் தங்கையும் சிறியவர்கள் என்பதால் போலீசின் கவனத்தை அவர்கள் இழுக்கவில்லை. வழக்கு விசாரணையின் போது எனது சட்டவிரோதமான காவலைப் பற்றி நீதிபதியிடம் கூறினேன்.தடா வழக்கில் திரு.வேணுகோபால் என்னுடைய வக்கீல். நான் இந்த விபரங்களை அவரிடம் கூறினேன். வழக்கிற்கு இரண்டு மாதங்களுக்கு முன்னர் வக்கீல் திரு.வேணுகோபாலிடம் கூறினேன். நான் கூற விரும்புவதை நீதிபதியிடம் சொல்லும்படி அறிவுரை செய்தார். அதன்படி அனைத்தையும் நீதிபதியிடம் கூறினேன்.

என் கணவர் வீரப்பனின் கூட்டத்தைச் சேர்ந்தவர் என எனக்குத் தெரியும் என்றும் போலீசார் என் வீட்டிற்கு காலை ஏழு மணிக்கு வரவில்லை என்றும் கூறுவது உண்மையல்ல. தடா சட்டத்தின் கீழ் என்னைக் கைது செய்ய உத்தரவு பெற குற்றவியல் நடுவரிடம் என்னை முதலில் கொண்டு சென்றபோது பயத்தினால் காவலர்கள் செய்த சித்ரவதை பற்றி நான் கூறவில்லை. நான் சிறையில் இருந்தபொழுது என் தந்தையும் மாமியாரும் ஆறு மாதங்களுக்கு ஒருமுறை என்னை வந்து பார்ப்பர். என் கணவர் சண்டையில் இறந்தாரா என்று எனக்குத் தெரியாது. தமிழ்நாட்டு காவல்நிலையத்தில் இந்த வழக்கு பதிவு செய்யப்பட்டது பற்றி எனக்குத் தெரியாது. நான் நஷ்டாடு பெறுவதற்காக 1.5 வருடங்கள் சட்ட விரோதமாகக் காவலில் வைக்கப்பட்டதாக நான் பொய் சொல்கிறேன் என்பது உண்மையல்ல. தூர்தர்ஷனில் என் கணவர் வீரப்பனுடன் நிற்கும் புகைப்படத்தை நான் பார்க்கவில்லை. ஒன்றரை வருடங்களாக காவலர்கள் என்னை சித்ரவதை செய்யவில்லை என்பது உண்மையல்ல. இன்று மலைமகாதேஸ்வராவில் பேனல் சபை நடைபெறும் என்ற பத்திரிக்கைச் செய்தியை என் கணவரின் தம்பி தெரிவித்ததால் நான் இன்று கலந்து கொண்டேன்.

மாடம்மா

"என் மகன் சண்முகாவை சர்க்கிள் இன்ஸ்பெக்டர் மண்டப்பாவிடம் ஒப்படைத்தேன். அதன்பின் என் மகனைப் பற்றி எந்த தகவலும் கேள்விப்படவில்லை. இரண்டு மாதங்களுக்குப் பிறகு என் மகனின் பிணத்தை போலீஸ் வண்டியில் கொண்டு வந்து சாலையில் இன்னும் மூன்று பிணங்களோடு சேர்த்து தூக்கி வீசி எறிந்தனர்"

1992 ஆம் ஆண்டு, ஒரு நாள் நள்ளிரவு பனிரெண்டு மணியளவில் குழந்தை மற்றும் முனியஸ்வாமியுடன் என் வீட்டிற்கு வந்த போலீசார் என் கடைசி மகன் சண்முகாவை விசாரித்தனர். குழந்தையும் முனியசாமியும் ஏற்கெனவே கைவிலங்கு பூட்டப்பட்டு இருந்தனர். சண்முகா வீட்டில் இல்லை. காயத்திற்கு சிகிச்சைக்காக அவனது தந்தையுடன் வெளியே சென்றிருந்தான். சண்முகா வீட்டில் இல்லாததால் போலீசார் என்னை தாக்கியதோடு திட்டவும் செய்தனர். என் மகன் வீட்டிற்கு திரும்பியதும் ஒப்படைப்பதாக கூறினேன். நான்கைந்து நாட்களுக்குப் பிறகு என் மகன் சண்முகாவை சர்க்கிள் இன்ஸ்பெக்டர் மண்டப்பாவிடம் ஒப்படைத்தேன். அதன்பின் என் மகனைப் பற்றி எந்த தகவலும் கேள்விப்படவில்லை. இரண்டு மாதங்களுக்குப் பிறகு என் மகனின் பிணத்தை போலீஸ் வண்டியில் கொண்டு வந்து சாலையில் இன்னும் மூன்று பிணங்களோடு சேர்த்து தூக்கி வீசி எறிந்தனர். என் மகனைக் கொன்றவர்கள் யார் என எனக்குத் தெரியாது. அது போலீசாகத்தான் இருக்க வேண்டும். பிணத்தை அவர்கள்தான் கொண்டு வந்தனர். வீரப்பனை பற்றி தெரிந்து கொள்வதற்காக என் மகனை கொண்டு சென்றனர். எனது மகனுக்கு வீரப்பனிடம் எந்த சம்பந்தமும் இல்லை.

எம்.எம்.ஹில்ஸ் போலீசாருக்கும் வீரப்பன கூட்டத்திற்கும் நடந்த துப்பாக்கிச் சூட்டில் என் மகன் இறந்தான் என்று சொல்ல முடியாது. என் மகன் போலீசாரால் கொல்லப்பட்டதால் அதற்கு அரசிடம் நஷ்டாடு வாங்குவதற்காக நான் பொய் வாக்குமூலம் கொடுத்தேன் என்பது உண்மையில்லை. எம்.எம்.ஹில்ஸ் போலீஸ் அவரது மகன் இறந்தபின் அவரது கணவரையும் கொண்டு சென்று

கொடுமை செய்தனர். அதன் காரணமாக அவரால் எந்த வேலையும் செய்ய முடியாததோடு அடிக்கடி அவருடைய வாய், மூக்கு மற்றும் காதுகளிலிருந்து இரத்தம் வடியும் நிரந்தர நோயாளியாக உள்ளார்.

ஈஸ்வரி

"போலீசார் இரக்கமின்றி அடித்ததால் என் கணவருக்கு காயம் ஏற்பட்டது என்று நான் டாக்டர்களிடம் கூறவில்லை. கீழே விழுந்ததால் அடிப்பட்டது என்று கூறிவிட்டேன்"

நானும் என் கணவரும் விவசாயக் கூலிகள். எங்களுக்கு இரண்டு குழந்தைகள். கர்நாடகா சிறப்பு அதிரடிப்படை போலீஸ் பத்து வருடங்களுக்கு முன் நல்லூரில் முகாம் அமைத்தது. முப்பத்தி இரண்டு போலீசார் அவர்கள் அமைத்த கூடாரத்தில் தங்கியிருந்தனர். நாலுநாட்களுக்குப் பிறகு கிராமத்தில் உள்ள அனைத்து ஆண்களையும் அவர்கள் கூப்பிட்டு ஒவ்வொரு ஞாயிறு மதியமும் அவர்கள் சாப்பிடும் இடத்தை சுத்தம் செய்யம்படி கூறினர். இருபது நபர்கள் உள்ள குழுக்களாக பிரித்து வீரப்பன் மற்றும் அவனது கூட்டத்தினர் நடமாட்டம் இருக்கிறதா என கண்காணிக்கச் சொல்வர். வீரப்பன் கூட்டத்தினரைப் பார்த்தால் அவர்களைத் தாக்க மிளகாய்த்தூள், தடி ஆகியவை கொடுக்கப்பட்டது. நான் அப்பொழுது எட்டு மாதம் கர்ப்பமாக இருந்தேன். ஒரு நாள் மாலை எனக்கு மயக்கம் வருவது போல் இருந்ததால் என் கணவரை வீட்டில் இருக்கும்படி நான் சொன்னேன். என் கணவர் வராததை அறிந்த போலீசார் என் வீட்டிற்கு வந்து என் கணவரை முகாமிற்குக் கொண்டு சென்றனர்.

என் கணவரை அவர்கள் காட்டுமிராண்டித்தனமாக அடிப்பதாக என் பக்கத்து வீட்டுக்காரர் கூறினார். உடனே முகாமிற்கு சென்று என் கணவரை அடிக்க வேண்டாம் என்று அவர்களிடம் வேண்டிக் கேட்டுக் கொண்டேன். என்னையும் பலமாய் அடித்தனர். கண்முடித்தனமாக அடிக்கப்பட்டதால் என் கணவர் முதுகு வலியால் அவதிப்படுகிறார். நேராக நிற்கமுடியாது. எந்த வேலையும் செய்ய இயலாது. பல மருத்துவர்களிடம் என்

கணவரைக் கொண்டு சென்று பத்தாயிரம் ரூபாய்க்கு மேல் செலவழித்துள்ளேன். அவர் குணமடையவில்லை. கடும்வலியால் அவதிப்படுகிறார். எந்த வேலையும் அவரால் செய்யமுடியாததால் என் குடும்பத்தைத் தாங்கும் பொறுப்பு என மேல விழுந்தது. என் கணவரின் தாய் தந்தையுடன் வாழ்ந்து வருகிறேன்.

என் கணவரின் சிகிச்சைக்காக என் நகையை விற்றதற்கு என்னிடம் பத்திரம் உள்ளது. என் கணவர் வலியால் அவதிப்பட்டார் என்பதை நிரூபிக்க என்னிடம் மருத்துவ சான்றுகள் உள்ளது. கொளத்தூரிலும் மேட்டூரிலும் என் கணவர் சிகிச்சை பெற்றார். எனக்கு இரண்டு குழந்தைகள் உள்ளன. என் முதல் குழந்தைக்கு வயது பதினாலு. இரண்டாவது குழந்தைக்கு வயது ஏழு. மூன்றாவது குழந்தைதான் இறந்துவிட்டது. நல்லூர் முகாமிற்கு யார் தலைமை அதிகாரி என்று எனக்குத் தெரியாது. என் கணவரை அடித்த அதிகாரியின் பெயரும் எனக்குத் தெரியாது. என் கணவருக்கு சிகிச்சையளித்த மருத்துவரின் பெயரும் எனக்குத் தெரியாது. போலீசார் வழக்கு பதிவு செய்திடுவார்கள் என்ற பயத்தினால் போலீசார் என் கணவரை அடித்ததை எந்த அதிகாரியிடமும் புகார் செய்யவில்லை. உள்ளூர் தலைவர்களிடமும் கூறவில்லை. என் கணவரை இரக்கமின்றி அடித்து மூன்று மாதங்களுக்குப் பின்னர்தான் அவரை சிகிச்சைக்காக கொண்டு சென்றேன். போலீசார் இரக்கமின்றி அடித்ததால் என் கணவருக்கு காயம் ஏற்பட்டது என்று நான் டாக்டர்களிடம் கூறவில்லை. கீழே விழுந்ததால் அடிப்பட்டது என்று கூறிவிட்டேன். போலீசார் செய்த கொடுமையால் என் கணவருக்கு காயங்கள் ஏற்பட்டது என்று யாரிடமும் இதுவரை சொல்லவில்லை. இந்த விசாரணை பற்றி தெரிந்து கொண்ட பின் குழுவிடம் அனைத்தையும் கூறலாம் என்று முடிவு செய்தேன்.

சம்பு மனைவி வள்ளியம்மா

"ஒர்க் ஷாப்பிலிருந்து நாற்பது அடி தூரத்தில் என் கணவர் இறந்தார். போலீசார் என் கணவரை ஓடச் சொன்னார்கள். அவர் ஓடிய போது போலீசார் அவரைச் சுட்டுக் கொன்றே விட்டார்கள். போலீஸ் உயரதிகாரி மூடலய்யா போலீசார்களை என்னைக் கற்பழிக்கும்படி தூண்டிவிட்டார். ஒரு மாதத்திற்கு

தொடர்ச்சியாக கற்பழிக்கப்பட்டேன்.''

மேட்டுப்பளையூரில் என் கணவர், நான், என் இரண்டு குழந்தைகள் மாமியாருடன் வசித்தேன். நாங்கள் லைசன்ஸ் பெற்ற மீனவர்கள். மேட்டூர் அருகில் உள்ள ஆற்றில் மீன் பிடிப்போம். ஜெயமூர்த்தி, வெங்கடசேமூர்த்தி, மூடளய்யா, அசோக்குமார், பாவா, குமாரசாமி ஆகிய போலீஸ் அதிகாரிகள் தலைமையில் பல போலீசார் பத்து வருடங்களுக்கு முன் எங்கள் கிராமத்திற்கு வந்து என்னையும் என் கணவரையும் பண்ணாரியம்மன் கோயிலுக்குச் செல்லும்படியும் சிறு விசாரணைக்குப் பின் அனுப்பி விடுவார்கள் என்றும் கூறினர்.

அங்கிருந்து எம்.எம்.ஹில்ஸ் கொண்டு சென்று ஓர்க் ஷாப்பில் எங்களை நிர்வாணப்படுத்தி, உடலில் மின்சாரம் பாய்ச்சினர். நாங்கள் மயக்கமடைந்தோம். இதே தண்டனை பத்து நாட்களுக்கு நடந்தது. பத்து நாட்களுக்குப் பிறகு என் கணவரை ஓடச் சொன்னார்கள். அவர் ஓடிய போது போலீசார் அவரைச் சுட்டுக் கொன்றே விட்டார்கள். என் கணவரை எதுவும் செய்ய வேண்டாம் என்று நான் போலீசாரிடம் கேட்டதற்கு இதே தண்டனை உனக்கும் கொடுக்கப்படும் என்றார்கள். என் கணவரின் பிணத்தை புகைப்படம் எடுத்து அதை செய்தித்தாளில் வெளியிட்டனர். என் கணவரின் புகைப்படத்தை கன்னட நாளிதழில் பார்த்தேன். என் கணவர் சுடப்பட்டதற்கு நான்தான் சாட்சி.

என் இரு கைகளையும் என் கால்களுக்கு விலங்கிட்டு பரமசிவம் ஆச்சாரி மற்றும் பெயர் தெரியாத இரண்டு பேர் என்னைக் கற்பழித்தனர். போலீஸ் உயரதிகாரி மூடலய்யா போலீசார்களை என்னைக் கற்பழிக்கும்படி தூண்டிவிட்டார். ஒரு மாதத்திற்கு தொடர்ச்சியாக கற்பழிக்கப்பட்டேன். என்னைக் கற்பழிக்கும்போது மற்ற கைதிகள் அவர்களைப் பார்த்தால் போலீசார் அவர்களையும் அடிப்பார்கள். ஒரு நாள் விட்டு ஒரு நாள் என எட்டு பத்து மாதங்களுக்கு மின்சாரம் பாய்ச்சினர். குற்றவியல் நடுவரிடம் கொண்டு செல்வதற்கு முன் ஒன்றரை வருடங்கள் ஓர்க் ஷாப்பில் வைக்கப்பட்டிருந்தேன். போலீசார் செய்த கொடுமைகளை குற்றவியல் நடுவரிடம் கூறினால் என் கணவரைப் போல் என்னையும் கொன்று விடுவதாக மிரட்டினர். குற்றவியல் நடுவர் விசாரித்தால் முந்தையநாள்தான் கைது செய்யப்பட்டதாக கூறவேண்டும் என்று மிரட்டினர். பின்னர் நான்

சிறைக்கு அனுப்பப்பட்டேன்.

காவல்துறையினரின் காவலில் நான் இருந்த போதுதான் என் அம்மாவை தமிழ்நாடு மற்றும் கர்நாடகா போலீசார் கைது செய்து அடித்து துன்புறுத்தினர். அம்மா ஒரு மாதத்திற்கு காவல் வைக்கப்பட்டிருந்ததாக நான் தெரிந்து கொண்டேன்.. என் அம்மா கிராமமான சேத்துக்குளியிலிருந்து என் கைது செய்து காவவில் வைத்ததாகக் கூறினர். எட்டு மாதமான என் குழந்தையை என் அம்மா பார்த்துக் கொண்டதால் கைது செய்தனர். என் அம்மா 1993ம்ஆண்டு எம்.எம்.ஹில்ஸ் கொண்டு செல்லப்பட்டு கண்மூடித் தனமாக அடிக்கப்பட்டார். ஒரு மாதத்திற்குப் பிறகு விடுதலை செய்யப்பட்டார். தடா நீதிமன்றத்தில் விடுதலை செய்யப்பட்டு என் கிராமத்திற்கு திரும்பியபோது, போலீசார் என்னைக் கற்பழித்ததால் என் மாமியார் என்னை வீட்டிற்குள் சேர்க்கவில்லை,

தனது வீட்டை விட்டு தன் தாயுடன் இருக்கச் சென்றதாக கூறுகிறார். தான் தன் கணவனுடன் சேர்ந்து வாழ்ந்த அதே குடிசையில்தான் தன் மாமியார் இருப்பதாக சாட்சி கூறினார். மீன்பிடிக்கும் படகை என்னால் இயக்க முடியாததால் என் புகுந்த வீட்டை விட்டு வெளியேற்றப்பட்டேன். போலீசார் அடித்ததால் இந்த நிலைமை ஏற்பட்டது. தற்போது இன்னொருவருக்குச் சொந்தமான இடிந்த குடிசையில் இருக்கிறேன். கூலிவேலை செய்கிறேன். மின்சாரம் பாய்ச்சுதல் கண்மூடித்தனமாக அடித்தல் மற்றும் தொடர்ந்து கற்பழித்தல் போன்ற கொடுமைகள் எனக்கு இழைக்கபட்டதால் என்னால் தொடர்ச்சியாக வேலை செய்யமுடியவில்லை. என் தாய் என்னுடன் இருந்த அனைத்து உறவையும் நிறுத்திவிட்டார். என் குழந்தைகளை என் தாய்தான் பார்த்துக் கொள்கிறார்.

ஜெயமாருதி வெங்கடேச மூர்த்தி, மூடலய்யா, அசோக்குமார், பாவா, குமாரசாமி ஆகியோர் என் வீட்டிற்கு வந்து என்னையும் என் கணவரையும் காவல் நிலையத்திற்குக் கொண்டுசென்ற போதுதான் நான் அவர்களை முதன்முறையாக பார்த்தேன். தமிழ்நாட்டு போலீசார் உட்பட பல போலீசார் என் வீட்டிற்கு வந்தனர். உயரதிகாரியுடன் தமிழ்நாட்டு காவல்துறையினர் வந்தனர். அந்த உயரதிகாரி பெயரோ பண்ணாரி காவல் நிலைய பொறுப்பதிகாரி பெயரோ எனக்குத் தெரியாது. ஜெயமாருதியுடன் வந்த போலீசார் பெயர் எனக்குத் தெரியாது. என்னை சிறைக்கு

அனுப்பப்படும் வரை, இந்த அதிகாரிகள் ஒர்க் ஷாப்பில் இருந்தனர். ஜெயமாருதியும், வெங்கடேசமூர்த்தியும் குற்றவியல் நடுவரிடம் என்னை கொண்டு சென்றனர்.

விடுதலை செய்யப்படும் வரை சிறையில் இருந்தேன். காவலில் இருந்த போது ஜாமீனுக்கு விணைப்பித்தோம். வக்கீல்களிடம் எங்களுக்கு ஜாமீன் விண்ணப்பிக்கும்படி கேட்டுக் கொண்டோம். தடா நீதிமன்றத்தில் திரு. வின்சென்ட்தான் என் வக்கீல். ஜாமீன் விண்ணப்பிக்கும் போது போலீசார் செய்த கொடுமைகளை வக்கீலிடம் கூறினேன். விடுதலை செய்யப்படும் வரை வருடத்திற்கு ஒரு முறை என் தாய் என்னை வந்து பார்ப்பார். மைசூர் மத்திய சிறையில் இருந்தபோது சிகிச்சைக்காக மருத்துவமனைக்கு செல்வேன். மருத்துவமனைக்கு செல்லும்போது போலீசார் செய்த கொடுமைகளைப் பற்றி மருத்துவரிடம் கூறினேன். சிறை மருத்துவர்கள்தான் எனக்கு சிகிச்சை அளிப்பர். போலீசார் மின்சாரம் பாய்ச்சியதாக மருத்துவரிடம் கூறினேன். காவலில் இருந்தபோது கற்பழிக்கப்பட்டதை மருத்துவரிடம் நான் கூறவில்லை. எனக்கு சிகிச்சை அளித்த மருத்துவரின் பெயர் எனக்குத் தெரியாது. கற்பழிக்கப்பட்டது உட்பட அனைத்தையும் வக்கீல் திரு.வின்செண்ட்டிடம் கூறினேன். எனக்கான வழக்கை அவர் நடத்தினார். வழக்கின்போது நடந்தவைகளை நீதிபதியிடம் கூறினேன். ஒர்க் ஷாப்பில் இருந்தபோதுதான் போலீஸ் அதிகாரிகளின் பெயரைத் தெரிந்து கொண்டேன். கிராமத்திலிருந்து கொண்டு வரப்பட்ட போது எனக்குத் தெரியாது. விடுதலை செய்யப்பட்ட பின் அவர்கள் யாரையும் நான் பார்க்கவில்லை. சிறைக்கு நான் அனுப்பப்பட்ட பிறகு இவர்கள் யாரையும் பார்க்கவில்லை.

தடா வழக்கு நடந்தபோதுதான் அதிகாரிகளின் பெயர் எனக்குத் தெரியவந்தது என்பது உண்மையல்ல. எனக்கு பனிரெண்டு வயதான போது திருமணம் நடந்தது. ஒர்க் ஷாப்பிலிருந்து நாற்பது அடி தூரத்தில் என் கணவர் இறந்தார். காலை ஒன்பது மணிக்குப் பின் அவர் சுட்டுக் கொல்லப் பட்டார். 4.11.1993 அன்று தமிழ்நாடு போலீசார் சத்தியமங்கலம் காட்டில் நடத்திய மோதலில் என் கணவர் இறந்தார் என்பது உண்மையல்ல. மோதலில் என் கணவர் இறந்ததாக வழக்கு பதிவு செய்யப்பட்டதா என்று எனக்குத் தெரியாது. எம்.எம்.ஹில்ஸ் போலீசார்தான் தன் கணவரைக் கொன்றதாக சாட்சி உறுதியாகக் கூறினார்.

என் கணவர் வீரப்பனுடன் தொடர்பு வைத்திருப்பதாகக் கூறுவது உண்மையல்ல வீரப்பனுடன் தொடர்பு இருப்பதாய் என்னையும் என் கணவரையும் என் தாய் வீட்டை விட்டு அனுப்பினார் என்பது உண்மையல்ல. என் கணவருடன் சேர்த்து எனக்கும் வீரப்பனுடன் தொடர்பு இருக்கிறது என்று கூறுவது உண்மையல்ல. திருப்பூரில் எனக்கு உறவினர்கள் யாரும் இல்லை. என் வாழ்நாளில் நான் ஒரு நாள் கூட திருப்பூருக்குச் சென்றதில்லை. 3.03.1995 அன்று திருப்பூரில் வெங்கடசாமி போலீஸ் என்னைக் கைது செய்தார் என்பது உண்மையல்ல. நான் ஒர்க் ஷாப்பில் ஒன்றரை வருடங்களுக்குக் காவலில் வைக்கப்பட்டு சித்ரவதை செய்யப்படவில்லை என்று கூறுவது உண்மையல்ல. தடா நீதிமன்றத்தில் எனக்கு எதிராக நான்கு வழக்குகள் உள்ளன. நான் எதற்காக கைது செய்யப்பட்டேன் என்றும் வழக்கில் எதற்காக சம்பந்தப்படுத்தப்பட்டேன் என்றும் முதலில் எனக்குத் தெரியாது.

பாலாறு வழக்கு, ராமபுர காவல்நிலைய தாக்குதல், ரங்கசாமி டொட்டியில் போலீசார் தாக்கப்பட்ட வழக்கு, ஹரிகிருஷ்ணன், ஷகில் அஹ்மத் கொலை வழக்கு ஆகிய வழக்குகளில் நான் சம்பந்தப்பட்டிருப்பதாக நீதிபதி விசாரித்தபோதுதான் எனக்குத் தெரியும். அந்த வழக்குகளில் நான் சம்பந்தப்பட்டு இருப்பதால் போலீசாருக்கு எதிராக பொய் கூறுகிறேன் என்பது உண்மையல்ல. 1995ஆம் ஆண்டு குற்றவியல் நடுவரிடம் கொண்டு செல்லப் பட்டேன். குற்றவியல் நடுவரிடம் கொண்டு செல்வதற்கு முன்வரை ஒர்க் ஷாப்பில் காவலர்களால் சித்ரவதை செய்யப்பட்டேன்.

அய்யன்துரை மனைவி லட்சுமி

"எங்களைக் கைது செய்யும்போது என் முதல் மகனுக்கு வயது பத்து. இரண்டாவது மகனுக்கு வயது ஐந்து. ஒர்க் ஷாப்பில் எங்களை நிர்வாணப்படுத்தி உடம்பு முழுவதும் மின்சாரம் செலுத்தினர். மாத்திரை சாப்பிட்டு என் கணவர் இறந்ததாக மூன்று நாட்களுக்குப் பிறகு தெரிவித்தனர். ஒர்க் ஷாப்பிற்கு கொண்டு சென்றபின் எங்கள் நகைகளை இன்ஸ்பெக்டர் மூடலய்யா எடுத்துக் கொண்டார். தாலி, 2 தோடுகள், தங்கச்சங்கிலி என என்னிடம் மொத்தம் எட்டு சவரன்கள் இருந்தன."

என் இரு குழந்தைகள் என் கணவனின் தாய் தங்கை ஆகியவர்களுடன் நான் ஊஞ்சக்கரையில் கூலி வேலை செய்து வாழ்கிறேன். என் கணவர் அய்யன்துரை உயிருடன் இல்லை. ஏழு வருடங்களுக்கு முன் நரசிபுரத்தில் போலீஸ் காவலில் இறந்துவிட்டார். அப்பொழுது நான் தடா சட்டத்தின் கீழ் மைசூர் சிறையில் இருந்தேன். மாத்திரை சாப்பிட்டு என் கணவர் இறந்ததாக மூன்று நாட்களுக்குப் பிறகு தெரிவித்தனர். இன்ஸ்பெக்டர் ஜெயமூர்த்தி மற்றும் இன்னொரு போலீஸ் அதிகாரி என்கணவர் இறப்பதற்கு நான்கு மாதங்களுக்கு முன்னர் என்னன எம்.எம்.ஹில்ஸிலிருந்து சிறைக்கு அனுப்பினர்.

அந்த மற்றொரு அதிகாரி எம்.ஆர்.முசலி. ஓய்வு பெற்ற டி.எஸ்.பி. என்று சாட்சி நீதிமன்றத்தில் அவனரப் பார்த்த பிறகு அடையாளம் கண்டார். அக்டோபர் 1993 அன்று என் வீட்டிலிருந்து என்னை காவலர்கள் எம்.எம். குன்றிற்குக் கொண்டு சென்றனர்.

என் வீட்டிலிருந்து மூடலய்யா என்ற போலீஸ் அதிகாரிதான் என்னை எம்.எம்.ஹில்ஸ் கொண்டு சென்றார். இரவில் ஐம்பது போலீசாருடன் மூடலய்யா என் வீட்டிற்கு வந்தார். என் கணவரைப் பற்றி விசாரித்தார் என் கணவர் என்னைவிட்டு மூன்று ஆண்டுகளாக யமனூரில் மணி என்ற வேறு ஒரு பெண்ணுடன் வாழ்கிறார் என்று கூறினேன். நான் உண்மையை மறைப்பதாக சொல்லி காவலில் வைக்கப்பட்டேன். நீ சிறைவைக்கப்பட்டால் என்னை விடுதலை செய்ய என் கணவர் வருவார் என்றனர். என் கணவரின் தாய், கணவனால் கைவிடப்பட்ட என் கணவனின் தங்கை, என் குழந்தைகள், என் கணவனின் தங்கை குழந்தை ஆகியவர்களை என்னுடன் சேர்த்து கைது செய்து எம்.எம்.ஹில்ஸ் கொண்டு சென்று ஒர்க் ஷாப்பில் வைத்தனர். எங்களைக் கைது செய்யும்போது என் முதல் மகனுக்கு வயது பத்து. இரண்டாவது மகனுக்கு வயது ஐந்து. ஒர்க் ஷாப்பில் எங்களை நிர்வாணப்படுத்தி உடம்பு முழுவதும் மின்சாரம் செலுத்தினர். இந்த சித்ரவதை ஒன்றரை வருடங்களுக்கு தொடர்ந்தது. ஒன்றரை வருடங்களுக்கு பிறகு நான் சிறைக்கு அனுப்பப்பட்டேன்.

என் கணவரின் தாய், தங்கை, எங்கள் குழந்தைகள் ஆகியவர்களை விடுதலை செய்தனர். குழந்தைகளுக்கும் அந்த ஒன்றரை வருடம் மின்சாரம் பாய்ச்சப்பட்டது. பத்து நிமிடங்களுக்கு மின்சாரக் கம்பியை உடலில் வைப்பார்கள். உடல்

முழுவதும் விறைத்துப்போய் வாயின் வழியாக நுரை தள்ளும். தொடர்ந்து மின்சாரம் பாய்ச்சியதால் காயங்கள் ஏற்பட்டன. நாளாவட்டத்தில் தழும்பு மறைந்துவிட்டது. மூடளய்யா, ஜெயமூர்த்தி, குமாரசாமி ஆகியோர் சித்வதை செய்தனர்.

நிறைய போலீசார் அங்கே இருந்தனர். இந்த மூவரைத் தவிர வேறு எவரும் சித்ரவதை செய்யவில்லை. ஓர்க் ஷாப்பிற்கு கொண்டு சென்றபின் எங்கள் நகைகளை மூடலய்யா எடுத்துக் கொண்டார். தாலி, 2 தோடுகள், தங்கச்சங்கிலி என என்னிடம் மொத்தம் எட்டு சவரன்கள் இருந்தன. என் நாத்தனார் நகைகளை திருப்பிக் கொடுத்தனர். மூடளய்யா என் நகைகளை வைத்துக்கொண்டு என்னிடம் திருப்பிக் கொடுக்கவில்லை. சுமார் நான்கு மாதங்களுக்கு முன் விடுதலை செய்யப்பட்டேன்.

கணவர் அய்யன்துரைக்கு வீரப்பனுடன் தொடர்பு இருக்கிறது என்று கூறுவது உண்மையல்ல. என் கணவர் என்னுடனும் மணியுடனும் சேர்ந்து வாழ்வதாகக் கூறுவது உண்மையல்ல. என்னைக் கைது செய்த உடன் குற்றவியல் நடுவரிடம் கொண்டு சென்றதாகக் கூறுவது உண்மையல்ல. ஒன்றரை வருடங்களாக ஓர்க் ஷாப்பில் வைத்திருந்ததை குற்றவியல் நடுவரிடம் கொண்டு செல்வதற்கு முன்நடந்தவைகளை அவரிடம் கூறக்கூடாது என்று மிரட்டினர். நீ குற்றவியல் நடுவரிடம் கூறினால் ஓர்க் ஷாப்பிற்குக் கொண்டு செல்லப்பட்டு மீண்டும் அதே தண்டனை கொடுக்கப்படும் என்றனர். அதனால் நீதிபதியிடம் நான் எதுவும் கூறவில்லை.

மைசூர் திரு.வேணுகோபால் அவர்கள்தான் என்னுடைய வக்கீல். நீதிமன்றத்திற்கு நான் சென்றபோது வக்கீல் உதவியைப் பெற்றுக் கொள்ளும்படி என் கணவர் கூறினார். தமிழ்நாடு காவல்துறையினர் என் கணவரை ஒரு வழக்கிற்காக மைசூர் நீதிமன்றத்திற்குக் கொண்டு வந்தனர். அன்று என் தாய் வந்து என்னைப் பார்த்தார். மைசூர் பொது மருத்துவமனை மருத்துவரிடம் நடந்த கொடுமைகளைக் கூறினேன். எனக்கு எதிராக நான்கு வழக்குகள் இருக்கின்றன. அவை பாலாறு வழக்கு, ராமபுர காவல்நிலைய தாக்குதல், ரங்கசாமி வொட்டு காவல் நிலைய தாக்குதல், ஷகில் அகமதை தாக்கிய வழக்குகள் ஆகும். இந்த கிரிமினல் வழக்குகளில் சம்பந்தப்பட்டு இருக்கிறேன் என்று போலீசார் கூறுவது உண்மையல்ல. நஷ்டஈடு பெறுவதற்காக நான் பொய் கூறுகிறேன் என்பதும் உண்மையல்ல.

ஓர்க் ஷாப்பில் 60 நபர்கள் இருந்தனர். வள்ளியம்மா சின்னம்மாள் மேலும் மூன்று பேர் அங்கு இருந்தனர். நல்லூரைச் சேர்ந்த செல்வி இருந்தார். ஜாமீனுக்கு நான் விண்ணப்பித்துள்ளேன். காவலர்கள் எனக்குச் செய்த கொடுமைகளை ஜாமீன் மனுவில் தெரிவித்துள்ளேன். பாலாறு வெடிப்பு, ஹரிகிருஷ்ணன் மற்றும் ஷகில்அஹமது கொலை ஆகியவை பற்றி செய்திதாளைப் பார்த்துதான் தெரிந்து கொண்டேன். நான் அப்பொழுது ஊஞ்சக்கரையில் என் வீட்டில் இருந்தேன். தடா நீதிமன்றத்தில் மூடளய்யா பற்றியும், அவர் எடுத்த நகைகளைப் பற்றியும் புகார் செய்தேன். விசாரணையின் பொது எனது நகைகளை மூடளய்யாவிடமிருந்து பெற்றுத் தரும்படி நீதிபதியிடம் கேட்டுக் கொண்டேன். திரு.ராஜ்குமாரை வீரப்பன் கடத்தியது எனக்குத் தெரியும். தடாக் கைதிகளை அரசு விடுதலை செய்யச் சொன்னதைத் தெரிந்து சிறையில் சந்தோஷப் பட்டேன். காவல்துறையினரால் கொடுமை செய்யப்பட்டவர் களுக்கு நஷ்டஈடு தருவதாக தமிழ்நாடு, கர்நாடக அரசு அறிவித்துள்ளது எனக்குத் தெரியும். அரசு அறிவித்து ஒன்றரை முதல் ரெண்டு வருடங்களுக்குப் பிறகுதான் தடா நீதிமன்றம் எங்களை விடுதலை செய்தது.

சின்னப்பொண்ணு

நக்கீரனுக்கு அளித்த வீடியோ பேட்டியும், சதாசிவா கமிஷன் வாக்குமூலமும்

"வீரப்பனுக்கும் ஒங்களுக்கும் என்ன உறவு? இதக் கேட்டுக்கேட்டு பைத்தியமே பிடிச்சுருச்சு எங்களுக்கு. சார். நாங்க வீரப்பனுக்கு ஒதவி செஞ்சதாவே நெனைச்சு ஜெயில்ல கூடப் போடுங்க. சித்தரவத பண்ணாதீங்கன்னு கதறுவோம். இல்லைனா கொண்டு போயி கொன்னு போட்டுடுங்கன்னு கத்துவோம். அழுவோம். கதறுவோம். அப்புறந்தான் பிடிச்சு ஜெயில்ல போட்டான்ங்க"

'தடா' நீதிமன்றத்தில் திரு.ஜான் வின்செண்ட் எனது வழக்கறிஞராக இருந்தார். எனக்கு போலீசாரால் நேர்ந்த

கொடுமைகள் அனைத்தையும் அவரிடம் கூறினேன்

15 வயசுல எனக்கு கல்யாணம் ஆச்சு. எங்க வழக்கப்படி சின்ன வயசுலயே கலியாணம் செஞ்சுருவாங்க. அப்ப எனக்கு 16 வயசு இருக்கும். ஒரு பொண் கொழந்தை பெறந்து இறந்து பத்து நாள் கூட ஆகலை.

அதிரடிப்படைப் போலீசு திடீர்னு வந்தாங்க. ரெண்டு மாநிலப் போலீசும் சேந்து வந்தாங்க. அப்பா எங்க? ஐயா கூட்டிட்டு வரச் சொன்னாருன்னாங்க.

நாங்க திருப்பூர்லதான் இருந்தோம். பாலீஸ் பட்டறை வேலை செஞ்சுக் கிட்டுருந்தாரு. கர்நாடகாவுல அஞ்சு பாளையம் போலீஸ் முகாம்ல சித்ரவதை செய்றாங்கன்னுதான் திருப்பூர்ல வந்து கூலி வேலை செஞ்சுகிட்டிருந்தோம்.

இழுத்துட்டுப் போயிட்டாங்க.

ஆசனூர் கேம்ப்ல ரெண்டு மூணு நாள் வச்சுருந்து பண்ணாரி கேம்ப்புக்கு தூக்கிட்டுப் போய்ட்டாங்க.

பிள்ளை பெறந்து செத்து பத்து நாள்தான் ஆச்சு. முழு நிர்வாணமாக்கி, கரண்ட் ஷாக் குடுத்தாங்க., கண்ணுல, பிறப்புறுப்புல பச்ச மிளகாய் போடறது, பின்னாடிகூடிக் கையக் கட்டிப்புட்டு அசிங்கமா பண்ணுவாங்க. எங்க வூட்டுக்காரருக்கும் எனக்கும் ஒண்ணா கரண்டுபொட்டிய சேத்துவச்சி ஷாக் கொடுப்பாங்க. காதுல கொக்கிய மாட்டி கரண்டு கொடுத்தாங்க.

உனக்கும் வீரப்பனுக்கும் என்ன சம்பந்தம், அவனுக்கு சாப்பாடு கொடுத்தீங்கள்லன்னு கேட்டு மிதிப்பாங்க.

வெறகு வெட்டப் போவோம். நாங்க அவரை பாத்தது கூடக் கெடயாது.

சித்ரவதையோ சித்ரவதைங்க. அப்பிடிக் கொடுமை செஞ்சாங்க.

நைட்டு ஒரு எட்டு மணி இருக்கும். ஆறுமுகம்ங்கிற பேர்ல ரெண்டு பேரு, அண்டாகவலி, சண்முகம்னு நாலு பேரையும் கூப்பிட்டுப்போய் சுட்டுக் கொன்னுட்டாங்க.

இந்தாம்மா ..தலைல பூ வச்சுக்க, ஒன் முடிதான் நீட்டமா இருக்குனு சொல்லி செவந்த ரோசா பூவெல்லாம் நெறைய கொண்டு வந்து இந்த தல நெறய்ய வச்சாங்க, குங்குமம் எல்லாம் வச்சி சாப்புட பிரியாணி கொடுத்தாங்க.

அங்க பேப்பர் இருந்துச்சு. எனக்குப் படிக்கத் தெரியாது.. யாராவது படிச்சு சொல்லுங்க சார்னு சொன்னேன்.

அதுல ஒரு போலீஸ்காரர் நல்ல மனுஷன்.

ஒன் வூட்டுக்காரரை எல்லாம் சுட்டுக் கொன்னுட்டாங்கம்மா. அதான் பேப்பர்ல வந்துருக்குன்னு சொல்லி, அதுக்குதான் ஒனக்கு பூ, பொட்டு கொடுத்தாங்கன்னு சொல்றாரு.

அந்தப் பூவெல்லாம் பிச்சு எறிஞ்சுபுட்டு, குங்குமத்த எல்லாம் அழிச்சுப்போட்டு பாத்ரும்ல போயி ஏதாவது சிக்குனா செத்துப் போயிரலாம்னு போனேன். ஒண்ணுமே கெடைக்கல. பதினாறு வயசுலயே இப்பிடி புருசனக் கொன்னுப்புட்டாங்களே. எப்பிடியாவது செத்துப் போயிரலாம். புருசன் உசிரோட இருந்தப்பவே இத்தனை சித்ரவதை செஞ்சாங்களே. இன்னும் என்னென்ன கொடுமை செய்வாங்களோ?

இங்க பாரு, ஒனக்கு ஒங்க அப்பா அம்மா செய்ய வேண்டிய சாவு மொறைமை எல்லாத்தையும் நாங்களே செஞ்சுட்டோம்னு சொல்லி தாலி, பொட்டு, தோடுகள எல்லாம் வாங்கி வச்சிக்கிட்டாங்க.

அப்புறம் என்னெல்லாம் கொடுமை பண்ணணுமோ எல்லாமே பண்ணுனாங்க..

பண்ணாரி கேம்ப்ல நாங்க இருக்கறது ஒரு அறை. சித்ரவதை பன்றது இன்னொரு அறை. நடுவுல பண்ணாரி அம்மன் கோவில் வீதி. அங்கருந்து என்னை மட்டும் தனி அறைக்கு கூட்டிட்டுப் போனாங்க. பாத்ரூம் சுத்தம் பண்ண, அது இதுன்னு எனக்கு நெறைய வேலை கொடுத்தாங்க. அப்பத்தான் கொழந்த பெறந்து இறந்ததுனால என் ஒடம்பு ரொம்ப மோசமா இருந்துச்சு. காச்சல் வந்துடுச்சி. பதினாறு வயசுதான் எனக்கு. பைத்தியக்காரி மாதிரி ஆக்கிட்டாங்க. எனக்கு எதுவுமே மண்டைல ஏறல. அவ்வளவுதான். நம்ம வாழ்க்க முடிஞ்சி போச்சுன்னு.

வீரப்பனைப் பத்தி எதுவுமே இவளுக்குத் தெரியாதான்னு சொல்லி நல்லா இத்தாம் பெரிய கட்டைய (கையால் அளவு காண்பிக்கிறார்) எடுத்து வந்து தொடை மேலயே அடிச்சாங்க.

அது ரெண்டா ஒடஞ்சி போச்சு. நல்ல வலி. நடக்க முடியாமப் போச்சி. தேவிடியானு சொல்லிகிட்டே என் காதுல கரண்டு கம்பி வச்சு ஷாக் குடுத்து இப்ப நட....நடன்னு சொல்லி அடிச்சாங்க. நட, நடன்னு மிதிச்சாங்க.. கரண்டு குடுத்த அதிர்ச்சில உதுரம் (ரத்தம்) அப்டியே காலோட போவுது. கொழந்த பெறந்த கொஞ்ச நாள்லயே கரண்ட் ஷாக் குடுத்ததும் அந்த அதிர்ச்சில ரொம்ப அதிகமா ரத்தம் போச்சு. அதப் பாத்த அவனுக

நீயெல்லாம் ஒரு பொண்ணானு சொல்லிகிட்டே பின்பக்கமா காலால ஒதைச்சிட்டாங்க. கரண்டு மெஷினோட அப்படியே முன்னாடிபோய் விழுந்துட்டேன். கரண்டுனால காதுல வலி தாங்காம கொக்கிகளப் பிச்சுப்போட்டேன். காது கிழிஞ்சு ரத்தமா ஊத்துச்சு. ஒன்ன விடப் போறதில்லைன்னு சொல்லி நாங்க ஏற்கெனவே இருந்த ரூமுக்கு கூட்டிட்டுப்போய் திரும்பவும் கரண்டஷாக் குடுத்து அடிச்சாங்க.

ஏங்கையா! ஒங்களுக்கெல்லாம் ஈவு இரக்கமே இல்லயா? வூட்டுக் காரரையும் கொன்னு போட்டீங்க.. அந்தப் பொணத்தக் கூட கண்ணுல காட்டல. நீங்களா பூவைக் கொடுத்து நீங்களா பொட்டக் கொடுத்து நீங்களாவே அதையும் அழிச்சிட்டீங்க. இப்பிடியெல்லாம் சித்ரவத பாவம் செய்றீங்களே. நாங்க என்ன பாவம் செஞ்சோம். கூலிவேலைதான செஞ்சோம்.

இல்ல நீங்க வீரப்பனுக்கு சாப்பாடு ஒதவி பண்ணிருக்கீங்க, கர்நாடகாவுல இருந்து ஓடி வந்துட்டீங்கன்னு சொல்லி அடிச்சாங்க.

அவர எனக்கெல்லாம் தெரியாதுங்க. கலியாணம் ஆகி ஒரு வருசம்தான் ஆச்சு. இப்பதான் இங்க வந்தோம். அவரப்பத்தி எல்லாம் எனக்குத் தெரியாதுன்னு சொன்னேன். வீரப்பரு யாரு என்னன்னு கூடத் தெரியாதுங்க.

நாங்க அப்படித்தான் கொடும பண்ணுவாம், நாங்க எதை சொன்னாலும் ஆமான்னு ஒத்துக்கணும்.

என்னத்தையா ஒத்துக்கறது. அதச்சொன்னாலும் அடி தாங்க முடியாம ஒத்துக்கலாம்னுதான் இருந்தோம். அதையும் சொல்ல மாட்டிங்க.

நாங்க அப்படித்தான் செய்வோம். தேவைப்பட்டா ஒன்னக் கெடுக்கக் கூடச் செய்வோம்னு சொல்லி அசிங்கமா நடந்துகிட்டாங்க. ஒன்னக் கெடுத்தா எவன் என்ன மயிரப் புடுங்குவான்னு சொல்லி அசிங்கம் அசிங்கமாத் திட்டுவாங்க. வாடி போடி, தேவிடியா, ஆயா, ங்கொம்மான்னுதான் திட்டுவாங்க.

தேவிடியாளுங்களே ஒங்களுக்கு வேற மாப்பிள்ளைக எதுவும் கெடைக்கலையா? நீங்கள்லாம் வீரப்பனத்தாண்டி புருஷனா வச்சுக்கிட்டு இருக்கீங்கன்னு திட்டுவானுங்க.

ரெண்டு மாசம் எவ்வளவு கொடுமை பண்ணணுமோ அவ்வளவும் பண்ணுனாங்க.

இவனுக சித்ரவத எல்லாம் முடிச்சி அப்புறம்

கர்நாடகாக்காரங்க கிட்ட குடுத்துட்டாங்க.

அந்த எடத்துலயும் அவங்களும் இவங்களும் சேந்து சித்ரவத செஞ்சாங்க. மாதேஸ்வரன் மலைக்கு கூப்பிட்டுப் போயி அடிச்சாங்க. ஒரு வருஷம் ஆறு மாசம்னு செய்யாத சித்ரவத இல்ல.

ஒரே செட் உடைதான். உள்பாவாடை, சின்ன தாவணி, ஒரு பழைய ஜாக்கெட்டு. அந்த ஒரே செட்டு துணியோட எழுபது எம்பது ஆம்பளைங்களோட இருக்கணும். குளிக்கப் போகணும்னா பழைய துணிய பிழிஞ்சு போட்டுட்டு அந்த ஆம்பளைங்க வேட்டிய வாங்கி மூடிக்கிட்டு அப்பிடியே செவத்துப்பக்கமா குத்த வச்சி உக்காந்துக்குவோம். பின்னாடி கையையும் கட்டிடுவாங்க.

சாப்பாடு ரெண்டே ரெண்டு களித்துண்டு இத்துணூண்டு கொடுப்பாங்க. அதத் திங்கவே முடியாது. அந்த மாதிரி களி வேற எங்கயும் கெடைக்காது.

காலைல ஆறு மணிக்கு சுவத்துப் பக்கம் திரும்பி உக்காரணும். கையில பின்னாடி கூடி கட்டி வெலங்கு போட்டுடுவாங்க. கண்ணுல கருப்புக்கலர் துணியக் கட்டிடுவாங்க. எவன் எவன் தொடுறான். எங்கெங்க தொடுறான்னு தெரியாது. திரும்பிப் பாத்தா பின்னாடி வந்து கட்டைல அடிப்பாங்க

டேட் ஆகிடும். கூட இருக்கிற அந்த ஆம்பளைங்ககிட்டதான் வேட்டியத் துண்டுதுண்டா ஆக்கி கட்டிக்குவோம். அத அலசிப் போடணும்னா வெளில போக முடியாது. அந்த ஆம்பளைங்களே அலசித் தருவாங்க. அந்த ஆம்பளைங்க மூஞ்சில முழிக்கிறதுக்கே ஒருமாதிரி பாவமா இருக்கும். அவங்களும் அடி, சித்ரவதைனு நொறுங்கிப் போயிக் கெடப்பாங்க.

எங்களுக்கு நடந்த கொடுமைக வேற எந்தப் பொண்ணுக்கும் நடக்கக் கூடாது.

போலீஸ்காரனுங்க பண்ணுன அநியாயத்துக்கும் அட்டூழியத்துக்கும் அளவே கெடயாது.

ஒண்ணுக்கு வந்து வயிறு உப்புனாக்கூட பின்னால திரும்பிப் பாக்காம கையால ஒரு வெரல காட்டணும். கைல வெலங்கு வேற போட்டுருக்கும்.

ஏண்டி மூதவி... என்ன வந்துருச்சு ஒனக்குன்னு சொல்லி அடிப்பாங்க. நல்லவனா இருந்தா சரி... போய்த் தொலைன்னு அடிச்சு அனுப்புவாங்க. மீதி ஆளுக பின்னாடியே வந்து அடிப்பாங்க. தின்னுப்புட்டு இதே வேலைன்னு அடிப்பாங்க.

ஒன்றரை வருசமும் எங்க பொழப்பு இப்படியேதான் போச்சு..

இப்ப ஒங்களைக் கொல்லணும்னு சொல்லி தலைல கட்டையாலயே அடிப்பாங்க. சவுண்டு விடாம இருந்தா ஒரு அடி.. ஐயோன்னு சத்தம் போட்டா ரெண்டு அடி. ஒரு நாள் கூட அடி வாங்காத நாளே கிடையாது. தெனம் ஒருமணிநேரம் அரைமணிநேரம் யாரையாவது கரண்டு சித்ரவதை பண்ணிக்கிட்டேதான் இருப்பாங்க.

வீரப்பனுக்கும் ஒங்களுக்கும் என்ன உறவு?

இதக் கேட்டுக்கேட்டு பைத்தியமே பிடிச்சுருச்சு எங்களுக்கு.

சார். நாங்க வீரப்பனுக்கு ஒதவி செஞ்சதாவே நெனைச்சு ஜெயில்ல கூடப் போடுங்க. சித்தரவத பண்ணாதீங்கன்னு கதறுவோம். இல்லைனா கொண்டு போயி கொன்னு போட்டுடுங்கன்னு கத்துவோம். அழுவோம். கதறுவோம். அப்புறந்தான் பிடிச்சு ஜெயில்ல போட்டான்ங்க,

ஒன்பது வருஷம் ஜெயில்ல இருந்தேன். வெளில வர்றப்ப 24 வயசு தாண்டிடுச்சு.

என் தாயே என்னை ஏத்துக்கலை. ஜெயில்ல இருந்தவதானன்னு அவ பேசுன வார்த்தைகள தாங்க முடியல. பெத்தவ பேசுற மாதிரி இல்ல. வேற யாரோ பேசுற மாதிரி பேசுனா.

எங்க அக்கா வீட்டுக்காரரு தம்பி. காதும் கேக்காது. வாய் பேசவும் முடியாது. அவருக்கு ஒரு மாதிரியா எழுதிக்காட்டி நான் எந்தத் தப்பும் பண்ணல. எல்லா சித்திரவதையும் செஞ்சாங்க. நான் நல்லவதான்னு சொல்லி வாழ்க்கைப் பிச்சை கேட்டேன். அந்த மனுஷன் என்னைக் கலியாணம் பண்ணி ஏதோ பாடுபட்டு அரைக் கஞ்சியோ, காக்கஞ்சியோ குடிச்சுக்கிட்டு இருக்கோம்.

ஒண்ணுக்குப் போற எடத்துல, என் புருஷனுக்கு நான் கரண்டு கொடுக்கணும். அவரு எனக்குக் கொடுக்கணும். என் செருப்பால நான் அவர அடிக்கணும். இல்லைனா போலீஸ்காரன் எங்கள சேத்துவச்சி செருப்பாலயே அடிப்பான். போலீஸ்காரன் கட்டையால அடிச்சதுனால முட்டியெல்லாம் வீங்கிப்போயி நடக்கவே முடியல. கரண்ட் ஷாக் கொடுத்ததால எப்பவுமே தலை டென்சனாவே இருக்கும். கண்ணுல, ஒண்ணுக்குப் போற எடத்துல எல்லாம் மொளகா காரம் போட்டு பயங்கரமா அடிப்பாங்க. ஒடம்புல கரண்டு குடுக்கிற இடம் எல்லாம் அந்தஇடம் இந்தஎடம்னு கெடயாது. எல்லா எடத்துலயும் கொடுத்தாங்க. அதெல்லாம் எங்களால சொல்லவும் முடியல. தூக்கமே வர

மாட்டேங்குது.

போலீசார் கூறியதால் என் மேல் தடா வழக்கு ஒன்று இருந்தது என்று தெரிந்து கொண்டேன். எதற்காக என்னை சிறையிலடைத்தார்கள் என்று எனக்கு தெரியாது. கடந்த ஆறு ஏழு வருடங்களாக ஒரு மாதத்திற்கு ஒரு முறை அல்லது இரு வாரங்களுக்கு ஒரு முறை நீதிமன்றத்திற்கு கொண்டு செல்லப்பட்டேன். மூன்று வழக்குகளில் என் மேல் குற்றம் சாட்டப்பட்டுள்ளது என்று நீதிபதி என்னிடம் கூறினார். எனமேல் இருந்த குற்றசாட்டு பற்றி நீதிபதி என்னிடம் தனிப்பட்ட முறையில் விசாரணை செய்யவில்லை. எனது வழக்கறிஞரிடம் என் மேல் உள்ள குற்றச்சாட்டு பற்றி ஆராய்ந்தேன். ஆனால் சரியான தகவல் ஏதும் எனக்கு கிடைக்கவில்லை. நான் ஜாமீன் கேட்டு மனு சமர்ப்பித்தேன்.

'தடா' நீதிமன்றத்தில் திரு.ஜான் வின்செண்ட் எனது வழக்கறிஞராக இருந்தார். எனக்கு போலீசாரால் நேர்ந்த கொடுமைகள் அனைத்தையும் அவரிடம் கூறினேன். எனது ஜாமீன் மனுவில் தகவல்கள் அனைத்தையும் குறிப்பிட்டுள்ளேன். சி.ஆர்.பி.சி. பிரிவு 342 இன் கீழ் விசாரணையில் தடா நீதிபதி முன்னர் என் மேல் இழைக்கப்பட்ட சித்திரவதைகள் பற்றிய தகவல்கள் அன்னத்தையும் கூறினேன். எனக்கு பெயர் தெரியாத பன்னாரி காவல் நிலைய போலீசாரும் அசோக் குமாருடன் இனைந்து என்னை சித்திரவதை செய்தனர். எம்.எம்.ஹில்ஸில் நிரந்தரமாக 20 காவல்துறையினர் இருந்தனர். அவர்கள் யாரும் என்னை தாக்கவில்லை. 10-15 நபர்கள் வந்தும் போயும் இருப்பார்கள். இவர்கள்தான் என்னை சித்திரவதை செய்தார்கள். என் கணவர் வீரப்பனின் கூட்டாளி என்றும் அவர் பல்வேறு குற்றங்களில் ஈடுபட்டிருந்ததால் அவர் தலைக்கு பெரிய தொகை அறிவிக்கப்பட்டிருந்தது என்றும் கூறுவது உண்மையல்ல. என் கணவர் பன்னாரி போலீசாரால் கொல்லப்படவில்லை. அவர் 29,30 நவம்பர் 1993 அன்று இரவு மஞ்சுகும்மாபட்டி- ஹாசனூர் வனப்பகுதியில் தமிழ்நாடு போலீசாருடன் மோதலின் போது கொல்லப்பட்டார் என்று கூறுவதும் உண்மையல்ல. பன்னாரி காவல் நிலையத்தைச் சேர்ந்த போலீஸ் அதிகாரி அசோக்குமார் என் நகைகள் அனைத்தையும் எடுத்துக்கொண்டார். தடா நீதிமன்றத்திற்கு அசோக்குமாரை என் நகைகளை திருப்பி தருமாறு உத்திரவிடும்படி கேட்டுக் கொண்டு ஒரு மனு

அனுப்பியுள்ளேன். நான் சிறையில் அடைக்கப்பட்டு, மூன்று மாதங்களுக்குள் முதல் மனுவை அனுப்பினேன்.

நானும் என் கணவரும் வீரப்பனுடன் தொடர்பு கொண்டிருந்தோம் என்று கூறுவது உண்மையல்ல. தடா நீதிமன்றம் என்னை விடுவித்தவுடன், சில மனித உரிமை ஆர்வலர்களின் தூண்டுதலால் நஷ்டஈடு பெறுவதற்காக நான் பொய்யாக வாக்குமூலம் அளிக்கிறேன் என்று கூறவதும் உண்மையல்ல.

துரைசாமி மனைவி நல்லம்மா

"என் கணவர் வேனில் கொண்டு செல்லப்பட்டார். ஆறு மாதங்களுக்கு பிறகு மாருதி என்ற போலீஸ் அதிகாரி என்னிடம் தினசரி நாளிதழ் ஒன்றில் வெளியிடப்பட்ட போட்டோவைக் காட்டி, 'உன் கணவரை மறந்துவிடு, அவர் இப்போது உயிருடன் இல்லை' என்றார். வேறு ஒரு உயர் போலீஸ் அதிகாரி ஐந்து பவுன் இருந்த என் நகைகளை எடுத்துக் கொண்டார். இன்ஸ்பெக்டர் குமாரசுவாமி என் மேல் மின்சாரம் செலுத்தினார். என் விரல்களையும் சிதைத்துக் காயப்படுத்தினார்''

என் பெற்றோர் மற்றும் இரு மகன்களுடன் சங்கபாடியில் வசித்து வருகிறேன். மணமான இரு சகோதரர்களும் இருக்கிறார்கள்.

என்கணவர் எட்டு வருடங்களுக்கு முன்னர் போலீசாரால் கொல்லப்பட்டார். என் கணவர் ஹோசூரில் இறந்து விட்டார் என்று கூறி அவர் புகைப்படத்தை போலீசார் காண்பித்தனர். என் கணவர் மரண தகவல் கிடைக்கும்போது நான் எம்.எம்.ஹில்ஸ் பட்டறையில் இருந்தேன். அப்போது நான் எட்டு மாதம் கர்ப்பமாக இருந்தேன். சுமார் எட்டு அல்லது ஒன்பது வருடங்களுக்கு முன் ஒருநாள் இரவு பத்து மணிக்கு போலீசார் எங்கள் வீட்டிற்கு வந்து என்னையும் என் கணவரையும் அவர்களுடன் இழுத்துச் சென்றனர். நான் போலீஸ் ஜீப்பில் ஏற்றப்பட்டேன். என் கணவர் வேனில் கொண்டு செல்லப்பட்டார். என்னை பண்ணாரி போலீஸ் ஸ்டேஷனுக்கு அழைத்துச்

சென்றார்கள். அங்கு என் கணவரை நான் பார்க்கவில்லை. ஆறு மாதங்களுக்கு பிறகு மாருதி என்ற போலீஸ் அதிகாரி என்னிடம் தினசரி நாளிதழ் ஒன்றில் வெளியிடப்பட்ட போட்டோவைக் காட்டி, உன் கணவரை மறந்துவிடு, அவர் இப்போது உயிருடன் இல்லை என்றார்.

பண்ணாரி அழைத்து சென்றபோது, ஒரு உயர் போலீஸ் அதிகாரி ஐந்து பவுன் இருந்த என் நகைகளை எடுத்துக் கொண்டார். போலீஸ் அதிகாரி குமாரசுவாமி என் மேல் மின்சாரம் செலுத்தினார். என் விரல்களையும் சிதைத்துக் காயப்படுத்தினார். பின் நான் எம்.எம்.ஹில்ஸ் கொண்டு வரப்பட்டேன். அங்குள்ள ஒர்க் ஷாப்பில் ஒரு குழந்தையை பெற்றெடுத்தேன். எனக்கு மருத்துவ சிகிச்சை ஏதும் அளிக்கப்படவில்லை. லட்சுமி என்ற பெண் மகப்பேறின் போது எனக்கு உதவினார். அவரும் என்னைப்போலவே அந்த ஒர்க் ஷாப்பிற்கு போலீசாரால் கொண்டுவரப் பட்டவர்தான்.

பிரசவம் முடிந்து பதினைந்து நாட்கள் ஆன உடனே திரும்பவும் போலீசார் என் மேல் மின்சாரம் செலுத்தி சித்ரவதை செய்யத் தொடங்கினர். ஒரு வருடம் ஐந்து மாதங்களுக்கு அங்கே வைக்கப்பட்டிருந்தேன். ஒருநாள் விட்டு ஒருநாள் என் உடம்பில் மின்சாரம் வைப்பார்கள்.வீரப்பன் இருப்பிடம் பற்றிய கேள்விகளுக்கு, அவரைத் தெரியாது என்று பதில் அளித்ததால் என்னை தொடர்ந்து கடுமையாக சித்ரவதை செய்தார்கள்.

போலீசார் குமாரசுவாமியும், மூடலய்யாவும்தான் என்னை சித்திரவதை செய்தவர்கள். ஒரு வருடம் ஐந்து மாதங்கள் ஆன பிறகு என் பெற்றோரை வரச்சொல்லி என் குழந்தையை அவர்களுடன் அனுப்பி வைத்தனர். என்னை மைசூர் நீதிபதி முன் ஆஜர் செய்தார்கள். தடாகைதியாக என்னை சிறைக்கு அனுப்பினார். திரு.வெங்கடேஷ் என்ற காவல்துறை அதிகாரி குழந்தையை என் பெற்றோருடன் அனுப்பி வைத்தபோது 300 ரூபாய் கொடுத்து அனுப்பினார். என்னை மைசூர் நீதிபதி முன்னர் ஆஜர் செய்வதற்கு முன்னால் நீதிபதியிடம் எதுவும் சொல்லக்கூடாது என்று போலீசார் எச்சரிக்கை செய்தனர். மீறி நான் நீதிபதியிடம் ஏதாவது கூறினால் என் கணவர் கதிதான் எனக்கும் ஆகும் என்றும் என் புகைப்படமும் நாளிதழ்களில் வரும் என்றும் மிரட்டினார்கள். நீதிபதி கேட்டால் மூன்று நாட்கள் முன்புதான் கைது செய்யப்பட்டேன் என்று கூறவேண்டும் என்றும்

கூறினர். அவர்கள் சொன்னது போலவே நீதிபதி முன்னர் நடந்து கொண்டேன்.

நான் ஒர்க் ஷாப்பில் இருந்தபோது சிறப்பு அதிரடிப் படையினர் என் வீட்டிற்கு தீ வைத்தது பற்றி தெரியுமா என்று குமாரசுவாமி கேட்டார். என் மேல் மின்சாரம் செலுத்தப் பட்டதால் நான் பல்வேறு வியாதிகளால் அவதிப்படுகிறேன். எனக்கு அடிக்கடி ரத்தப்போக்கும் ஏற்படுகிறது. ஆனால் இதற்காக மருத்துவ சான்றிதழ் ஏதும் என்னிடம் இல்லை. ஐந்து மாதங்களுக்கு முன்னர் விடுவிக்கப்பட்டேன்.

பொன்னுசாமி மனைவி முனியம்மா

"என் மகன் பழனிசாமிக்கு 18 வயசு. அவனை நிர்வாணப்படுத்தி சங்கிலியால் கட்டினர். அவன் கண்களில் மிளகாய் பொடி தூவி அவனை விட்டத்திலிருந்து கட்டி தொங்கவிட்டனர். அவன் உடம்பில் மின்சாரமும் செலுத்தினர். இதுபோல் மூன்று நாட்களுக்கு அவனை சித்ரவதை செய்தனர். அடுத்த மூன்று நாட்களுக்கு அதேமாதிரி என்னை சித்ரவதை செய்தனர். என் மகனை முகாமிலிருந்து வேறு எங்கோ கொண்டு சென்றனர். மூன்று நாட்கள் சென்ற பின் அவன் புகைப்படத்தை என்னிடம் காண்பித்து, 'உன் மகன் புகைப்படத்தைதான் நீ இனிமேல் பார்க்கலாம், அவன் இறந்துவிட்டான்' என்றார்கள்''

போலீசார் எங்கள் வீட்டிற்கு இரவு பத்து மணிக்கு வந்து என்னையும், கணவரையும் நான்கு குழந்தைகளையும் கைது செய்து எம்.எம்.ஹில்ஸ் அழைத்து சென்றனர். அங்கிருந்து ஒவ்வொரு நாள் இரவும் என்னையும் மூத்த மகன் பழனிசாமியையும் பண்ணாரிக்கு அழைத்துச் செல்வர். போலீஸ் அதிகாரிகள் பாவா, மூடலய்யா, குமாரசுவாமி ஆகியோர் முப்பது போலீஸ்காரர்களுடன் வேனில் வீட்டிற்கு வந்து அதிலேயே எங்களை எம்.எம்.ஹில்ஸ்க்கு கொண்டு சென்றனர். என் கணவரை மூன்று பிள்ளைகளுடன் அங்கே விட்டுவிட்டு என்னையும் மூத்த மகன் பழனிச்சாமியையும் அதே வேனில் பண்ணாரி முகாமிற்கு அனுப்பினர்.

என் மகன் பழனிசாமிக்கு 18 வயசு. பண்ணாரி முகாமில் அவனை நிர்வாணப்படுத்தி சங்கிலியால் கட்டி வைத்திருந்தனர். அவன் கண்களில் மிளகாய் பொடி தூவி அவனை விட்டத்திலிருந்து கட்டி தொங்கவிட்டனர். அவன் உடம்பில் மின்சாரமும் செலுத்தினர். இதுபோல் மூன்று நாட்களுக்கு அவனை சித்ரவதை செய்தனர். அடுத்த மூன்று நாட்களுக்கு அதேமாதிரி என்னை சித்ரவதை செய்தனர். போலீசார் என் மகனை பன்னாரி முகாமிலிருந்து வேறு எங்கோ கொண்டு சென்றனர். மூன்று நாட்கள் சென்றபின் அவன் புகைப்படத்தை என்னிடம் காண்பித்து, உன் மகன் புகைப்படத்தைதான் நீ இனிமேல் பார்க்கலாம், அவன் இறந்துவிட்டான் என்றார்கள்.

ரெண்டு மாதங்களுக்கு பின் என்னை மீண்டும் எம்.எம்.ஹில்ஸ் கொண்டு சென்றனர். அங்கே என் கணவர் மற்றும் 16 வயது என் இரண்டாவது மகன் மயில்சுவாமி ஆகியோரின் புகைப்படங்களை காட்டி அவற்றைதான் நான் இனிமேல் பார்த்துக்கொள்ள வேண்டும் என்றனர். என்னிடம் காட்டிய புகைப்படங்கள் என் கணவர் மற்றும் மகன் ஆகியோரின் சடலங்களின் புகைப்படங்கள்.

ஒன்றரை வருடங்களுக்கு என்னையும் என் மற்ற இரு மகன்களையும் எம்.எம்.ஹில்ஸில் வைத்திருந்தனர். ஒன்பது வருடங்களுக்கு முன், எம்.எம். ஹில்சுக்கு கொண்டு வரப்பட்டதற்கு ஒரு வருடம் முன்பாகவே என் வீடு. எம்.எம்.ஹில்ஸ் போலீசாரால் எரிக்கப்பட்டது. எங்கள் வீட்டை எரித்தது யார் யார் என்று என்னால் அடையாளம் காட்ட முடியாது. ஏனெனில் இந்த சம்பவம் நாங்கள் அங்கு இல்லாதபோது நடந்தது. நாங்கள் வேலைக்குச் சென்றிருந்தோம். முப்பது வீடுகள் கொண்ட இந்த கிராமம் ஒட்டு மொத்தமாக எரிக்கப்பட்டது.

எம்.எம்.ஹில்ஸில் கொண்டு சென்றதற்கு ஒன்றரை வருடங்களுக்கு பின்னர் என்னை சிறைக்கு அனுப்பினர். எனது இரு மகன்களும் அங்கேயே வைக்கப்பட்டார்கள். அவர்கள் எங்கு இருக்கிறார்கள் என்று எனக்கு தெரியாது. அவர்கள் உயிருடன் இருக்கிறார்களா, இறந்துவிட்டர்களா என்றும் தெரியாது. எம்.எம்.ஹில்ஸில் இருந்து மைசூரில் ஒரு போலீஸ் ஸ்டேஷனுக்கு அழைத்துச் செல்லப்பட்டோம். அங்கிருந்து சிறைக்கு கொண்டு சென்றனர். அதற்கு முன்னர் நீதிமன்றத்திற்கு கொண்டு சென்றனர்; என்னை நீதிமன்றத்திற்கு அழைந்து சென்ற காவல்துறையினர்

பெயர்கள் தெரியாது நீதிபதி என்னை போலீசார் யாராவது சித்ரவதை செய்தார்களா என்று கேட்டார். போலீசார் முன்னரே என்னிடம் எதையும் நீதிபதியிடம் சொல்லக் கூடாது என்றதால் நான் ஒரு நாள் முன்னர் கைது செய்யப்பட்டேன் என்று சொன்னதை தவிர வேறு எதையும் கூறவில்லை.

தடா வழக்கில் திரு.ஜான் வின்சென்ட் எனது வழக்கறிஞராக இருந்தார். சிறையில் அடைக்கப்பட்டு இரண்டு வருடங்களுக்கு பின்னர் திரு ஜான் வின்சென்ட்டை வழக்கறிஞராக நியமித்தேன்.நேற்று விசாரிக்கப்பட்ட சின்னபொன்னுதான் என்னை திரு.ஜான் வின்சென்ட்டிற்கு அறிமுகம் செய்து வைத்தார். எனது வழக்கறிஞரிடம் போலீசார் எனக்கு இழைத்த கொடுமைகள் எதையும் நான் கூறவில்லை. ஆனால் என் உறவினர் சின்னபொன்னிடம் நான் எனக்கு நேர்ந்த கொடுமைகள் அனைத்தையும் கூறியிருக்கிறேன். திரு வின்சென்ட் ஜாமீன் மனு தாக்கல் செய்தார். நல்லூரைச் சேர்ந்த சேவாவை எனக்குத் தெரியும். அவளும் காவல்துறையினரால் சித்ரவதை செய்யப்பட்டாரா என தெரியாது. ஓர்க் ஷாப்பில் நான் சேவாவை பார்த்ததில்லை. நானும் என் கணவரும் வீரப்பன் கும்பலைச் சேர்ந்தவர்கள் என்று கூறுவது உண்மையல்ல. எனக்கு வீரப்பனை தெரியாது. அவர் புகைப்படத்தை நாளிதழ்களில் பார்த்திருக் கிறேன் அவ்வளவுதான்.

காரிகேகண்டியில் அதிரடி படைக்கும் வீரப்பன் கும்பலுக்கும் இடையே நடந்த துப்பாக்கி சூட்டில்தான் என் கணவர் இறந்தார் என்று கூறுவதை என்னால் ஒத்துக் கொள்ள முடியாது. என் மகன்கள் எப்படி இறந்தார்கள் என்றும் தெரியாததால் எம்.எம்.ஹில்ஸில் 18.08.1993 அன்று அதிரடிப்படைக்கும் வீரப்பன் கும்பலுக்கும் இடையே நடந்த துப்பாக்கி சூட்டில் என் இரண்டாவது மகன் கொல்லப்பட்டார் என்றும் 24.10.1993 அன்று தாளமலையில் என் மூத்த மகன் அதே போல் கொல்லப்பட்டார் என்றும் கூறுவதை என்னால் ஒத்துக்கொள்ள முடியாது.

முனிசுவாமி

"இரண்டு நாட்களுக்கு ஒரு முறை என் மேல் மின்சாரம் செலுத்தி, கைகளை பின்னால் கட்டி விட்டத்தில் இருந்து தொங்கவிட்டு கடுமையாக

அடித்து பலவாறாகச் சித்ரவதை செய்தார்கள்''

ஷகில் அஹமது, ஹரிகிருஷ்ணா, ஜபீல் போன்ற முப்பது போலீசார் எங்கள் வீட்டிற்குள் நுழைந்து என்னையும் என் மனைவியையும், என் தம்பிகள் தங்கவேலு, வீரப்பனோடு அவர்கள் மனைவிகளையும், எங்கள் வேலையாள் தங்கவேலுவையும், என் தம்பியின் ஒன்றரை வயது குழந்தையையும் சேர்த்து கைது செய்து நல்லூர் ரோடு முகாமிற்கு கொண்டு சென்றனர். போலீஸார் என்னை குழந்தையுடன் தமிழ்நாட்டில் உள்ள வேலம்பட்டி என்ற கிராமத்திற்கு கொண்டு சென்றனர். என் குடும்பத்தைச் சேர்ந்த மற்றவர்கள் நல்லூர் ரோடு முகாமிலேயே வைக்கப்பட்டார்கள்.

வீரப்பன் எங்கு இருக்கிறான் என்று கேட்டனர். அதுபற்றி எனக்கு எதுவும் தெரியாது. நானும் வீரப்பனும் ஒரே சாதியைச் சேர்ந்தவர்கள் என்பதால் எனக்கு வீரப்பன் எங்கு இருக்கிறான் என்று தெரியும் என்று என்னை கடுமையாக அடித்தனர். துப்பாக்கியின் பின்புறத்தால் என் காலில் அடித்தார்கள். கடுமையான காயங்கள் ஏற்பட்டது. என் உடம்பில் மின்சாரமும் செலுத்தினர். அன்று இரவே அனைவரையும் எம்.எம்.ஹில்ஸ்க்கு மாற்றி அங்கு லாக்கப்பில் வைத்திருந்தனர். இரண்டு மாதங்களுக்கு லாக்கப்பில் வைக்கப்பட்டிருந்தோம். போலீஸ் கட்டுப்பாட்டில் இருந்த கட்டிடம் ஒன்று இங்குள்ளது அது பட்டறை! ஒர்க் ஷாப்' என்று அழைக்கப்பட்டது. இரண்டு நாட்களுக்கு ஒரு முறை என் மேல் மின்சாரம் செலுத்தி, கைகளை பின்னால் கட்டி விட்டத்தில் இருந்து தொங்கவிட்டு கடுமையாக அடித்து பலவாறாகச் சித்ரவதை செய்தார்கள். உடல்நிலை மோசமானதால் எம்.எம்.ஹில்ஸ் மருத்துவமனைக்கு மாற்றினார்கள். அங்கு மருத்துவர் ஒருவர் சிகிச்சை அளித்தார். அந்த மருத்துவர். பெயர் எனக்கு தெரியாது. இரண்டு பெண் நர்சுகள் இருந்தார்கள். அவர்கள் பெயர்களும் எனக்குத் தெரியாது. மருந்துகள் எதுவும் எழுதித் தரவில்லை. நான் மருத்துவரிடம் பேச தடை விதிக்கப் பட்டிருந்தது. மற்ற நோயாளிகளும் என்னை பார்க்கக்கூட அனுமதிக்கப் படவில்லை.

இன்ஸ்பெக்டர் வெங்கடசுவாமி என்னை ஹனூர் கொண்டு சென்றார். அங்கே எங்கள் கிராமத்தைச் சேர்ந்த நான்கு இளைஞர்கள் இருந்தார்கள். ஹானுரிலிருந்து என்னுடன் கொண்டு வரப்பட்ட குழந்தை வெங்கடாசலா, ஷண்முகா, தங்கவேலு ஆகியோரை எம்.எம்.ஹில்ஸ் காவல் நிலையத்திற்கு

கொண்டு சென்றனர்.

அங்கு அந்த நான்கு பேரின் சடலங்களை எனக்கு காண்பித்த பிறகு ஹனூர் கொண்டு சென்றனர். தங்கவேலு மற்றும் மற்றவர்களின் சடலங்களை என்னிடம் காட்டிய அன்றே என் குடும்பத்தினர் விடுவிக்கப்பட்டனர். என்னை விடுவித்த ஐந்து நாட்கள் முன்னர் வெங்கடசுவாமியும், இன்ஸ்பெக்டர் மண்டப்பாவும் எம்.எம்.ஹில்ஸ் வந்து நல்லூருக்கு போக வேண்டாம் தமிழ்நாட்டில் எங்காவது சென்று விடு என்று என்னிடம் கூறினர். நான் கோமராயனூர் சென்றேன். அங்கு என் மனைவி மக்களுடன் ஒன்றரை வருடங்கள் தங்கயிருந்தேன். அங்கு என் உறவினர் குப்புசுவாமியின் மகள் கோவிந்தம்மாள் வீட்டில் தங்கியிருந்தோம். கோவிந்தம்மா தோட்டத்தில் வேலை பார்த்தோம்.

ஞாயிற்றுக்கிழமை காலை ஏழு மணிக்கு சிகிச்சைக்காக சென்றேன் மாலை மூன்று மணிக்கு நான் வீட்டிற்கு சென்றபோது என் குழந்தைகள் போலீஸ் இன்ஸ்பெக்டர் வெங்கடசாமி என் மனைவியை கூட்டிச் சென்றதாக என்னிடம் சொன்னார்கள். எங்கள் கிராமமான நல்லூருக்குச் சென்று என் அப்பா பொன்னுசாமி, கணேஷ் ஆகியோருடன் இன்ஸ்பெக்டர் மண்டப்பாவை பார்க்க கொள்ளேகாலுக்குச் சென்றேன். அவரிடம் வெங்கடசாமி எதற்காக என் மனைவியை கொண்டு சென்றார் என்று விசாரித்தேன். அவருக்கு ஒன்றும் தெரியாது என்று கூறி எங்களை ஹனூருக்கு அனுப்பி வைத்தார். ஹனூரில் இன்ஸ்பெக்டர் வெங்கடசாமி என்னை விசாரிக்க வேண்டும் என்று கூறி என்னை அங்கு வைத்துக்கொண்டு மற்றவர்களை கிராமத்திற்கு அனுப்பிவிட்டார். நான் ஐந்து நாட்கள் வைக்கப்பட்டு ஆறாவது நாள் மீண்டும் எம்.எம்.ஹில்ஸ் கொண்டு போகப்பட்டேன்.

பட்டறைக்கு அழைத்துச்சென்று முன்னர் செய்தது போல் சித்ரவதை செய்யப்பட்டேன். என்னை சித்தரவதை செய்த போலீஸ் அதிகாரிகள் ஜெய மாருதி, மூடலய்யா, வெங்கடேஷ், குமாரசுவாமி. இருபத்தி ஐந்து நாட்கள் சித்ரவதை செய்துவிட்டு ஒருவருடத்திற்கு என்னை அங்கேயே வைத்திருந்தார்கள். கல்குவாரிகளில் வேலை பார்த்த எங்கள் கிராமத்தைச் சேர்ந்தவர்களை அடையாளம் காட்டுவதற்காக இன்ஸ்பெக்டர் பாவா திருச்சி, கனகபுரா, ஈரோடு, பழனி ஆகிய இடங்களுக்கு

தன் ஜீப்பில் என்னை கொண்டு செல்வார். எங்கள கிராமத்தைச் சேர்ந்த மாதேஷா, அய்யன்தொரை, சின்னப்பா, செல்வராஜன் என்ற இளைஞர்களை கனகபுராவில் இருந்து ரெண்டு கிலோமீட்டரில் உள்ள குவாரியில் அடையாளம் காட்டினேன். ஈரோடில் வேலை பார்த்துக் கொண்டிருந்த மாதையா, கோவிந்தராஜ், ஆண்டியப்பா, ராசப்பா ஆகியோரையும் அடையாளம் காட்டினேன்.

பின் மைசூர் சிறைக்கு அனுப்பப்பட்டேன். தமிழ்ச் சங்க தலைவரான கொள்ளேகால் வியாபாரி திரு.அரசப்பன் ஆகியோரிடம் எனக்கு நேர்ந்த சித்ரவதைகளை பற்றி கூறியிருக்கிறேன். அரசப்பன் வழக்கறிஞர்களுடன் பழக்கம் உடையவர். நான் எழுத்து வடிவில் எதுவும் அவரிடம் கொடுக்கவில்லை. நான் சொன்ன சித்ரவதைகள் அனைத்தையும் அவர் குறித்து வைத்துக்கொண்டார். நடவடிக்கை எடுப்பதாகவும் என்னிடம் கூறினார். எனக்கு சிகிச்சை அளித்ததால் மருத்துவர் ராமிடம் கூறவேண்டியிருந்தது. அவர் அவற்றைக் குறித்து வைத்து என் மருந்து குறிப்புடன் கொடுத்தார். அந்த குறிப்புக் காகிதங்களை போலீஸார் எடுத்துக் கொண்டனர்.

நீதிபதி முன்னர் ஆஜர் செய்யப்பட்டபோது நடந்த சம்பவங்கள் எதையும் கூறவில்லை. நீதிபதியிடம் எதையும் சொல்லக்கூடாது என போலீஸ் எச்சரித்திருந்தனர்.

இன்ஸ்பெக்டர் முத்துராயா என்னை கோயம்புத்தூர் பேருந்து நிலையத்தில் கைது செய்தார் என்று கூறுவது உண்மையல்ல. ஹரிகிருஷ்ணா மற்றும் ஷகில் அஹமது ஜீப்புகள் மற்றும் ஒரு டெம்போவுடன் வந்து கைது செய்தனர். ஹரிகிருஷ்ணா, ஷகில் அகமது என் வீட்டில் அத்துமீறி நுழையவில்லை என்பது உண்மையல்ல. குவாரிகளில் வேலை செய்து கொண்டிருந்த எங்கள் கிராமத்தைச் சேர்ந்த இளைஞர்களை காட்டிக்கொடுக்க போலீஸ் ஜீப்பில் இன்ஸ்பெக்டர் பாவா கர்நாடகா மற்றும் தமிழ்நாட்டில் உள்ள பல இடங்களுக்கு ஒரு வருடகாலமாக கொண்டு சென்றார் என்று நான் பொய்யாக வாக்குமூலம் அளிக்கிறேன் என்று கூறுவது உண்மையல்ல. பொள்ளாச்சி அருகே உள்ள நாமதளி வனத்தில் அதிரடிப்படைக்கும், வீரப்பன் கும்பலுக்கும் இடையே நடந்த துப்பாக்கி சூட்டில்தான் குழந்தை, வெங்கடாசலா, தங்கவேலு. ஷண்முகம் ஆகியோர் கொல்லப்பட்டார்கள் என்று கூறுவது

உண்மையல்ல. எனக்கு அந்த 4 நபர்களின் சடலங்களைக் காட்டவில்லை என்று கூறுவது உண்மையல்ல. நான் அந்த சடலங்களை பார்க்கும்போது முகம் உட்பட உடல் முழுவதும் வெள்ளைத் துணியால் மூடப்பட்டிருந்தது.

நல்லூர் பெருமாதா

''போலீசார் அழைத்து சென்ற எங்கள் மகன் பழனிசாமி நான்கு வருடங்களாக எங்கு இருக்கிறான் என்று தெரியவில்லை. நான்கு வருடங்கள் கழித்து அவன் இறந்து விட்டதாக நாளிதழில் அறிக்கை வந்திருப்பதாக அனைவரும் கூறினர்''

எங்கள் கிராமத்திற்கு வந்த போலீசார் எங்கள் வீட்டிற்கு தீ வைக்கப் போனார்கள். என் கணவரும் மகன் பழனிசாமியும் வீட்டிற்குள் இருந்தோம். அவர்கள் தீ வைக்கப் போகும்போது என் மகன் பழனிசாமி ஏன் தீ வைக்கிறீர்கள் என்று கேட்டான். அவன் தைரியத்தால் ஆத்திரமடைந்த போலீசார் அவனை அடித்தனர். போவதற்கு முன் எங்கள் வீட்டிற்கு தீ வைத்தனர். வீடு எரிந்து சாம்பலானது. ராமாபுராவுக்கு அவனை இழுத்துச் சென்றனர். பத்து நாட்களுக்கு பின்னர் நாங்கள் ராமாபுரா பஸ் நிலையம் சென்று மகனைத் தேடினோம். போலீஸ் ஸ்டேஷனுக்கு செல்ல முடியவில்லை. தமிழ்நாட்டில் உள்ள கருங்கலூருக்கு சென்றோம். ஒரு வருடம் அங்கு வசித்தோம். எங்கள் வீட்டை சுற்றி இருந்த பத்து வீடுகள் எரிக்கப்பட்டன. ஒரு வருடம் கழித்து நல்லூர் திரும்பிய நானும் என் கணவரும் என் தந்தை சின்னபையா வீட்டில் தங்கியிருந்தோம். என் தந்தை வீடு எரிக்கப்படவில்லை.

போலீசார் அழைத்து சென்ற எங்கள் மகன் பழனிசாமி நான்கு வருடங்களாக எங்கு இருக்கிறான் என்று தெரியவில்லை. நான்கு வருடங்கள் கழித்து அவன் இறந்து விட்டதாக நாளிதழில் அறிக்கை வந்திருப்பதாக அனைவரும் கூறினர். அவன் மரணத்தின் காரணம் என்னவென்று எனக்கு தெரியாது. எங்கள் வீட்டிற்கு தீ வைத்து எங்கள் மகனை அழைத்துச் சென்ற போலிசாரின் பெயர்கள் என்னவென்று எனக்கு தெரியாது. ஒரு ஜீப்பை மட்டும்தான் நான் பார்த்தேன். போலீசார் எங்கள் கிராமத்திற்கு வந்து எங்கள் மகனை கொண்டு செல்லும்போது கிராமத்தில்

ஐம்பது வீடுகள் இருந்தன. முனிசாமி, அவர் மனைவி சேவாவைத் தெரியும். அவர்கள் வீடு எரிக்கப்படவில்லை. முனிசாமியோ அவர் மனைவி சேவாவோ என்னை விசாரிக்க வரவில்லை. அவர்கள் தென்படவில்லை. அவர்கள் எங்கு சென்றார்கள் என்று எனக்கு தெரியாது. முனிசாமி என் தம்பி. என் மகன் முன்னர் ஒரு போதும் கைது செய்யப்பட்டதில்லை. என்ன செய்ய வேண்டும் என்று தெரியாததால் நான் போலீஸ் ஸ்டேஷன் செல்லவில்லை. எனக்கு குழப்பமாக இருந்தது. போலீஸ் ஸ்டேஷன் போகும் அளவிற்கு தைரியம் இல்லை.

வீரப்பன் குறித்த எந்த விசயம் பற்றியும் என் மகன் பேசியதில்லை. கிராமத்தினரும் அவனுக்கு வீரப்பனுடன் தொடர்பு இருக்கிறது, அவனுக்கு அறிவுரை கூறுங்கள் என்று கூறியதில்லை. எம்.எம்.ஹில்ஸில் உள்ள சங்கன் மலையில் சிறப்பு அதிரடி படைக்கும் வீரப்பன் கும்பலுக்கும் இடையே நடந்த துப்பாக்கி சூட்டில் என் மகன் கொல்லப்பட்டானா என்று எனக்கு தெரியாது.

மேல்வீடு மாதையன் மனைவி பெருமா

"போலீசார் என் வீட்டிற்கு வந்து என் மகன் சடலம் ரோட்டோரம் கிடப்பதாகவும் அதனை நான் எடுத்துக் கொள்ளலாம் என்றும் கூறினார். என் மகனின் சடலத்தை எடுத்து புதைத்தோம்''

ஒருநாள் காலை ஏழு மணிக்கு போலீஸ் இன்ஸ்பெக்டர் மண்டப்பா எங்கள் வீட்டிற்கு வந்தார். சில விசாரித்தபின் திருப்பி அனுப்பி விடுவதாக என் மகன் தங்கவேலுவை ராமாபுராவிற்கு கூட்டிச் சென்றார். ரெண்டு மாதங்கள் கழித்து மாலை ஒரு போலீஸ் ஜீப்பில் என் மகன் குழந்தை, வெங்கடசாலா, ஷண்முகம் ஆகியோரின் சடலங்களை எங்கள் கிராமத்திற்கு கொண்டு வந்து வழியோரத்தில் வீசி விட்டு சென்றனர். மண்டப்பாவும் வந்திருந்ததாக சிலர் என்னிடம் கூறினர். போலீசார் என் வீட்டிற்கு வந்து என் மகன் சடலம் ரோட்டோரம் கிடப்பதாகவும் அதனை நான் எடுத்துக் கொள்ளலாம் என்றும் கூறினார். என் மகனின் சடலத்தை எடுத்து புதைத்தோம். எனக்கு தகவல் சொன்ன

போலீசாரிடம் என் மகன் எப்படி இறந்தார் என்று நான் கேட்கவில்லை. மறுநாள் போலீசார் எங்கள் வீட்டிற்கு வந்து என் கணவரை அழைத்துச் சென்றார்கள். ராமாபுராவில் ஒருநாள் வைத்திருந்து எம்.எம்.ஹில்ஸ்க்கு மாற்றினர். முப்பத்திரெண்டு நாட்கள் வைக்கப்பட்டிருந்தார்.

நிர்வாணப்படுத்தப்பட்ட அவர் உடல் முழுவதும் மின்சாரம் பாய்ச்சப் பட்டது. பின் அவரை விடுவித்தனர். போலீசார் செய்த சித்ரவதைகள் பற்றி என் கணவர் கூறினார். அவருக்கு அறுபது வயதாகிறது. அவர் அடிக்கடி சோர்வடைந்து விடுவதால் வேலைக்கு செல்ல முடியவில்லை.

அய்யன்பெருமாள் மனைவி அம்மாசி

''இன்ஸ்பெக்டர்கள் மண்டப்பா, ராமன்னா கிராமத்திற்கு வந்து என் முதல் மகன் அய்யன் தொரையையும் விசாரணைக்காக அழைத்துச் சென்றனர். அவனுக்கு என்ன நேர்ந்தது என்று தெரியாது. இப்போது கூட அவன் எங்கு இருக்கிறான் என தெரியாது''

இப்போது என் கணவர் அய்யன் பெருமாள் உயிருடன் இல்லை. என் மகன் சின்னப்பாவுடன் வசித்து வருகிறேன். என் கணவர் ஒன்றரை வருடங்கள் முன்பு இறந்துவிட்டார். மூன்று மகன்களும் ஒரு மகளும் இருந்தனர். என் மகளும் என்னுடன்தான் இருக்கிறார் மற்ற இரு மகன்களும் உயிரோடு இல்லை. அவர்கள் அய்யன்தொரை மற்றும் குழந்தை.

ஒன்பது வருடங்களுக்கு முன் போலீசார் என் மகன் குழந்தையை கைது செய்து அவர்கள் வாகனத்தில் கொண்டு சென்றனர். முனிசாமி, மாதேஷா, பொன்னு, முனுசாமி. சேவா ஆகியோரையும் என் மகனுடன் கொண்டு சென்றனர். எங்கு கொண்டு செல்லப்பட்டார்கள் என்று தெரியாது. சில நாட்கள் கழித்து அவர்கள் எம்.எம்.ஹில்ஸ் முகாமில் வைக்கப் பட்டிருந்தார்கள் என தெரிந்தது. மூன்றுமாதம் கழித்து என் மகன் சடலத்தை ஷண்முகம், வெங்கடாசலம், தங்கவேலு ஆகியோர் சடலங்களுடன் எங்கள் கிராமத்திற்கு கொண்டு வந்து வீசிவிட்டுச்

சென்றனர். என் மகன் எப்படி இறந்தான் என்று தெரியாது. போலீசாருக்கு தெரிந்திருக்கலாம். என் மகனும் இறந்த மற்றவர்களும் எப்படி இறந்தார்கள் என்று யாரும் என்னிடம் கூறவில்லை.

என் மகன் இறந்ததற்கு ஆறு மாதங்களுக்கு பின், இன்ஸ்பெக்டர் மண்டப்பா, ராமன்னா கிராமத்திற்கு வந்து என் முதல் மகன் அய்யன் தொரையையும் விசாரணைக்காக அழைத்துச் சென்றனர். விசாரணை முடிந்து திருப்பி அனுப்பி விடுவதாக சொன்னார்கள். அவன் திரும்பவில்லை. அவனுக்கு என்ன நேர்ந்தது என்று தெரியாது. இப்போது கூட அவன் எங்கு இருக்கிறான் என தெரியாது. முனிசாமி, மாதேஷா, சேவா ஆகியோர் என் உறவினர்கள் இல்லை. நாங்கள் ஒன்றாக வாழ்ந்தவர்கள். ஒரே சாதியைச் சேர்ந்தவர்கள்.

வீரப்பனை எனக்கு தனிப்பட்ட முறையில் தெரியாது. கேள்விப் பட்டிருக்கிறேன். என் மகன்கள் அய்யன் தொரையும், குழந்தையையும் வீரப்பனின் கூட்டாளிகள் என்று கூறுவது சரியல்ல. பொள்ளாச்சியை அடுத்த நாமதளி காட்டில் வீரப்பன் கும்பலுக்கும் அதிரடிப் படைக்கும் நடந்த துப்பாக்கி சூட்டில் வீரப்பன் கும்பலில் என் மகனும் மூன்றுபேரும் சேர்ந்து சண்டைபோட்டுக் கொண்டிருந்தபோது கொல்லப்பட்டார்கள் என்று கூறுவதை நான் ஏற்கவில்லை.

சின்ன பிள்ளை

> "கோயமுத்தூர் மாவட்ட ஆட்சியர் முன்னிலையில் 29.12.94-ல் என் மகன் ரங்கசுவாமியும், அய்யன் தொரையும் சரணடைந்தனர். ரங்கசுவாமி, அர்ஜுனா, அய்யன் தொரை ஆகியோர் விஷம் குடித்து செத்தார்கள் என்று போலீசார் கூறுவதை நான் ஏற்க மறுக்கிறேன்"

என் கணவர் நாப்பது வருடங்களுக்கு முன் இறந்துவிட்டார். எனக்கு இரண்டு மகன்களும் ஒரு மகளும் இருந்தனர். எனது மகன்களும், மகளும் விவசாய தொழிலாளர்கள். ளாக இருந்தார்கள். மகள் பெயர் முனியம்மா. அவள் நல்லூர்

பொன்னுசாமிக்கு கல்யாணம் செய்து கொடுக்கப்பட்டாள். மணிகுருநாதன், ரங்கசாமி என் மகன்கள். மணிகுருநாதன் இளையவன்.

ஒன்பது வருடங்களுக்கு முன் வீட்டில் தூங்கிக்கொண் டிருக்கும் போது நள்ளிரவு இரவு பனிரெண்டு மணிக்கு வந்த போலீசார் என்னை, மணிகுருநாதனை எம்.எம்.ஹில்ஸ் கூட்டிச்சென்றனர். போலீசார் என்னை சித்ரவதை செய்தார்கள். என் மேலே மின்சாரம் செலுத்தினார்கள். என் கை மணிக்கட்டில் தாக்கினார்கள். என் வலது கை செயலிழந்து விட்டது. நான் மூனு நாட்களுக்கு சித்திரவதை செய்யப்பட்டேன். பத்து நாட்களுக்குப் பின் வீட்டிற்கு அனுப்பினார்கள்.

நான் வீடு திரும்பிய போது என் மகன் இறந்துவிட்டதாக புகைப்படத்துடன் வெளிவந்த பத்திரிகை செய்தியை யாரோ காண்பித்தார்கள். என் மகன் கர்நாடகா போலீசாரால் சுட்டுக் கொல்லப்பட்டதாக வந்திருந்தது. ஒருமாதம் கழித்து மூத்த மகன் ரங்கசாமியும் எம்.எம்.ஹில்ஸ் கொண்டு செல்லப்பட்டார். ஒரு வருடம் கழித்து அவனும் போலீசாரால் கொல்லப் பட்டார் என்று செய்திதாளில் அறிக்கை வந்துள்ளதாக கேள்விப்பட்டேன். எனக்கு தெரியாத அய்யன் தொரை என்பவரும் என் மகன் ரங்கசாமியுடன் கொல்லப்பட்டார் என்று கேள்விப்பட்டேன். கொளத்தூரில் உள்ள டாக்டர் ஒருவரிடம் என் கையை காட்டி னேன். அது பொது மருத்துவமனை. அந்த டாக்டர் பெயர் எனக்கு தெரியாது. போலீஸ் சித்ரவதையால்தான் காயம் ஏற்பட்டது என்று சொன்னேன். குழு முன்பாக என் மகள் முனியம்மா சாட்சியம் அளித்துள்ளார். என் மகன் ரங்கசாமி மற்றும் அய்யன் தொரை ஆகியோருடன் அர்ஜுனன் என்பவரும் கொல்லப் பட்டார் என்று பத்திரிகையில் செய்தி வெளிவந்தது உண்மைதான். என் மகன்கள் மணி குருநாதனும், ரங்கசாமியும் வீரப்பன் கூட்டாளிகளாக இருந்தார்கள் என்பது உண்மையல்ல. கோயமுத்தூர் மாவட்ட ஆட்சியர் முன்னிலையில் 29.12.94-ல் என் மகன் ரங்கசுவாமியும், அய்யன் தொரையும் சரணடைந்தனர். ரங்கசுவாமி, அர்ஜுனா, அய்யன் தொரை ஆகியோர் விஷம் குடித்து செத்தார்கள் என்று போலீசார் கூறுவதை நான் ஏற்க மறுக்கிறேன்.

பழனியம்மா

"எங்கள் முழு குடும்பத்தையும்... நாங்கள் மொத்தம் பதிமூன்று பேர். என் குழந்தை. அக்காவின் முன்று குழந்தைகள் 12,8,5,4 வயது கொண்ட குழந்தைகள். ஒர்க் ஷாப் பட்டறைக்கு அழைத்துச்சென்று அனைவரையும் நிர்வாணப்படுத்தி குழந்தைகளையும் மின்சார சித்ரவதை செய்தனர்''

என் தாயார் மற்றும் சகோதரிகளுடன் அஞ்சபால்யாவில் வசித்து வருகிறேன். 1993-ல் என் கணவர் மணி போலீசாரால் கொல்லப்பட்டார். 1991-ல் வெள்ளத்தால் அஞ்செபால்யாவில் எங்கள் வீடு முழுவதும் சேதமடைந்தது. அஞ்சபால்யாவில் இருந்து திருப்பூர் சென்றோம். ஹசனூர் போலீஸ் இன்ஸ்பெக்டர் வெங்கடசுவாமியும் கொள்ளேகால் இன்ஸ்பெக்டரும் திருப்பூரில் எங்கள் வீட்டிற்கு வந்து விசாரணை என்று கூறி எங்கள் முழு குடும்பத்தையும் எம்.எம்.ஹில்ஸ் கூட்டிச் சென்றனர்.

நாங்கள் மொத்தம் பதிமூன்று பேர். என் குழந்தை. அக்காவின் முன்று குழந்தைகள் 12,8,5,4 வயது கொண்ட குழந்தைகள் அவர்கள். எங்களை பட்டறைக்கு அழைத்துச் சென்றனர். எங்கள் அனைவரையும் நிர்வாணப்படுத்தி மின்சாரம் பாய்ச்சினர். குழந்தைகளையும் மின்சார சித்ரவதை செய்தனர். ஒரு மாதம் ஆறு நாட்கள் கழித்து என்னை என் அம்மாவுடன் மைசூர் சிறைக்கு அனுப்பினர். எங்கள் இருவரையும் நீதிமன்றத்தில் ஆஜர் செய்தார்கள். என் குழந்தையை போலீஸ் ஸ்டேஷனிலேயே வைத்திருந்தார்கள். என் தங்கை செல்வியும் சித்ரவதை செய்யப்பட்டு ஒன்றரை வருடம் கழித்துதான் சிறைக்கு அனுப்பப்பட்டாள். என் தந்தை, அக்காகணவர் கங்காதர், என் கணவர் மணி, அண்ணன் செல்வராஜ், தம்பி ஆறுமுகம் ஆகியோரும் எம்.எம்.ஹில்ஸ் கொண்டு வரப்பட்டனர் தனது தந்தையும் தம்பி ஆறுமுகமும் அவர் மனைவி சின்னபொன்னும் திருப்பூர் வீட்டில் இருந்து தமிழ்நாடு போலீசால் கொண்டு செல்லப்பட்டனர். நான் சிறைக்கு கொண்டு செல்லப்பட்ட பிறகும் தனது தங்கை செல்வியும், அவர் கணவர் சேகரும், அண்ணன் செலவராஜூம். அவர் மனைவி பெருமாதாவும், அக்கா பெருமாவும், அவர் கணவர் கங்காதரும் எம்.எம்.ஹில்ஸ் போலீஸ்

ஸ்டேஷனிலேயே வைத்து சித்ரவதை செய்யப்பட்டார்கள். நான் சிறையில் இருக்கும்போது அங்கிருந்த ஒரு கைதி என் தந்தை ராமுரு, அண்ணன் செல்வராஜ், தம்பி ஆறுமுகம், மூத்த அத்தான் கங்காதர், என் கணவர் மணி ஆகியோர் போலீசாரால் கொல்லப்பட்டதாக நாளிதழில் செய்தி வெளி வந்திருப்பதாகக் கூறினார். சிறையில் இருந்த ஒருவர், தன் தந்தையுடன் ரத்னாவின் கணவர் மணி, இன்னொரு சகோதரியான செல்வியின் கணவர் சேகர் ஆகியோரும் போலீசாரால் கொல்லப்பட்டதாக நாளிதழில் செய்தி வெளிவந்திருப்பதாக சொன்னார்.

அனைவரும் எம்.எம்.ஹில்ஸில் கொல்லப்பட்டதாக பத்திரிகை செய்தி வெளிவந்திருப்பதாக கேள்விப்பட்டேன். என் தந்தையும் மற்றவர்களும் கொல்லப்பட்டதாக செய்தி வந்திருந்த நாளிதழை என்னிடம் காண்பித்தார்கள். ஒரு வருடம் ஏழு மாதங்கள் கழித்து, தான் அடைக்கப்பட்டிருந்த சிறைக்கே என் தங்கை செல்வியும் கொண்டு வரப்பட்டார். என் தந்தையும் மற்றவர்களும் இறந்து ஒன்பது மாதங்கள் கழித்து அவள் சிறைக்கு அனுப்பப் பட்டாள். திருப்பூரில் இருந்து எம்.எம்.ஹில்ஸ் போலீஸ் ஸ்டேஷன் கொண்டு வரப்பட்டதில் இருந்தே அவள் அங்குதான் பிடித்து வைக்கப்பட்டிருந்தாள் என்று என்னிடம் கூறினாள். நான் சிறையில் இருந்த போது, சில தமிழ் ஆட்கள் அங்கு வந்து என்னை விசாரித்தனர். இக்குழு முன்னர் கூறுகின்ற அனைத்தையும் அன்று அவர்களிடம் கூறினேன்.

என் குடும்பத்தார் அனைவரும் வீரப்பன் கூட்டாளிகள், அவர் கும்பலைச் சேர்ந்தவர்கள் என்று சொல்வது உண்மையல்ல. வீரப்பன் மற்றும் அவர் கும்பலுடன் ஈடுபட்டிருந்ததால் தலைமறையாக இருந்தேன் என்று கூறுவது உண்மையல்ல. கொள்ளேகால் இன்ஸ்பெக்டர் மண்டப்பா, ஹசனூர் இன்ஸ்பெக்டர் வெங்கடசுவாமி ஆகியோர் திருப்பூரில் என்னை கைது செய்தார்கள் என்பது உண்மைதான். ஆனால், நான் தலைமறைவாக இருந்ததாகவும் என்னை திருப்பூரில் தேடி கண்டுபிடித்ததாகவும் கூறுவது உண்மையல்ல. நான் கைது செய்யப்பட்ட தேதியை என்னால் சொல்ல முடியாது. ஆனால் நான் நீதிமன்றத்தில் ஆஜர் செய்யப்பட்டதற்கு ஒரு மாதம் முன்னர் கைது செய்யப்பட்டேன். சங்கன் மலை வனப்பகுதியில் போலீசாருக்கும் வீரப்பன் கும்பலுக்கும் இடையே நடந்த மோதலில்தான் என் கணவர் மணி, உறவினர்கள் கங்காதர்,

செல்வராஜ் ஆகியோர் கொல்லப்பட்டார்கள் என்று கூறுவது உண்மையல்ல. அவர்கள் என்னுடன்தான் கைது செய்யப்பட்டு எம்.எம்.ஹில்ஸ் கொண்டு வரப்பட்டனர். சத்யமங்கலம் போலீசுக்கும் வீரப்பன் கும்பலுக்கும் இடையே நடத்த மோதலில் ஆறுமுகம் கொல்லப்பட்டார் என்பது உண்மையல்ல. பவானி சாகர் போலீஸ் எல்லைக்கு உட்பட்ட தெங்குமரஹடா காட்டுப்பகுதியில் தமிழ்நாடு அதிரடிப் படையினருக்கும் வீரப்பன் கும்பலுக்கும் இடையே நடந்த மோதலில்தான் என் தந்தை ராமுரு இறந்தார் என்று கூறுவது உண்மையல்ல.

திருப்பூரில் என்னுடன் என் தாயாரும் கைது செய்யப்பட்டார் என்பது உண்மைதான். ஆனால் எம்.எம். ஹில்ஸ் காவல்நிலைய குற்ற எண் 12/93 சம்பவம் காரணமாக அவர் தலைமறைவாக இருந்தார் என்பது சரியல்ல. என் தந்தை வீரப்பன் கும்பலைச் சேர்ந்தவர் என்பதும், பல குற்றங்களுக்காக ஒன்றுக்கு மேற்பட்ட காவல் நிலையங்களில் வழக்குகள் அவர் மேல் பதிவு செய்யப்பட்டிருத்தன என்று கூறுவது உண்மையல்ல.

என் தந்தை எப்போதும் வீட்டில்தான் இருப்பார். போலீசார் இழைத்த சித்ரவதைகள் பற்றி என் வழக்கறிஞரிடமும், சிறை மருத்துவரிடமும் கூறியிருக்கிறேன். அவர்கள் என் வாக்குமூலத்தை பதிவு செய்து இந்த போலீசார் வன்கொடுமைகளுக்கு எதிராக சம்பந்தப்பட்ட அதிகாரிகளுக்கு புகார் செய்துள்ளார்களா என்று தெரியாது. நீதிமன்றத்தில் இருந்த மனித உரிமை ஆர்வலர்கள் யாரையும் எனக்குத் தெரியாது. நஷ்ட ஈடு பெறுவதற்காக அவர்கள் தூண்டுதலின் பேரில், பொய்யாக வாக்குமூலம் அளிக்கிறேன் என்பது உண்மையல்ல.

சேகரன் மனைவி செல்வி

"மருத்துவ மனையில் போலீசாரிடம் ஏதோ பேசிய பிறகு மருத்துவர் என் குழந்தையின் இடது கையில் ஊசி போட்டார். பத்து நிமிடங்களுக்குள் குழந்தை இறந்து விட்டது. இன்ஸ்பெக்டர் அசோக்குமாரிடம் காலில் விழுந்து செஞ்சினேன். பூட்ஸ் காலால் உதைத்தார். கான்ஸ்டபிள் ஒருவரும் என் பின்னால் இருந்து பூட்ஸ் அணிந்த காலால் ஓங்கி மிதித்தார். அவர்கள் என்னை கற்பழித்தார்கள். என் கண்ணை

கட்டிய பின் இரவில் காட்டிற்கு கொண்டு செல்வர். நாலைந்து பேர் என்னை கற்பழித்த பின்னர் காலையில் ஓர்க் ஷாப்பிற்கு திருப்பிக் கொண்டு வருவர். இது சுமார் ஒன்றரை வருடங்களுக்கு தொடர்ந்தது.''

தமிழ்நாட்டில் குன்னூரைச் சேர்ந்த சேகருக்கும் எனக்கும் ஏழு வருடங்களுக்கு முன்பு கல்யாணம் நடந்தது. ஒன்றரை வருடம் கழித்து பவானி அரசு மருத்துவமனையில் பெண் குழந்தை பிறந்தது. குழந்தை பிறந்து இருபது நாட்கள் கழித்து போலீசார் மருத்துவமனைக்கு வந்து என்னை கைது செய்து மேட்டூர் முகாமிற்கு கொண்டு சென்றனர். அன்றைய தினமே எங்கள் கணவர் வழி, என் தாய்வழி உறவினர்கள் அனைவருமே கைது செய்யப்பட்டு மேட்டூர் முகாமில் அடைக்கப்பட்டு இருந்தார்கள்.

அங்கே எங்களை முழுமையாக நிர்வாணமாக்கி உடலெங்கும் மின்சாரம் பாய்ச்சினார்கள். இருபது நாட்கள் தொடர்ந்து இதுபோல் சித்ரவதை செய்தார்கள். அய்யமாவையும் என்னையும் குழந்தையையும் மீண்டும் மருத்துவமனைக்கு போலீசார் கொண்டு சென்றனர். இரவு பதினொரு மணியளவில் மருத்துவமனைக்கு கொண்டு செல்லப்பட்டோம். மருத்துவ மனையில் போலீசாரிடம் ஏதோ பேசிய பிறகு மருத்துவர் என் குழந்தையின் இடது கையில் ஊசி போட்டார். பத்து நிமிடங்களுக்குள் குழந்தை இறந்து விட்டது. குழந்தைக்கு ஊசி போட்ட மருத்துவர் பெயர் ஞாபகம் இல்லை.

போலீசார் ஜீப்பில் எங்களை ஒரு கிறித்துவ மயானத்திற்கு கொண்டு சென்று என் குழந்தையை அங்கு புதைத்தனர். எங்களை புதை குழி அருகே செல்ல அனுமதிக்கவில்லை. பின் எங்களை மேட்டூர் முகாமிற்கு அழைத்து வந்தனர். இன்ஸ்பெக்டர் அசோக்குமாரிடம் என் குழந்தைக்கு நடந்தவற்றை எல்லாம் சொல்லி இரக்கம் காட்டுமாறு அவர் காலில் விழுந்து கெஞ்சினேன். அவர் என் துயரங்களை கண்டு கொள்ளவேயில்லை. என்னை பூட்ஸ் காலால் உதைத்து கேவலமான வார்த்தைகளால் திட்டினார். கான்ஸ்டபிள் ஒருவரும் என் பின்னால் இருந்து பூட்ஸ் அணிந்த காலால் கடுமையாக முதுகில் மிதித்தார். அவர்கள் என்னை கற்பழித்தார்கள்.

கர்நாடகா காவல்துறையினருக்கு சொந்தமான போலீஸ்

வேன் ஒன்று வந்தது. அதில் என்னை எம்.எம்.ஹில்ஸ் போலீஸ் ஸ்டேஷனுக்கு அழைத்து வந்தனர். அங்கு என்னைப் போல் கொண்டு வரப்பட்ட ஏழெட்டு பெண்கள் இருந்தார்கள். அங்குள்ள ஒர்க் ஷாப்பிற்கு அழைத்துச் சென்றனர். மின்சாரம் பாய்ச்சி சித்ரவதை செய்தார்கள். என்னை மிகக் கேவலமான வகையில் நடத்தினார்கள். மிளகாய் தூளையும் அரப்பையும் என் கண்களிலும் மூக்கிலும், பாலுறுப்புகளிலும் தடவினார்கள். மற்ற எல்லாப் பெண்களையும் இதேபோல செய்தார்கள். அவர்கள் எங்கிருந்து கொண்டு வரப்பட்டார்கள் என்று எனக்குத் தெரியாது. அந்த ஒர்க் ஷாப்பில் இரண்டு அறைகள் இருந்தன. அதில் ஒரு அறையில் சித்ரவதை செய்வார்கள். இன்னொரு அறையை சித்திரவதை செய்யப்பட்டவர்கள் ஓய்வெடுப்பதற்காக பயன்படுத்தினார்கள். நான் அங்கு செல்லும்போது ஒரு அறையில் சுமார் ஐம்பதிலிருந்து அறுபது பேர் வரை இருந்தனர். அவர்கள் எங்களை நிர்வாணப்படுத்தினார்கள். அசோக்குமார், குமாரசுவாமி, ஜெயமாருதி, முசலி ஆகிய இன்ஸ்பெக்டர்கள் அங்கிருந்தனர். அவர்கள் கூறியபடி STF படையினர் எங்களை நிர்வாணப்படுத்துவார்கள்.

நான் எம்.எம்.ஹில்ஸ் கொண்டு வரப்பட்ட நாலைந்து நாட்களில் என் கணவர் தாமாகவே போலீசாரிடம் வந்தார். என் கணவர் முன்னிலையிலேயே என்னை போலீஸார் சித்ரவதை செய்தனர். போலிசார் என்னை நிர்வாணப்படுத்தியதை என் கணவரால் தாங்கிக் கொள்ள முடியவில்லை.

குறிப்பு; (செல்வி முதலில் இருந்தே அசிங்கப்படுத்தினார்கள் என்று கூறினார். மக்கள் கண்காணிப்பகத்தின் உறுப்பினரான திரு.ராஜன் இதன் மூலம் அவர் பலாத்காரம் செய்யப்பட்டார் என்றுதான் கூறுகிறார் என்று விளக்கம் கூறினார். செல்வி எம்.எம்.ஹில்ஸ் ஒர்க் ஷாப்பிலும் மேட்டூர் முகாமிலும் பலாத்காரம் செய்யப்பட்டதாக கூறுகிறார். அவர் கணவர் முன்னிலையில் பலாத்காரம் செய்யப்பட்ட போது சகித்துக் கொள்ள முடியாத அவர் கணவர் போலீசாரிடம் அவரை விடுவித்து விட்டு தனக்கு என்ன தண்டனை வேண்டுமானாலும் கொடுங்கள் என்று கேட்டதாக கூறுகிறார்)

என் கண்ணை கட்டிய பின் போலீசார் இரவில் காட்டிற்குக் கொண்டு செல்வர். நாலைந்து பேர் என்னை கற்பழித்த பின்னர் காலையில் ஒர்க் ஷாப்பிற்கு திருப்பிக் கொண்டு வருவர். இது

சுமார் ஒன்றரை வருடங்களுக்கு தொடர்ந்தது. எப்போதும் போலீசாரிடம் அவளை கொடுமைப்படுத்தாதீர்கள். பலாத்காரம் செய்யாதீர்கள் என்று என் கணவர் கெஞ்சிக் கொண்டேயிருப்பார். எரிச்சலடைந்த போலீசார் அவரை கொல்ல முடிவு செய்தனர். அவர் சரணடைந்து மூன்று மாதங்களுக்குப் பின்னர் ஒரு நாள் போலீசார் என்னிடம் வந்து, உன் கணவனை கடைசியாக ஒருமுறை பார்த்துக் கொள், இதற்கு அப்புறம் உன்னால் பார்க்க முடியாது என்று சொல்லி ஜீப்பில் அழைத்துச் சென்றனர். இரண்டு நாட்கள் கழித்து அவர்கள் என் கணவர் சடலத்தின் போட்டோவைக் காட்டினார்கள். என் கணவனை கொண்டு செல்லும் போது இன்ஸ்பெக்டர்கள் முசலி, ஜெயமாருதி, மூடளய்யா, அசோக்குமார். ஆகியோர் ஜீப்பில் இருந்தார்கள்.

என்னை சித்திரவதை செய்த போலீசார் எங்களை கைது செய்ததற்கான காரணம் எதையும் கூறவில்லை. வீரப்பனை தெரியுமா என்பார்கள். தெரியாது என்று கூறும்போது காட்டுமிராண்டித்தனமாக அடித்து வீரப்பனுடன் தொடர்பு உள்ளது என்று ஒத்துக் கொள்ள கட்டாயப்படுத்துவார்கள். என்னைக் கர்நாடகா கொண்டு வரப்பட்ட பிறகு என் அப்பா குடும்பத்தினருக்கும், மாமனார் குடும்பத்தினருக்கும் என்ன நடந்தது என தெரியாது. எங்கு இருக்கிறார்கள், என்ன நிலையில் இருக்கிறார்கள் என்று இதுவரை எனக்கு தெரியாது. என் மாமனார் மாமியார் மற்றும் கொழுந்தனார்கள் பற்றி நான் யாரிடமும் விசாரிக்கவில்லை.

நான் கைது செய்யப்பட்டு ஒன்றரை வருடம் கழித்து முசலி, ஜெயமாருதி, வெங்கடேஷ் என்ற கான்ஸ்டபிள் மூவரும் என்னை நீதித்துறை நடுவர் முன் ஆஜர் செய்தனர். 3.3.1995 அன்று கோயமுத்தூர் காந்திபுரம் பஸ் நிலையத்தில் இன்ஸ்பெக்டர் முத்துராயா என்னை கைது செய்து எம்.எம்.ஹில்ஸ் கொண்டு வந்ததாக கூறுவது உண்மையல்ல. அதுவரை நான் தலைமறைவாக இருந்தேன் என்று கூறுவது உண்மையல்ல. என்னுடன் வேறு மூன்று நபர்களும் கைது செய்யப் பட்டார்கள் என்பதும் உண்மையல்ல. நான் கோயம்புத்தூரில் கைது செய்யப்படவில்லை. என்னை மேட்டூர் முகாமிலிருந்துதான் எம்.எம்.ஹில்ஸ் அழைத்து வந்தார்கள். நான் நடுவர் முன்னால் ஆஜர் செய்யப்பட்டபோது முசலி அங்கு இல்லை என்று கூறுவது உணமையல்ல. எனக்கு நேர்ந்த சித்திரவதை அவமானம் ஆகியவற்றை நடுவரிடம்

சொல்லக்கூடாது என்று என்னை போலீசார் மிரட்டவில்லை என்று கூறப்படுவதும் உண்மையல்ல. சிறையில் கூட நோய் காரணமாக சிறை டாக்டரிடம் சென்றபோது என்னை பலாத்காரம் செய்தனர் என்று நான் கூறவில்லை. நான் சித்திரவதைக்கோ பலாத்காரத்திற்கோ ஆளாக்கப்படவில்லை என்று கூறப்படுவதும் உண்மையல்ல.

அவையில் வலது பக்க இருப்பிடங்களில் அமர்ந்திருக்கும் யாரையும் எனக்குத் தெரியாது (வலது பக்க நாற்காலிகளில் பல அமைப்புகளைச் சேர்ந்த மனித உரிமை ஆர்வலர்கள் அமர்ந்திருக்கிறார்கள். அவர்களை தெரியும் என்று சொல்வதால் பிரச்சனை ஏதும் இல்லை என்று கூறியும் அவர்களை தெரியாது என்று சாட்சி கூறுகிறார்) நான் எந்த சித்ரவதைக்கும் பலாத்காரத்திற்கும் ஆளாக்கப்படாத போதும், மனித உரிமை ஆர்வலர்களின் அறிவுரையை கேட்டு அரசிடம் இருந்து நஷ்ட ஈடு பெறுவதற்காக கட்டுக்கதை கூறுகிறேன் என்று கூறப்படுவது உண்மையல்ல,.

போலீசார் என்னை மருத்துவமனையில் இருந்தே கொண்டு சென்றதால், மருத்துவமனையில் சேர்ந்த, அங்கிருந்து வந்தவற்றுக்கு சான்றிதழ்கள் பெறவில்லை. மருத்துவமனையில் அனுமதிக்கப்பட்ட நாளும் என் குழந்தை பிறந்த தேதியும் எனக்குத் தெரியாது. என் குழந்தை புதைக்கப்பட்டதை நான் நேரில் பார்க்கவில்லை. ஜீப்பிலிருந்து என் குழந்தையுடன் சென்ற போலீசார் சிறிது நேரம் கழித்து வெறுங்கையுடன் திரும்பினர்.

என்னை மருத்துவ மனையிலிருந்து மேட்டூர் முகாமிற்கு கொண்டு சென்றவர்கள் மற்றும் என் குழந்தையை மருத்துவமனையிலிருந்து மயானத்திற்கு கொண்டு சென்றவர்கள் ஆகிய போலீஸ்காரர்கள் பெயர் எனக்குத் தெரியாது. நான் என்குழந்தை இறந்தது பற்றி இன்ஸ்பெக்டர் அசோக்குமாரிடம் முறையிட்டுக் கொண்டிருக்கும்போது என்னை காலால் எட்டி மிதித்த போலீசாரின் பெயர்களும் தெரியாது. என்னை மருத்துவமனையிலிருந்து கொண்டு செல்லவில்லை என்றும் என் குழந்தையை போலீசார் கொல்லவில்லையென்றும் கூறப்படுவது உண்மையல்ல. நான் மேட்டூர் முகாமிற்கு அழைத்துச் செல்லப்படவில்லை என்றும் யாருடைய தூண்டுதலினாலோ பொய்யாக சாட்சியம் அளித்துக் கொண்டிருக்கிறேன் என்றும் கூறப்படுவது உண்மையல்ல.

கிராமத்தில் கேள்விப்படுவதைத் தவிர வீரப்பன் இருக்குமிடம் பற்றியோ அவரது செயல்பாடுகள் பற்றியோ எனக்கு எதுவும் தெரியாது. நானும் வீரப்பனும் ஒரு சாதியைச் சேர்ந்தவர்கள் என்பது உண்மைதான். ஆனால் அதற்காக நாங்கள் வீரப்பனின் கூட்டாளிகள் என்று முடிவு செய்வது தவறு.

மேட்டூரில் ஒரு பள்ளி காவல் முகாமாக பயன்படுத்தப்பட்டு வந்தது. அது பகலில் பள்ளியாகவும், இரவில் போலீஸ் முகாமாகவும் உபயோகிக்கப்பட்டது. பள்ளி இயங்கும் சமயம் போலீசார் தூங்கும் இடத்திற்கு நாங்கள் மாற்றப்படுவோம். நான் விடுவிக்கப்பட்டு விட்டாலும் இன்று வரை யாரிடமும் என்க்கு நேர்ந்த கொடுமைகள் பற்றியும் அவமானம் பற்றியும் சொன்னதில்லை. மின்சாரம் செலுத்தப்பட்டதால் எனக்கு காயங்கள் ஏற்பட்டது. அதன் தழும்புகள் என் உடம்பில் உள்ளன.

பெருமை.

"என் மகள்களும், மருமகன்களும் போலீசாரால் கொல்லப்பட்டார்கள். என்மகன் செல்வராஜ் கொல்லப்பட்டான். சிலமாதங்களுக்குப் பின் ஆறுமுகம் கொல்லப்பட்டான். என் கணவர் ராமுரு ஆறுமுகம் சாவிற்கு ஒன்றிரண்டு மாதங்கள் முன்னர் அல்லது பின்னர் கொல்லப்பட்டார். என் மருமகன்கள் ஒன்பது வருடங்களுக்கு முன்பு கொல்லப்பட்டனர். அவர்களை ஒருவர் பின் ஒருவராகக் கொன்றனர்''

ராமுரு என் கணவர். இப்போது அவர் உயிருடன் இல்லை. எனக்கு செல்வராஜ், ஆறுமுகம் என்ற மகன்களும் பழனியம்மா, பெருமாதா, ரத்னம்மா, செல்வி என்ற மகள்களும் உள்ளனர். நானும் தடா கைதியாகத்தான் இருந்தேன். ஒன்பது வருடங்களுக்கு முன்னர் நான் சிறைக்கு அனுப்பப்பட்டேன். கொள்ளேகால் போலீசார் என்னை திருப்பூரில் கைது செய்து எம்.எம்.ஹில்ஸ் கொண்டு வந்தனர். முகாமில் என் மேல் மின்சாரம் செலுத்தி விட்டத்தின் கூரையில் தொங்கவிட்டு தடியால் கடுமையாக அடித்து சித்ரவதை செய்தனர். ஒரு மாதம் ஆறு நாட்களுக்கு நான் சித்ரவதை செய்யப் பட்டேன். தலையில் பலத்த லத்தி அடிபட்டதால் கண் பார்வையை இழந்தேன். என் காதுகளிலும்

மற்ற உடல் உறுப்புகளிலும் மின்சாரம் செலுத்தப்பட்டது. இன்ஸ்பெக்டர் குமாரசுவாமிதான் என் உடலில் மின்சாரம் செலுத்தினார். என்னன தடியால் அடித்தவர்கள் பெயர்கள் தெரியாது. பயத்தினால் எனக்கு நேர்ந்த சித்திரவதைகளை பற்றி நான் யாரிடமும் கூறியதில்லை. என் கண் சிகிச்சைக்காக சிறை டாக்டரிடம் மருந்து பெற்று கொண்டேன். தலையில் அடிபட்டதை நான் அவரிடம் கூறவில்லை.

போலீசார் மின்சாரம் செலுத்தியதையும் கூறவில்லை. எங்கள் வழக்கு நீதிமன்றத்திற்கு வருவது வரை வழக்கறிஞர் யாரையும் அணுகவில்லை. நான் சிறைக்கு அனுப்பபட்டு மூன்றுநான்கு வருடங்கள் ஆன பின்தான் ஒரு வக்கீல் உதவியை நாடினேன். சித்திரவதைகள் பற்றி அவரிடம் நான் கூறவில்லை. ஆனால், அவரிடம் என்னை பார்த்துக் கொள்ள யாருமில்லை என்று குறிப்பிட்டேன். அவர் என் வழக்கை ஏற்று நடத்தினார். என் மகள்களும், மருமகன்களும் உயிருடன் இல்லை. அவர்கள் போலீசாரால் கொல்லப்பட்டார்கள். நான் சிறையிலடைக்கப் பட்ட ஒன்றிரண்டு மாதங்கள் கழித்து என் மகன் செல்வராஜ் கொல்லப்பட்டான். செல்வராஜ் மரணத்திற்கு சில மாதங்களுக்குப்பின் ஆறுமுகம் கொல்லப்பட்டான். என் கணவர் ராமுரு ஆறுமுகம் சாவிற்கு ஒன்றிரண்டு மாதங்கள் முன்னர் அல்லது பின்னர் கொல்லப்பட்டார். என் மருமகன்கள் ஒன்பது வருடங்களுக்கு முன்பு கொல்லப்பட்டனர். அவர்களை ஒருவர் பின் ஒருவராகக் கொன்றனர் போலீசார். நான் சிறைக்கு கொண்டு செல்லப்பட்டு ஒரு மாதம் கழித்து அவர்கள் கொல்லப்பட்டனர்.

எங்கள் குடும்பத்தினர் வீரப்புன் கும்பலைச் சேர்த்தவர்கள் என்று கூறுவது உண்மையல்ல. வீரப்பன் கும்பலால் செய்யப்பட்ட குற்றங்களுக்காக வெவ்வேறு காவல் நிலையங்களில் பதிவு செய்யப்பட்டுள்ள ஒன்றுக்கு மேற்பட்ட வழக்குகளில் என் கணவர், பிள்ளைகள் மற்றும் மருமக்கள் சம்மந்தப்பட்டிருந்தனர் என்று கூறுவதும் உண்மையல்ல. தமிழ்நாடு சிறப்பு அதிரடி படையினருக்கும் வீரப்பன் கும்பலுக்கும் இடையே நடந்த மோதலில் என்கணவர் கொல்லப்பட்டார் என்று கூறுவது உண்மையல்ல. சத்திய மங்கலம் அருகே மஞ்சுகும்மபட்டியில் சிறப்பு அதிரடி படையினருக்கும் வீரப்பன் கும்பலுக்கும் இடையே நடந்த மோதலில் என் மகன் ஆறுமுகம் கொல்லப்பட்டான் என்று கூறுவது பொய். அவன் எங்கள் வீட்டிலிருந்து போலீசாரால்

கொண்டு செல்லப்பட்டான் என்றும் அதற்கு பின்னர் அவன் வீடு திரும்பவில்லை என்றும் மகள் பெருமாதா சொல்லி கேள்விப்பட்டேன். அவன் போலீசாரால்தான் கொல்லப் பட்டான் என்று அவள் கூறினாள். வீரப்பனுக்காக சண்டை போடும்போது சங்கன் மலை வனத்தில் 18.08.1993 அன்று நடந்த போலீசார், வீரப்பன் கும்பலுக்கு இடையே நிகழ்ந்த மோதலில் என் மகன் செல்வராஜ் மருமகன்கள் மணி, கங்காதர் ஆகியோர் கொல்லப்பட்டனர் என்பது பொய். கூறுவது உண்மையல்ல. வீரப்பனுக்காக சண்டை போட்ட போது மருமகன் சேகர் கொல்லப்பட்டார் என்பதும் உண்மையல்ல. கொள்ளேகால், ஹசனூர் ஆகிய காவல்நிலையங்களைச் சேர்ந்த போலீசார்தான் என்னை திருப்பூரில் கைதுசெய்து எம்.எம்.ஹில்ஸ் கொண்டு வந்தார்கள். நான் மறு நாளே நடுவர் முன்னால் ஆஜர் செய்யப்பட்டேன் என்று கூறுவது உண்மையல்ல. நான் ஒரு மாதத்திற்கு மேல் எம்.எம். ஹில்ஸ் முகாமில் வைக்கப்பட்டு சித்ரவதை செய்யப்பட்டேன். நீதிமன்றத்தின் வலது பக்கத்தில் அமர்நதிருக்கும் யாரையும் எனக்கு தெரியாது. நான் எம்.எம்.ஹில்ஸில் ஒரு மாதம் வைக்கப்படவில்லை, சித்ரவதை செய்யப்படவும் இல்லை என்று கூறுவதும், மனித உரிமையாளர்களால் தூண்டப்பட்டு நஷ்டஈடு பெற பொய் சாட்சியம் அளிக்கிறேன் என்பதும் உண்மையல்ல.

நல்லூர் எல்லம்மா

''அப்பாவை நசுக்கிப்போட்டு அசையமுடியாத நிலைக்கு ஆளாக்கிய பின்பு முழுமையாக செயலிழந்த போது எம்.எம்.ஹில்ஸ் போலீசார் அவரை பஸ்ஸில் ஏற்றி எங்கள் கிராமத்தில் இறக்கிவிடுமாறு டிரைவரிடம் கூறினர். எட்டு வருடங்களாக அவர் அசையக் கூட முடியாமல் கட்டிலிலேயே கிடக்கிறார். அவரால் நகரவே முடியாது. முழுமையாக முடமாகிப்போனார்''

எனக்கு சுப்பிரமணி என்று அண்ணன் இருந்தார். அவர் கல் குவாரியில் வேலை பார்க்கிறார். எட்டு வருடங்களுக்கு முன் நல்லூர் முகாம் இன்ஸ்பெக்டர் என் வீட்டிற்கு வந்து என்

தந்தையைப் எம்.எம்.ஹில்ஸ் கொண்டு சென்றனர். முகாமில் ஒரு வருடமாக மின்சாரம் பாய்ச்சுவது, தடியால் காட்டுமிராண்டித்தனமாக கண்மூடித்தனமாக அடிப்பது போன்ற வகைகளில் அப்பா சித்ரவதை செய்யப்பட்டார். அப்பாவை நசுக்கிப்போட்டு அசையமுடியாத நிலைக்கு ஆளாக்கிய பின்பு முழுமையாக செயலிழந்த போது எம்.எம்.ஹில்ஸ் போலீசார் அவரை ஒரு பஸ்ஸில் ஏற்றி எங்கள் கிராமத்தில் இறக்கிவிடுமாறு டிரைவரிடம் கூறினர். எட்டு வருடங்களாக அவர் அசையக் கூட முடியாமல் கட்டிலிலேயே கிடக்கிறார். அவரால் நகரவே முடியாது. முழுமையாக முடமாகிப்போனார். அவரை சித்ரவதை செய்ததை எங்களிடம் கூறினார். டாக்டர்களிடம் காண்பித்தோம். திரு.மடப்பா, திரு.கஜ்ஜி ஆகிய டாக்டர்கள் அவருக்கு சிகிச்சையளித்தார்கள். வீரியமிக்க சில மருந்துகளுடன் தினம்தினம் இரு ஊசிகளும் போட்டு கொள்ள வேண்டும் என அவர்கள் கூறியுள்ளனர். திரு.மடப்பா குளூரில் தனியார் மருத்துவர். கடந்த எட்டு வருடங்களாக எனது அப்பாவிற்கு தினம்தோறும் இரு ஊசிகள் போட்டு வருகிறார். இத்தனை சிகிச்சையளித்தும் அவரால் அசைய முடியவில்லை. உணவு ஊட்டப்படுகிறது. ஒரு ஊசி விலை பத்து ரூபாய். தந்தைக்கு நடந்த சித்ரவதை பற்றி எந்த அதிகாரிக்கும் எழுத்துமூலமாக சாட்சியம் ஏதும் கொடுக்கவில்லை. அதிரடிபடைப் போலீசார் என் அம்மாவை கன்னத்தில் அறைந்ததில் அம்மாவுக்கு காது கேட்காமல் போய்விட்டது.

எனது கணவர் நாகராஜ் எங்கள் வீட்டில் சுமார் 15 போலீசாரால் கடுமையாக தாக்கப்பட்டார். போலீசார் தலையில் மிருகத்தனமாக அடித்ததில் புத்தி சுவாதீனமாகி அவர் மனநோயாளியாகி விட்டார். அவர் வீட்டில் தங்காமல் வெளியில் பல ஊர்களில் அலைந்து திரிந்தார். எங்கள் கிராமத்தைச் சேர்ந்த ஒருவரால் தமிழ்நாட்டில் கொல்லப்பட்டார். என் கணவர் கொலையில் குற்றம் சாட்டப்பட்டவர் மீது இப்போதும் வழக்கு நடந்து வருகிறது. தொடரப்பட்டு வருகிறது

மது மனைவி பூங்கொடியம்மாள்

"தாடி வைத்த பெயர் தெரியாத இன்னொரு போலீஸ் எஸ்.ஐ.யுடன் ஒரு அறைக்கு சென்று அவருடன் தனியாக சேர்ந்து இருக்க வேண்டும் என்றார். அவர்

கேட்டபடி தனி அறையில் இருக்க மறுத்தேன். அன்று இரவு பெயர் தெரியாத மூன்று போலீசார் லாக்கப் ரூமில் வைத்து என்னை மூர்க்கமாகக் கற்பழித்தனர்''

என் நாத்தனாருக்கு பெண் குழந்தை பிறந்திருப்பது அறிந்து அவரைப் பார்க்க கோபிநத்தத்தில் இருந்து ஜல்லிபால்யாவுக்கு பஸ்ஸில் சென்று கொண்டிருந்தேன். பேருந்து நல்லூரில் உள்ள நாலு ரோடு வந்த போது எஸ்.ஐ.ராமன்னா பஸ்அருகே வந்தார். நீ கோபிநத்தத்தை சேர்ந்தவளா? என்று கேட்டார். ஆம் என்று நான் சொன்ன போது என்னை பஸ்ஸை விட்டு இறங்கக் கூறினார். உனக்கு வீரப்பனைத் தெரியுமா? என்றார். எனக்கு வீரப்பனைத் தெரியாது அவர் பற்றி எதுவும் தெரியாது என்றபோது காவல் நிலையத்திற்கு வருமாறு கூறினார்.

எனக்கு வீரப்பனைத் பற்றி எதுவும் தெரியாது நான் ஏன் வர வேண்டும் என்று கேட்டேன். நீ ஜல்லிபால்யா செல்ல வேண்டுமென்றால் அவருக்கு நான் ஏதாவது செய்யவேண்டும் என்று எஸ்.ஐ.ராமன்னா கூறினார். தாடி வைத்த பெயர் தெரியாத இன்னொரு போலீஸ் எஸ்.ஐ.யுடன் ஒரு அறைக்கு சென்று அவருடன் தனியாக சேர்ந்து இருக்க வேண்டும் என்றார். நான் மறுத்ததால் என்னை ராமபுரா கூட்டிச்சென்றார்கள். அங்கு ராமன்னா, ராமபுரா போலீஸ் எஸ்.ஐ.காவலில் என்னை விட்டுவிட்டு சென்றார். அந்த எஸ்.ஐ.வீரப்பன் எங்கு உள்ளார் என்று விசாரித்தார். எனக்கு வீரப்பன் பற்றி தெரியாததால் அவர் என்னால் பதில் சொல்ல முடியவில்லை. எனக்கு வீரப்பனைத் தெரியாது அவரை பார்த்தது கூட கிடையாது என்றேன்.

என் கை முட்டியில் லத்தியால் ஓங்கி அடித்து வீரப்பன் எங்கு இருக்கிறான் என்றார். என்னை லாக்கப்பில் வைத்தார். அன்று மாலை மீண்டும் விசாரணை செய்தார். வீரப்பன் இருக்கும் இடம் தெரியாது என்று கூறியபோது திரும்பவும் கடுமையாக தாக்கினார். இப்படி சித்ரவதை செய்வதற்கு பதிலாக கொன்று விடுங்கள் என்றேன். அவர் கேட்டபடி தனி அறையில் இருக்க மறுத்தேன். அன்று இரவு பெயர் தெரியாத மூன்று போலீசார் லாக்கப் ரூமில் வைத்து என்னை மூர்க்கமாகக் கற்பழித்தனர். மறுநாள் காலை எஸ்.ஐ. வந்தபோது போலீசார் இரவில் என்னை பாலியல் பலாத்காரம் செய்ததை சொன்னேன். அவர் கொஞ்சம் கூட சட்டை செய்யவில்லை. அந்த போலீஸ்காரர்கள் மீது நடவடிக்கை

எடுக்கவில்லை. என் குழந்தையுடன் அங்கேயே ஒரு மாதம் வைக்கப்பட்டேன்.

அப்புறம் போலீஸ் வேனில் எம்.எம்.ஹில்ஸ் கொண்டு வரப்பட்டேன். மலையடிவாரத்தில் என் கண்களைக் கட்டினர். வேனில் எம்.எம்.ஹில்ஸில் உள்ள சனி மகமா கோவிலை அடைந்தபோது என் குழந்தை மடியிலிருந்து விழுந்தது. குழந்தையை தூக்க கண்கட்டை அவிழ்த்தேன். அதனால் ஆத்திரமான போலீசார் வேனிலேயே என்னை அடித்து நொறுக்கினார்கள். மீண்டும் கண்கள் கட்டப்பட்டு எம்.எம்.ஹில்ஸ் கொண்டு செல்லப்பட்டேன்.

அங்கு ஒரு மாதம் வைக்கப்பட்டிருந்தேன். என்னைப்போல கொண்டு வரப்பட்ட பலரையும் போலீசார் அங்கே வைத்திருந்தார்கள். பிறகு நான் என் கிராமத்திற்கு அனுப்பப்பட்டேன். நான் கோபிநத்தம் திரும்பியதற்கு பத்து நாட்களுக்குப் பின் கிராமத்திற்கு வந்து என் கணவரைப் பிடித்து சென்றனர். பத்து நாட்களுக்குப் பின் அவரை திருப்பி அனுப்பினர். இரண்டு நாட்கள் கழித்து அவர் ரத்த வாந்தி எடுத்தார்.

கொளத்துரில் உள்ள டாக்டரிடம் கணவரை அழைத்துச் சென்றேன். அவரை பரிசோதித்த பிறகு மருந்து கொடுத்து ஊசியும் போட்டார். நான்கு நாட்களுக்கு பின் அவர் இறந்துவிட்டார். மருந்து அளிக்கப்பட்டும், அவர் உடல் நிலையில் தேர்ச்சியேதும் இருக்கவில்லை. அவர் இறக்கும் போது வயிறு ஊதிய நிலையில் இருந்தது.

கெம்பம்மா.

"மின்சாரம் செலுத்தப்பட்டபோது ஏற்பட்ட அதிர்ச்சியில்தான், அவள் உடல் நாசமாகிப் போனதுடன், அவள் செவிடானதும், சரியாக பேச முடியாமல் போனதும்"

என் மகள் சின்னதாயி விவசாய கூலி. அவள் கணவர் உயிரோடிருக்கும் போது நல்ல ஆரோக்கியத்துடன்தான் இருந்தார். போலீசார் சித்ரவதையால் செத்து விட்டார். இப்போது அவளுக்கு பிறர் பேசுவது கேட்காது தெளிவாக பேசவும் முடியாது. நான் பேசுவது நன்றாக புரிந்தாலும் அவளால் சரியாக

பதில் சொல்லமுடியாது. இப்பொழுது வயலுக்கு வேலைக்கு சென்றாலும் முன் போல் அவளால் வேலை செய்ய முடிவதில்லை.

அவள் கணவர் போலீசாரால் அழைத்து செல்லப்பட்ட பின்னர், என் மகளை தனியாக வைத்து போலிசார் மின்சாரம் செலுத்தியதால்தான் என் மகளுக்கு இந்த நிலை ஏற்பட்டது. மின்சாரம் செலுத்தப்பட்டபோது ஏற்பட்ட அதிர்ச்சியில்தான், அவள் உடல் நாசமாகிப் போனதுடன், அவள் செவிடானதும், சரியாக பேச முடியாமல் போனதும். அவள் காவல் நிலையத்துக்கு அழைத்து செல்லப்படவில்லை. போலீசாரின் காட்டுமிராண்டித் தனமான வன்முறைத் தாக்குதலால் என் மகள் பாதிக்கப்பட்டாள். வீரப்பன் பற்றி எதுவும் எனக்கு தெரியாது. மகளுக்கும், மருமகனுக்கும் வீரப்பன் பற்றி ஏதாவது தெரிந்திருந்ததா என்று எனக்கு தெரியாது. போலீசார் அழைத்துச் செல்லும் போது என் மருமகன் தெம்பாகவும் ஆரோக்கியமாகவும்தான் இருந்தார். அவருக்கு வியாதிகள் எதுவும் இருக்கவில்லை.

என் மகள், மருமகன் புட்டையா வீரப்பன் கும்பலைச் சேர்ந்தவர் என்றும், கர்நாடக அதிரடிப்படைக்கும் வீரப்பன் கும்பலுக்கும் நடந்த மோதலில் என் மருமகன் கொல்லப்பட்டார் என்றும் கூறுவது உண்மையல்ல. என் மகளுக்கு போலீசார் மின்சாரம் செலுத்தவில்லை என்று கூறுவது உண்மையல்ல.

பழனியம்மாள்

> "மேட்டூர் முகாமிலிருந்த போலீஸ் கண்காணிப்பாளர் கோபாலை சந்தித்து என் கணவரின் சடலத்தை பெற்று தருமாறு வேண்டுகோள் விடுத்தேன். கோபால் அது முடியாது என்றதுடன் செய்ய வேண்டிய மற்ற காரியங்களை செய்யச் சொன்னார்"

என் கணவர் ஷிலக்கர் ராமர் இப்போது உயிரோடில்லை. ஒன்பது வருடங்களுக்கு முன்னர் சிறப்பு அதிரடிப்படையினரால் கொல்லப்பட்டார். ஒன்பது வருடங்களுக்கு முன்னர் கர்நாடகா காவல்துறையினர் என் கணவரைத் தேடி வந்தனர். மேட்டுகால் ஆற்றில் மீன் பிடிக்க போயிருந்தோம். நான் அவருக்கு உதவி செய்து கொண்டிருந்தேன். போலீசார் ஆறு ஏழு வாகனங்களில்

அங்கே வந்த போலீசார் என் கணவரிடம், உன் தலைவன் வீரப்பனுக்கு உதவாமல் இங்கு ஏன் மீன் பிடித்துக் கொண்டிருக்கிறாய்? என்றனர். அவருக்கு வீரப்பனைப் பற்றி எதுவும் தெரியாது அவர் எதுவும் செய்யவில்லை என்றார்.

போலீசார் என் கணவர் கைகளை பின்னால் கட்டி கண்களையும் கட்டி வண்டியில் ஏற்றிக்கொண்டு செல்லும் போது என் கணவர் ஒன்றும் செய்யவில்லை; அவரை ஒன்றும் செய்யாதீர்கள் என்று போலீசாரிடம் கெஞ்சினேன். அவர்கள் நான் சொல்வதை கேட்கவில்லை. என் கணவரை எம்.எம்.ஹில்ஸ் அழைத்துச் சென்றனர். என் கணவரைத் தேடி நானும் என் பிள்ளைகளும். எம்.எம்.ஹில்ஸ் வந்தோம். காவல் நிலையத்தில் என் கணவர் அங்கில்லை என்று என்னை வீட்டிற்கு போகச் சொன்னார்கள். கணவரைப் பார்க்க முடியாமல் வீடு திரும்பினேன். பத்துநாள் சென்று நாலைந்து பேருடன் என் கணவர் கொல்லப்பட்டதாக பேப்பரில் செய்தி வந்திருப்பதாக கேள்விப்பட்டேன். அவர் சடலத்தைப் பெற முயற்சி செய்தேன். மேட்டூர் முகாமிலிருந்த போலீஸ் கண்காணிப்பாளர் கோபாலை சந்தித்து என் கணவரின் சடலத்தை பெற்று தருமாறு வேண்டுகோள் விடுத்தேன். கோபால் அது முடியாது என்றதுடன் செய்ய வேண்டிய மற்ற காரியங்களை செய்யச் சொன்னார்.

என் கணவர் சடலத்தை என்னிடம் காட்டவில்லை. மேட்டுகால் ஆற்றிலிருந்து என் கணவரைக் கொண்டு சென்ற போலீஸ் அதிகாரிகள் பெயர் எனக்கு தெரியாது. பாலார் முகாம் பக்கமிருந்து அவர்கள் வந்ததால்தான் என் கணவரை பிடித்துச் சென்றவர்கள் கர்நாடகா போலீசார் என்கிறேன்.

என் கணவர் வீரப்பன் கும்பலைச் சேர்ந்தவர் என்று கூறுவது உண்மையல்ல வீரப்பன் மற்றும் அவர் கூட்டாளிகள் ராமபுரா காவல் நிலையத்தின் மீது தாக்குதல் நடத்தியது. ஹரிகிரிஷ்ணா ஷகில் அஹமது மற்றும் கோபால் போலீசார் மீது தாக்குதல் நடத்தியது ஆகிய சம்பவங்கள் எனக்கு தெரியாது. பாலார் குண்டுவெடிப்புச் சம்பவம் கேள்விப்பட்டேன். இந்த சம்பவங்களிலெல்லாம் என் கணவர் வீரப்பன் கும்பல் சார்பாக பங்கு பெற்றார் என்றும் ராமபுரா காவல் நிலையத்தின் மீது நடந்த தாக்குதலுக்கு பிறகு அவர் தலைமறைவாக இருந்தார் என்றும் கூறுவது உண்மையல்ல. எம்.எம்.ஹில்ஸில் உள்ள பரங்கிபடாவில் கர்நாடகா அதிரடி படையினருக்கும் வீரப்பன் கும்பலுக்கும்

நடந்த மோதலில் என் கணவர் கொல்லப்பட்டார் என்பது உண்மையல்ல. போலீசாரால் கொல்லப்பட்டார். எங்கு கொல்லப்பட்டார் என்று எனக்கு தெரியாது.

ஆறுமுகம் மனைவி மாடி

> "இரண்டு நாட்கள் மின்சாரம் பாய்ச்சினார்கள். ஒரு மாதத்திற்கு மேல் அடிக்கப்பட்டோம். என் கணவரை அவர்கள் சுட்டுக்கொன்று விட்டதாக கூறினார்கள். புகைப்படம் வெளிவந்த செய்தித்தாள் காண்பித்தார்கள். போட்டோவைக் காட்டிய இரண்டு நாட்களில் எங்களை விடுவித்தனர்''

என் கணவர் ஆறுமுகம் இறந்துவிட்டார். எட்டு வருடங்களுக்கு முன் தட்டகரை வனப்பகுதியில் தமிழ்நாடு போலீசாரால் கொல்லப்பட்டார். கொல்லப்பட்ட தேதி மாதம் எனக்குத் தெரியாது போலீசார் என் கணவரை கொன்றதற்கான காரணம் தெரியாது. ஒரு நாள் இரவு பத்து இருபது போலீசார் காவல்துறை வாகனங்களில் வீட்டிற்கு வந்து என் கணவரை பிடித்துச் சென்றனர். கைது செய்வதற்கான காரணம் எதையும் அவர்கள் கூறவில்லை. என் கணவரை ஏன் அழைத்துச் செல்கிறீர்கள் என்று கேட்ட போது காரணம் ஏதும் கூறாமல், என்னை அடித்து தாக்கினார்கள். அதிகாலை மீண்டும் வந்து என்னையும் என் பிள்ளைகளையும் இழுத்துச் சென்றார்கள். அப்போது என் கணவர் தட்டகரை வனத்துக்கு கொண்டு செல்லப்பட்டதாக கூறினார்கள். நாங்கள் மேட்டூர் முகாமிற்கு கொண்டு செல்லப்பட்டோம்

மேட்டூர் சித்ரவதை முகாமில் எங்கள் மூக்கு, காதுகள், கைகள் ஆகிய இடங்களில் மின்சாரம் செலுத்தப்பட்டது. எங்களை உட்கார வைத்து லத்திகளால் அடித்தார்கள். முகாமில் எங்களை ரெண்டு மாதங்கள் வைத்திருந்தார்கள். இரண்டு நாட்கள் மின்சாரம் பாய்ச்சினார்கள். ஒரு மாதத்திற்கு மேல் அடிக்கப்பட்டோம். நான் மேட்டூர் முகாமில் வைக்கப்பட்டிருந்த போது என் கணவரை அவர்கள் சுட்டுக்கொன்று விட்டதாக கூறினார்கள் என் கணவரது சடலத்தின் புகைப்படம் வெளிவந்த செய்தித்தாள் காண்பித்தார்கள். அந்த போட்டோவைக் காட்டிய

இரண்டு நாட்களில் எங்களை விடுவித்தனர்.

தமிழ்நாடு சிறப்பு அதிரடிப்படையினருக்கும் வீரப்பன் கும்பலுக்கும் இடையே நடந்த மோதலில் என் கணவர் கொல்லப்பட்டார் என்று கூறுவது உண்மையல்ல. என கணவரின் தம்பி கோபால் தமிழ்நாட்டு போலீஸ்காரர். ஏன் வீரப்பன் கும்பலில் சேர்ந்தார் என்று என் கணவரைக் கேட்டாரா என்று எனக்கு தெரியாது.

எம்.எம்.ஹில்ஸ் முகாமில் 34 பேர் சித்ரவதை சாட்சியம்

பாப்பா, குட்டேமாதேவா, அழகு, புட்டமாடையா, புட்டையா, சிக்கவீரன்னா, நாகா, ஞானசுந்தரி, காந்திமதி, மாதம்மாள், பொன்னுசாமி மனைவி கோவிந்தம்மாள், தொட்டதாயம்மாள், வெங்கடாசலம் மனைவி கோவிந்தம்மாள், கதிரிபட்டி குஞ்சா, மங்கம்மா, மாதவப்பா மகள் நாகேஷ், குருநாதன், கோபால், மாரப்பன், ராஜப்பன், தங்கராஜ் மனைவி கோவிந்தம்மாள், கமலாமேரி, அன்னம்மாள், மாகே மாதையன், துரைசாமி செட்டியார், சிப்பிரி சின்னப்பையன், அய்யாவு, தவோஜி நாயகா, சின்னக்கண்ணன், ராம்சாரி, குழந்தை ராஜ், கிருஷ்ணன், பொன்னுசாமி, நாச்சிமுத்து, ஆகியோர்

பாப்பா

2001ல் விடுவிக்கப்பட்ட தடா கைதிகளில் ஒருவர். வீரப்பன் இருக்கும் இடம் பற்றி தெரிந்திருந்தும் போலீசாருக்கு தகவல் அளிக்காததால் எம்.எம்.ஹில்ஸ் காவல் நிலையத்திற்கு அவரை ஆறு வருடங்களுக்கு முன் ஒருநாள் அதிகாலை ஒரு மணியளவில் அழைத்துச் சென்று எம்.எம்.ஹில்ஸ் ஒர்க் ஷாப்பிற்கு மாற்றப்பட்டார். பாப்பாவின் காதுகள் மூக்கு, பாலுறுப்புகள் ஆகிய இடங்களில் மின்சாரம் பாய்ச்சப் பட்டது. ரெண்டு மாதங்கள் பட்டறையில் வைக்கப்பட்ட பின் நீதிபதி முன் ஆஜர் செய்யப்பட்டு விடுவிக்கப்படும் வரை சிறையில் இருந்தார்.

குட்டேமாதேவா

எட்டு வருடங்களுக்கு முன்பு எஸ்.ஐ. நாகராஜூம் கான்ஸ்டபிள் மஞ்சுவும் நாலு ரோடு காவல் நிலையத்திற்கு அழைத்துச் சென்று பின் ஒர்க் ஷாப்பிற்கு அழைத்துச் சென்றனர். அங்கு அவர் மீது மின்சாரம் செலுத்தி அவரை பலமாகத் தாக்கினார்கள். அவர் கைகள் பின்புறமாக கட்டப்பட்டிருந்த தாகவும் அவர் விட்டத்திலிருந்து கட்டி தொங்கவிடப் பட்டதாகவும் கூறுகிறார். இது போல் ஐந்து நாட்கள் சித்ரவதை செய்யப்பட்டார். நாற்பது நாட்கள் ஒர்க் ஷாப்பில் வைக்கப்பட்ட பின் தடா நீதிமன்றத்தில் ஆஜர் செய்யப்பட்டார். குட்டேமாதேவா சிறையில் அடைக்கப் பட்டதால் நான்கு வருடங்களுக்கு முன் அவர் மனைவி தற்கொலை செய்து கொண்டார். அவருக்கு ஐந்து வயதான பெண் குழந்தை ஒன்று உள்ளது.

அழகு

எம்.எம்.ஹில்ஸ் இன்ஸ்பெக்டர் சித்தமல்லப்பாவால் எட்டு வருடங்கள் முன்பாக விசாரணைக்கு அழைத்து ஒர்க் ஷாப்பில் மூன்று நாட்கள் வைந்திருந்து மின்சார சித்ரவதை செய்யப்பட்டபின் நீதிபதி முன் ஆஜர் செய்யப்பட்டார். சிறைக்கு அனுப்பப்பட்டு 3 வருடங்களுக்கு பின் ஜாமீனில் விடுவிக்கப்பட்டார்

புட்டமாடய்யா

அர்ச்சகர் குடும்பத்தைச் சேர்ந்த புட்டமாடய்யா வீரப்பன் எங்கிருக்கிறான் என்று கூறாததால் எம்.எம்.ஹில்ஸ் கொண்டு வரப்பட்டு போலீஸ் ஸ்டேஷனில் பனிரெண்டு நாட்கள் அவருடைய காதுகள், மூக்கு, பாலுறுப்புகள் ஆகிய இடங்களில் மின்சாரம் செலுத்தப்பட்டு சித்ரவதை செய்யப்பட்டபிறகு அவர் ஒர்க் ஷாப்பிற்கு அனுப்பப்பட்டார். அங்கும் நான்கு நாள் அதே போல் கடும் சித்ரவதை செய்யப்பட்டார். பின்னர் நீதிபதி முன் ஆஜர் செய்யப்பட்டார். ஜாமீன் கிடைக்கவில்லை. சிறையில் அடைக்கப்பட்டதால் அவர் கோவிலில் பூஜை செய்யும் அர்ச்சகர் தகுதியை இழந்து விட்டதாக கூறுகிறார்: குட்டேமாதவாவைப் போலவே இவரும் கட்டி தொங்கவிடபட்டு உடலெங்கும் கடுமையாக அடிக்கப்பட்டதால் நிரந்தரமாக உடல் பாகங்கள் அனைத்தும் பலவீனம் அடைந்துவிட்டார் என்கிறார்.

புட்டயா

இன்ஸ்பெக்டர் சித்தமல்லப்பாவால் காவல் நிலையத்திற்கு அழைக்கப்பட்ட புட்டயா, சிறையில் அடைக்கப்பட்டு மூன்று வருடங்கள் கழித்து ஜாமீனில் வெளிவந்தார். சித்த வீரன்னா, நாகா ஆகியோரும் தடா கைதிகள். இன்ஸ்பெக்டர் சித்தமல்லப்பா, அவர்களை எம்.எம்.ஹில்ஸ் அழைத்தார் என்றும் ஸ்டேஷனிலும் பட்டறையிலும் சட்டவிரோதமாக காவலில் வைக்கப்பட்டிருந்தார் என்கின்றனர்.

மைசூர் வழக்கறிஞர் சங்கத்தின் மூத்த உறுப்பினரான திரு.கங்காதரன் இவர்கள் அனைவருக்கும் வழக்கறிஞராக இருந்தார். சட்ட விரோத காவல் வைத்திருக்கப்பட்டது, சித்ரவதை செய்யப்பட்டது குறித்தும் வெளியே சொன்னால் பல்வேறு விபரீத விளைவுகளை சந்திக்க வேண்டியிருக்கும் என்று போலீசார் மிரட்டியதால் நீதிபதியிடம் அதைப்பற்றி ஒன்றும் சொல்லவில்லை என்கிறார்கள். வழக்கு நடந்து கொண்டிருக்கும் போது அவை பற்றி தங்கள் வழக்கறிஞரிடம் கூறியதாகவும் கூறுகிறார்கள்.

அவர்கள் வீரப்பனுக்கு தேவையான பொருட்கள் எடுத்து செல்பவர்கள், அவர்களுக்கு வீரப்பன் ஒளிந்திருக்கும் இடங்கள் தெரித்திருந்தும் போலீசாரிடம் சொல்லவில்லை என்ற சந்தேகத்தின் பேரில்தான் அவர்களை போலீசார் பிடித்து சென்றனர் என்கிறார்கள். வீரப்பன் மற்றும் அவர் கும்பலைச் சேர்ந்தோருக்கு அவர்கள் உதவி ஏதும் செய்யவில்லை, அவர்களுடன் எந்த தொடர்பும் தங்களுக்கு இல்லை என்று திட்டவட்டமாக கூறுகிறார்கள்.

நாங்கள் அனைவரும் ரங்கசாமி வொட்டுவில் கோபால் ஹோசூர் மற்றும் அவர் உடன் இருந்தோர் மீது நடந்த தாக்குதலில் சம்மந்தப் பட்டிருந்தோம் என்று கூறுவது உண்மையில்லை. பாப்பா, புட்டமடயா நாகா ஆகியோரிடம் கேட்ட கேள்விக்கு நாங்கள் கோல்டன்பரே கிராமம் அருகே கைது செய்யப்பட்டோம் என்பதும் எங்கள் ஒவ்வொருவரிடம் இருந்தும் எஸ்.பி.எம்.எல். துப்பாக்கிகள் கைப்பற்றப்பட்டன என்றும் கூறுவது தவறானது. நாங்களும் பாலாரு குண்டு வெடிப்பு சம்பவத்தில் சம்மந்தப்பட்டிருந்தோம் என்று கூறுவது உண்மையல்ல. அழகு, புட்டய்யா மற்றும் சிக்கரன்னா கோபால்ஹோசூர் மீது நடத்தப்பட்ட தாக்குதல் சம்மந்தமாக

கொடானியில் கைது செய்யப்பட்டோம் என்பது உண்மையல்ல. குட்டமாதவா என்னை கொக்கபர கிராமத்தில் கைதுசெய்து எஸ்.பி.எம்.எல். துப்பாக்கி ஒன்றை என்னிடம் கைப்பற்றினார்கள் என்பது உண்மையல்ல.

ஓர்க் ஷாப்பில் எங்கள் கண்களை கட்டியேதான் வைத்திருந்தார்கள். கண்கள் கட்டப்பட்டிருந்ததால் பட்டறையில் எங்ஙளுடன் யார் யாரெல்லாம் வைக்கப்பட்டிருந்தார்கள் என்று சொல்ல இயலாது. கோவிலுக்காக உபயோகிக்கபட்டிருந்த கட்டிடம் ஒன்றை போலீசார் தங்கள் வசமெடுத்து சட்டவிரோத காவலில் வைத்திருந்தவர்களிடமிருந்து சித்திரவதைகள் செய்து வீரப்பன் பற்றி தகவல் சேகரிக்க அந்தக் கட்டிடத்தைப் பயன்படுத்தினார்கள். அந்த கட்டிடத்தை போலீசார் ஓர்க் ஷாப் என்று அழைத்து வந்தார்கள். எங்கள் கண்கள் கட்டப்பட்டிருந்ததால் எங்களை சித்திரவதை செய்த போலீசாரை எங்களால் அடையாளம் காட்ட இயலவில்லை.

ஞானசுந்தரி

விநாயகா மருத்துவமனையில் அறுவை சிகிச்சைக்காக உள் நோயாளியாக அனுமதிக்கப்பட்டிருந்ததாக கூறுகிறார். பத்து நாட்களுக்குள் அறுவை சிகிச்சை நடத்தப்பட்டது அறுவை சிகிச்சை முடித்து மருத்துவமனையில் இருந்தபோது அவரைப் பார்க்க மைசூரில் இருந்து பேருந்தில் வந்து கொண்டிருந்த அவர் கணவர் மதலமுத்துவை போலீசார் கௌடல்லி பஸ்நிலையம் அருகே கைது செய்ததாக கேள்விப்பட்டார். பதினைந்து நாட்கள் கழித்து அதே மருத்துவமனையில் அனுமதிக்கப் பட்டிருந்த சின்னம்மாவை பார்க்கவந்த அவர்கணவர் மகிமாதாஸ், சாட்சியின் கணவர் போலீசாரால் கொல்லப்பட்டதாக அவர் படித்துக் கொண்டிருந்த கன்னட நாளிதழில் செய்தி வந்திருப்பதாக கூறினார்.

ஞானசுந்தரியின் மகள்களான வசந்தமேரியும்,தவமேரியும் மங்களூரில் உள்ள ஒரு உண்டு உறைவு பள்ளியில் சமையல்காரர்களாக வேலை செய்து வந்ததாகவும் அவர்கள் வொட்டாடொட்டி சென்று கொண்டிருக்கும் போது வசந்தமேரியை ஹானுர் பேருந்து நிறுத்தத்தில் போலீசார் கைது செய்ததாக கூறுகிறார். நான்கு நாட்கள் சென்றபின் தவமேரி மைசூருக்கு வந்து அம்மாவிடம், வசந்தமேரி போலீசாரால்

எங்கோ கொண்டு செல்லப்பட்டார் என்றார். தவமேரி இந்த தகவலைச் சொல்லி பத்து நாட்கள் கழிந்து மைசூருக்கு மகன் புஷ்பராஜ் வசந்தமேரியும் போலீசாரால் சுட்டுக் கொல்லப் பட்டதாக கன்னட நாளிதழில் செய்தி வந்திருப்பதைக் கூறினார்.

ஒரு வருடம் கழித்து இன்ஸ்பெக்டர் ராமன்னா எம்.எம்.ஹில்ஸ் கொண்டு சென்று விட்டு விட்டதாக ஞானசுந்தரி சொல்கிறார். பின்பு போலீசார் அவரை ஒர்க் ஷாப்பிற்கு கொண்டு சென்றனர். இன்ஸ்பெக்டர் ஜெயமாருதி முன்னிலையில் ஐந்து நாட்களுக்கு காதுகளில் மின்சாரம் செலுத்தினார்கள். லத்திகளால் தலையிலும் மணிக்கட்டிலும் அடித்து நொறுக்கினர். பட்டறையில் ஐந்து மாதங்கள் வைக்கப்பட்டிருந்தார். அடித்து துவைத்துப் போட்டுவிட்டு சரியான உணவும் கொடுப்பதில்லை. எம்.எம்.ஹில்ஸ் கொண்டு செல்லப்பட்டு சித்ரவதைகளை முடித்து ஐந்து மாதங்கள் கழிந்து இன்ஸ்பெக்டர் நாகராஜ் அவர் வீட்டின் அருகே இறக்கி விட்டதாக கூறுகிறார்.

அவர் மூத்த மகள் வசந்த மேரி இறந்த நாளும் இறப்பிற்கான காரணமும் பதிவு செய்யப்படவில்லை. போலீசார் அவளைக் கைது செய்யவோ ஐந்து மாதங்கள் எம்.எம்.ஹில்ஸ் காவல் நிலையத்தில் வைத்து சித்ரவதை செய்யவோ இல்லை என்று கூறுவது உண்மையல்ல என்று சாட்சி கூறுகிறார். சில நபர்களின் தூண்டுதலால் நஷ்டாடு பெறுவதற்காக பொய்யாக சாட்சி அளிக்கிறார் என்று கூறுவதும் உண்மையல்ல என்கிறார்

காந்திமதி

சொசைட்டிக்கு பால் கொண்டு செல்லும் வழியில் அவரது கணவரை கர்நாடகா சிறப்பு அதிரடி படையினர் பிடித்துச் சென்றனர். அதனால் பயந்துபோய் பத்து நாட்களுக்கு ஒன்றும் செய்யமுடியாத நிலையில் அவரது அண்ணன் கோவிந்தாவின் கடை அருகே சென்று கொண்டிருக்கும் போது அவர் கணவர் பெருமாள் போலீஸ் ஜீப்பில் இருந்து குதித்து தன்னை நோக்கி வந்ததாகவும் அப்போது அந்த ஜீப்பில் இருந்த போலீசார் அவரை பிடித்து எம்.எம்.ஹில்ஸ் கொண்டு சென்றதாக கூறுகிறார். எட்டு நாட்கள் கழித்து எட்டு பேர் சேலத்திற்கு சென்று காவல்துறை கண்காணிப்பாளரைப் பார்த்து நடந்த சம்பவங்களைக் கூறி அவர் கணவரை விடுவிக்குமாறு கேட்டுள்ளார்கள். பெருமாள் போல யார் யார் போலீசாரால் அடித்துக் கொல்லப்பட்டவர் என்று

பெயர்கள் சொல்லி தன்னால் குறிப்பிட முடியாது என்கிறார். மற்ற பெண்கள் அனைவருக்கும் அவர்கள் கணவர்கள் இருக்குமிடம் தெரிந்தது. காந்திமதி கணவர் இருக்கும் இடம் மட்டும் கண்டுபிடிக்க முடியாததால் மைசூர் சிறைக்கு சென்று விசாரிக்குமாறு கூறினர் என்கிறார். சிறை கண்காணிப்பாளரைச் சந்தித்து கணவர் பற்றி விசாரித்தேன். ஆனால் அங்கு என் கணவரை பார்க்கவில்லை. பெருமாள் என்று பெயருடைய வேறு ஒருவரை கொண்டு வந்தனர் என்றும் அவர் பெருமாள் எம்.எம்.ஹில்ஸ் காவல் நிலையத்தில் உள்ளார் என்று கூறியிருக்கிறார். அவரது கணவர் கொண்டு செல்லப்பட்டு மூன்று மாதங்களுக்கு பின் போலீசாரால் கொல்லப்பட்டார். அவர் புகைப்படம் கொளத்தூர் காவல்நிலையத்தில் உள்ளது என்கிறார். காவல்நிலையம் சென்று கணவர் சடலத்தின் போட்டோவைப் பார்த்ததாக கூறுகிறார். அவர் கணவன் பெருமாள் வீரப்பன் கூட்டாளி என்பது உண்மையல்ல என்கிறார். அந்த சந்தேகத்தின் பேரில்தான் போலீசார் அவர் கணவரை கொண்டு சென்று கொன்றுவிட்டார்கள் என்கிறார்.

அவர் கணவர் வீரப்பன் கும்பலைச் சேர்ந்தவர் என்று கூறியதை காந்திமதி மறுத்தார். வீரப்பன் கும்பல் கோபால் ஹோசூரை தாக்கியபோது காவல் நிலைய அதிகாரிகளும் எட்டு வீரப்பன் ஆட்களும் கொல்லப்பட்ட சம்பவத்தில்தான் அவர் கணவர் பெருமாள் இறந்தார் என்று கூறியதையும் மறுத்தார்.

ஸ்ரீ ரங்கம் மனைவி மாடம்மா

எட்டு வருடங்களுக்கு முன்னர் ஒரு நாள் அதிகாலை அவரது கணவர் டீக்கடைக்கு சென்றபோது போலீஸ் வேன் ஒன்று அந்த பக்கம் சென்றதாகக் கூறுகிறார். ஒரு மணிநேரம் கழித்தும் கணவர் திரும்பாததால் அங்கு சென்று விசாரித்தபோது காந்தி, கோவிந்தன், பழனி ஆகியோர் தனது கணவரையும் அவரது சகோதர் மகன் செங்கோடனையும் போலீசார் தாக்கி எம்.எம்.ஹில்ஸ்க்கு கொண்டு சென்றதாகக் கூறினரர்கள். இதைக் கேட்டு பயந்து போய் எட்டு நாட்களுக்கு ஒன்றும் செய்யவில்லை என்றும் அதற்குபின் பாலவாடி பன்னாடியிடம் சென்று அவர் கணவர் கைது செய்யப்பட்டது பற்றி கூறி அவர் உதவியை நாடியதாகவும் கூறுகிறார். கணவரை பண்ணாரி கொண்டு போயிருப்பதாகவும் அடுத்தநாள் மீண்டும் இங்கு கொண்டு

வரப்படுவார் என்றும் தெரிவித்ததாக கூறுகிறார். ஐந்து நாட்கள் தொடர்ந்து எம்.எம்.ஹில்ஸ்க்கு வந்தும் கணவரைப் பார்க்க முடியவில்லை. என்கிறார். அதனால் அவர் கொளத்தூர் காவல் நிலையம் சென்று தனது கணவர் கைது செய்யப்பட்டது சம்மந்தமாக எம்.எம்.ஹில்ஸ் போலீசார் மீது புகார் செய்ததாகக் கூறுகிறார். புகார் செய்ததற்கான சான்று தனக்கு கொடுக்கப்படவில்லை என்கிறார். மூன்று மாதங்கள் கழித்து அவர் மருமகன் வெளியில் வந்த போது, சாட்சியின் கணவர் ஸ்ரீரங்கன் கண்கள் கட்டப்பட்ட நிலையில் போலீசாரால் சுட்டு கொல்லப்பட்டார் என்று தன்னிடம் கூறியதாகச் சொல்கிறார். செங்கோடன் கிராமத்தைவிட்டு சென்றுவிட்டதாக வும் தற்போது எங்கு உள்ளார் என்று தெரியாது என்றும் கூறுகிறார்; செங்கோடன் தகவல் சொன்ன பிறகு சுரேஷ் என்ற சிறப்பு அதிரடிப்படை போலீசும் எம்.எம்.ஹில்ஸ் போலீசார்தான் அவர் கணவரை கொன்றனர் என்று தெரிவித்ததாக கூறுகிறார். மூன்று மாதங்கள் கழித்து இந்த சுரேஷ் போலீஸ் மாடம்மாவை மானபங்கம் செய்ய முயற்சித்ததாக கூறுகிறார். இதை மாடம்மா எதிர்த்தபோது போலீஸ் சுரேஷ் தன்னிடம் மோசமாக நடந்து கொண்டதற்காக பயந்துபோய் அவர் மேல் புகார் ஏதும் செய்யவில்லை என்றார்.

கொளத்தூரிலும், மேட்டூரிலும் தமிழ்நாடு ஆதிவாசி மக்கள் மற்றும் வேறு சமூக சேவை அமைப்புகளும் இணைந்து நடத்திய போலீஸ் வன் கொடுமையால் பாதிக்கப்பட்டவர்களுக்கான கூட்டத்தில் கலந்து கொண்டதாகவும் கூறுகிறார். அந்த கூட்டத்தில் அவர் கணவர் கொல்லப்பட்ட சம்பவம் குறித்து கூறியிருக்கிறார். நடந்தவற்றையெல்லாம் எழுத்து வடிவிலும் அவர்களிடம் கொடுத்துள்ளார்.

பொன்னுசாமி மனைவி கோவிந்தம்மா

கணவர் வீட்டில் இல்லாதபோது, போலீசார் வீட்டிலிருந்து இவரை எம்.எம்.ஹில்ஸ் காவல் அழைத்துச் சென்றனர். அங்கிருந்து ஒர்க் ஷாப் என்றழைக்கப்பட்ட பட்டறைக்கு கொண்டு செல்லப்பட்டு காதுகளில் மின்சாரம் பாய்ச்சுதல், கூரை விட்டத்திலிருந்து மணிக்கட்டில் கயிறைக் கட்டி தொங்கவிடப்பட்டு லத்திகளால் காட்டுமிராண்டித்தனமாக அடிப்பது போன்ற சித்ரவதைகளுக்கு உள்ளாக்கப்பட்டார். அவரது கை எலும்பு முறிந்து கையில் காயங்கள் ஏற்பட்டது.

சிகிச்சைக்காக அனுப்பப்பட்டதாகவும் கூறுகிறார். அங்கு அவர் இரண்டு மாதங்கள் தங்கியிருக்கிறார். இதற்கு முன் எம்.எம்.ஹில்ஸ் போலீசார் அவரை ஐந்து நாட்கள் சித்ரவதை செய்து மைஞர் தடா நீதிமன்ற நீதிபதி முன்னர் ஆஜர் செய்ததாக கூறுகிறார். அங்கிருந்து சிறைக்கு அனுப்பப்பட்டார். சித்திரவதை செய்யப்பட்டது பற்றி நீதிபதியிடம் சொன்னால் மேலும் சித்ரவதை செய்யப்படுவார் என்று போலீசார் மிரட்டியதால் எதையும் நான் வெளியிடவில்லை என்றும் கூறுகிறார்.

தான் சிறையில் அடைக்கப்பட்டு இரண்டு மாதங்களுக்குப் பின் தன் கணவர் பொன்னுசாமியும் எம்.எம்.ஹில்ஸ் போலீசாரால் கொண்டு செல்லப்பட்டு சுட்டுக் கொல்லப்பட்டதாக தன்பிள்ளைகள் மூலம் தெரிந்து கொண்டதாகக் கூறுகிறார். சிறையிலிருந்து வந்த பிறகு தான் சித்ரவதை செய்யப்பட்டதை யாரிடமும் கூறவில்லை என்கிறார். சிறையிலிருந்த போது கே.ஆர். மருத்துவமனை மருத்துவர்களால் பரிசோதனை செய்யப்பட்டார். அவர்கள் தலையில் எப்படி காயங்கள் ஏற்பட்டது என்று கேட்டபோது போலீசார் சித்ரவதை செய்தது குறித்து சொல்லியிருக்கிறார். நிம்ஹன்ஸ் மருத்துவமனையிலும் தலையில் காயங்கள் ஏற்பட்டதற்கான காரணத்தை கேட்ட போது போலீசார் தடியால் கடுமையாக அடித்ததை கூறியிருக்கிறார்.

கணேசன் குறுக்கு விசாரணையில், அவர் கணவர் 24.10.1993 அன்று தாளவாடியில் கூட்டு சிறப்பு அதிரடி படையினருக்கும் வீரப்பன் கும்பலுக்கும் இடையே நடந்த மோதலில் கொல்லப்பட்டார் என்று கூறுவது உண்மையல்ல என்கிறார். சமூக சேவை அமைப்புகள் தூண்டுதலுக்கு இணங்க நஷ்டஈடு பெறுவதற்காக பொய்யாக சாட்சியம் அளிக்கிறார் என்று கூறுவதையும் மறுக்கிறார்.

முருகா மனைவி டொட்ட தாயம்மா

பவானி தாலுகா தேவரடட்டாவைச் சேர்ந்த முருகா என்பவருக்கு மனமுடிக்கப் பட்டதாகவும் தன் கணவர் எங்குள்ளார் என்று ஏழு வருடங்களாக அவருக்கு தெரியாது என்கிறார்.

எம்.எம்.ஹில்ஸ் போலீசார் அவரது கணவர், மாமனார், மாமியார் ஆகியோரை அழைத்துச் சென்று அவர் கணவரையும், மாமனாரையும் அங்கு ஐந்து நாட்கள் வைத்திருந்ததாக கூறுகிறார்.

மாமியாரை மூன்று நாட்களில் அனுப்பிவிட்டதாக கூறுகிறார். அவர் கணவர் காவல் நிலையத்திற்கு கொண்டு செல்லப்பட்டு எட்டுநாட்களான போது, தனது பிள்ளைகளுடன் அங்குசென்று கணவரையும் மாமனாரையும் பார்த்துவிட்டு பின்னர் தனது பெற்றோர் வீட்டிற்கு சென்று அங்கு தங்கியதாகவும் கூறுகிறார். அவர் மாமனார் எட்டு நாட்கள் காவல்நிலையத்தில் வைக்கப்பட்ட பிறகு சிறைக்கு அனுப்பப்பட்டதாகவும் சமீபத்தில்தான் விடுவிக்கப்பட்டார் என்றும் கூறுகிறார். அதற்குப்பின் ஒரு முறை தன்கணவரை பார்த்ததாகவும் அப்போது போலீசார் உன் கணவர் மைசூருக்கு கொண்டு செல்லப்படுவார் என்று கூறியதாக கூறுகிறார். அதற்கு பிறகு அவர் கணவரை பார்க்கவில்லை என்றும் அவருக்கு என்ன நேர்ந்தது என்று தெரியாது என்கிறார். கணவர் பற்றி அவருக்கு தகவல் ஏதும் கிடைக்கவில்லை.

வெங்கடாசலம் மனைவி கோவிந்தம்மாள்

தனது கணவர் ஒன்பது வருடங்களுக்கு முன்னர் இறந்து விட்டதாக கூறுகிறார். ஒன்பது வருடங்களுக்கு முன் இவரது நாத்தனார் மகன் தடா கைதியான சின்னதம்பி தன்னை ஜாமீனில் வெளியில் கொண்டு வர பட்டாவுடன் வருமாறு கேட்டு தன் கணவர் வெங்கடாசலத்துக்கு கடிதம் அனுப்பியதாக கூறுகிறார். அதிகாலை அவர் கணவர் பட்டாவுடன் மைசூருக்கு புறப்பட்டார். வழியில் கிராமத்திற்கு மிக அருகில் காவல் துறையினனரச் சந்தித்தார். அவர் யார் எங்கு செல்கிறார் என்று போலீசார் அவர் கணவரை விசாரித்ததாகவும், பெயரையும் மைசூருக்கு செல்வதற்கான காரணத்தையும் சொன்னபோது போலீசார் இவரை திட்டி ஜீப்பில் ஏற்றி வீட்டருகே கொண்டு வந்ததாக கூறுகிறார். அவர் கிராமமான ஜல்லிபால்யாவில் பதினெட்டு பேர் பிடிக்கப்பட்டனர். அனைவரும் ராமாபுரா காவல் நிலையத்திற்கு அழைத்துச் செல்லப்பட்டதாகவும் அங்கு கிராமத்தினர் சிலருடன் கோவிந்தம்மாளும் தன் கணவருக்கு சாப்பாடு கொண்டு சென்றதாகக் கூறுகிறார்.

முதல் நாள் கணவரைப் பார்க்கவும் அவருக்கு உணவு பரிமாறவும் அனுமதிக்கப்பட்டதாகவும் ஆனால், அதற்குப் பின்னர் அங்கு வரக்கூடாது என்று போலீஸ் எச்சரித்ததாகவும் கூறுகிறார். அவர் கணவர் ராமபுரா காவல் நிலையத்தில் ஒன்பது நாட்கள் வைக்கப்பட்டிருந்ததாகக் கூறுகிறார். பின் எம்.எம்.ஹில்ஸ்

கொண்டு செல்லப்பட்டதாகவும் அங்கிருந்து ஓர்க் ஷாப்பிற்கு மாற்றப்பட்டு, அங்கு இன்னொரு ஒன்பது நாட்கள் வைக்கப் பட்டிருந்ததாகவும் கூறுகிறார். அவர் கணவர் கடுமையாக சித்ரவதை செய்யப்பட்டதாக கூறுகிறார்.

காவல்நிலையத்திலோ ஓர்க் ஷாப்பிலோ கணவரை சென்று பார்க்கவில்லை என்றாலும் வீடு திரும்பிய போது அவர் சாட்சியிடம் தனக்கு போலீசாரால் நேர்ந்த வன்கொடுமைகள் குறித்து கூறினார் என்கிறார். அவர் கணவர் உடம்பு முழுக்க பல இடங்களிலும் மின்சாரம் செலுத்தியது மட்டுமின்றி கடுமையாக அடித்து நெஞ்சு வயிறு ஆகிய பாகங்களில் மிதித்து உதைக்கப்பட்டார் என்று கூறுகிறார். அவர் ரத்த வாந்தி எடுத்ததாக தன்னிடம் கூறினார் என்று கூறுகிறார். சித்ரவதைகளின் காரணத்தால் நான் அதிக நாள் வாழ மாட்டேன் என்றும் அவர் கூறியதாகச் சொல்கிறார். இரண்டு மாதங்கள் கழித்து அவர் இறந்து விட்டார். அவர் வீடு திரும்பியதிலிருந்து வெளியில் எங்கும் சென்றதில்லை. எப்பொழுதும் உடம்பு வலிப்பதாக கூறுவார். அவர் சரியாக உணவு உண்ணாமல் இருந்தார் என்றும் வாந்தி எடுத்தார் என்றும் கூறுகிறார். பணம் இல்லாததால் அவர் கணவரை கொள்ளேகாலிலோ, மைசூரிலோ டாக்டரிடம் கொண்டு செல்லமுடியவில்லை. போலீஸ் செய்த கொடும் சித்ரவதைகளால் அவர் வயிறு முதுகு நெஞ்சு போன்ற உடலின் உள் பகுதிகள் கடுமையாகப் பாதிக்கப்பட்டு ரத்த வாந்தி எடுத்து உடம்பு குன்னிப் போய் அவர் கணவர் இறந்தார் என்று கிராமத்தினர் அனைவருக்கும் தெரியும் என்கிறார்.

கத்திரிபட்டி குஞ்சா

கர்நாடக போலீசார் கத்திரிபட்டியில் உள்ள தமது வீட்டிற்கு வந்து எட்டு வருடங்களுக்கு முன் அவர் கணவரைப் பிடித்துச் சென்றதாகக் கூறுகிறார் எங்கு கொண்டு செல்லப்பட்டார் என்று சரியாக தெரியாது. அவரது கணவரை கொள்ளேகால் காவல் நிலையத்தில் பார்த்ததாகவும் மிகவும் மோசமான நிலையில் இருப்பதால் அவரை விரைவில் ஜாமீனில் எடுக்க ஏதாவது செய்யவேண்டும் என்றும் கூறியிருக்கிறார். அவர் கேட்டுக் கொண்டதன் பேரில் பொன்னாடியும் அவர் கிராமத்தைச் சேர்ந்த பழனி என்பவரும் அவர் கணவரை கைது செய்யப்பட்டு பதினைந்து நாட்கள் கழிந்து பிணையில் எடுத்து வீட்டிற்கு கூட்டி

வந்திருக்கின்றனர். வீடு திரும்பிய பிறகு தன் கணவர் தனக்கு போலீசால் நேர்ந்த கொடுமைகளை பற்றி கூறி நான் நீண்ட நாள் வாழ முடியாது. வேண்டுமானால் பெற்றோர் வீட்டிற்குச் செல்லுமாறு குஞ்சாவிடம் கூறியிருக்கிறார். சொல்லி பத்து நாட்களுக்கு பிறகு தன் கணவர் இறந்து விட்டதாக கூறுகிறார்.

தன் கணவர் கண்களைக்கட்டிய போலீசார் அவர் உடலின் எல்லா பாகங்களிலும் கடுமையாக அடித்தனர் என்று தன்னிடம் கூறினார். அவர் வீடு திரும்பிய பிறகு இரத்த வாந்தி எடுத்ததாகவும் அவர் மலம் கழித்ததிலும் ரத்தம் இருந்ததாகவும் கூறுகிறார் அவர். தனது கணவரை மருத்துவரிடம் அழைத்துச் செல்லவில்லை என்றும் கூறுகிறார். ஊர்ப் பன்னாடியிடம் கேட்டபோது இந்த நிலைமையில் டாக்டரிடம் கூட்டிச் சென்றாலும் பலனிருக்காது என்று கூறியிருக்கிறார்.

மங்கம்மா

ஒன்பது வருடங்களுக்கு முன்னர், இவர் கணவர் அய்யன் தொரைக்கு சொந்தமான தோட்டத்தில் வேலை பார்த்துக் கொண்டிருக்கும் போது, கர்நாடகா போலீசாரால் வீரப்பன் கூட்டாளி என்ற குற்றச்சாட்டின் பேரில் எம்.எம்.ஹில்ஸ்க்கு கொண்டு செல்லப்பட்டார். எம்.எம்.ஹில்ஸ் கொண்டு செல்லப்பட்டு முப்பது நாட்களுக்குப்பின் கிராமத்தினர் அவர்கணவர் கொல்லப்பட்டதாக நாளிதழில் செய்தி வந்திருப்பதாக கூறியிருக்கின்றனர். நியாயமான காரணம் ஏதும் இல்லாமல் தனது கணவர் போலீசாரால் கொல்லப்பட்டிருக்கிறார் என்கிறார். அவர் கணவருடன் அவரும் கொண்டு செல்லப்பட்டார். மூன்று நாட்களுக்கு பின்னர் அவர் மட்டும் விடுவிக்கப்பட்டார் என்று கூறுகிறார். இரண்டு நாட்களுக்கு அவர் காதுகளில் மின்சாரம் செலுத்தி சித்திரவதை செய்யப்பட்டது. ஆனால் அவர் கணவர் மிகக் கடுமையாக நடத்தப்பட்டதாக கூறுகிறார். அவர் கணவருக்கு மின்சாரம் பாய்ச்சப்பட்டது மட்டுமல்லாமல் கூரை விட்டத்திலிருந்து தொங்கவிடப்பட்டு காட்டுமிராண்டித்தனமாக பலரால் அடிக்கப்பட்டதாக கூறுகிறார்.

குறுக்கு விசாரணையில், தனது கணவர் குஞ்சப்பா வீரப்பனின் கூட்டாளி என்றும், வீரப்பனுடன் பல குற்றங்களில் அவருக்கும் பங்குண்டு என்பதையும், தலை மறைவாக வாழ்கிறார் என்றும் கூறியதை மறுக்கிறார். அவரும் அவர் கணவரும்

கர்நாடகா சிறப்பு அதிரடி படையினரால் கைது செய்யப் படவில்லை. 18.08,1983 அன்று சங்கர் மலையில் அதிரடி படையினருக்கும் வீரப்பன் கும்பலுக்கும் இடையே நடந்த மோதலில்தான் அவர் கணவர் இறந்தார் என்று கூறியதையும் மறுக்கிறார். சில சமூக சேவை அமைப்புகளின் அறிவுரையை கேட்டு நஷ்டஈடு பெறுவதற்காக பொய்யாக வாக்குமூலம் அளிக்கிறார். என்று கூறியதையும் மறுக்கிறார்.

மாதவப்பா மகன் நாகேஷ்

வீரப்பனுக்கு உதவுவதாக ஊர்காரர்கள் சிலர் வேண்டுமென்றே கொடுத்த புகாரின் கீழ் எம்.எம்.மலைக்கு நாகேஷின் தந்தை மாதவப்பா போலீசாரால் அழைத்துச் செல்லப்பட்டார். பின்னர் அவர் கொள்ளேகாலுக்கு அனுப்பப்பட்டார். நாகேஷ் தனது வக்கில் திரு.மல்லிகார்ஜுன மூலம் தந்தையை ஜாமீனில் எடுத்தார். மாதவப்பா தனது வழக்கை விசாரணைக்கு ஏற்றுக் கொண்டு அதை கொள்ளேகால் நீதிமன்றத்தில் சந்தித்து வந்தார்.

மூன்று வருடங்களுக்கு முன் அந்த வழக்கு சம்பந்தமாக கொள்ளேகாலுக்கு சென்றிருந்த போது மாதவப்பா தந்தை ராமபுரத்தில் எம்.எம்.மலைபோலீசாரால் அழைத்துச் செல்லப்பட்டார். பின் நாகேசும் எம்.எம்.மலை அழைத்து வரப்பட்டார். கண்கள் கட்டப்பட்டு இருவரும் காவலில் வைக்கப்பட்டார்கள். அங்கு அறுபது பேர்கள் இருந்தனர்.

நாகேஷை அழைத்து வருவதற்கு முன்பே மாதவப்பா கடுமையாக சித்ரவதை செய்யப்பட்டிருந்தார். கைகளில் உள்ள விரல்களில் நகங்கள் முழுக்க பிடுங்கப்பட்டிருந்தன. நாகேஷ் அவரின் தகப்பனார் போலவே உடல் முழுவதும் காது தொப்புள் என அனைத்து இடங்களிலும் மின்சாரம் பாய்ச்சி கொடுமைப்படுத்தப்பட்டார். கைகளைப் பின்னால் கட்டி விட்டத்தில் உருளையில் கட்டி தொங்கவிட்டு நான்கு நாட்களுக்கு அடித்தனர். போதிய அளவு உணவு கொடுக்கப்படவில்லை.

ஐந்து நாட்களுக்கு பிறகு அவரின் தகப்பனாரை ஜீப்பில் அழைத்து சென்றதாகவும் கூறினார். முப்பது நாட்கள் கழித்து நாகேஷ் அவர் வீட்டிற்கு அனுப்பப்பட்டார். இன்ஸ்பெக்டர் குமாரசுவாமியோ அல்லது போலீசாரோ மாதவப்பாவை பாலார் அருகில் கொன்று விட்டதாகவும், தன்னை மன்னித்து வீட்டிற்கு

அனுப்பப் படுவதாகவும் போலீசார் கூறியதாக நாகேஷ் கூறினார்.

குருநாதன்

ஒருநாள் இன்ஸ்பெக்டர்கள். சூரிய வெங்கடசாமி, ரமன்னா, மண்டப்பா, நாகராஜ் போலீஸ் படையுடன் அதிகாலை வீட்டிற்கு வந்து அவரின் கண்களை கட்டி கம்மாபட்டி என்ற இடத்திற்கு அழைத்துச் சென்றனர். அங்கு அவரின் கைகளையும், கால்களையும் கட்டி அவர்கள் கொண்டு வந்திருந்த இயந்திரத்தின் மூலம் உடம்பு முழுவதும் மின்சாரத்தை பாய்ச்சினர். வீரப்பன் எங்கு இருக்கிறான் என்ற கேள்விக்கு பதில் கூறாததால் தொடர்ந்து லத்தியாலும், துப்பாக்கியின் பின்புறத்தாலும் போலீசார் அடித்ததாகவும் கூறினார். இரக்கமின்றி தொடர்ந்து ஆறு மணிநேரம் அடித்தனர். அன்று முழுவதும் கம்பாபட்டியில் வைத்து விட்டு மறுநாள் ராமபுரம் போலீஸ் நிலையம் கூட்டிச் சென்று ஐந்து நாட்கள் வைத்திருந்தனர். கம்மாபட்டியில் செய்தது போல் மனிதாபானமின்றி ராமபுரம் போலீஸ் நிலையத்திலும் ஐந்து நாட்கள் சித்ரவதை செய்யப்பட்டதாக கூறினார். பிறகு எம்.எம்.மலை முகாம் தொடர்ந்து ஒர்க் ஷாப் பட்டறைக்கும் கூட்டி வரப்பட்டு அடைக்கப்பட்டார். இங்கு அவரின் கைகள் கட்டப்பட்டு, முகட்டில் சுட்டி தொங்கவிட்டு மிருகத்தனமாக தொடர்ந்து பனிரெண்டு நாட்கள் கொடும் சித்ரவதை செய்தனர். இவரிடம் இருந்து எந்தத் தகவலும் கிடைக்காததால், வெங்கடசுவாமி இன்ஸ்பெக்டர் இவரை வீட்டிற்கு அனுப்பி வைத்ததாக கூறினார். அவரின் வாக்குமூலத்தில் அதிகாலை மூன்று மணிக்கு அவரை கைது செய்த பொழுது, அவரிடம் இருந்து ஆயிரம் ரூபாய், அவர் கட்டியிருந்த கைக் கடிகாரத்தையும் பிடுங்கிக்கொண்டு திருப்பியும் தரவில்லை என்றார். இன்ஸ்பெக்டர் வெங்கடசுவாமி இவரின் வீட்டிற்கு வந்து இவர் நிரபராதி என்றாலும் சித்ரவதை செய்யப்பட்டதற்கு வருத்தம் தெரிவித்ததாகவும் கூறினார். ஆனால் அவரிடம் வாங்கிய, எடுத்த ரூபாய் மற்றும் கடிகாரத்தை பற்றி எந்தத் தகவலையும், சொல்லவில்லை.

கோபால்

ஜல்லிபாளையத்தில் டீக்கடை நடத்தி வருவதாகவும், போலீசார் பிடித்து செல்வதற்கு முன்னாலும் டீக்கடையை

நடத்தியதாகவும் கூறினார்.

எட்டு வருடங்களுக்கு முன்னால் ஒரு வெள்ளிக்கிழமை காலை ஏழு மணிக்கு தனது டீக்கடையில் டீ தயாரித்துக் கொண்டிருந்த போது அங்கு சில போலீசாருடன் வந்த போலீஸ் இன்ஸ்பெக்டர்கள் வெங்கடசுவாமி, மண்டப்பா, கோபால் ஆகியோர், வீரப்பனுக்கு டீயும் சர்க்கரையும் வழங்கியதாக கூறி ராமபுரம் காவலுக்கு அழைத்துச் சென்றனர். வீரப்பனையோ அல்லது அவருடைய கூட்டாளிகளையோ தமக்கு தெரியாது என்றார். இதுவரை யாரும் ஆயுதங்களுடன் ஜல்லிபாளையத்தில் நடமாடியதை தான் பார்த்ததில்லை என்றார். ஆனால், ராமபுர போலீஸ் தன்னை ஒரு வாரத்திற்கு வைத்து, கரண்ட் ஷாக் கொடுத்து, லத்தியால் அடிக்கவும் செய்தனர் என்றார்.

போலீஸார் எம்.எம்.மலை பட்டறைக்கு கொண்டு செல்லப்பட்டு மின்சாரத்தை கோபால் உடல் முழுவதும் பாய்ச்சியும். சங்கிலியால் கூரையில் கட்டி தொங்கவிட்டு லத்தியால் அடித்தும் சித்ரவதை செய்தனர். சித்ரவதை செய்யப்பட்ட இரண்டு நாட்களுக்கு பிறகு போலீசார் தன்னை சம்பளமின்றி ஒரு வருடத்திற்கு பட்டறையில் சமைக்க சொன்னதாகவும், பட்டறையில் இருந்த விசாரணை அறை போன்ற ஒன்றில் சமைத்ததாகவும் கூறினார். போலீசாரால் கொண்டு வரப்பட்ட ஆட்களுக்கு தாம் சமைத்ததாகவும், அங்கு சுமார் அறுபது பேர் இருந்தனர் என்றும் கூறினார். ஒன்றரை ஆண்டுகளுக்குப் பிறகு, தம்மை வீட்டிற்கு போக அனுமதித்ததாகவும் போலீஸ் அதிகாரி மெரிசல் ரூ.300 கொடுத்ததாகவும் கூறினார்.

ஒர்க் ஷாப் பட்டறையில் ஒரு பெரிய அறை மற்றும் ரெண்டு சிறிய அறை என மூன்று அறைகள் இருந்தன. ஆட்களை சித்ரவதை செய்வதற்காக சிறிய அறை பயன்படுத்தப்பட்டது. அங்கு அனைவரும் கண்கள், கைகள் கட்டப்பட்ட நிலையில் இருப்பர். மற்றொரு சிறிய அறை சமையல் அறையாகவும், விசாரணைக்காகவும் பயன்படுத்தினர். விசாரணைக்கு அழைத்து வரப்பட்ட ஆட்களுக்கு கரண்ட் ஷாக் கொடுக்கவும், அவர்களை அடிக்கவும் தேவையான பொருட்களை அங்கு வைத்திருந்தனர். போலீஸ் கோபால் மற்றவர்களுக்கு சாப்பாடு கொடுத்தாலும் யார் யார் உள்ளனர் என்று யாரையும் மற்றவர்களை பார்க்க அனுமதிக்கவில்லை. அனைவருக்கும் ராகி உருண்டைதான் கொடுக்கப்பட்டது. அரிசி சாப்பாடு இல்லை. ஆண்களுக்கு அந்தக்

கட்டிடத்திற்குள்ளேயே கழிப்பறை வசதிகள் இருந்தன. இரவு நேரங்களில் பெண்கள் காவல் நிலையத்தில் வைக்கப்பட்டு காலையில் பட்டறைக்கு அழைத்து வரப்பட்டனர். அதிகாரி மெரிசல் குறுக்கு விசாரணையில், எந்த ஒரு கட்டிடமும், பட்டறையாக பயன்படுத்தியதில்லை என்றும் பொருட்கள் வைக்கும் அறையாக எந்த ஒரு இடமும் இல்லை என்றும், எந்த ஒரு கட்டிடத்திலும் யாரையும் போலீஸார் அடைத்து வைக்கவில்லை என்பதும், தன்னை ராமபுரா அல்லது எம்.எம்.மலைக்கோ அழைத்து வரவில்லை என்பது பொய். அதிகாரி மெரிசல் சொன்னது பொய் என்று கோபால் மறுத்தார்.

மாரப்பன்

ஒரு நாள் இரவு ஏழு மணிக்கு பத்து அதிரடிப்படை போலீசார் மாரப்பன் வீட்டிற்கு வந்து அவரது கண்ணைக் கட்டி எம்.எம்.மலை போலீஸ் ஸ்டேஷனுக்கு கூட்டிச் சென்றனர். அங்கிருந்து ஒர்க் ஷாப் பட்டறைக்கு மாற்றப்பட்டார். அவர் கைது செய்யப்பட்ட பொழுது துப்பாக்கியின் பின்பாகத்தால் போலீசார் அடித்ததில் மாரப்பனின் இடது கைப்பக்கம் விலா எலும்பு, மற்றும் நரம்பு அறுந்து வலது தோள்காரை எலும்பு ஆகியவை முறிந்ததாக கூறினார். எட்டு வருடங்கழிந்து இப்பொழுதும் கூட தன்னுடைய வலது கையை தூக்கி சாப்பிடக் கூட முடியிவல்லை என்றார். முன்னர் அடித்ததில் எலும்பு முறிவால் வீங்கிப்போய் கஷ்டப்பட்ட பொழுதும் கூட, ஒர்க் ஷாப் பட்டறையில் அவருக்கு கரண்ட ஷாக்கோடு. பூட்ஸ் காலால் மிதித்தும், லத்திகளால் அடித்தும் பத்து நாட்களுக்கு தொடர்ந்து போலீசார் இடைவிடாமல் கொடுமையான சித்ரவதை செய்தனர் என்றார்.

தன் மகனை தேடிச் வந்த போலீஸ் மகன் வீட்டில் இல்லாததால் தன்னைக் கூட்டிச் சென்றனர் என்றார். மாரப்பனிடம் அவரது மகன் எங்கே என்று அவர்கள் விசாரித்தனர். அதற்கு அவர் தனது மாமனார் வீட்டிற்கு அவன் சென்றுள்ளதாக கூறியுள்ளார். அவனை போலீஸ் காவலுக்கு வர வைக்க இவரை காவல் நிலையத்திற்கு அழைத்துச் சென்றதாகக் கூறினார். மகன் பெரியசுவாமி இரண்டு நாட்கள் கழித்து எம்.எம்.மலை வந்தார். அங்கு ஒர்க் ஷாப்பில் வைக்கப்பட்டு மகனும் சித்ரவதைப்படுத்தப்பட்டார். மாரப்பன் மூன்று மாதங்களுக்குப் பிறகு வீட்டிற்கு போக அனுமதிக்கப்பட்டார்.

ஆனால் அவரது மகன் ஒன்பது மாதம் கழித்துதான் விடுவிக்கப்பட்டார். அவரது மகன் இரண்டு நாட்களுக்கு கண்கள் கட்டப்பட்டு வைக்கப்பட்டதாகக் கூறினார்.

மாரப்பன் விடுதலையான பிறகு, கோடல் மருத்துவமனையில் விலா, நரம்பு தோள்பட்டை காரை எலும்புக்கு மருத்துவம் பார்த்து ஊசி போட்டதாகவும் கூறினார். பின்னர் தமிழ்நாட்டிலுள்ள பொன்னகரத்தில் தனது விலா, தோள் பட்டைக்கு மருத்துவம் பார்த்ததாக கூறினார். அந்த மருத்துவரின் பெயர் அவருக்கு தெரியாது. அவர் ஒரு நாட்டு மருத்துவர். மேலும் அந்த மருத்துவர் தற்பொழுது உயிருடன் இல்லை. மூன்று தடவை வைத்தியம் பார்க்க பொன்னகரத்திற்கு சென்றதாகக் கூறினார். பொன்னகரத்தில் முட்டை மற்றும் மூலிகை மருந்துகள் மூலம் உடைந்த எலும்புக்கு மூன்று தடவை கட்டுப் போடப்பட்டதாக கூறினார். விலா எலும்புக்கும் போடப்பட்டது. அவர் எந்த மருத்துவமனைக்கும் போய் எக்ஸ்ரே எடுக்கவில்லை என்றார். இவரின் மகன் பெரியசுவாமி உயிருடன் இருப்பதாகவும், தனியாக வாழ்வதாகவும் கூறினார்

மாரப்பனோ அவரது மகனோ போலீசால் கைது செய்யப்படவுமில்லை, அடைத்து வைக்கப்பட்டு சித்ரவதைக்கு ஆட்படுத்தப் படவுமில்லை என்று போலீஸ் அதிகாரி முசலே கூறியதை மாரப்பன் பச்சைப் பொய் என்று மறுத்தார்.

ராஜப்பன்

பத்து போலீசார்கள் வீட்டிற்கு வந்து என்னை வெளியே வருமாறு கூறினர். வெளியே வந்ததும் வீரப்பனுக்கும் அவரது கும்பலுக்கும் தேவையான பொருட்களை வழங்கியதாக கூறி கண்களைக் கட்டி ஜீப்பில் கூட்டிச் சென்றனர். நல்ல கவுண்டர் மகன் மாரப்பனையும் பிடித்துக் சென்றனர். முதலில் எம்.எம்.மலைக்கும் பிறகு ஒர்க் ஷாப் பட்டறைக்கும் மாற்றப்பட்டு தொடர்ந்து இரண்டு நாட்களுக்கு உடலில் மின்சாரத்தை பாய்ச்சியும், தோள்பட்டைகளை கட்டித் தொங்கவிட்டு பாதத்தில் லத்தியைக் கொண்டு அடித்தும் சித்ரவதை செய்தனர். வீரப்பனுக்கு செய்த உதவிகளையும். துணையாக இருந்ததைப் பற்றியும் அவரிடம் விசாரித்தனர். ஆனால் அதையெல்லாம் மறுத்தும் நாற்பது நாட்கள் கழித்துதான் வீட்டிற்கு செல்ல அனுமதித்தார்கள். வீட்டிற்கு சென்றவுடன் திடீரென ரத்த வாந்தி

எடுத்ததால், தன்னுடைய மனைவியுடன் கமகரையிலுள்ள மருத்துவமனைக்கு செல்ல முடிவு செய்தனர்.

மாலை ஐந்து மணிக்கு போலீசார் வீட்டிற்கு கொண்டு விட்டதாக கூறினார். மருத்துவமனைக்கு புறப்பட்ட பொழுது. அவரை முதலில் பஸ் நிலையத்திற்கு செல்லுமாறும் தான் பின்னால் வருவதாகவும் மனைவி கூறியுள்ளார். ஆனால் அவர் வரவில்லை. அதனால் ராஜப்பன் கௌதாலிக்கு சென்றார். அங்குள்ள கிறித்துவ ஆலயத்தினர் அனுப்பிய ஆள் மூலமாக தன் மனைவி இறந்து விட்டதாக கேள்விப்பட்டு உடனே அங்கு சென்ற போது, அவரது மனைவியின் உடல் ரோட்டில் கிடந்துள்ளது. பஞ்சாயத்து போர்டு உறுப்பினர் குப்பா ராஜப்பன் மனைவியின் இறப்பு செய்தியை கூறியதாகச் சொன்னார். அவர் மனைவி சாவிற்கு யார் காரணம் என்று சொல்லவில்லை. ராஜப்பன் ஊருக்கு வந்த பொழுது, போலீசார்தான் அவரின் மனைவியை கொன்றதாக கிராம மக்கள் கூறியுள்ளனர். போதகரும் தன்னிடம் கூறியதாக ராஜப்பன் கூறினார். மாலை மூன்று மணிக்கு மனைவியின் இறப்பு செய்தியை கேட்டதாகவும் நாலு மணிக்கு சம்பவ இடத்திற்கு வந்ததாகவும் கூறினார். அங்கே கூட்டம் அதிகமாக இருந்தது. இன்ஸ்பெக்டர் நாகப்பா அங்குவந்து போலீசையும் டாக்டரையும் போட்டோகிராபரையும் அனுப்பி வைப்பதாகவும் அதுவரை அவர் மனைவியின் உடலை எடுக்கக் கூடாது. புதைக்கவும் கூடாது என்றார். கிறிஸ்தவ போதகரும் போலீசார் வந்து போகிறவரை உடலை எடுக்க வேண்டாம் என்று கூறினார்.

இரவு முழுவதும் அவர்கள் காத்திருந்தும் போலீசோ, டாக்டரோ யாரும் வரவில்லை. அடுத்த நாள் காலை மூன்றுமணி வரை காத்திருந்தும் யாரும் வராததால், உடலை எடுத்து சென்று தகனம் செய்தனர். மாலை நான்கு மணிக்கு போலீசார் வந்து உடலை தோண்டி எடுத்து போஸ்ட்மார்ட்டம் செய்தனர். போட்டா எடுத்துக் கொண்டு திரும்பவும் புதைத்துவிட்டுச் சென்றனர்.

தமிழ்நாடு, கர்நாடக சிறப்பு அதிரடிப்படையின் போலீசார் இருந்தனர் அவர்கள் யார் யார் என்று தெரியாது. கிராமத்தினர் அவரது மனைவியை போலீசார் கொன்று விட்டதாக பாதிரியார்களிடம் இவர்களிடம் தெரிவித்துள்ளனர் என்கின்றனர். போதகர்கள் செல்வநாதன், மணிக்காயம், டீக்கடை செம்மலை,

தேவனன் போன்றவர்கள்தான் ராஜப்பன் மனைவி போலீசாரால் கொலை செய்யப்பட்டதாக கூறியுள்ளனர். ஆனால் யார் பெயரையும் அவர்கள் குறிப்பிடவில்லை.

போதிய ஆவணங்கள் இல்லாததால் தன்னால் சாட்சிகளை குறுக்கு விசாரணை செய்ய முடியவில்லை என்ற போலீஸ் அதிகாரி முசலே, எம்.எம்.மலை காவல்நிலைய வழக்கு நாட்குறிப்பிலிருந்து திருமதி. ஆணையம்மாள், க/பெ.ராஜப்பன். மரணமானது V.D.R. எண் 10/93 ஆக பதிவு செய்யப்பட்டிருந்ததது. விசாரணைக்குப் பிறகு அடையாளம் தெரியாத நான்கு தமிழ்நாடு போலீசாரால் அவர் அடித்து துன்புறுத்தப்பட்டதாக கூறி பிரிவு 304 இந்திய தண்டனைச் சட்டத்தில் குற்ற எண் 18/93ல் ஒரு குற்ற வழக்கு பதிவு செய்யப்பட்டுள்ளது. இதைப்பற்றி முழு விபரமும் கண்டுபிடிப்பதாக சொன்னார் முசலே.

தங்கராஜ் மனைவி கோவிந்தம்மாள்

எட்டு வருடங்களுக்கு முன்பு அஞ்சப்பாளையத்திலுள்ள இவரது வீட்டிலிருந்து இன்ஸ்பெக்டர் ரமண்ணா அவரையும், அவரது தாயாரையும் நாலு ரோடு முகாமிற்கு கூட்டிச் சென்றார். அங்கு அவர்களை மூன்று நாட்களுக்கு தலை உட்பட உடல் முழுவதும் லத்தியால் அடித்தனர். பிறகு அவர்களை வீட்டிற்கு அனுப்பி வைத்தனர். மூன்று நாட்கள் கழித்து அவர் வயலில் வேலை செய்து கொண்டிருந்த போது ஒரு இன்ஸ்பெக்டர் உட்பட ஜீப்பில் வந்த மூன்று போலீஸ்காரர்கள் அவரையும் வீட்டிலிருந்த அவரது அம்மாயும் கொள்ளேகால் கூட்டிச் சென்றனர்.

அந்த இன்ஸ்பெக்டரின் பெயர் தனக்கு தெரியாது என்றார். கொள்ளேகால் போலீஸ் நிலையத்தில் அவர்களுக்கு இரண்டு நாட்கள் உடல் முழுவதும் மின்சாரத்தை பாய்ச்சி துன்புறுத்திய சித்ரவதையால் அவருக்கு வாந்தி வந்ததாக கூறினார்.

கோவிந்தம்மாள் காவலில் இருந்தபோது ஒரு இன்ஸ்பெக்டருடன் மூன்று போலீசாரும் அவரின் வீட்டிற்கு சென்றதாகவும், அங்கு அவரின் 70 வயது தகப்பனாரையும், அவரது மகனையும் அடித்து துன்புறுத்தியதாக அந்த போலீசாரே அவரிடம் கூறியதாக சொன்னார். மூன்று நாட்கள் கழித்து கோவிந்தம்மாள் விடுதலை செய்யப்பட்டார். அவர் வீடு திரும்பியவுடன் அவரின் தகப்பனார் தாமும், அவரது மகனும் போலீசாரால் துன்புறுத்தப்பட்டதாகக் கூறினார். அதனைத்

தொடர்ந்து மூன்று நாட்களில் தகப்பனார் இறந்து விட்டார். போலீசார் அடித்ததால் தனக்கு வயிற்றில் வலிப்பதாக தன் தகப்பனார் தன்னிடம் கூறினார். மேலும் அதனால்தான் அவர் இறந்ததாக கூறினார். நான் வீட்டிற்கு போனவுடனேயே அவர் தனது உடம்பு வலியைப் பற்றி கூறினார். எந்த மருத்துவரிடமும் காட்டவில்லை. அவர் எப்பவும் மருத்துவரை பார்த்ததுமில்லை. மருத்தும் எடுத்துக் கொண்டதில்லை. போலீசார் அடித்ததால்தான் தன் தகப்பனார் இறந்ததாக தான் யாரிடமும் கூறவில்லை என்றார். இந்தத் தகவலை சொன்ன போலீசாரின் பெயரை அவரால் சொல்ல முடியவில்லை. தானும், தாத்தாவும் போலீசாரால் அடிக்கப்பட்டதாகவும், தாத்தா வாத்தி எடுத்ததாகவும், கஞ்சி குடிக்கவும் இயலாமல் மறுத்ததாக தனது மகன் கூறியதாக கூறினார்.

அவரையும், அவரது தாயாரையும் இன்ஸ்பெக்டர் ரமண்ணாவோ அல்லது வேறு போலீசாரோ நாலு ரோடு முகாமிற்கும் கொள்ளேகால் போலீஸ் நிலையத்திற்கும் கூட்டிச் செல்லவுமில்லை. அங்கு அவர்கள் துன்புறுத்தப்படவுமில்லை என்ற முசலியின் கூற்றை கோவிந்தம்மாள் மறுத்தார்.

கமலாமேரி

1993ல் தடா சட்டத்தில் கணவர் சிறைக்கு போன பின்பு நல்லூரிலுள்ள அவர்களின் தோட்டத்திற்கு வந்து அவரையும், அவரின் குடும்பத்தாரையும் வீட்டைவிட்டு துரத்திய போலீசார் தமிழ்நாட்டிற்கு எங்கேயாவது போய்விடுமாறு மிரட்டி விட்டுச் சென்றதாக அவர் கூறினார்.

அதனால் வேறு வழியின்றி மார்டள்ளிலுள்ள மாமியார் வீட்டில் தங்க ஆரம்பித்தார். மார்டள்ளியில் இருந்தபொழுது தோட்டத்திலுள்ள வீடு எரித்து விட்டதாக சொல்லப்பட்டது. தோட்டத்திற்கு போனபோது அவரின் வீடு எரிந்திருப்பதை கண்டார். அனைத்து பொருட்களும் எரிந்து விட்டது. அவர்கள் வளர்த்த ஆடுகளும் இல்லை. அதனால் வேறு வழியில்லாமல் கமலாமண்டியில் உறவினர்களோடு வாழ வேண்டியதாகிவிட்டது. ஐந்து வருடங்களுக்கு பிறகு, போலீசின் வற்புறுத்தலினால்தான் தோட்டத்தை விட்டுப் போனதை யாரிடமும் சொல்லக்கூடாது என்ற நிபந்தனையின் அடிப்படையில் அவரை அவரின் தோட்டத்தில் விவசாயம் செய்ய அனுமதித்தனர். கமலாமேரியை

தோட்டத்தை விட்டு விரட்டியும் மற்றும் திரும்பவும் விவசாயம் செய்யவும் அனுமதித்த போலீசாரின் பெயர்கள் அவருக்குத் தெரியவில்லை. அவரின் தோட்டத்திலிருந்து ஆறு கி.மீ. தூரத்திலுள்ள சந்தன பாளையத்தில் இப்பொழுது வாழ்வதாக கூறுகிறார்.

போலீசார் அவரை எந்த ஒரு வகையிலும் தொந்தரவும், துன்புறுத்தவும் இல்லை என்று போலீஸ் முசேலே சொன்னதை அவர் மறுத்தார். போலீசார் கமலா மேரியை வீட்டைவிட்டு விரட்டவுமில்லை, அவரின் வீட்டிற்கு தீ வைக்கவுமில்லை என்பதையும், பணத்திற்காக இழப்பீட்டிற்காக பொய் வாக்குமூலம் சொல்வதாக சொல்லப்படுவதையும் அவர் மறுத்தார். மேலும் அவருக்கு தனது கணவர் மேல் போலீசார் குற்றம் சாட்டியது மன வருத்தத்தை ஏற்படுத்தியிருக்கிறது. ஆகவே இவர் போலீசார் மீது இவ்வாறு குற்றம் சாட்டுகிறார் என்பது உண்மையல்ல என்கிறார்.

சுப்பிரமணி மனைவி அன்னம்மாள்

அன்னம்மாளும், அவரின் கணவரும் வேலை தேடி மார்டள்ளியிலிருந்து தமிழ்நாட்டிலுள்ள அரிக்கியம் என்ற இடத்திற்கு குடிபெயர்ந்து சென்றனர். மதுரையை சேர்ந்த காளியப்பனின் குவாரியில் வேலை பார்த்தனர். அங்கு இருக்கும் பொழுது ஆறு வருடங்களுக்கு முன்னால் ஒருநாள் காலை தமிழ்நாடு சிறப்பு அதிரடிப்படையினர் குவாரிக்கு வந்து எந்த காரணமும் கூறாமல் அவரின் கணவரை பிடித்து சென்றனர். அன்னம்மாளுக்கு என்ன செய்வதென்று தெரியவில்லை. இரண்டு மாதங்கள் கழித்து அவரின் கணவரை போலீசார் கொன்றுவிட்டதாக பத்திரிக்கைகளில் செய்தி வந்திருப்பதாக ஒருவர் அன்னம்மாளிடம் கூறியுள்ளார். அவரிடம் அந்த பத்திரிக்கையும் காண்பிக்கப்பட்டதாக கூறினார். தெளிவில்லாமல், சிறியதாக கணவரின் படம் வந்திருந்ததாக கூறினார்.

சுப்ரமணி என்ற பெயருடைய யாரையும் சிறையில் அடைக்கவில்லை என்று தமிழ்நாடு மற்றும் கர்நாடக சிறப்பு அதிரடிப்படையின் அதிகாரப்பூர்வ வட்டாரங்கள் கூறினர். மேலும் அவர்கள் தடாவில் ஒரு சுப்ரமணி வைக்கப்பட்டதாகவும், அவர் விடுதலை செய்யப்பட்டதாகவும், தேவர் மலையை சேர்ந்த மற்றொரு சுப்ரமணி 1993ல் நடந்த போலீஸ் சண்டையில்

இறந்ததாகவும், இவர் தேவர் மலையை சேர்ந்த அங்கப்பாவின் மகன் என்றும் கூறினர். அன்னம்மாள் விவரித்தபடி ஒரு சுப்பிரமணியும் இல்லை. மேலும் அன்னம்மாள் கூறுகையில் அவரின் மாமனார் பெயரும் மாமியார் பெயரும் தமக்கு தெரியாது. அவரின் கணவர் தந்த தகவல்படி அவர் கிருஷ்ணகிரியிலிருந்து வந்ததாகவும், இவர்கள் திருமணம் ஒரு கலப்பு திருமணம் என்றும் அன்னம்மாள் கூறினார். சுப்ரமணி ரொம்ப வருடங்களுக்கு முன்னால் மார்டள்ளி வந்த பொழுது இருவரும் விரும்பி திருமணம் செய்து கொண்டதாகவும், இதுவரை தனது கணவரின் ஊருக்கு போனதில்லை என்றும் கூறினார்.

அன்னம்மாளின் கணவரை தமிழ்நாடு சிறப்பு அதிரடிப்படையினர் கைது செய்யவுமில்லை, கூட்டிச் செல்லவுமில்லை என்றதையும், பணத்திற்காக அவர் பொய் சொல்கிறார் என்றதையும் அன்னம்மாள் மறுத்தார். மேலே வாக்குமூலம் அளித்த ஆறு நபர்களில் இருவரை தவிர மற்றவர்கள் கொளத்தூரில் நடைபெற்ற மக்கள் உரிமை மாநாடு பற்றி அறிந்துள்ளனர்; இவர்கள் அனைவரும் அந்த மாநாட்டு அமைப்பினரிடம் தங்களுக்கு நேர்ந்த கொடுமைகளைப் பற்றி தெரிவித்துள்ளனர்.

மாகே மாதய்யா

இவர் நல்லூரில் மனைவி, இளையமகன் மற்றும் மருமகள் ஆமமியுடன் வசித்து வருகிறார். ஆமமியின் கணவர் மாகேரங்கசாமி போலீசாரால் கொல்லப்பட்டார். ஒன்பது வருடங்களுக்கு முன்னால் அவர் அவரின் வீட்டிலிருந்தபோது முப்பது போலீசார் வீட்டிற்கு வந்து மகன் எங்கே என்று கேட்க, அவன் ஆடுமாடுகளை மேய்ப்பதற்காகக் காட்டிற்குச் சென்றுள்ளதாகக் கூறியுள்ளார் இவர். அதை நம்பாமல் வீட்டிற்குத் தீ வைத்துவிட்டுச் சென்று விட்டனர் போலீசார். மகன் மாகே ரங்கசாமி காட்டிலிருந்து திரும்பி வரவேயில்லை. ஒரு வருடம் கழித்து நாலுரோடு முகாமிலிருந்து இன்ஸ்பெக்டர் ரமண்ணா ஒரு விசாரணைக்காக தனது அதிகாரி கூப்பிடுவதாகச் சொல்லி அவரை ராமபுரா போலீஸ் நிலையத்திற்கு அழைத்துச் சென்று மூன்று நாட்கள் வெறும் கால் சட்டையுடன் உட்கார வைத்துள்ளனர். பிறகு அவரைக் கூட்டிவந்து எம்.எம்.மலை போலீஸ் ஒரு மாதம் வைத்திருந்தனர். ஒர்க் ஷாப் பட்டறைக்கு

மாற்றப்பட்டு மூன்று மாதம் காவலில் வைத்துள்ளனர். அவருக்கு உடல் முழுவதும் கரண்ட் ஷாக் கொடுத்துள்ளனர். உத்தரத்தில் உருளையில் கட்டித் தொங்க விட்டு அவர் மகன் எங்குள்ளான் என்று கேட்டு முரட்டுத்தனமாக, மிருகத்தனமாக காட்டுமிராண்டித்தனமாக அடித்துள்ளனர். பிறகு அவரை நீதிமன்றத்தில் ஆஜர் படுத்தி தடாவில் சிறையிலடைத்தனர். அவர் சிறைக்கு அனுப்பப்பட்டு இரண்டு வருடங்கள் கழித்தபிறகு அவரின் மருமகள் ஆமமியும் அழைத்து வரப்பட்டார். நீதிமன்றத்தில் இருவரும் குற்றமற்றவர்கள் என்று நிரூபணமாகி விடுதலை செய்யப்பட்டனர். மூன்று வருடங்களுக்கு முன்னால் அவரது மகன் இறந்து விட்டதாக செய்தித் தாள்களில் போடப்பட்டுள்ளதாக அவருக்குச் சொல்லப்பட்டதாகக் கூறினர். தனக்கு நேர்ந்த ஒடுக்கு முறைகளை நீதிபதியிடம் கூறக்கூடாது. அப்படிக் கூறினால் பிரச்சனைகளை சந்திக்க நேரிடும் என்று போலீசார் எச்சரித்ததால் கோர்ட்டில் ஆஜர் படுத்தப்பட்டபோது நீதிபதியிடம் சொல்லவில்லை என்றார்.

மாகே மாதய்யா கூறியபடி அவரை வீட்டிலிருந்து போலீசார் கைது செய்யவில்லை. என்றும் பாலார் குண்டுவெடிப்பில் தொடர்பு கொண்டு தலைமறைவானதாகவும் 23.7.1993ல் ரகபோரில் வைத்து ந.இ.ங.க. துப்பாக்கிகளுடன் பிடிபட்டதாக போலீஸ் முசலே கூறியதை மறுத்தார். அவரை வீட்டிலிருந்து கைது செய்து ராமபுரத்திற்குக் கூட்டிச் செல்லவுமில்லை. மாதேஸ்வரன் மலைக்குக் கூட்டிச்சென்று எந்த வகையிலும் சித்திரவதை செய்யப்படவில்லை என்பதையும் மறுத்தார். அவரின் மகன் ரங்கசாமி எப்படி இறந்தான் என்று அவருக்குத் தெரியாது. ஆயினும், அவர் மகன் இரண்டு குழுக்களிடையே நடந்த சண்டையில் இறந்ததாகவும் பங்களாபுதூர் போலீஸ் நிலையத்திற்குட்பட்ட இடத்தில் உடல் எரியூட்டப் பட்டதாகவும் கூறுவதை நம்ப இயலாது. அவரின் வீடு தீ வைக்கப்பட்ட பொழுது அவரின் பக்கத்து வீடான பீன்மாதயாவின் வீடும் தீயில் எரிந்து விட்டதாக கூறினார். வீடு தீப்பற்றி எரிந்ததால் வீட்டிலிருந்த மூன்று லட்சம் மதிப்புள்ள விவசாய கொள்முதல் உணவுப் பொருட்கள் பண்டம், பாத்திரம் ஆகியவையும் நாசமாகின. எந்த போலீசாராலும் அவரின் வீட்டிற்குத் தீவைக்கப்படவில்லை என்ற போலீஸ் அதிகாரி முசலேவின் பேச்சை மாதையா மறுத்தார். போலீசார் ஹரிகிருஷ்ணாவும்,

ஷகில் அகமதும்தான் தனது வீட்டிற்குத் தீ வைத்தார்கள் என்றார்.

துரைசாமிசெட்டியார்

ஜல்லிபாளையத்தைச் சேர்ந்த திரு.ஆவாரம் என்பவருடன் 23.4.93 அன்று விநாயகா பஸ்சில் கொள்ளேகாலுக்கு போய்க் கொண்டிருந்த போது போலீஸ் வேன் ஒன்றால் பஸ் மறிக்கப்பட்டதாக கூறினார்.

இன்ஸ்பெக்டர் மாரிசுவாமி, சப் இன்ஸ்பெக்டர் வாகதேவமூர்த்தி பஸ்சிற்குள் வந்து சங்கர் பிதாரியிடம் அறிமுகப்படுத்த என்னை வரச்சொன்னார்கள். ஆனால் தமிழ்நாட்டில் நடக்கவுள்ள ஒரு திருமணத்திற்கு அவர் அவசரமாகப் போய்க்கொண்டிருப்பதால் திரும்பி வந்தவுடன் அவர்களை வந்து கட்டாயம் சந்திப்பதாக துரைசாமி கூறியுள்ளார். இன்றே ஜீப்பில் வைத்து கொள்ளேகாலுக்கு அனுப்பி வைப்பதாக உறுதிமொழி கொடுத்து அவரை நம்பவைத்து போலீசார் கூட்டிச்சென்றதாகக் கூறினார். பிறகு அவர் ராமபுரம் காவல் நிலையத்திற்குக் கூட்டிச் செல்லப்பட்டு உட்கார வைக்கப்பட்டார். மாலை வரை எதுவும் நடக்கவில்லை.

இன்ஸ்பெக்டர்கள் வெளியில் சென்றபோது கான்ஸ்டபிள்களிடம் இவரது உடைகளைக் களைந்து சிறையில் அடைக்குமாறு கூறிச் சென்றனர். வீரப்பனுக்கு உணவுப்பொருட்கள் வழங்கினாரா இல்லையா என்று விசாரணை செய்யப்பட்டார். அவரிடம் பதில் இல்லை. அவர் ஜெயிலில் இருந்தபோது அவரைப் பார்க்க வந்த உறவினர்கள் அவரிடம், ஒரு மாதம் கழித்து போலிஸ் அதிகாரி ரமன்னா, நாகராஜ், துரைசாமி, வாசுதேவமூர்த்தி இவரது மகனை நிலத்திற்குக் கூட்டிச் சென்று பம்பு செட்டை உடைக்க வைத்தும் அதைக் கிணற்றில் தூக்கி எறிந்ததாக கூறினார். போலீசார்கள் கிணற்றின் சுவற்றை உடைத்து பம்புசெட்டைக் கிணற்றிற்குள் தள்ளிவிட்டனர். அவர் மகனையும் ராமபுரா போலீஸ் நிலையத்திற்குக் கூட்டிச் சென்று அங்கு அவரை மூன்றுநாட்கள் காவலில் வைத்திருந்தனர். அங்கு அவனர அடித்ததாகவும் கூறினார். துரைசாமி செட்டியாரின் சகோதரர் அதனால் கவலைப்பட்டு இறந்ததாகக் கூறினார். குற்றமற்றவர் என்று நிருபணமாகி பின்னர் இவர் விடுதலை செய்யப்பட்டார்.

இவர் சிறையிலிருந்தபோது மகன் மூன்றரை லட்சம் ரூபாய்

கடன் வாங்கியிருந்தார். 1993க்கு முன் மகனின் அடி வயிற்றில் ஏற்பட்ட கட்டியால் அவருக்கு அறுவை சிகிச்சை நடந்தது. துரைசாமி செட்டியார் சிறையிலிருந்து விடுதலையாகி தமிழ்நாட்டிலுள்ள அவரின் மகளின் வீட்டிற்குப் போய்க்கொண்டிருந்தபோது அவரின் மகன் தூக்குப்போட்டு தற்கொலை செய்து கொண்டதாக செய்தியைக் கேட்டார். அவரின் இறப்பிற்குப் பிறகு அவரின் சிறுநீரகமும் பாதிக்கப்பட்டுள்ளது என்பதை திரு துரைசாமி செட்டியார் தெரிந்துகொண்டார். எந்த ஒரு காரணமும் இன்றி அவரின் மகன் போலீசாரால் கைது செய்யப்பட்டு காவலில் வைக்கப்பட்டு சித்ரவதை செய்யப்பட்டதால்தான் இது போன்ற பிரச்சினைகளை சந்திக்க நேர்ந்தது என்றார்.

வீரப்பனை நான் இதுவரை பார்த்ததில்லை; எந்த ஒரு சந்தர்ப்பத்திலும் வீரப்பனுக்கு உணவு அல்லது எந்தவொரு உதவியும் செய்ததில்லை என்றும் எனக்கும் என் குடும்பத்திற்கும் எதிரான போலீசாரின் சித்ரவதை நடவடிக்கைகள் தேவையற்றவையும் பொது அறிவுக்கு புறம்பானதும் ஆகும் என்றார். .

சிப்ரி சின்னப்பையன்

ஒரு நாள் காலை 9.00 மணிக்கு ரெட்டியூருக்கு நான்கு போலீஸ் அதிகாரிகள் வந்து தன்னையும், உடல் நிலை சரியில்லாத என் மகளைக் கவனித்துக் கொண்டிருந்த எனது மனைவியையும் போலீஸ் வேனில் வைத்துக் கூட்டிச் சென்றனர். அவர்களை மேட்டூருக்குக் கூட்டிச் சென்று அங்கு ஒரு நாள் வைத்திருந்ததாகக் கூறினார். மறுநாள் இன்ஸ்பெக்டர் அசோக்குமார் மேட்டூர் முகாம் வந்து இவர்களின் கண்களைக் கட்டி எம்.எம்.மலைக்கும் அங்கிருந்து ஒர்க் ஷாப் பட்டறைக்கும் கூட்டிச் சென்றனர். அவரும் அவரின் மனைவியும் பட்டறையில் கண்களைக் கட்டி வைத்து பலவிதமான சித்திரவதைகளுக்கு ஆளாக்கப்பட்டனர்.

அவர்களின் காது துளை, மூக்கு தொப்புள், மார்புக்காம்பு ஆகிய பகுதிகள் உட்பட உடலின் பல பகுதிகளில் மின்சாரத்தைப்பாய்ச்சியும் அவர்களின் கைகளை உருளையில் கட்டித் தொங்கவிடப்பட்டு கைகால்களில் கூரிய முட்கள் கொண்ட தடியால் அடிக்கப்பட்டும் சித்திரவதை செய்யப்பட்டனர். மூன்றுநான்கு நாட்களுக்கு ஒரு முறை

சித்திரவதைக்கு உட்படுத்தப்பட்டதாக கூறினார். பின் அவர்கள் ஆறரை மாதங்கள் காவலில் வைக்கப்பட்டு நீதிமன்றத்தில் ஆஜர்படுத்தப்பட்டு பின் சிறைக்கு அனுப்பப்பட்டனர். அவரின் மனைவி நான்கு வருடங்களுக்குப் பிறகு ஜாமீனில் விடுதலையடைந்ததாகக் கூறினார். 1999ம் வருடம் செப்டம்பர் மாதம் விடுவிக்கப்படும் வரை இவர் சிறையில் இருந்தார். சின்னபையன் மற்றும் அவரின் மனைவியும் எவ்வளவோ மறுத்தும் கூட வீரப்பனுக்கு பொருட்கள் வழங்கியதாக சந்தேகத்தின் அடிப்படையில் கைது செய்யப்பட்டு எம்.எம்.மலை முகாமில் சட்டத்துக்குப் புறம்பாக வைக்கப்பட்டு சித்ரவதை செய்யப்பட்டதாகக் கூறினார். எம்.எம். மலை முகாமில் காவலில் இருந்தபோது போலீசார் அவரின் வீட்டை தீ வைத்துக்கொளுத்திவிட்டதாகக் கூறினார். மகன் வீட்டிலிருந்து ஓடிப்போய்விட்டார். அவர்கள் முப்பது ஆடுமாடுகளை வைத்திருந்தனர். அவரின் மகன் நல்லூர் வீட்டிலிருந்து ஓடிப்போனதிலிருந்து அவை எங்கே என்று தெரியவில்லை. அவர் சிகிச்சை அளிக்க முடியாத அளவு காயமடைந்தது மட்டுமில்லாமல் அவரின் வீட்டிலுள்ள அனைத்துப் பொருட்களும் தீயில் எரிந்து சாம்பலாகி விட்டன.

அய்யாவு

அவரின் வீட்டிலிருந்து ஒருநாள் நடு இரவில் அய்யாவுவை இன்ஸ்பெக்டர் வெங்கடசுவாமி பத்து போலீசாருடன் ராமபுரா போலீஸ் ஸ்டேஷனுக்கு கூட்டிச் சென்றுள்ளார். அங்கு ஒரு நாள் வைக்கப்பட்டு பிறகு அவர் எம்.எம்.மலை போலீஸ்முகாமில் வைக்கப்பட்டார். அந்த பதினொரு நாட்களில் இரண்டு நாட்கள் ஒர்க் ஷாப் பட்டறையில் அவரின் உடல் முழுவதும் கரண்ட் ஷாக் கொடுக்கும் மரஉருளையில் முகட்டில் கட்டி தொங்கவிடப்பட்டு கொடுமையாக கண்மூடித்தனமாக அடித்து கொடுமைப் படுத்தப்பட்டு சித்ரவதை செய்யப்பட்டார். பின் நீதிமன்றத்தில் ஆஜர் படுத்தப்பட்டார். போலீசாருக்கெதிராக நீதிபதியிடம் ஏதாவது கூறினால் அவரைத் திருப்பி முகாமுக்குக் கொண்டு வந்து ஏற்கனவே செய்தவாறு சித்திரவதை செய்யப்படுவார் என்று போலீசார் பயமுறுத்தியதால் நீதிபதியிடம் அவருக்கு ஏற்பட்ட கொடுமைகளைச் சொல்லவில்லை. ஆனால் 2001 செப்டம்பரில் அவர் மேல் அதிரடிப்படை போலீசார் ஜோடித்திருந்த எல்லா

பொய் வழக்குகளிலும் விடுவிக்கப்பட்டு சிறையிலிருந்து விடுதலை செய்யப்பட்டார்.

வீரப்பனுடன் அவருக்கு எந்தவொரு தொடர்பும் இல்லை என்று மறுத்தும் கூட வீரப்பனுக்கு தேவையான பொருட்களை வழங்குகிறார் என்ற சந்தேகத்தின் அடிப்படையில் அவரைப் போலீசார் பிடித்துச் சென்றதாக அவர் கூறினார். அவரை சிறைக்கு அழைத்துச் சென்றபோது அவரின் மகனுக்கு வயது பனிரெண்டு. நான்கு வருடங்களுக்கு பின்னர் அவரின் மகன் வீட்டைவிட்டுச் சென்றுவிட்டார். இன்றுவரை அவர் எங்குள்ளார் என்பது தெரியாது. அவரின் மனைவிதான் அவரிடம் மகன் காணாமல் போனதாகக் கூறியுள்ளார். ஆனால் அவர் எப்படி காணாமல் போனார், ஏன் காணாமல் போனார் என்று சொல்லவில்லை. அவரின் மகன் வீட்டிவிருந்து காணாமல் போனதற்கான காரணத்தை அவரால் சொல்ல இயலவில்லை என்றார். வீட்டில் தான் இல்லாதது, சிறையில் வைக்கப்பட்டிருந்தது ஆகியவைதான் தன் மகனை வீட்டிலிருந்து வெளியேறத் தூண்டியுள்ளது என்றார். அவர் சிறையில் இருந்தபோது அவருக்கு ஆஸ்துமா நோய் ஏற்பட்டதாகவும் அவரின் எடை 35 கிலோதான் இருந்தது என்றும் கூறினார்.

குழந்தைராஜ்

போலீஸ்காரர்கள் பெருங்கூட்டமாக வாகனங்களில் வந்து அய்யன்துரை மகன் பழனிச்சாமியின் வீட்டை காட்டுமாறு கூறினர். குழந்தைராஜ் பழனிச்சாமியின் வீட்டிற்கு போலீசாரை கூட்டிச் சென்றார். பழனிச்சாமி அங்கு இல்லாததால் போலீசார் குழந்தைராஜை அவர்களுடன் வருமாறு கூறி அவரின் கண்களை கட்டி நாலுரோடு போலீஸ் முகாமிற்கு ஜீப்பில் அழைத்துச் சென்று மறுநாள் காலை ராமபுரம் வழியாக எம்.எம்.ஹில்ஸ் அழைத்து சென்று அவரை பதினைந்து நாட்கள் காவல் நிலையத்தில் வைத்திருந்தனர். ஒரு நாள் அவரை பட்டறைக்கு கூட்டிச் சென்று கரண்ட் ஷாக் கொடுத்து சித்ரவதை செய்தனர். பின் அவரை நீதிமன்றத்தில் ஆஜர்படுத்தி சிறையில் அடைத்தனர். நீதிமன்றத்தில் அவர் குற்றவாளியில்லை என்று நிரூபணம் ஆன பிறகு விடுதலை செய்தனர். அவரை நீதிபதிக்கு முன்னால் ஆஜர்படுத்தும் போது போலீசாரால் தனக்கு நேர்ந்த கொடுமைகளை நீதிபதியிடம் சொல்லக்கூடாது என்று போலீசார்

சொன்னதால் இவர் எதையும் சொல்லவில்லை. எதற்காக அவர் கைது செய்யப்பட்டு சிறையில் அடைக்கப்பட்டார் என்பது அவருக்கு தெரிந்திருக்கவில்லை. நீதிபதியின் முன்னால் ஆஜர்படுத்திய பொழுது சிறையிலிருந்து உடல் நலம் குன்றியதால் நீதிபதி என்ன கேட்கிறார் என்று அவரால் கேட்க முடியவில்லை. அவரிடமிருந்து நீதிபதி என்ன தெரிந்து கொள்ள விரும்புகிறார் என்பது அவருக்கு தெரியவில்லை. இவர் ஒரு சமூக பணியாளர். பௌனிகா என்ற பெண்ணின் பெற்றோரின் விருப்பத்திற்கு எதிராக அவரை மதியாஸ் என்ற ஏழை பையனுக்கு திருமணம் செய்ததற்கு இவர்தான் காரணம். அந்த பெண்ணின் தாய்வழி மாமன் லாரன்ஸ் ஒரு காவல்துறை இன்ஸ்பெக்டர் ஆவார். சர்ச் குழுவில் ஒரு உறுப்பினராக இருந்து பௌனிகாவின் திருமணத்தை நடத்தியதால் லாரன்ஸின் சொந்தப் பகை காரணமாக லாரன்ஸ் தூண்டுதலினால்தான் கைது செய்யப்பட்டார்.

கிருஷ்ணன்

தடா சட்டத்தால் எட்டு வருடங்களுக்கு மேலாக மைசூர் மத்திய சிறையில் காவலில் வைக்கப்பட்டவர். தோட்டத்தில் வேலை பார்த்து கொண்டிருந்த போது நாலுரோடு போலீஸ் முகாமை சேர்ந்த இன்ஸ்பெக்டர் நாகராஜ், சப் இன்ஸ்பெக்டர் ரமன்னாவுடன் இவர் வீட்டிற்கு வந்து அவரின் தோட்டத்திலே கைது செய்து போலீஸ் முகாமிற்கு கூட்டிச் சென்றனர். அங்கு ஒரு நாள் வைக்கப்பட்டு மறுநாள் எம்.எம் மலைக்கு கூட்டிச் சென்று பின்னர் அவரை மைசூர் நீதிபதியிடம் ஆஜர்படுத்தினர். எம்.எம்.மலை முகாமில் ஒருநாள் அவரை ஒர்க் ஷாப் பட்டறைக்கு கூட்டிச் சென்று கரண்ட் ஷாக் சித்ரவதை கொடுத்தனர்.

தனது வயலில் இருந்து வீட்டிற்கு வந்த பொழுது இன்ஸ்பெக்டரையும் சப் இன்ஸ்பெக்டரையும் வழியில் பார்த்ததாகவும் மற்றவர்கள் கிராமத்தை விட்டு போனபின்பும் நீ ஏன் இன்னமும் போகவில்லை என்று கேட்டனர். வீரப்பனை பிடிப்பதற்காக துணைபுரியச் சொல்லி கிராமத்தினரை போலீசார் துன்புறுத்துவதால் அவர்கள் கிராமத்தை விட்டுச் சென்று விட்டனர் என்றார்.

போலீஸ் அவரிடம் சொல்லிக் கொடுத்தபடியே போலீசாரால் நான் கொடுமைப்படுத்தப் படவில்லை என்று நீதிபதியிடம் கூறினார். பாலாறு குண்டு வெடிப்பு மற்றும் அது

தொடர்புடைய வழக்குகளில் குற்றவாளி என பதிவு செய்யப்பட்டுள்ளது என்பது இவருக்கு தெரியாது.

பொன்னுசாமி

ஏன் எதற்காக என்று தெரியாமலே கைதுசெய்யப்பட்டவர் இவர்.

ராமாபுரம் போலீஸ் சப் இன்ஸ்பெக்டர் வாசுதேவ மூர்த்தியால் அஞ்சபாளையத்தில் கைதானதாகவும் அங்கு ஒரு நாள் வைக்கப்பட்டு மாவட்ட நீதிபதி முன் ஆஜர்படுத்தப்பட்டதாகவும் போலீஸ் காவலில் இருந்த போது போலீசார் பூட்ஸால் உதைத்ததாகவும் போலீஸ் முசலி இவர் முகத்தில் எச்சில் உமிழ்ந்ததாகவும் எந்த ஒரு காரணமும் இன்றி அவர் கைது செய்யப்பட்டதாகவும் கூறினார். அவர் உதைக்கப்படவுமில்லை, அவர் முகத்தில் எச்சில் துப்பவுமில்லை என்பதையும், நஷ்டஈட்டிற்காக பொய் வாக்குமூலம் கொடுப்பதாக கூறுவதையும் மறுத்தார். அவரின் மனைவியிடமும் வக்கீலிடமும் போலீஸ் சித்திரவதைகளைப் பற்றி கூறியதாக கூறினார். மேலும் ஊக்கியத்தை சேர்ந்த நஞ்சப்ப செட்டியார் மகன் நாச்சிமுத்து Essential Commodities Act கீழ் குற்றம் சுமத்தப்பட்டு பதினொரு நாட்களுக்கு சிறைக் காவலில் வைக்கப்பட்டதாக கூறினார். அவ்வாறு கைது செய்யப்பட்டபோது அவரையும் அவரின் மகனின் கைகளையும் போலீசார் சிராய்த்துக் காயப்படுத்தினர். போலீசார் துப்பாக்கியின் கட்டையால் அவரை தாக்கியதால் அவருக்கு தோள்பட்டையில் எலும்பு முறிவு ஏற்பட்டது. இவரது வாக்குமூலத்தின் அடிப்படையில் Essential Commodities சட்டத்தின் கீழ் வழக்கு பதிவு செய்யப்பட்டு விசாரிக்கப் பட்டுள்ளார் என்பது தெளிவாக தெரிகிறது.

தடா வழக்கில் தான் கைது செய்யப்படவில்லை என்று கூறுகிறார். ராமபுரா போலீஸ் நிலைய சப் இன்ஸ்பெக்டரால் அவர் கைது செய்யப் பட்டதாக அவர் கூறினார். இவர் எந்த சட்டத்தின் கீழ் கைது செய்யப்பட்டு சிறையில் அடைக்கப்பட்டார் என்பதை நிரூபிக்க அவரிடம் எந்தவிதமான ஆவணமும் இல்லை. இந்த நிலையில் மேற்படி சாட்சியானவர் எந்த சட்டத்தின் கீழ் கைது செய்யப்பட்டார். ஏன் கைது செய்யப்பட்டார் என்பதை கண்டறிந்து வருமாறு அதிகாரிகள் கேட்டுக் கொள்ளப்பட்டனர்.

கோபிசெட்டிபாளையம் முகாமில்

கரியன்

கரியன் ஒரு டோலியில் வைத்து தூக்கிக்கொண்டு வரப்பட்டார். அவர் தம்மால் உட்காரவும் முடியவில்லை, அசையவும் முடியவில்லை என்றார். ஆறு வருடங்களாக என்னால் என்னுடைய கை கால்களை அசைக்க முடியவில்லை. அதற்கு முன்னால் நான் நல்ல ஆரோக்கியத்தோடு திடமாக இருந்தேன். கிராமத்தினரின் ஆடு மாடுகளை மேய்த்துக் கொண்டிருந்தேன். எனக்கு மனைவியும், மகளும் உள்ளனர். ஆறு வருடங்களுக்கு முன்னால், ஊரிலிருந்து இரண்டு கி.மீ. தூரத்தில் காட்டில் ஆடு மாடுகளை மேய்த்துக் கொண்டிருந்தேன். மதியம் ஒரு மணிக்கு பத்து போலீசார் காட்டிற்கு வந்தனர். என்னை கூப்பிட்டு நான் வீரப்பனுடைய ஆளா, அவனுடைய இடத்திலிருந்து வருகிறேனா என்று கேட்டனர். நான் இல்லை என்று மறுத்தேன். அதை நம்பாத சப்-இன்ஸ்பெக்டர் லத்தியால் என்னை மிருகத்தனமாக அடித்தார். நான் நினைவிழந்து கீழே விழுந்து விட்டேன். ஒரு மணி நேரம் கழித்துதான் நினைவுக்கு வந்தேன்.

என்னை அரிசி மூட்டையை தூக்கி வருமாறு சப்-இன்ஸ்பெக்டர் கூறினார். எனது இடுப்பு எலும்புப் பகுதியில் அடித்ததால் பலவீனமாக இருப்பதாக கூறினேன். என்னை விட்டுவிட்டு அவர்கள் சென்றுவிட்டனர். நான் மிகவும் கஷ்டப்பட்டு ஒரு குச்சியை ஊன்றிக்கொண்டே கிராமத்திற்கு வந்து சேர்ந்தேன். அடுத்த நாள் சப் இன்ஸ்பெக்டர் என்னுடைய கிராமத்திற்கு வந்து என்னை அவருடன் காட்டிற்கு வருமாறு கூப்பிட்டார். என்னால் நடக்க முடியாது என்று கூறினேன். என்னை சுட்டு விடுவேன் என்று மிரட்டினார். நான் தமிழ்நாடு முதலமைச்சரிடம் புகார் செய்வேன் என்று அவரிடம் கூறினேன். பிறகு அவர் சென்றுவிட்டார்.

ஆறு மாதம் கழித்து நான் சத்தியமங்கலம் அரசு மருத்துவமனைக்குச் சென்று அங்கு பன்னிரண்டு நாட்கள் இருந்தேன். போலீசார் அடித்து துன்புறுத்தியதால்தான் அசைய முடியாத நிலையில் உள்ளேன் என்று சத்தியமங்கலம் மருத்துவரிடம் கூறினேன். தாளவாடியிலுள்ள ஒருவர் அவரது ஜீப்பில் என்னை சத்தியமங்கலம் மருத்துவமனைக்கு கூட்டிச் சென்றார். அவரின் பெயர் மற்றும் அவரைப் பற்றி விபரங்கள் எனக்குத் தெரியாது. நான் மருத்துவமனையில் சேர்க்கப்

படுவதற்கான ஏற்பாடுகளை மாவட்ட துணை ஆட்சியர் செய்தார். அவரை பற்றியும் எனக்கு ஒன்றும் தெரியாது. போலீஸ் சித்ரவதைக்குப் பிறகு ஆறு மாதங்கள் நான் வீட்டிலிருந்தேன். வீட்டைவிட்டு அசையவில்லை. சித்ரவதைகளையும், அதனால் ஏற்பட்ட காயங்களையும் பற்றி நான் பஞ்சாயத்து உறுப்பினர்கள் உட்பட கிராமத்தினரிடமும் தகவல் சொன்னேன். யாரும் இதைப்பற்றி எந்த நடவடிக்கையும் எடுக்கவில்லை.

சத்தியமங்கலம் மருத்துவமனையிலிருந்து நான் ஈரோடு மருத்துவமனைக்கு மாற்றப்பட்டேன். அங்கு ஒருவாரம் இருந்தேன். ஆனால் எந்த முன்னேற்றமும் இல்லை. அதனைத் தொடர்ந்து நான் என்னுடைய ஊருக்கு திரும்பினேன். என்னுடைய இடுப்புப் பகுதி ஈரோடு மருத்துவ மனையில் எக்ஸ்ரே எடுக்கப்பட்டது. அது அவர்களிடம்தான் இருக்கிறது. என்னை பாலன்குடியைச் சேர்ந்த திருமிகு வி.பி.குணசேகரனை, பழங்குடி மக்கள் சங்கத் தலைவர் மருத்துவமனையிலிருந்து கூட்டி வந்தார் என்றார்.

தான் மருத்துவமனையிலிருந்து போக அனுமதிக்கப்பட்ட பொழுது அதற்கான எந்த வெளியேற்ற கடிதமோ சான்றிதழோ வாங்கவில்லை. எனக்கு கொடுக்கப்படவில்லை. எனது தலைவரும் அதை குறித்து கேட்கவுமில்லை. மருத்துவமனை ஆட்களிடம் என் உடல் நிலைக்கான காரணத்தை நான் கூறினேன். என் மனைவியும் மகளும் இப்பொழுதும் கொடம்பாளியில்தான் இருக்கின்றனர்.

நான் ஈரோடு மருத்துவமனையில் இருக்கும் பொழுது எனக்கு போலீசாரால் ஏற்பட்ட சித்ரவதைகள் அதனால் ஏற்பட்ட விளைவுகள் குறித்து எனது தலைவரிடம் கூறினேன். போலீசாரின் சித்ரவதை அதன் விளைவாக எனக்கு ஏற்பட்ட சுகவீனத்தை குறித்து எவரிடமும், எந்த அதிகாரியிடமும் எந்தப் புகாரும் நரன் பதிவு செய்யவில்லை. எனது மனைவியும் யாரிடமும் சொல்லவில்லை. என்னுடைய கிராமத்திலிருந்து கொள்லேகால் ரொம்ப தூரத்திலிருக்கிறது.

நான் எந்த வகையிலும் வீர்ப்பனுடன் தொடர்பு கொண்டிருக்கவில்லை. என்னுடைய ஆடு மாடுகளை மேய்க்கும் பொழுது காட்டில் விழுந்து விட்டதால் ஏற்பட்ட காயங்களைதான் நான் அனுபவிப்பதாக கூறுவது உண்மையல்ல. சத்தியமங்கலம் மற்றும் ஈரோட்டில் மருத்துவமனையில் சேர்க்கப்பட்டபிறகு எந்த போலீஸ் அதிகாரியையும் நான் சந்திக்கவில்லை. கர்நாடக போலீசாரால் நான்

சிதரவதைக்குட்பட்டதையும் அதனால் ஏற்பட்ட உடல்நிலையின் பாதிப்புகள் குறித்து தமிழ்நாடு முதலமைச்சரிடமும் எந்தத் தகவலும் நான் கொடுக்கவில்லை. மற்ற போலீசார் கூப்பிட்டதை வைத்து என்னை அடித்தது ஒரு சப் இன்ஸ்பெக்டர் என்று தெரிந்து கொண்டேன்,

என்னை போலீசார் அடிக்கவில்லை என்றும் அதனால் எனக்கு உடல்நிலை பாதிப்புகள் ஏற்படவில்லை என்றும் காட்டில் மாடு மேய்த்துக் கொண்டிருந்த பொழுது விழுந்ததால் ஏற்பட்ட காயத்தை சாதகமாக கொண்டு இழப்பீடு பெறலாம் என்று தன்னார்வத் தொண்டு நிறுவனத்தினர் சொன்னதின் படி நான் பொய் சாட்சியம் கொடுக்கிறேன் என்பதுவும் பொய்யாகும்.

கிரியா

எட்டு வருடங்களுக்கு முன்பு ஒருநாள் மதியம் நான் என் வீட்டில் மூங்கில் கூடை பின்னிக் கொண்டு இருந்தபோது மைசூரிலிருந்து முப்பது போலீசார் என் வீட்டிற்கு வந்து வீரப்பனைத் தெரியுமா என்று என்னிடம் கேட்டனர். தெரியாது என்று சொன்ன என்னை எம்.எம்.மலைக்கு அழைத்துச் சென்றனர். அங்கே வைத்து ஏழு நாட்களுக்கு உடல் முழுவதும் மின்சாரத்தைப் பாய்ச்சினர். நான்கு மாதங்கள் அங்குள்ள சிறையில் இருந்தேன் பிறகு விடுதலையானேன்.

என் குடும்பத்தில் நான் என் மனைவி ஐந்து மகன்கள் உள்ளனர். எம்.எம்.மலையிலிருந்து விடுதலையானவுடன் என் குடும்பத்துடன் கதரி மலையிலிருந்து கொளத்தூருக்கு இடம் பெயர்ந்து இன்று வரையில் அங்குதான் வசித்து வருகிறோம். போலீசார் என்னை எ.எம்.மலைக்கு பிடித்து செல்லும் போது எனது மகன்கள் தாசா மற்றும் ரானாவையும் அழைத்துச் சென்றனர். ரானாவையும் என்னுடன் விடுதலையாக்கினார்கள். தாசாவை சிறையிலே வைத்திருந்தனர். சிறிது நாட்கள் கழித்து எனது உறவினர் மாதய்யா என்பவர் மூலம் என் மகன் தாசாவை போலீசார் கொன்று விட்டனர் என்று கேள்விப்பட்டேன் அவனை எம்.எம்.மலையில் இருந்து காட்டிற்கு கூட்டிச் சென்று கொன்று விட்டதாக நான் விடுதலையாகி ஒரு மாதம் கழித்து மாதய்யா கூறினார்.

இரண்டு வருடங்களுக்கு முன்பு சங்க உறுப்பினரான மாதப்பாவிடம் என மகன் போலீசாரால் கொல்லப்பட்டதாக கூறினேன். பர்கூரில் நடந்த மலைவாழ் மக்கள் கூட்டத்திலும்

கலந்து கொண்டேன். சங்கத்தின் தலைவரிடமும் செயலாளரிடமும் என் மகன் போலீசாரால் கொல்லப்பட்டான் என்று கூறினேன். ஆனால் இதற்கு முன்னால் போலீசார் என் மகனைக் கொன்று விட்டார்கள் என்று எழுத்து மூமாக புகார் பதிவு செய்யவுமில்லை சங்கம் அது மாதிரி புகார் கொடுக்கவும் என்று என்னிடம் சொல்லவுமில்லை என்றார்.

மேலும் அவர் கூறுகையில் பதினைந்து வருடங்களுக்கு முன் தமிழ்நாடு அரசு எனக்கு ரேசன் கார்டு கொடுத்தது. அந்த கார்டில் என் மகன் தாசாவின் பெயரும் உள்ளது. என் மகன் கொல்லப்பட்டான் என்று கூறிய என் உறவினர் மாதய்யா இன்னும் உயிருடன்தான் இருக்கிறார். என் மகனுக்கு அப்பொழுது வயது இருபது. கூலி வேலை செய்து வந்தான். அவனுக்கு வீரப்பனை தெரிந்து கொள்ள எந்த வாய்ப்பும் இல்லை, சம்பந்தமுமில்லை. வீரப்பனுடைய செயல்களில் எந்த தொடர்பும் இல்லை என்றார் கிரியா.

கிரியா தனது மகனுக்கு எந்த ஈமச்சடங்கு நிகழ்ச்சியும் நடைபெறவும் இல்லை, நான் செய்யவுமில்லை என்று கூறினார். நானோ என் மகன்களோ கைது செய்யப்படவுமில்லை. என் மகன் போலீசாரால் கொல்லப்படவுமில்லை என்று போலீசார் சொல்வது உண்மையல்ல. சங்கத்திலுள்ள அதிகாரிகளிடம்தான் என் மகன் கொல்லப்பட்டதை கூறினேன். குழுவிற்கு முன்னால் ஆஜராகி வாக்குமூலம் கொடுக்க அவர்கள் கேட்டுக் கொண்டதின் பேரில்தான் நான் இங்கு ஆஜரானேன். மலைவாழ் மக்கள் சங்கத்தின ஆலோசனை மற்றும் பணத்திற்காகத்தான் நான் பொய் வாக்குமூலம் கொடுப்பதாக சொல்வதும் என்னையும் என் மகன்களையும் கைது செய்யவில்லை, என் மகன் தாசாவை போலீசார் கொல்லவில்லை என்பதையும் நான் மறுக்கிறேன் என்றார் கிரியா.

மாதய்யா.

ஒருநாள் காலை நான் என்னுடைய கால்நடைகளை தேடி நான் காட்டிற்குள் சென்றபோது வீரப்பன் இருக்குமிடம் தெரிந்தால் கூறுமாறு போலீசார் கேட்டனர். எனக்குத் தெரியாது என்றேன். ஆனால் அதை நம்ப மறுத்து எனக்கு தெரியும் என்று வற்புறுத்தி என்னை லத்தியால் அடித்தனர். பிறகு என்னை ஒரு மரத்தின் அருகில் இழுத்துச் சென்று மரத்தின் எதிரே நிற்க

வைத்து இரு கால்களையும் எதிர் எதிர் புறமாக இருவர் நின்று கொண்டு இழுத்தனர். இதனால் என்னுடைய வலது கால் முறிந்துவிட்டது. பிறகு என்னை தட்டக்கரை முகாமிற்கு கூட்டிச் சென்று மூன்று நாட்கள் வைத்திருந்தனர். அதன்பிறகு ஒரு போலீஸ் கண்காணிப்பாளர் என்னை என் வீட்டுக்கருகில் விட்டுவிட்டுச் சென்றார். நான்கு மாதமாக படுத்த படுக்கையாக இருந்தேன்.

சிங்கிரிபாளையத்திலுள்ள ஒரு நாட்டு மருத்துவரிடம் என் காலுக்கு வைத்தியம் செய்தேன். சிங்கரிபாளையும் என்னுடைய ஊரிலிருந்து நீண்ட தூரத்திலிருக்கிறது. சரியான தூரம் எனக்குத் தெரியாது. எனக்கு மருத்துவம் பார்த்த வைத்தியர் பெயரும் தெரியாது. என்னுடைய சகோதரர்தான் மருத்துவரிடம் அழைத்துச் சென்றார். எட்டு தடவை அவரிடம் வைத்தியம் செய்யச் சென்றுள்ளேன் நான்கு வருடங்களுக்கு முன்னால்தான் எலும்பு முறிவு சரியாகி என்னால் நடக்க முடிந்தது. பர்கூரில் அரசு மருத்துவமனை உள்ளது. நான் யாரிடமும் அல்லது எந்த அதிகாரியிடமும் எனக்கு போலீசாரால் ஏற்பட்ட சித்ரவதைகள் குறித்தும், அதனால்தான் எனக்கு எலும்பு முறிவு ஏற்பட்டது என்றும் கூறவில்லை. இப்பொழுது அந்த நாட்டு வைத்தியர் உயிருடன இருக்கிறாரா? இல்லையா என்று எனக்குத் தெரியாது. நாட்டு மருத்துவரிடம் நான் மரத்திலிருந்து தவறி விழுத்ததால்தான் எலும்பு முறிவு ஏற்பட்டது என்று சொன்னேன். போலீசாரின் காட்டுமிராண்டித்தனமான வன்முறையால்தான் என்னுடைய தொடை எலும்பு முறிந்தது என்று அவரிடம் நான் சொல்லவில்லை.

பிளியா

ஏழு வருடங்களுக்கு முன்னால் ஒருநாள் காலை எனது ஊரிலிருந்து கொடகாடிகட்டிக்கு என்னுடைய ஆடு மாடுகளை கால்நடைகளை பார்க்கச் சென்றேன். எனது ஊரிலிருந்து கொடகாடிகட்டி எட்டு கி.மீ தூரத்திலிருக்கிறது. ஹட்டிக்கு போய் சேர்ந்த பொழுது, வீரப்பனுக்கு சாப்பாடு எடுத்துச் செல்லும் இரண்டு பேர் துப்பாக்கியுடன் வந்து என்னை காட்டில் வீரப்பனிடம் கூட்டிச் சென்றனர். என்னுடைய ஊர் எது நான் என்ன வேலை செய்கிறேன் என்று கேட்டுவிட்டு தான் இருக்குமிடத்தை யாரிடமும் சொல்லக்கூடாது என்று எச்சரித்து

விட்டு வீரப்பன் என்னை அனுப்பி வைத்தார். நான் அங்கிருந்து தமிழ்நாடு சிறப்பு அதிரடிப்படையின் திட்டகரை முகாமிற்கு சென்று காட்டில் வீரப்பன் முகாமிட்டிருப்பது பற்றி கூறினேன். ஆனால் அவர்களால் வீரப்பனைக் கண்டுபிடிக்க முடியவில்லை. அதனால் என்னை எனது ஊரிலிருந்து தட்டக்கரை முகாமிற்கு பிடித்துச் சென்று வீரப்பன் குறித்து விசாரித்தனர். என்னால் அவர்களுக்கு தேவையான தகவல் கொடுக்க முடியவில்லை. அதனால் என்னை மூன்று நாட்கள் லத்தி கொண்டு மனிதாபிமானமின்றி உடம்பு முழுதும் அடித்துச் சித்ரவதை செய்தனர். என்னுடைய விலா எலும்பில் முறிவு ஏற்பட்டது. அங்கு மூன்று மாதங்கள் தங்க வைக்கப்பட்டிருந்த பின் விடுதலையானேன். கருப்புசாமி, ஆடம் என்ற போலீஸ் இன்ஸ்பெக்டர்கள்தான் என்னை முகாமிற்கு பிடித்துப் போய் சித்ரவதை செய்தனர். நான் வீரப்பன் ஆட்களால் அடர்ந்த காட்டிற்குள் ரெண்டு கி.மீ.தூரத்திற்கு கூட்டிச் செல்லப்பட்டேன். போலீசின் தொடர்ச்சியான சித்ரவதையால் என்னால் விவசாயத்தை தொடர முடியவில்லை. இப்பொழுது ஒரு காபி எஸ்டேட்டில் ஒரு நாளைக்கு 40 ரூபாய் கூலிக்கு வேலை செய்கிறேன். மூன்று வருடங்களுக்கு முன்னால் என்னுடைய காயங்களுக்கு எஸ்டேட்டிலுள்ள டாக்டரிடம் காட்டி ஊசி போட்டேன். தமிழ்நாடு சிறப்பு அதிரடிப்படையில் ஆய்வாளர்கள் கருப்புசாமி, ஆடம் இருவரும் என்னை முகாமிற்கு கூட்டிச் சென்று அடித்து சித்ரவதை செய்ததால் என்னுடைய விலா எலும்பு முறிந்தது என யாரிடமும் எந்த அதிகாரியிடமும் சொல்லவில்லை என்றார்.

ராமலிங்கம்
வி.சி.பெருமாள்

இருவரின் சாட்சியங்களும் ஒரே வாக்குமூலமாக பதிவு செய்யப்பட்டுள்ளன.

எங்கள் வீட்டிற்கு கர்நாடக போலீசார் வந்து எங்களின் கண்களைக்கட்டி எம்.எம்.மலைக்கு ஜீப்பில் கூட்டிச் சென்றனர். ஒரு இருட்டு அறையில் தரையில் உட்கார வைத்தனர். மறுநாள் காலையில் இருவருக்கும் மின்சாரத்தை உடல் முழுவதும் பாய்ச்சினர். எங்களது இரு கைகளையும் கட்டி அதன் மூலம் எங்களை விட்டத்தில் உருளையில் தொங்கவிட்டனர். பின்னர்

எங்களை எம்.எம்.மலை கூட்டி வந்து மூன்று நாட்கள் வைத்திருந்து விட்டு, மேட்டூர் முகாமிற்கு கூட்டிச் சென்றனர். அங்கிருந்து எங்களை வீட்டிற்கு செல்ல அனுமதித்தனர். நாங்கள் கைதான காரணம் தெரியவுமில்லை. சொல்லப்படவுமில்லை. அதைப்பற்றி நாங்கள் கேட்ட பொழுது எல்லாம் எங்களுக்கு தெரிந்த மொழியில் அவர்கள் எந்தப் பதிலும் சொல்லவில்லை. அதற்கு பதிலாக அவர்கள் எங்களை அடித்துக் கொண்டே இருந்தனர்.

தமிழ்நாடு சிறப்பு அதிரடிப்படையினரால் தடாவில் கைதாகியிருக்கும் கனகராஜாவுடன் எங்களுக்கு தொடர்பு இருந்தது. அதனால்தான் அவர்கள் எங்களை கைது செய்து இருக்க வேண்டும். ஒரு பெண் உட்பட பத்துப் பதினைந்து பேர்வரை அந்த அறையில் வைக்கப்பட்டிருந்தார்கள். எம்.எம். மலையில் எங்களுக்கு உணவு பரிமாறப்பட்டது. ஆனால் நாங்கள் இருந்த இடத்தில் தயார் செய்யவில்லை. வெளியிலிருந்து வாங்கி வந்து போலீசாரால் பரிமாறப்பட்டது. இருட்டு அறையில் இருக்கும்போது பெண்களுக்கு அவர்களின் உபயோகத்திற்காக கோணிப்பை கொடுக்கப்பட்டது. ஆண்கள் தரையில்தான் உட்கார வைக்கப்பட்டார்கள். போலீசார் எங்களை அழைத்துச் செல்லும்போது எங்களுக்கு அன்று என்ன தேதி என்று தெரியவில்லை. வீட்டிற்கு திரும்பியவுடன் எங்கள் ஊர் மக்கள்தான் நாங்கள் 22:8.1993ல் கூட்டிச் செல்லப்பட்டோம் என்றனர். அதை காலண்டரில் குறிதது வைத்தோம் என்று அவர்கள் கூறினர். 1993 காலண்டரில் உள்ள நாட்குறிப்பில் அதைக் குறித்து வைத்தோம். அதை இப்பொழுதும் வைத்துள்ளோம். இந்த விசாரணை குறித்து போன வாரம் தொலைக்காட்சியில் சொன்ன அறிவிப்பு மூலம் தெரிந்து கொண்டோம். இரண்டு வருடங்களுக்கு முன்னால் கோபிசெட்டிபாளையத்தில் நடந்த விசாரணை குறித்தும், அதற்கான தடை உத்தரவு குறித்தும் எங்களுக்கு தெரியும். குழு முன்பாக நடக்க உள்ள விசாரணை பற்றி தெரிந்து கொண்ட பின்பு நாங்கள் யாரிடமும் எந்த புகாரும் பதியவில்லை. குழுவிற்கு முன்னால் ஆதாரத்தைக் கொடுப்பது என நாங்கள் முடிவெடுத்ததால் எந்தப் புகாரும் பதியு செய்யவில்லை, முதலிலும் கடைசியிலும் நடந்த விசாரணையிலும் கலந்து கொண்டோம் ஆனால் தடை உத்தரவால் எங்களால் வாக்குமூலம் கொடுக்க முடியவில்லை என்று அவர்கள் கூறினார்கள்.

எங்களுக்கும் வீரப்பனுக்கும் எந்த தொடர்பும் இல்லை. மேலும், கனகராஜன் எங்களுடைய உறவினர் இல்லை. அவர் எங்களின் பக்கத்து வீட்டுக்காரர். கனகராஜ் கைது செய்யப்பட்டு ஆறு மாதம் சிறையில் வைக்கப்படவில்லை என்பது உண்மையல்ல. கனகராஜா எங்கள் ஊரில்தான் இருக்கிறார். பவானிக்கு வழக்குக்காக சென்று வருகிறார். மேலும் கர்நாடக போலீசாரால் நாங்கள் கைது செய்யப்பட்டு சித்ரவதை செய்யப்படவில்லை என்பதும், கைது செய்யப்பட்ட தேதியை காலண்டரில் குறித்து வைக்கவில்லை என்றும், இப்போதுதான் புதிதாக அதை தயாரித்து அதை குழுவிற்கு முன்னால் கொடுக்கப் போகிறோம் என்பது பொய்யானது, உண்மையல்ல.

நாங்கள் இருவரும் எங்களுடைய 1993 ஆம் ஆண்டு காலண்டரிலேயே எங்களை கைது செய்த நாளை குறித்து வைத்துள்ளோம். மேலும் நாங்கள் கோபிசெட்டிபாளையத்தில் நடந்த கடந்த விசாரணைக்கு வரவில்லை என்பதும், குழுவிற்கு முன்னால் வாக்குமூலம் கொடுக்க தடையுத்தரவு பெறப்பட்ட கடந்த விசாணைக்கு வரவில்லை எனவும் சில சமூக சேவக அமைப்புகள் இழப்பீடு தொகை கிடைக்கும் என்று கூறியதால் பொய் சொல்கிறோம் என்பதுவும் உண்மையல்ல என்று அவர்களின் குறுக்கு விசாரணையில் சாட்சிகளான ராமலிங்கமும், வி.சி.பெருமாளும் கூறினர்.

கோபிசெட்டிபாளையம் முகாம்

அருள்தாஸ், ராபர்ட், கேஎடி, பொன்னுசாமி, பூமய்யா, மாதய்யா, பாண்டி, ராமன், ஜடையன், சித்தன், எரன்னா, பழனிசாமி, மாசனன், சின்னசுவாமி,

அருள்தாசு

பெஜலட்டியில் கல் குவாரி மூடியவுடன் வீட்டில் ஓய்வு எடுத்துக் கொண்டிருந்த என்னை இன்ஸ்பெக்டர் சித்திமல்லப்பா விசாரணைக்கு வா என்று சொல்லி எம்.எம்.மலை கூட்டிச் சென்றனர். எம்.எம். மலைக்கு பட்டறையில் அனுப்பப்பட்ட என்னை தொடர்ந்து பதினெட்டு நாட்கள் மனிதத் தன்மையற்ற முறையில் என்னை லத்தி மற்றும் கட்டைகளால் அடித்தனர். என்னுடைய அந்தரங்க உள்ளுறுப்புகள் உட்பட உடல் முழுவதும் கரண்ட் ஷாக் கொடுத்தனர். கைகளை பின்னால் கட்டி

தொங்கவிட்டு என்னை அடித்தனர். நான் என் கண் பார்வையை இழந்தேன். தடா நீதிமன்றத்தில் என்னை ஆஜர்படுத்தினர். ஜாமீனில் வந்தேன். செப்டம்பர் 2001ல் குற்றம் சுமத்தப்பட்டது. ஆனால் எனக்கு நேர்ந்த சித்ரவதைகளை நீதிபதியிடம் சொன்னால், விபரீதமான விளைவுகளை சந்திக்க நேரிடும் என்று போலீசார் மிரட்டியதால் நான் நீதிபதியிடம் எதுவும் சொல்லவில்லை. ஆனால், என்னுடைய வக்கீலிடம் அனைத்தையும் சொல்லிவிட்டேன். ஜாமீன் மனுவில் அதை எழுதியிருப்பார் என்றார்.

ராபர்ட்

கைதான நான் சித்ரவதைக்குள்ளான நாட்கள் தவிர மற்ற அனைத்தும் அருள்தாஸ் சொன்ன வாக்குமூலத்தில் உள்ளவைதான். இன்ஸ்பெக்டர் டைகர் அசோக் குமாரால் என் வீட்டில் உட்கார்ந்திருந்த பொழுது கைது செய்யப்பட்டேன். எனக்கு போலீசாரால் ஏற்பட்ட அவமானத்தை தனது வக்கீலிடம் கூறினேன். அந்த உண்மைகள் அனைத்தையும் ஜாமீன் மனுவில் குறிப்பிட்டுள்ளார். நான் மூன்று நாட்கள் கொடுமைப் படுத்தியதாகவும் பிறகு நீதிமன்றத்தில் ஆஜர்படுத்தியதாக கூறினார்.

கேளடி

கஞ்சி கோவிலில் அவரையும், அவரது மனைவி மற்றும் மகள்களையும் பிடித்துச் சென்று சானிடோரியத்தில் காச நோய் சிகிச்சைக்காக சென்றபோது நான்கு பேரும் கைது செய்யப்பட்டனர். இன்ஸ்பெக்டர் அசோக்குமார் கஞ்சி கோவிலிருந்து கூட்டி வந்து முதலியார், வெங்கடேசன், குரு மாலப்பாவிடம் ஹசனூரில் ஒப்படைத்தார். எங்கள் நால்வரையும் அந்தரங்க உள்ளுறுப்புகள் உட்பட உடல் முழுவதும் மின்சாரத்தை கரண்ட் ஷாக்கில் பாய்ச்சினர். மேலும் கைகளைக் கட்டி தொங்கவிட்டு லத்தியால் அடித்து சித்ரவதை செய்தனர். பிறகு இரண்டு நாட்கள் கழித்து எனது மனைவியையும், கடைசி மகளையும் வீட்டிற்கு அனுப்பி விட்டனர். ஆனால் என்னையும், என் மூத்த மகளையும் 20 நாட்கள் எம்.எம் மலையில் வைத்து தொடர்ந்து சித்ரவதை செய்தனர். பின் நீதிமன்றத்தில் ஆஜர்படுத்தினர். செப்டம்பர் 2001ல் நாங்கள் குற்றமற்றவர்கள் என்று விடுதலையடைந்தோம். நான் ஜாமீனுக்கு மனு

செய்திருந்தேன். ஆனால் அது நிராகரிக்கப்பட்டது. எனக்கு நேர்ந்த சித்ரவதைகளை என்னுடைய வக்கீலிடம் கூறினேன்.

பொன்னுசாமி

நான் காலை 6 மணிக்கு 23.5.1993ல் அந்தியூரில் போலீஸ் இன்ஸ்பெக்டர் வெங்கடசுவாமியால் கைது செய்யப்பட்டு எம்.எம். மலைக்கு கொண்டு செய்லப்பட்டு ஏழு நாட்கள் எனக்கு மின்சாரம் பாய்ச்சினர். 31:5,1993 அன்று நீதிமன்றத்தில் ஆஜர்படுத்தப்பட்டேன், என்னுடைய வக்கீலிடம் எனக்கு நேர்ந்த கொடுமைகளை கூறினேன். அவர் அதை ஜாமின் மனுவில் குறித்துள்ளார்.

பூமய்யா

பெஜலட்டியிலுள்ள எனது வீட்டிலிருந்து என்னை இன்ஸ்பெக்டர்கள் சித்தமாலப்பா மற்றும் அசோக்குமார் கைது செய்து எம்.எம்.மலையில் ஓர்க் ஷாப் பட்டறைக்கு கொண்டு சென்றனர். என் உடல் முழுவதும் கரண்ட் ஷாக் கொடுத்து, லத்தியால் அடித்து துன்புறுத்தி பின்னர் என்னை நீதிபதிக்கு முன் நிறுத்தினர். என்னை கைது செய்ததால், என் மனைவி, என் பிள்ளைகளை விட்டுவிட்டு வேறு ஒருவருடன் ஓடிப்போய் விட்டாள். தான் அனுபவித்த துன்பத்தை தன் வக்கீலிடம் கூறியதாகவும் அதை வக்கீல் தன்னுடைய ஜாமீன் மனுவில் குறிப்பிட்டிருப்பதாகவும் தனது வாக்குமூலத்தில் கூறினார்.

மாதய்யா

தேவரபெட்டாவில் ஒரு டீ கடை வைத்து நடத்தி வந்தவரை போலீஸ் இன்ஸ்பெக்டர் அசோக்குமார் மாதய்யா மகன் முருகனுடன் கைது சேர்த்து செய்யப்பட்டு எம்.எம்.மலை கொண்டு செல்லப்பட்டார். பதினாறு நாட்கள் அவர்களுக்கு கரண்ட் ஷாக் கொடுத்து சித்ரவதை செய்தபிறகு நீதிமன்றத்தில் ஆஜர்படுத்தப்பட்டனர். அவர் தன்னுடைய வக்கீலிடம் தனக்கும் தன் மகனுக்கும் ஏற்பட்ட கொடுமைகளை கூறியுள்ளார். மேலும் மாதய்யாவை ஜெயிலுக்கு அனுப்பிய பின்னரும் அவரது மகன் பட்டறையிலேயே இருந்துள்ளான் என்றும் இப்பொழுது அவன் எங்குள்ளான் என்று தெரியாது என்றும் கூறினார். முருகன் போலீசாரின் பிடியிலிருந்து தப்பி விட்டதாகவும், அவனை

கண்டுபிடிக்க முடியவில்லை என்றும் போலீசார் கூறினர். ஆனால் மாதய்யா மகன் முருகன் 1995 வரை சிறப்பு காவல் படையினரிடம்தான் இருந்தான் என்பதற்கு ஆதாரமாக 2.5.2002 தேதியிட்ட ஒரு தமிழ் பத்திரிகை பிரதியை அங்கு சமர்ப்பித்தார்.

பாண்டி

மாதய்யாவின் நெருங்கிய உறவுக்காரர் இவர். இன்ஸ்பெக்டர் அசோக்குமாரால் கைது செய்யப்பட்டு எம்.எம்.மலைக்கு கொண்டு செல்லப்பட்டு, ஒருநாள் முழுக்க உடல் முழுவதும் கரண்ட் ஷாக் கொடுத்தனர். இருபது நாட்கள் அங்கு சித்ரவதை செய்யப்பட்டு பிறகு நீதிமன்றத்தில் ஆஜர்படுத்தப்பட்டார். வக்கீலிடம் இழைக்கப்பட்ட ஒடுக்குமுறையை கூறியுள்ளார்.

இவர்கள் அனைவரும் கைது செய்யப்பட்ட பொழுதும் அவர்களை சித்ரவதை செய்யப்பட்ட பொழுதும்! தொடர்ந்து கண்கள் கட்டப்பட்ட நிலையிலேயே இருக்க வைக்கப் பட்டனர் என்று எல்லா சாட்சிகளும் கூறினர். அதனால் அவர்களால் அவர்களுக்கு காயங்கள் ஏற்படுத்தியவர்களை அடையாளம் காணக்கூடிய முடியவில்லை. நிலையில் இல்லை. அவர்களை முதன்முதலில் நீதிபதிக்கு முன்னால் நிறுத்திய பொழுது போலீசாரின் பயமுறுத்துதலால் யாரும் தங்களுக்கு நேர்ந்த கொடுமைகளை சொல்லவில்லை. நாற்பது பெண்கள் உட்பட நூறு பேர் பட்டறையில் வைக்கப் பட்டிருந்தனர்.

எம்.எம்.மலைக்கு போலீஸ் நிலையத்திற்கு நாங்கள் கொண்டு வரப்படவில்லை என்றும் பட்டறையில் பயமுறுத்தவும், துன்புறுத்தவுமில்லை என்பது உண்மையல்ல. மேலும் நஷ்ட ஈடுக்காகத்தான் நாங்கள் பொய் வாக்குமூலம் சொல்கிறோம் என்பதும் பொய் என்று அனைத்து சாட்சிகளும் கூறினர். கர்நாடக சினிமா படவுலகின் கதாநாயகன் டாக்டர். ராஜ்குமார் கடத்தப்பட்டது நாங்கள் அறிவோம் என்றும், மனித உரிமை கமிஷனின் பரித்துரையின்படி போலீசாரின் சித்ரவதைக்குட்பட்ட வர்களுக்கு தமிழ்நாடு மற்றும் கர்நாடக அரசு நஷ்ட ஈடு கொடுப்பதாக அறிவித்திருப்பதையும் அறிவோம் என்றனர். வீரப்பனுக்கும் அவரது கும்பலுக்கும் உணவு மற்றும் தேவையான பொருட்கள். ஜெலட்டின் மாதிரியான பொருட்கள் வழங்கினோம் என்ற சந்தேகத்தின் அடிப்படையில் போலீசார் எங்களை கைது செய்துள்ளனர் என்றனர். ஆனால் அது ஜோடிப்பு

என்றும் வாதிக்கப்பட்டது.

ராமன் மற்றும் ஜடையன்;

ஒருநாள் காலை ஒன்பது மணிக்கு எங்களை தமிழ்நாட்டின் சிறப்பு காவல் படையின் ஹெட் கான்ஸ்டபிள் ஜெயபால், எங்கள் ஊரான கல்மண்டிபுரம் டொட்டியிலிருந்து அன்னூர் முகாமிற்கு பிடித்துச் சென்றான். வீரப்பனுக்கும் அவனது கும்பலுக்கும் தேவையான பொருட்களை வழங்கியதாக சந்தேகத்தின் அடிப்படையில் எங்களை பதினைந்து நாட்கள் முகாமில் வைத்து வீரப்பன் இருக்குமிடம் பற்றி கேட்டனர் அதைப்பற்றி தெரியாது என்று நாங்கள் சொன்னதை அவர்கள் நம்பவில்லை.

லத்தியைக் கொண்டு தாடை முழங்கை முதற்கொண்டு உடலின் மற்ற எல்லா பாகங்களிலும் அடித்தனர். சப்-இன்ஸ்பெக்டர் சன்னமல்லா, போலீசாருடன் சேர்ந்து கொண்டு எங்களை முரட்டுத்தனமாக தாக்கினார். பதினைந்து நாட்கள் கழித்து சத்தியமங்கலம் நீதிமன்றத்தில் எங்களை ஆஜர்படுத்தினர்: நீதிபதி எங்களுக்கு சிறைத் தண்டனை வழங்கினார். அந்த வழக்கில் எங்களின் சார்பாக வாதாட திருமிகு. ப.பா.மோகன் என்ற வக்கீலை நியமித்திருந்தோம். அவர் எங்களுக்காக ஜாமீன் மனு செய்திருந்தார். அவரிடம் போலீசார் எங்களுக்கு செய்த ஒடுக்குமுறைகளை பற்றி கூறினோம். அதை அவர் ஜாமீன் மனுவில் குறிப்பிட்டிருந்தார். அந்த வழக்கு இன்னமும் ஈரோடு நீதிமன்றத்தில் நிலுவையிலுள்ளது என்றனர்.

சித்தன்

தாம்பரஹட்டியில் கோயில் கட்டும் பணியில் ஈடுபட்டிருக்கும் போது கர்நாடக சிறப்பு காவல் படையின் போலீஸ் அதிகாரி குருசித்தப்பா. தக்கரை முகாமில் இருந்தார். அவர் கோயில் கட்டும் இடத்திற்கு வந்து என்னை நாலு ரோடு முகாமிற்கு கூட்டிச் சென்றார். தொடர்ந்து எம்.எம். மலையிலுள்ள சித்ரவதைப் பட்டறைக்குக் கூட்டிச் செல்லப்பட்டேன். அங்கு என் உடைகளை எல்லாம் கழற்றி விட்டு நிர்வாணமாக இரண்டு பக்கமுள்ள ஜன்னலுக்கு நடுவிலுள்ள சுவரில் நிற்க வைத்து இரண்டு பக்க ஜன்னல்களிலும் என்னை கயிறால் கட்டி வைத்து மூக்கு, காது, மற்றும் என்னுடைய பிறப்பு உறுப்பு உட்பட உடலின் அனைத்து உறுப்புகளிலும் கரண்ட் ஷாக் கொடுத்தனர். இரண்டு

நாட்கள் கழித்து விடுதலை செய்தனர். என் மேல் எந்த வழக்கும் பதிவு செய்யவில்லை.

எரண்ணா

ஒருநாள் காலை வந்தனயிலிருந்து என் ஊருக்கு வந்து கொண்டிருந்த போது தத்தகரையிலிருந்து வந்த நாலு போலீசார் என்னை தமிழ்நாடு சிறப்பு காவல் படையின் முகாமிற்கு பிடித்துச் சென்றனர். பதினைந்து நாட்கள் முகாமில் காவல் வைக்கப்பட்டு, என்னைத் தொடர்ந்து லத்தியால் மிருகத்தனமாக தாக்கினர்.

சித்தன் மற்றும் ஏரண்ணா இருவரின் வாக்குமூலத்திலும் நாங்கள் இருவரும் விடுதலையான பிறகு மலைவாழ் மக்களின் தலைவர் திருமிகு வி.பி.குணசேகரனிடம் போலீசாரால் சித்ரவதைக்குட்பட்டதை கூறினோம். அதுமட்டுமல்லாது. பவானி மற்றும் மற்ற இடங்களில் நடந்த மலைவாழ் மக்களின் கூட்டங்களிலும் பங்கேற்று எங்களுக்கு விளைவிக்கப்பட்ட ஒடுக்குமுறைகளை பற்றியும் கூறினோம். அங்கு எந்த ஒரு தீர்மானமும் போடப்படவில்லை. எங்களுக்கு நேர்ந்த கொடுமைகளுக்கு எதிராக யாரிடமும் எந்த புகாரையும் பதிவு செய்யவில்லை. மேலும் திருமிகு வி.பி.குணசேகரன் எந்த புகாரும் பதிவு செய்தாரா என்று தெரியாது என்றனர்.

பழனிசாமி, மாசனன்

கரலியா முகாமிலிருந்து சப் இன்ஸ்பெக்டர் ராஜராஜன் எங்களை முகாமிற்கு பிடித்து சென்று ரெண்டு நாட்கள் வைத்து மிருகத்தனமாக அடித்தனர். பிறகு பண்ணாரி போகும் வழியிலுள்ள மங்களாபுரத்திற்கு கூட்டிச் சென்று அங்கு எங்கள் முன்னால் துப்பாக்கிகளை வைத்து வீடியோ படம் எடுக்கப்பட்டது. எங்கள் மேல் வழக்குப்பதிவு செய்து கோபிசெட்டிப் பாளையத்தில் நீதிமன்றத்தில் ஆஜர்படுத்தினர். அந்த வழக்கில் குற்றம் சாட்டப்பட்டு ஒரு வருடம் எங்களுக்கு சிறை தண்டனை வழங்கப்பட்டது.

வாக்குமூலத்தின் அடிப்படையில் இவர்கள் இருவரும் மனித உரிமை சட்டத்தின் கீழ் அடங்காது என்றார். இருப்பினும் திருமிகு வி.பி. குணசேகரன் இந்த சாட்சிகளை நீதிமன்றத்தில் ஒப்படைக்கும் முன்பு அவர்களுக்கு இழைக்கப்பட்ட குற்றங்கள் இந்த சட்டத்திற்குட்பட்டது என்றார். அவர்கள் கைது

செய்யப்பட்டதிலிருந்து, அவர்கள் குற்றவாளிகள் என்று நிரூபிக்கப்பட்ட வரையில் அவை ஒன்றுக்கொன்று தொடர்புடைய தொடர்ச்சியான நிகழ்வுகளாகும். இருந்த போதிலும் இரு சாட்சிகள் அவர்கள் கூறும் குற்றச்சாட்டுகளை நிரூபிக்கும் வகையில் எந்த ஒரு ஆதாரத்தையும் ஒப்படைக்காததால், இவர்களின் சாட்சியங்கள் ஏற்றுக் கொள்ள முடியாது எனப்பட்டது.

சின்னசாமி

வீரப்பனுக்கு ஆயுதங்கள் பொருட்கள் வழங்கியதாக சந்தேகத்தின் அடிப்படையில் குன்ட்ரி முகாமை சேர்ந்த சப் இன்ஸ்பெக்டர் பழனிசாமி தன்னை கைது செய்து ஒருநாள் முழுவதும் முகாமில் வைத்து விட்டு விடுதலை செய்தனர். அன்று முழுவதும் கடுமையாக போலீசார் அவரை அடித்து நொறுக்கியதாக கூறினார். ராமசாமி என்ற ஒரு தொழிற்சங்க தலைவரைத் தவிர எந்தவொரு அமைப்பிடமும் இதைத் தெரியப் படுத்தவில்லை.

வெள்ளாய சோலிகன்

பத்து வருடங்களுக்கு முன்னால் ஒரு வெள்ளிக்கிழமை மாலை நாலு மணிக்கு தட்டகரை போலிஸ் முகாமிற்கு இன்ஸ்பெக்டர் மோகன் என்னை அழைத்ததாக மூன்று போலீஸ்காரர்கள் என் ஊருக்கு வந்தனர். அந்த மூணு போலிஸ்காரர்கள் நயினார் சாப், வெற்றி, பழனி. தட்டகரை போலீஸ் முகாமை அடைந்ததும் என்னிடம் வீரப்பனுக்கும் அவருடைய ஆட்களுக்கும் தேவையான பொருட்கள் வழங்கியதாக கூறி விசாரணை நடத்தினர். நான் அந்த மாதிரி எதுவும் செய்ததும் இல்லை. செய்யவும் மாட்டேன் என்று கூறினேன்.

தட்டகரை போலீஸ் முகாமில் மூணு மாதமும், பண்ணாரி முகாமில் மூணு மாதமும் அங்கிருந்து மாற்றப்பட்டு பாலாறு முகாமில் மேலும் மூணு மாதமும் வைக்கப்பட்டேன். அதன்பிறகு முகாமுக்கு திரும்பவும் வரவேண்டும் என்ற எச்சரிக்கையுடன் வீட்டுக்கு அனுப்பப் பட்டேன். இப்பவும் அதிரடிப் படையினரால் முகாமிற்கு அழைக்கப்படுகிறேன் காட்டிற்குச் சென்று வீரப்பனுக்கு பொருட்களை கொடுக்குமாறு கூறி அதனால்

வீரப்பன் பிடிபடுவான் என்றும் கூறுகின்றனர். ஆனால் எனக்கு வீரப்பன் எங்கிருக்கிறான் என்று தெரியாது. போலீசார் வெறும் சந்தேகத்தின் அடிப்படையில் என்னை கொடுமைப் படுத்துகின்றனர்.

தமிழ்நாடு சிறப்பு அதிரடிப்படையினரால் நான் வெவ்வேறு முகாமில் சிறைவைக்கப்பட்ட போழுது மிகவும் கொடுமையான தண்டனைகளுக்கு உள்ளானேன். லத்தியைக் கொண்டு மிகவும் கொடூரமாக அடித்தனர். காலாலும், துப்பாக்கியின் பின் பக்க கட்டையாலும் உடம்பு முழுவதும் அடித்தனர் உடலெங்கும் மிதித்தும் உதைத்தும் சித்ரவதை செய்தனர்.

இப்பவும் அவர்கள் தேவைப்படும் பொழுது எல்லாம் முகாமிற்கு வருமாறு வற்புறுத்துகின்றனர். தேசிய மனித உரிமை ஆணையம் புதுதில்லி முன்பாக எனக்கு நடந்த அத்துமீறல்கள் கொடுமைகள் குறிந்து வாக்குமூலம் கொடுத்து பதிவு செய்துள்ளேன். போலீசாரால் கொடுமைப்படுத்தப்பட்ட ஒரு வருடத்திற்குப் பிறகு தேசிய மனித உரிமை ஆணையத்திடம் வாக்குமூலம் வாயிலாக எனக்கு நடந்த சித்ரவதைகள், கொடுக்கப்பட்ட தண்டனைகளை கூறியுள்ளேன். எனக்கு எழுதவும் தெரியாது. நான் மலைவாழ்சங்கத்தில் உறுப்பினர்.

கலாம்மா

''போலீசார் என்னுடைய கணவரை கூட்டிச் சென்றபோதே, அடித்து துன்புறுத்த ஆரம்பித்து விட்டனர். அவருடைய அழுகை ஓலத்தைக் கேட்டு என் மூத்தமகன் அதிர்ச்சியில் மனநிலை பாதிக்கப்பட்டான். அவன் பேசுகிறான். ஆனால், அவனது வேலைகளை ஒழுங்காக செய்ய முடிவதுமில்லை. வீட்டுக்கு ஒழுங்காக வருவதுமில்லை''

கலாம்மா தனது சொந்த ஊரான சத்தியமங்கலத்திலுள்ள ராமாரணையிலிருந்து கோத்தகிரிக்கு வந்ததாகவும் தற்பொழுது தன்னுடைய மூணு மகன்களுடன் வாழ்ந்து வருவதாகவும் தனது கணவர் உயிருடன் இல்லை என்றும் கூறினார். எட்டு வருடங்களுக்கு முன்னால் ரமாரணையிலுள்ள எங்களுடைய வீட்டிலிருந்த கணவரை தமிழ்நாடு சிறப்பு படையினர் ஆசனூர்

முகாமிற்கு அழைத்துச் சென்றனர். அவர்களின் பெயர்கள் எனக்குத் தெரியாது வனத்துறையினரின் விசாரணைக்காக அவர் முகாமிற்கு அழைத்துச் செல்லப்பட்டார். என் கணவரைத் தொடர்ந்து நானும் சென்றேன். ஆனால் அவர்களைத் தொடர்ந்து வந்தால் எனது வாழ்க்கைக்கு ஆபத்தாக முடியும் என்ற போலீஸ் என்னை மிரட்டி திருப்பி அனுப்பிவிட்டது. அதன்பிறகு என்கணவரை நான் பார்க்கவில்லை. தமிழ்நாட்டிலுள்ள காடேசாலுக்கருகில் என் கணவர் போலீசாரால் கொல்லப்பட்டார். என் கணவர் கொல்லப்பட்ட ஒரு வருடத்திற்கு பிறகு ஹாலுமாதய்ய அவரை போலீசார் சுட்டுக் கொன்றுவிட்டனர் என்று இதை சொன்னார்.

போலீசார் என்னுடைய கணவரை கூட்டிச் சென்றபோது, எனது கிராமத்திற்கு அருகிலுள்ள காலா என்ற இடத்திலேயே அடித்து துன்புறுத்த ஆரம்பித்து விட்டனர். அவருடைய அழுகையின் ஓலத்தின் சத்தத்தைக் கேட்டு என் மூத்தமகன் அதிர்ச்சியில் மனநிலை பாதிக்கப்பட்டுள்ளான். அவன் பேசுகிறான். ஆனால், அவனது வேலைகளை ஒழுங்காக செய்ய முடிவதுமில்லை. வீட்டுக்கு ஒழுங்காக வருவதுமில்லை. காலாவிற்கு நூறு அடிகிட்டேயே அவர்களைத் தொடர்ந்து நாங்கள் வருவதை தடுத்து நிறுத்திவிட்டனர். இதையெல்லாம் நான் யாரிடமும் கூறவில்லை.

கோத்தகிரியில் போதகர் ஆண்டனி விசாரணைக்குழு முன்பாக வாக்குமுலம் சொல்வதற்காக என்னை அழைத்து வந்தார். என் கணவரை கூட்டிச் சென்ற நான்கு நாட்கள் கழித்து ஒரு போலீஸ் வந்து என் கணவர் அவர் போலீசாரின் பிடியிலிருந்து தப்பித்து விட்டதாகக் கூறினார். பதினைந்து நாட்கள் பின் என் கணவரை பற்றி தெரிந்து கொள்ள ஹசனூர் போலீஸ் நிலையத்திற்குச் சென்றேன். அங்கு என் கணவரை இன்னமும் கண்டுபிடிக்கவில்லை என்றனர். என் கணவரைக் கண்டுபிடிக்க நான் எந்த முயற்சியும் எடுக்கவில்லை என்று திருமதி.கலாம்மா தனது வாக்குமூலத்தில் கூறினார்.

பாசவராஜு

இன்ஸ்பெக்டர் சண்முகராஜ் என்னை ஒன்றரை வருடங்கள் கழித்து சம்பளமின்றி வேலை செய்ய பழனியிலுள்ள அவரின் வீடுகட்ட கட்டுமான வேலைக்கு கூட்டிச் சென்றார். அவரின்

வீடு கட்டி முடித்தவுடன் தேனியிலுள்ள அவரது சகோதரியின் வீட்டின் கட்டிட வேலைக்கு அனுப்பி வைத்தார். அங்கும் எந்த ஒரு சம்பளமும் இல்லாமல் ஒன்பது மாதம் வேலை செய்தேன்

பத்து வருடங்களுக்கு முன்னால் கொடைக்கானலில் உருளைக்கிழங்கு வயலில் வேலை செய்தேன். இன்ஸ்பெக்டர் சண்முகராஜ் கொடைகானலுக்கு வந்து நான் ஏன் கொடைக்கானலுக்கு போனேன் என்று கேட்டு, என்னை தட்டகரை போலீஸ் முகாமிற்கு அழைத்து வந்து இரக்கமற்ற முறையில் அடித்தார். முகாமில் சுமார் பத்து போலீஸ் கான்ஸ்டபிள்கள் இருந்தனர். சண்முகராஜுவுடன் சேர்ந்து கொண்டு அவர்களும் மிருகத்தனமாக அடித்தனர்.

நான் பச்சை மூங்கிலால் அடிக்கப்பட்டேன். கைகளை முதுகுக்கு பின்னால் கட்டி அதன் மூலம் கட்டடத்தின் முகட்டில் தொங்கவிடப்பட்டு மிருகத்தனமாக அடிக்கப்பட்டேன். தலையிலும் அடிக்கப்பட்டேன். அதனால் என் பார்வை பாதிப்படைந்தது. என் உடம்பு முழுவதும் அடிக்கப்பட்டேன் அதன்பிறகு அவர்களுக்கு உணவு தாயரிப்பதற்காக தட்டகரை முகாமிலே பாதுகாப்பில் வைக்கப்பட்டேன். எனக்கு சமையல் தெரியாது. அவர்கள் எனக்கு சமையல் சொல்லிக் கொடுத்தனர். நான் ஒன்றரை வருடங்கள் முகாமில் காவலில் வைக்கப்பட்டேன்.

இன்ஸ்பெக்டர் சண்முகராஜ் என்னை ஒன்றரை வருடங்கள் கழித்து சம்பளமின்றி வேலை செய்ய பழனியிலுள்ள அவரின் வீடு கட்டுமான வேலைக்கு கூட்டிச் சென்றார். பழனியில் அவரின் வீடு கட்டி முடித்தவுடன் தேனியிலுள்ள அவரின் சகோதரியின் வீட்டின் கட்டிட வேலைக்கு அனுப்பி வைத்தார். அங்கு எந்த ஒரு சம்பளமும் இல்லாமல் ஒன்பது மாதம் வேலை செய்தேன். இன்ஸ்பெக்டர் சண்முகராஜின் சகோதரியின் பக்கத்து வீட்டில் இரவில் வேலை பார்த்து ரூ 100 சம்பாதித்து, என்னுடைய.குடும்பத்தாருடன் அந்தியூருக்கு திரும்பிவிட்டேன்.

தட்டகரையிலிருந்து நேரடியாக நான் பழனிக்கு கூட்டிச் செல்லப்பட்டேன். கொடைக்கானலுக்கு போகுமுன்பு தேவரபட்டாவிலுள்ள என் நிலத்தில் நான் விவசாயம் செய்தேன். சம்பாதிப்பதற்காக என்னுடைய கிராமத்தை விட்டு கொடைக்கானலுக்கு சென்றேன். அப்பொழுது எனக்கு மூணு குழந்தைகள் இருந்தனர் கொடைக்கானலுக்கு போகுமுன்பு என் மனைவி மற்றும் குழந்தைகளை கடகன்பளிக்கு பக்கம்

வாலுபாளையத்தில் மாமனாரிடம் விட்டுவிட்டு சென்றேன்.

போலீஸ் இன்ஸ்பெக்டர் சண்முகராஜ் பழனிக்கு கூட்டி செல்லும் முன்பு வாலுபாளையம் சென்று என் மனைவி மற்றும் குழந்தைகளையும் கூட்டிக் கொண்டு சென்றார். என்னுடைய மாமனாரும் ஒரு விவசாயி. நான் பழனிக்கு கூட்டிச் செல்லப்பட்டபோது என்னுடைய கடைசி குழந்தை வயது மூன்று மாதங்களே. இரண்டாவது மகளுக்கு ஒருவயது. முதல் பெண்ணுக்கு இரண்டு வயது. பழனியில் என்னுடன் என் மனைவியும் வேலை செய்யாவிட்டால் என் குடும்பம் முழுவதையும் கொன்று விடுவதாக இன்ஸ்பெக்டர் சண்முகராஜ் மிரட்டினார். அவர் எனக்கு எந்த சம்பளமும் கொடுக்கவில்லை. ஆனால் நாங்கள் உயிர் வாழ்வதற்கு தேவையான பொருட்களை கொடுத்தார். சண்முகராஜின் சகோதரியின் பெயர் எனக்கு தெரியாது. அவரின் கணவர் பெயரும் தெரியாது. ஆனால் அவர் ஒரு கோயில் கணக்கு பார்ப்பவராக இருந்தார். இன்ஸ்பெக்டரின் சகோதரிக்கு இரண்டு மகன்கள் ஒரு மகள் இருந்தனர்.

நான் மலை வாழ் மக்கள் சங்கத்தில் உறுப்பினர். ஐந்து வருடங்களுக்கு முன்புதான் அதில் உறுப்பினரானேன். என்னுடைய மனைவியும் அதில் ஒரு உறுப்பினர். மலைவாழ் மக்கள் சங்க உறுப்பினர்கள் கூட்டம் கொளத்தூரிலும் பவானியிலும் நடத்தப்பட்டது என்பது எனக்கு தெரியும். சங்க தலைவர்களிடம் போலீசாரால் எனக்கு ஏற்பட்ட அத்துமீறல்களைப் பற்றியும் மேலும் அவர்களுக்கெதிராக நடவடிக்கை எடுக்கவும் கூறினேன். ஐந்து வருடங்களுக்கு முன்பு இன்ஸ்பெக்டர் சண்முகராஜ் மற்றும் அவரின் கூட்டாளிகளும் சேர்ந்து எனக்கு ஏற்படுத்திய சித்ரவதைகள் அனைத்தையும் மலைவாழ் மக்கள் சங்க தலைவர்களிடம் விவரித்து கூறினேன். இன்ஸ்பெக்டர் சண்முகராஜ் மற்றும் அவரின் கீழ் வேலை செய்பவர்களும் சேர்ந்து எனக்கு செய்த சித்ரவதைகளை பற்றி எந்த அதிகாரியிடமும் எந்த புகாரும் பதிவு செய்யவில்லை. .

தமிழ்நாடு மனித உரிமை ஆணையத்தின் உறுப்பினர் திருமிகு ரத்னசுவாமியிடம் அவரின் பெயரால் கொடுக்கப்பட்ட புகார் மனுவை சாட்சி காண்பித்தார். மலைவாழ் மக்கள் சங்கத்தின் உறுப்பினரால் இக்கடிதம் இவருக்கு கொடுக்கப்பட்டதாகவும் காவல்துறையினர் அவரின் வீட்டிற்கு விசாரணைக்கு வந்தால் இதை காண்பிக்கும்படி கூறினார் என்றார்.

நான் இதை என்னிடமே வைத்துக் கொண்டேன். எந்த கஷ்டத்தையும் சத்திப்பதற்கான தைரியத்தை இது கொடுத்தது. இதற்கு முன்னால் இந்த கடிதத்தை நான் யாரிடமும் காண்பிக்கவில்லை. இதில் என்ன எழுதியிருக்கிறது என்று எனக்குத் தெரியாது. எனக்கு நேர்ந்த கொடுமைகளை நான் விளக்கியபோது மலைவாழ் சங்கத்தால் இது தயார் செய்யப்பட்டது. இதை நான் யாரிடமும் கொடுக்கவில்லை.

இனியொரு விதி செய்வோம்!

புழு பூச்சிகளைப் போல சித்ரவதை செய்யப்பட்டு வீரப்பனைப் பிடிக்கப் போகிறோம் என்ற பசப்பு வார்த்தைகளை முன்வைத்த அதிரடிப்படையினரால் சித்ரவதை செய்யப்பட்ட ஏழை எளிய மலைவாழ் மக்களை அவர்களது உரிமைகளைப் பாதுகாக்க, அவர்கள் இழந்த உரிமைகளைப் பெற்றுத்தர, மீட்டெடுக்க போராடிய நல் உள்ளங்களின் சாட்சியங்கள்.

பெங்களூரில் தேசிய மனித உரிமை ஆணையத்தால் அமைக்கப்பட்ட குழுவின் முன்பாக திருமிகு.ஹென்றிடிபேன். அளித்த வாக்குமூலம்.

திருமிகு. ஹென்றி டிபேன். நிர்வாக இயக்குனர்.
மக்கள் கண்காணிப்பகம்.
சமூக ஆர்வலர். சேவையாளர். செயல்பாட்டாளர்.
தொழில்; வழக்கறிஞர்
தந்தையார்; திருமிகு டாக்டர் டிபேன்.
விலாசம்; -பிளாக் எண்-6, லேக் ஏரியா, உத்தங்குடி, மதுரை.

நான் தமிழ்நாட்டில் உள்ள ஒரு தன்னார்வ சமூக சேவை அமைப்பான மக்கள் கண்காணிப்பகத்தின் நிர்வாக இயக்குனராவேன். மனித உரிமைகள் குறித்து கண்காணிப்பு செய்தல், பயிற்சி அளித்தல், கல்வி புகட்டுதல் ஆகிய சேவைகளை இந்த அமைப்பு செய்து வருகிறது. மக்கள் கண்காணிப்பகம் என்பது சமூக அக்கறையை பேணி வளர்ப்பதற்கான ஒரு திட்ட மையமாகும். ஒருதனியார் அறக்கட்டளை அமைப்புமாகும். இது 1981-ல் நிறுவப்பட்டு பதிவு செய்யப்பட்டது. மக்கள்

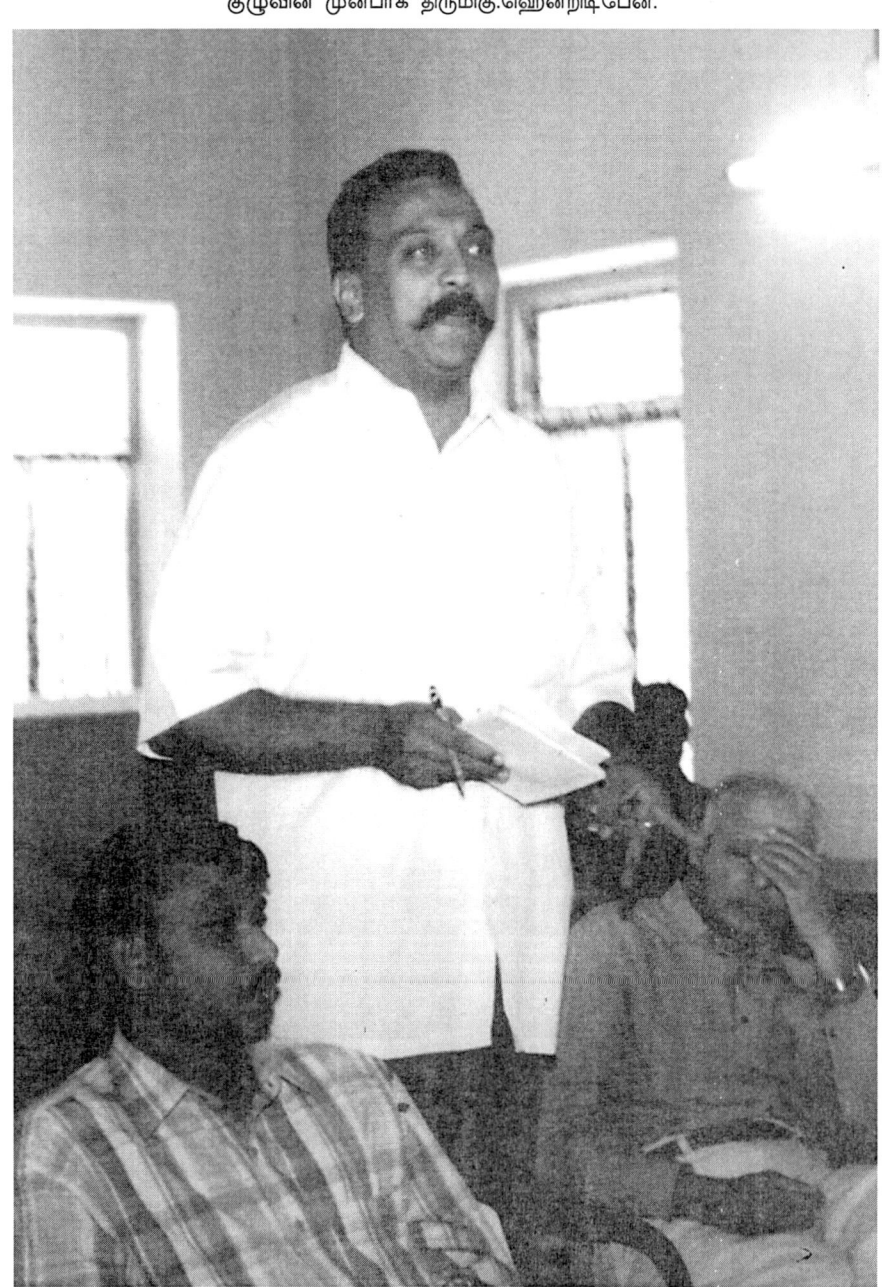

தேசிய மனித உரிமை ஆணையத்தால் அமைக்கப்பட்ட குழுவின் முன்பாக திருமிகு.ஹென்றிடிபேன்.

கண்காணிப்புத் திட்டம் 1995ம் ஆண்டு டிசம்பர் பத்தாம் தேதி துவங்கப்பட்டது. ஐந்து அறங்காவலர்களைக் கொண்டது இந்த அறக்கட்டளையாகும். அவர்களில் ஒருவர் நிர்வாக அறங்காவலர் ஆவார். திரு.சேவியர் அவர்களை நிர்வாக அறங்காவலராகக் கொண்ட மக்கள் கண்காணிப்பகத் திட்டம் 1995ம் ஆண்டு டிசம்பர் பத்தாம் தேதி துவங்கப்பட்டது. நான் ஒரு இயக்குனராக நியமிக்கப்பட்டேன்.

அறக்கட்டளையின் அந்த பதவி நிர்வாக இயக்குனர் என பின்னர் மாற்றப்பட்டது நிர்வாக இயக்குனர் பேரால் கொண்ட திட்ட ஆலோசனைக் குழுவினரால் கண்காணிப்பகத் திட்டம் குறித்து முடிவு செய்யப்படுகிறது. 1997ம் ஆண்டு ஏப்ரலில் நான் பெங்களூர் வருகை புரிந்தபோது ஹன்னூர் கர்நாடக தமிழ்ச் சங்கத்தின் தலைவர் திரு.ஜி.அரசப்பன் அவர்களுக்கு தேவர் மலையைச் சேர்ந்த திரு.டி.பி.கௌதி அல்லது கேளடி (எம்.டபிள்யு 178) என்பவர் எழுதிய ஒரு கடிதத்தை படிக்க நேர்ந்தது. மைசூர் மத்திய சிறையில் இருந்த காவல் கைதிகளில் அவரும் ஒருவராவார். தன்னையும், தனது மகனையும் விடுதலை செய்ய உதவும்படி அதில் வேண்டியிருந்தார். இவர்கள் இருவரையும் பொய்யாக சம்பந்தப்படுத்தி அவர்களை காவலில் வைத்திருந்தனர்.

மைசூர் சிறையிலிருந்து இப்படி பல கடிதங்கள் தனக்கு வந்திருப்பதாகவும் அரசப்பன் தெரிவித்தார். அந்தக் கடிதங்களின் நகல்களை எங்களுக்கு அனுப்புவதாகவும் அவர் வாக்குறுதி அளித்தார். ஆனால் அத்தகைய கடிதம் எதையும் அவர் அனுப்பவில்லை. சிறையிலிருந்த திரு.டி.பி.கௌத்தியை சந்திக்கும்படி எனது நணபரும் வழக்கறிஞருமான திரு.ஜான் வின்சென்ட் மற்றும் எனது அமைப்பைச் சேர்ந்த ஒருவரையும் வேண்டிக் கொண்டேன். உரிய நடவடிக்கை மேற்கொள்வதற்கு ஏற்ப சரியான விபரங்களை பெறும்படியும் அல்லது கடிதத்தில் அடங்கியுள்ள விபரங்களை தெரிந்து கொள்ளும்படியும் அவர்களிடம் நான் கேட்டுக் கொண்டேன். கூட்டு அதிரடிப்படையினர் 121 பேரை கைது செய்து சிறையிலடைத்திருக்கிறார்கள் என்பதை மைசூர் மத்திய சிறைக்கு திரு.ஜான்வின்சென்ட் தெரிந்து கொண்டார். அவர்களில் 71 பேர் நிபந்தனை ஜாமீனில் விடுதலை செய்யப் பட்டிருந்தனர்.

அத்தகைய 50 பேர் இன்னும் சிறையில் வைக்கப்பட்டிருந்தனர். அவர்களில் 12 பேர் பெண்களாவார். பலர்

சட்ட விரோதமான வகையில் சிறை வைக்கப்பட்டிருப்பதுடன் ஒர்க் ஷாப் எனும் பொது இடத்தில் சித்ரவதை கொடுமைகளுக்கு உள்ளாக்கப் பட்டிருக்கிறார்கள். திரு.ஜான் வின்சென்டிடமிருந்து தகவல் கிடைத்த பிறகு உண்மையறியும் குழு ஒன்றை நாங்கள் அமைத்தோம். திருஜான் வின்சென்ட், செல்வி. ரமணி, திரு.ரோச், செல்வி ராணி, திரு. ஸ்ரீதர் ஆகியோர் கொண்ட அந்தக் குழு விபரங்களைத் திரட்டுவதற்காக அமைக்கப்பட்டது. அறிக்கை ஒன்றை தாக்கல் செய்யும்படி அவர்களிடம் வேண்டினோம். அதன்படி 1997ம் ஆண்டு மே மாதம் 5,6,7 தேதிகளில் ஹன்னூர், நல்லூர், சாந்தன்பாளையம், எம்.எம்.ஹில்ஸ் மேட்டூர், சின்னப்பாளையம் ஆகிய இடங்களுக்கு சென்றனர். பின்னர் மக்கள் கண் காணிப்பகத்திற்கு திரும்பிய அவர்கள் அந்த இடங்களில் அனைத்தும் சிறப்பு அதிரடிப்படையினர் அட்டகாசங்கள் புரிந்திருப்பதை சாதாரணமாகவே தெரிந்து கொள்ள முடிவதாக எங்களுக்கு தகவல் அளித்தனர். அறிக்கை ஒன்றையும் அவர்கள் தாக்கல் செய்தனர். ஆனால் உள்ளூர் மக்கள் அல்லது பாதிக்கப்பட்டவர்களின் எந்த ஒரு அறிக்கை அல்லது பிரமாண வாக்குமூலங்களின் ஆதாரம் கொண்டதாக அந்த அறிக்கை இருக்கவில்லை.

சிறப்பு அதிரடிப்படையினரால் புரியப்பட்ட சித்ரவதைக் கொடுமைகள், நபர்கள் காணாமல் போய் விடுதல், காவலின் போது நடந்த கொலைகள், கற்பழிப்புக்கள், கொள்ளையடித்து சூறையாடல் செய்தல், சம்பளம் தராமல் கருத்தால் மிரட்டி வேலை வாங்கப்படுதல் ஆகியவை குறித்த புகார்களை அந்த அறிக்கை வெளிப்படுத்தியது. மக்கள் மனதில் மிகக் கடுமையான பீதி நிலவுவதையும் அந்த அறிக்கை வெளிப்படுத்தியது.

அதன் பின்னர், சிறைக் காவலில் வைக்கப்பட்டிருந்த அனைத்து கைதிகள் சார்பாகவும் ஆஜராகும்படி திரு. ஜான் வின்சென்டை உடனே வேண்டினோம். அந்தக் கைதிகள் தடா நீதின்றத்திலும் நடத்தை வழக்குகளிலும் தங்களுக்காக ஆஜராகி வாதாட யாரும் இல்லாமல் அதுவரை இருந்து வந்தவர்கள். அதன பின்னர் கண்காணிப்பகம், சோக்கோ, பழங்குடியினர் சங்கம், தமிழகம்-காநாடகம் மாநிலங்களின் பி.யூ.சி.எல்., சிகரம், இந்திய சமூகக் கழகத்தின் மனித உரிமைப் பிரிவு ஆகிய அமைப்புகளைச் சேர்ந்தவர்கள் பெங்களூரில் சந்தித்தோம். கர்நாடக தமிழ்நாட்டின் எம்.எம்.ஹில்ஸ் பகுதியைச் சேர்ந்த கைதிகளின்

நிவாரணத்திற்காகவும் மறுவாழ்வுக்காகவும் பிரச்சார இயக்கம் ஒன்றை அமைத்தோம்.

மேற்சொன்ன அமைப்புகளின் சார்பாக தாக்கல் செய்யப்பட்ட பல்வேறு மகஜர்களுக்கு புதுடில்லியில் உள்ள தேசிய மனித உரிமை ஆணையத்திடமிருந்து பதிலேதும் கிடைக்காததால், 1999 மார்ச் மேற்கொள்ளப் பட்ட முடிவின்படி மற்றொரு உண்மையறியும் அமைப்பு ஒன்றை அமைப்பதென அந்தப் பிரச்சார இயக்கம் தீர்மானித்தது. அந்த உண்மையறியும் குழுவினர் வீடுவீடாகச் சென்றனர். பாதிக்கப்பட்டவர்களையும் அவர்களது நெருங்கிய உறவினர்களையும் சந்தித்தனர். அவர்களிடம் வாக்குமூலங்களைப் பெற்றனர். உண்மையறியும் குழுவின் சுற்றுப்பயணம் குறித்து அரசுக்கும் டி.ஜி.பி.சிறப்பு அதிரடிப்படை, தமிழக மாவட்ட ஆட்சியாளர்களுக்கும் தெரிவிக்கப்பட்டது. உண்மையறியும் குழுவின் சுற்றுப்பயணம் குறித்து கர்நாடகா அரசுக்கோ அதன் அதிகாரிகள் எவருக்குமோ தகவல் ஏதும் தெரிவிக்கப்படவில்லை. 271 பேரின் பிரமாண வாக்குமூலங்கள் தயாரிக்கப்பட்டன. அந்தப் பிரமாண வாக்குமூலங்களில் 271 பேர் கையெழுத்திட்டனர் அவை அனைத்தும் தமிழ்நாடு மாநில மனித உரிமை ஆணையத்திடம் தாக்கல் செய்யப்பட்டன.

அனைத்து பாதிக்கப்பட்டோரின் மாநாடு ஒன்று கொளத்தூரில் 1999ம் ஆண்டு ஏப்ரல் 27ம் தேதி நடைபெற்றது. கர்நாடக அரசின் மாண்புமிகு முதல்வரிடம் சிக்ரெம் அமைப்பு 11.5.1999ல் மகஜர் ஒன்றை தாக்கல் செய்தது. தமிழ்நாடு அரசு செய்ததைப் போல அனைத்து தடா கைதிகளையும் விடுதலை செய்யும்படி அது வேண்டிக் கொண்டது.

தங்களது பெற்றோர்கள் சிறை வைக்கப்பட்டிருந்த நிலையில் அவர்களது பல குழந்தைகளின் கல்வி நிலை குறித்து உண்மையறியும் குழு கருத்து தெரிவித்திருந்தது. அதற்கேற்ப 1999, 2000 ஆண்டில் அறுபது குழந்தைகளை பள்ளிகளில் சேர்ப்பதற்கான ஏற்பாடுகளை பிரச்சார இயக்கம் மேற்கொண்டது. அந்தப்பகுதிகளில் பாதிக்கப்பட்டோருக்கு குறிப்பாக பெண்களுக்கு ஆலோசனை வழங்குவதற்கான ஏற்பாடுகளையும் பிரச்சார இயக்கம் மேற்கொண்டது. 1997 ஏப்ரலில் சந்தித்த பிறகு நான் மீண்டும் அரசப்பனை சந்திக்கவில்லை. அவரது முகவரி என்னிடம் கிடையாது. ஆனால் அதை பெற்று விட முடியும்

என்று நான் நினைத்தேன். திரு.வின்சென்ட் அவர்கள் உள்ளிட்ட ஐந்து பேர் கொண்ட உண்மையறியும் குழுவின் அறிக்கை மனித உரிமை ஆணையத்திடம் சமர்ப்பிக்கப் படவில்லை. எங்களது அறிவுறுத்தலின் பேரில் திரு.வின்சென்ட் சிறைக்குச் சென்றபோது அனைத்து காவல் கைதிகளையும் சந்தித்தார். அவர்களிடமிருந்து சித்ரவதை கொடுமைகள் பற்றிய விபரங்களை கேட்டறிந்து திரட்டினார்.

பிரச்சார இயக்கம் ஒன்றை அமைப்பதென பல்வேறு அமைப்புகளின் உறுப்பினர்களால் 5.9.1998 அன்று தீர்மானிக்கப்பட்டது. ஆயினும் பாதிக்கப்பட்ட பழங்குடியினரின் மனித உரிமைகளுக்காக பாடுபடுவதற்கென ஒரு பொதுவான மேடை அமைப்பதற்கான தீர்மானம் ஏதும் அந்த அமைப்புகளால் நிறைவேற்றப்படவில்லை. முதல் உண்மையறியும் குழுவின் பார்வையிடல் பயணத்திற்குப் பிறகு, எம்.எம்.ஹில்ஸ் பகுதியின் பழங்குடியினருக்கு இழைக்கப்பட்ட மனித உரிமை மீறல்கள், அவை தொடர்பாக தேசிய மனித உரிமை ஆணையத்திடம் தாக்கல் செய்யப்பட்ட புகார்கள் விஷயத்தில் பல்வேறு அமைப்புகள் மேற்கொண்ட நடவடிக்கைகள் குறித்து மக்கள் கண்காணிப்பகம் அறிந்து கொண்டது.

அந்த நேரத்தில் தேசிய மனித உரிமை ஆணையம் நடவடிக்கை எதையும் மேற்கொண்டிருக்கவில்லை. ஆதலால், ஒருங்கிணைத்து செயல்படுவது எனவும், ஒன்றுபட்டு நிவாரண நடவடிக்கைகளை மேற்கொள்வது எனவும் நாங்கள் முடிவு செய்தோம். அனைத்து அமைப்புகளின் கூட்டங்களை 5.9.1998ல் நடத்திட நான் முன் முயற்சிகளை மேற்கொண்டேன், பாதிக்கப்பட்டவர்களிடமிருந்து அவர்களது வீடுகளில் சென்று பிரமாண வாக்குமூலங்கள் பெறப்பட்டன. உண்மையறியும் குழுவில் இடம் பெற்றிருந்த வழக்கறிஞர்கள் அந்த பிரமாண வாக்குமூலங்களுக்கு உண்மைச் சான்றளித்தனர்.

இரண்டாவது உண்மையறியும்குழு அறிக்கை எதையும் தாக்கல் செய்யவில்லை. ஆனால் வாக்குமூலங்களை அது திரட்டியது. அவற்றின் அடிப்படையில் பிரமாண வாக்குமூலங்கள் தயாரிக்கப்பட்டன. அவை மாநில மனித உரிமை ஆணையத்திடமும் அதன் பின்னர், பிரச்சார இயக்கம் சார்பில் தேசிய மனித உரிமை ஆணையத்திடமும் தாக்கல் செய்யப்பட்டன. பாதிக்கப்பட்டவர்களிடமிருந்து இரண்டாவது உண்மையறியும்

குழுவில் திரட்டப்பட்ட வாக்குமூலங்கள் மாநில மனித உரிமை ஆணையத்திடம் தாக்கல் செய்யப்பட்டன.

இத்தகைய வாக்குமூலங்கள் அடிப்படையில் தயாரிக்கப்பட்ட பிரமாண வாக்குமூலங்கள் மாநில மனித உரிமை ஆணையத்திற்கு அனுப்பப்பட்டன. சித்ரவதை கொடுமைகளை வெளிப்படுத்திய வின்சென்ட் குழு தேசிய மனித உரிமை ஆணையம் உட்பட எந்தவொரு அதிகார அமைப்பிடமும் அறிக்கை தாக்கல் செய்யவில்லை, வின்சென்ட் குழு அறிக்கையின் பேரில் தேசிய மனித உரிமை ஆணையத்திடம் புகார் ஏதும் செய்யப்படவில்லை.

ஆயினும் சட்ட விரோதமான சிறைவைப்பு சிறையில் அவர்களுக்கு இழைக்கப்பட்ட கொடுமைகள் குறித்து தேசிய மனித உரிமை ஆணையத்திடம் புகார் ஒன்றை நான் தாக்கல் செய்தேன். அது தள்ளுபடி செய்யப்பட்டது.

முசலே குறுக்கு விசாரணையில்,

சிறப்பு அதிரடிப்படையினரால் இழைக்கப்பட்டதாக கூறப்படும் அட்டூழியங்கள் குறித்து தனிப்பட்ட முறையில் எனக்கு ஏதும் தெரியாது.

திரு. ஆ.ஜான் வின்செண்ட். மக்கள் கண்காணிப்பகம்.
வயது-40.
தந்தை; திரு. ஆரோக்கியம்.
ஒருங்கிணைப்பாளர். சமூக ஆர்வலர். செயல்பாட்டாளர்.
தொழில்; வழக்கறிஞர்
சொந்த ஊர்- மதுரை

வாக்குமூலம்;

நான் தற்போது, மதுரையில் உள்ள மக்கள் கண்காணிப்பகத்தின் தலையீட்டுப் பிரிவின் ஒருங்கிணைப் பாளராகப் பணிபுரிகிறேன். 1997ஆம் ஆண்டு நான் மக்கள் கண்காணிப்பகத்தின் கண்காணிப்புப் பிரிவின் உறுப்பினராக இருந்தேன் ஏப்ரல் 1997ல் மக்கள் கண்காணிப்பகத்தின் இயக்குநரான திரு.ஹென்றி டிபேன் மைசூர் சென்று தடா கைதிகளின் குறிப்பாக திரு.கௌதியின் நிலைபற்றி கண்டறிந்து வர என்னைப் பணித்தார். திரு.கௌதி என்பவர் தனக்கு நேர்ந்த கொடுமைகள் பற்றி ஹன்னூர் தமிழ்ச் சங்கத்தின் தலைவரான, திரு.ஜி.அரசப்பனுக்கு கடிதம் ஒன்று அனுப்பியிருந்தார். அதன் நகலை திரு. ஜி அரசப்பன் மக்கள் கண்காணிப்பகத்திற்கு அனுப்பி வைத்திருந்தார்.

மைசூர் செல்லும் வழியில், தடா கைதிகள் நிலை என்ன என்று அறிய, பவானிக்குச் சென்று திரு.குணசேகரனைச் சந்தித்தேன். அவர் தமிழ்நாட்டைச் சேர்ந்த பழங்குடியினருக் காகவே செயல்பட்டு வந்ததால் அவரிடமிருந்து போதிய தகவல் கிடைக்கவில்லை. தடாக் கைதிகளை சிறையில் சந்திக்க அனுமதி பெறுவதற்காக கர்நாடகா உள்துறை அமைச்சரான திரு. ரோஷன் பெக்கைச் சந்திக்க, பவானியிலிருந்து பெங்களூருக்கு வந்தேன். ஆனால் ஒரு வாரம் காத்திருந்தும் அவரை சந்திக்க முடியவில்லை. பின்னர் நான் மைசூருக்குச் சென்றேன். அங்கு ஒரு முன்னாள் சட்டமன்ற உறுப்பினரான திரு.கங்காதரனையும். தடா கைதிகள் சிலருக்காக வாதாடிக் கொண்டிருந்த வழக்கறிஞர் ஒருவரையும் சந்தித்து தடா கைதிகளை சிறையில் பார்க்க அவர்கள் உதவியை நாடினேன். அவர் வழக்குகளில் குற்றம் சாட்டப்பட்டவர்களின் பட்டியலைக் கொடுத்து, அதில் ஜாமீனில் வெளி வந்தவர், ஜாமீன் கிடைக்காதவர் ஆகியோரின் தகவலையும் கொடுத்தார். பின்னர், நான் சிறைக்குச் சென்று சிறைக் கண்காணிப்பாளரிடம் தடா

கைதிகளைச் சந்திக்க அனுமதி கேட்டேன். நான் அவர்களின் வழக்கறிஞரோ, உறவினரோ இல்லை என்பதால் அனுமதி மறுக்கப்பட்டது.

நான் மீண்டும் திரு.கங்காதரனிடம் சென்றேன். நான்கு நாட்கள் கழித்து குற்றம்சாட்டப்பட்டவர்கள் அனைவரையும் சிறையில் சந்தித்தேன். நான் அவர்களை சிறையில் பத்து சந்தர்ப்பங்களில் சந்தித்தேன். ஜாமீனில் வெளிவந்த குற்றம் சாட்டப் பட்டவர்களிடமும் நான் பேசினேன். அதற்குப் பின் 5 பெண்கள் உட்பட ஜாமீன் மறுக்கப்பட்ட 10 குற்றம் சாட்டப்பட்டவர்களுக்கு நான் வக்காலத்து பதிவு செய்தேன். நான் வக்கலாத்து பதிவு செய்யாதவர்கள் உட்பட அனைவரையும் சந்தித்து நடந்த உண்மைகளை கேட்டறிந்த பின்னர், ஜாமீனுக்கு மனு அனுப்பினேன். ஆனால் அது நிராகரிக்கப்பட்டது.

திரு.கங்காதரனைச் சந்தித்தும், சிறை கண்காணிப்பாளர் தடாக் கைதிகளைச் சந்திக்க அனுமதி மறுத்தபோது எனது இயக்குநர், எல்லா வாய்தா தேதிகளிலும் தடா நீதிமன்றத்திற்கு செல்லுமாறு என்னிடம் கூறினார். அதுபோல் ஒவ்வொரு வாய்தா தேதியிலும் நீதிமன்றம் சென்று பிணையில் வெளியில் வத்தவர்களைச் சந்தித்தேன். சிறிது நாட்களுக்குள் நான் அவர்கள் நம்பிக்கையைப் பெற்றேன். எனது ஈடுபாட்டைப் பார்த்த பத்து குற்றம் சாட்டப்பட்டவர்கள், அவர்களுக்காக வாதாட என்னிடம் கேட்டுக்கொண்டனர். அவர்கள் என்னிடம் கொடுத்த வக்காலத்தாமாக்களையும் சத்தியபிரமான வாக்குமூலங்களையும் நீதிமன்றத்தில் சமர்ப்பித்தேன். அந்த பகுதியின் வழக்கறிஞரிடம் இருந்து எதிர்ப்பு இருந்தாலும், நீதிமன்றம் அவைகளை ஏற்றுக் கொண்டது. இதற்கிடையில் கண்காணிப்பாளரின் அனுமதியுடன் சிறைக்குச் சென்று குற்றம் சாட்டப்பட்டவர்களையும் அவர்கள் அனுபவித்த சித்திரவதைகளையும் கேட்டறிந்தேன். இதற்கு பிறகுதான் நான் முன்னர் குறிப்பிட்டது போல் பத்து நபர்களுக்கு ஜாமீன் மனு பதிவு செய்தேன்.

மே 1997இல், நாங்கள் ஹானூர், நல்லூர், ஊகியம், சந்தானபால்யா மற்றும் எம்.எம்.ஹில்ஸ் போன்ற கிராமங்களுக்குச் சென்றோம். எனது இயக்குநர் கூறியபடி என்னுடன் திருமதி. ரமணி, செல்வி ராணி, திரு, ஶ்ரீதர் மற்றும் திரு ரோச் ஆகியோரும் இந்த கிராமங்களுக்கு வந்தனர். நான் முதல் முறை மைசூர் சென்று வந்த பிறகு, மக்கள் கண்காணிப்பகத்தில் அறிக்கையேதும் பதிவு

செய்யவில்லை. முதல்முறை மைசூர் சென்றபோது ஜாமீன் மறுக்கப் பட்டவர்கள் எவரையும் நான் சந்திக்கவில்லை. நான் சென்ற முதல் வாய்தா அன்று அதாவது மே மாதம் முதல் வாரத்தில், ஜாமீனில் வெளியில் வந்த 20 குற்றம் சாட்டப்பட்டவர்களுடன் உரையாடினேன். அந்த உரையாடலின் போது அவர்கள் கூறியதை ஒரு குறிப்பேட்டில் எழுதி வைத்தேன். ஆனால் அது இப்போது என்னிடம் இல்லை.

ஹானூர் தமிழ்ச் சங்கத் தலைவர் திரு.அரசப்பன் எங்கள் மதுரை அலுவலகத்திற்கு அனுப்பிய புகாரில் குறிப்பிட்டதைப் போல சிறப்பு அதிரடிப்படையினர் வன்கொடுமைகள் புரிந்துள்ளனரா என்று அறிய நான்கு கிராமங்களுக்கு 1997 மே மாதத்தில் சென்று விசாரணைகள் நடத்தினோம். அந்த புகாரின் தகவல் எங்கள் அலுவலகத்தில் உள்ளது. அதை என்னால் சமர்ப்பிக்க முடியும். மேல் குறிப்பிட்டுள்ள கிராமங்களில் விசாரணைகள் நடத்தினோம். நாங்கள் விசாரித்த கிராமத்தினரில் 15-நபர்கள் வன்கொடுமைகளால் பாதிக்கப்பட்டவர்கள். நாங்கள் விசாரித்த நபர்கள் பெயர்களை இப்போது என்னால் சொல்ல முடியாது. நாங்கள் அவர்கள் வாக்குமூலங்களை பதிவு செய்துள்ளோம். மக்கள் கண்காணிப்பகத்தின் மதுரை அலுவலகத்திற்கு அவை கைமாறப்பட்டன. இது போன்று பாதிக்கப் பட்டவர்களுக்கு உதவ சிறப்பு அதிரடிபடையினரின் வன்கொடுமைகளை வெளியுலகிறகு தெரியப்படுத்துவதில் ஆர்வம் கொண்டிருந்த வேறு அரசு சாரா அமைப்புகளுக்கும் அழைப்பு விடுத்தோம்.

1997ஆம் ஆண்டு முடிவில் (மாதம் ஞாபகம் இல்லை) இந்த அரசு சாரா அமைப்புகளின் கூட்டம் கொளத்தூரில் நடந்தது. இந்தக் கூட்டத்தில், சிக்ரம், இந்தியன் சோஷியல் இன்ஸ்டியூட் பெங்களூர், பி.யூ.சி.எல்., தமிழ்நாடு பி.யு.சி.எல், தமிழ்நாடு பழங்குடியினர் நலவாழ்வு சங்கம், சோகோ டிரஸ்ட் மற்றும் தமிழ்நாட்டில் உள்ள பீஸ் (PEACE) அமைப்பு ஆகிய அரசு சாரா அமைப்புகள் பங்கு பெற்றன. இந்தக் கூட்டத்தில் தடா கைதிகளின் விடுதலை மற்றும் மறுவாழ்விற்கான கூட்டு பிரச்சாரம் என்ற பொதுவான முன்னணி அமைக்கப்பட்டது. 1998-ல் சில தடா கைதிகளுக்காக வக்காலத்து பதிவு செய்தது மட்டுமில்லாமல் அனைத்து வாய்தாக்களுக்கும் சென்றேன். சிறைக்கு உள்ளேயும் வெளியேயும் இருந்த குற்றம்

சாட்டப்பட்டவர்களைச் சந்தித்துத் தகவல்களும் சேகரித்தேன்.

அவர்களுக்கு நேர்ந்த வன்கொடுமைகளைப் பற்றியும், சட்டவிரோதத் தடங்கலைப் பற்றியும் அவர்கள் விரிவாகக் கூறினார்கள். அதற்குப் பிறகு நான் ஜாமீன் மனு பதிவு செய்தேன். 1999 மார்ச் மாதத்தில் கிராமத்தினர்கள் அனுபவித்த வன்கொடுமைகள் பற்றி தகவல்கள் சேகரிக்க கூட்டு பிரச்சாரம், தன்னார்வத்துடன் வருபவர்களுக்கு அழைப்பு விடுத்தது. தகவல் சேகரித்த பிறகு நாங்கள் மதுரைக்குச் சென்று வாக்குமூலங்கள் தயாரித்து, 1990 மார்ச் மாதம் கடைசிக்குள் மீண்டும் அந்த கிராமங்களுக்குச் சென்று கிராமத்தினரின் கையொப்பங்களைப் பெற்றோம். 27.04.1919 அன்று கொளத்தூரில் தடா கைதிகளின் மாநாடு ஒன்று நடத்தப்பட்டது. மாநில மனித உரிமை ஆணையத்தின் உறுப்பினரான திரு.ரத்தினசுவாமியும் வேறு சிலரும் இந்த மாநாட்டிற்கு அழைக்கப்பட்டிருந்தனர். அவர் அந்த மாநாட்டில் பேசியபோது தடாக் கைதிகளுக்கு நடந்த வன்கொடுமைகள் பற்றி மாநில மனித உரிமை ஆணையத்திற்கு புகார் அனுப்புமாறு எங்களுக்கு ஆலோசனை வழங்கினார்.

இந்த யோசனையின் அடிப்படையில் அந்த மாநாட்டிற்கு தன்னார்வமாக கலந்து கொண்ட ஒருவரான திரு.வித்யாசாகர் மூலம் நாங்கள் பாதிக்கப்பட்டவர்களிடமிருந்து வாங்கிய சத்தியபிரமான வாக்குமூலங்களை மாநில மனித உரினம் ஆணையத்திற்கு அனுப்பினோம். திரு ரத்தின சுவாமியின் வீட்டில் அவரைச் சந்தித்து அந்த வாக்குமூலங்களை கொடுத்ததாக திரு வித்யா சாகர் எங்களிடம்! கூறினார். கூட்டு பிரச்சாரத்தின் அங்கங்களை அந்த அரசு சாரா அமைப்புகளுடன் திரு வித்யா சாகருக்கு தொடர்பு ஏதும் இருக்கவில்லை. மாநில மனித உரிமை ஆணையத்திடம் இருந்து எங்களுக்கு பதிலோ அறிவிப்போ வரவில்லை. அந்த சத்தியபிரமான வாக்குமூலங்கள் என்ன ஆயின என்று தமிழக மனித உரிமை ஆணையத்திடம் நான் விசாரிக்கவில்லை. மாநில மனித உரிமை ஆணையம் அந்த வாக்குமூலங்களைப் பெறுவதற்கான சான்றிதழ் எதுவும் வித்யா சாகருக்கு வழங்கவில்லை.

பிரச்சாரத்தின் பேரில் அந்த வாக்குமூலங்கள் மாநில மனித உரிமை ஆணையத்தால் கணக்கிலெடுத்துக் கொள்ளப்பட எந்த வித முயற்சியும் நாங்கள் எடுக்கவில்லை. திரு.ஹென்றி டிபேன் தொலைபேசி மூலமும் நேரிலும் மனித உரிமை ஆணையத்தை

இதைப் பற்றி விசாரித்தார்.

1999ஆம் ஆண்டு மே மாதத்தின் அணைத்து சத்தியபிரமாண வாக்குமூலங்களையும் அனுப்பிவிட்டோம். பெங்களூரில் போராட்டங்களும் தர்ணாவும் நடத்தினோம். சென்னையில் பத்திரிக்கையாளர்கள் கூட்டம் ஒன்றும் நடத்தினோம்; நான் திரு.அரசப்பனைப் பார்த்திருக்கிறேன். நான் அவரை 1997 மே மாதத்தில் ஹனூரில் சந்தித்தேன். கிராமங்களில் இருந்து பாதிக்கப்பட்டவர்கள் பலரை அவர் ஹானூரில் உள்ள தமிழ்ச் சங்கத்திற்கு விசாரணைக்காக அழைத்து வந்தார். விசாரணை நடத்தவும், கிராமங்களுக்குச் செல்லவும் அவர் எனக்கு உதவியிருக்கிறார். நான் 1997 மே மாதத்தில் அவரைப் பார்க்கச் சென்ற போது வேறு எந்த புகாரின் நகலையும் அவர் என்னிடம் கொடுக்கவில்லை. ஆனால் புகார்களின் நகல்களை எங்கள் அலுவலகத்திற்கு அனுப்பி வைத்தார். ஆனால் (பின்னர் சாட்சி, அவர் நகல்களை அனுப்பவில்லை. ஆனால் பாதிக்கப்பட்டவர்களை உதவுவதற்காக எங்களுடன் தொடர்பு கொண்டு வந்தார் என்று கூறுகிறார்) திரு. அரசப்பன் எழுதிய கடிதங்கள் மதுரையிலுள்ள எங்கள் அலுவலகத்தில் உள்ளது. அடுத்த முறை நான் அவற்றை சமரிப்பிக்கிறேன்.

திரு.அரசப்பனின் தொழில் விவசாயமாகும். அவர் கொள்ளேகால் தாலுகாவில் உள்ள ஹானூரில் வசிக்கிறார். இந்த குழுவின் விசாரணை நடந்த கோபிசெட்டிபாளையத்திலோ, கொளத்தூரிலோ, எம்.எம்.ஹில்ஸிலோ நான் அவரை பார்க்கவில்லை. விசாரணையின் போது பாதிக்கப்பட்டவரை இக குழுவின் முன்னால் கொண்டு வர அவர் எங்களுக்கு உதவியிருக்கிறார். தடா வழக்குகள் முடியும் வரை நான் அவரை சந்தித்திருக்கிறேன்.

1999, நான் சிறையில் குற்றம் சாட்டப்பட்டவர்களிடம் சத்தியபிரமாண வாக்குமூலங்களை வாங்கி எனது ஊருக்குச் சென்று அவற்றை அச்சடித்த பின்னர் மீண்டும் சிறைக்குச் சென்று குற்றம் சாட்டப்பட்டவர்களின் கையொப்பங்களும் பெற்றேன். சிறைகளின் கூடுதல் கண்காணிப்பாளரின் கையொப்பமும் அவற்றில் உள்ளது. அதை தேசிய மனித உரிமை ஆணையத்திற்கு அனுப்புவதற்காக தயாரித்தோம். ஆனால் அவை அனுப்பப் படவில்லை. அவை எங்கள் அலுவலகக் கோப்பில் உள்ளது.

தமிழில் அந்த வாக்குமூலங்களில் சிலவற்றின் நகல்களை

தேசிய மனித உரிமை ஆணையம் அனுப்பிய பதிவுகளில் பார்த்தேன். அவற்றை யார் எழுதினார்கள் என்று எனக்குத் தெரியாது.

நான் ஜாமீன் மனு அனுப்பிய கைதிகள் கூறிய தகவல்கள் அனைத்தையும் நான் அந்த மனுக்களில் உட்படுத்தவில்லை. நீதிமன்றத்தில் பதிவு செய்த ஜாமீன் மனுவில் அவர்கள் காவல்துறையினரால் சட்டவிரோதக் காவலில் வைக்கப்பட்டதைக் குறிப்பிட்டுள்ளேன். என் சார்பாக எனது சீனியர் திரு.கோபாலகிருஷ்ண லக்ஷ்மணராஜு விசாரணை அதிகாரிகளை குறுக்கு விசாரணை செய்தார். நான் அவருக்கு உதவினேன். இந்த குழு அமைக்கப் பட்ட பிறகுதான் தடா வழக்குகள் விசாரிக்கப்பட்டன. எங்கள் அமைப்பு விசாரணையில் பாதிக்கப்பட்டவர்களுக்கு உதவியது.

குழு முன்னர் இந்த விசாரணையின் போது எங்கள் அமைப்பைச் சேர்த்து எங்கள் கண்காணிப்புப் பிரிவின் ஒருங்கிணைப்பாளர் திருமதி. திலகம் அவர்கள் பாதிக்கப்பட்டவர்களுக்கு உதவினார். நான் கடந்த 15 வருடங்களாக வழக்கறிஞராக இருக்கிறேன்.

கே.ஆர் முசலி குறுக்கு விசாரணை;

திரு.கௌதி திரு.அரசப்பனுக்கு அனுப்பிய புகாரின் நகலை நான் படித்திருக்கிறேன். 1997 மார்ச் மாதத்தில் நான் அந்த புகாரைப் பார்த்தேன். 1998 ஆம் ஆண்டு எப்போதாவது அது எழுதப்பட்டிருக்கும். அது மைசூர். சிறையிலிருந்து அனுப்பப்பட்டது. நீண்ட தாளில் எழுதப்பட்டிருந்தது. (ஃபுல்ஸ்காப் பேப்பர்) அதில் அவரும் அவர் மகனான திரு.முருகாவும் சிறப்பு அதிரடி படையினரால் சட்டவிரோத காவலில் வைக்கப்பட்டிருந்ததாக அவர் குற்றம் சாட்டியிருந்தார். அவர் உடலில் பல பாகங்களில் மின்சாரம் பாய்ச்சி சித்திரவதை செய்யப்பட்டார் என்றும் குறிப்பிட்டிருந்தார். நான் திரு கௌடியை சிறையில் சந்தித்தேன். அவர் சொன்னவற்றைக் குறித்துக் கொண்டு எனது அலுவலகத்தில் அதை வாக்குமூலமாகத் தயாரித்து அதில் அவர் கையொப்பத்தை வாங்கினேன். முன்பு குறிப்பிட்டது போல் ஜாமீன் மறுக்கப்பட்ட கைதிகளின் வாக்குமூலங்களையும் வாங்கி பதிவு செய்துள்ளேன். ஜாமீன் மனுக்களுடன் நான் அந்த வாக்குமூலங்களின் நகல்களை சமர்ப்பிக்கவில்லை. வழக்கு விசாரணையின் போது நான் அவற்றை

சமர்ப்பிக்க விரும்பியபோது நீதி மன்றம் அதற்கு அனுமதி வழங்க மறுத்தது. அவற்றை அனுப்ப அனுமதி உத்திரவிற்காக நான் நீதிமன்றத்தை வற்புறுத்தவில்லை. ஆனால் அவற்றை சமர்ப்பிக்க நான் விருப்பம் தெரிவிக்கவில்லை என்று கூறுவது உண்மையல்ல.

எங்கள் முன்னர்தான் சிறப்பு அதிரடிப் படையினரின் வன் கொடுமைகளால் பாதிக்கப்பட்டவர்கள் தங்கள் சத்தியபிரமாண வாக்குமூலங்களில் கையெழுத்திட்டனர். நோட்டரி பப்ளிக் முன்னரோ அவர்கள் நியமித்த அதிகாரி முன்னிலையோ தான் சத்தியபிரமாண வாக்குமூலம் செய்யப்படவேண்டும் என்பதில்லை. அது வழக்கறிஞராலும் கையொப்பமிடப்படலாம்.

1997 ஆம் ஆண்டு இறுதியில் கொளத்தூரில் அரசு சாரா அமைப்புகளின் கூட்டம் ஏதும் நடத்தப்படவில்லை என்று கூறுவது உண்மையல்ல. தமிழ்நாடு மனித உரிமை ஆணையத்தின் உறுப்பினர், திரு.ரத்தினசுவாமிக்கு அனுப்பிய சத்தியபிரமான வாக்குமூலங்கள் எங்களிடம் உள்ளதா என்று ஞாபகம் இல்லை. திரு.ரத்தினசுவாமிக்கு அனுப்பிய சத்தியபிரமான வாக்கு மூலங்களின் எண்ணிக்கையும் எனக்கு ஞாபகம் இல்லை. திரு.கௌடி அனுப்பியது போல் தன்னிடம் வேறு எந்த புகாராவது இருக்கிறதா என்று நான் திரு.அரசப்பனிடம் கேட்கவில்லை. நடந்த வன்கொடுமைகள் பற்றிய தனிப்பட்ட அறிவு எனக்கு இல்லை. நான் பாதிக்கப்பட்டவர்களின் வாக்குமூலங்களில் இருந்துதான் அவற்றைப் பற்றித் தெரிந்து கொண்டேன். எந்த ஆதாரமும் இன்றி அந்த சத்தியபிரமாண வாக்குமூலங்களை தயாரித்தேன் என்று கூறுவது உண்மையல்ல. வாக்குமூலத்தை பதிவு செய்து சத்தியபிரமாண வாக்குமூலம் தாயாரிப்பதற்கு முன்பு நான் எந்த பாதிக்கப்பட்டவரையும் விசாரிக்கவில்லை என்று கூறுவது உண்மையல்ல. நான் திரு அரசப்பனை முதல் முறையாக 1997 மே மாதம்; சந்தித்தேன். என்னை திரு. அரசப்பனிடம் யாரும் அனுப்பவில்லை. வன்கொடுமைகள் பற்றிய தகவல்கள் சேகரிக்கும் போது, திரு.அரசப்பனைச் சந்திக்க நேர்ந்தது. நான் அவரிடம் சென்றபோது அவர் அனுப்பிய கடிதத்தின் நகலையும் எடுத்துச் சென்றேன்.

தமிழ்நாடு STF. S.P. எம்.அஷோக்குமார் குறுக்கு விசாரணை;

நான் அனைத்து கள ஆய்வுக் குழுக்களிலும் (உண்மை அறியும்) உறுப்பினராக இருந்தேன். நான் தயாரித்து, சிறையில்

பாதிக்கப்பட்டவர்களிடம் இருந்து கையெழுத்து வாங்கிய சத்தியபிரமான வாக்குமூலங்கள் எவையும் இந்த குழு முன்னர் சமர்ப்பிக்கப்படவில்லை. பாதிக்கப்பட்டவர்களை விசாரித்துக் கொண்டிருக்கும் போது இந்த குழுமுன்னர் நான் ஏன் அவைகளை சமர்ப்பிக்கவில்லை என்று என்னால் சொல்ல முடியாது.

இந்த விசாரணைக்கு முன்னரோ, நடந்து கொண்டிருக்கும் போதோ அவற்றை சமர்ப்பிப்பது தகுந்த செயல் என்று எனக்குத் தோன்றவில்லை. எங்கள் அலுவலகத்தில் அவை எங்கு உள்ளன என்று தெரியாததால் இப்போது என்னால் அவைகளை சமர்ப்பிக்க முடியாது. குழு முன்னால் வாக்குமூலம் கொடுக்கச் சொல்லி பாதிக்கப்பட்டவர்களையும் மற்றவர்களையும் நாங்கள் தொந்தரவு செய்தோம் என்று கூறுவது உண்மையல்ல. சாட்சியம் கொடுக்கும் முன்னர் நாங்கள் சாட்சிகளை சித்திரவதை செய்தோம் என்று கூறுவது உண்மையல்ல. அமைப்பின் உறுப்பினர்கள் கிராமங்களுக்குச் சென்று விசாரணைத் தேதிகளை அவர்களுக்குத் தெரியப்படுத்தி குழு முன்னர் வரச் செய்தனர்.

திரு.கெளடி, தேவரமலையைச் சேர்ந்தவர். தேவரமலைக்கும் ஹானூருக்கும் இடையே உள்ள தொலைவு சுமார் 100 கிமீ இருக்கும். தேவரமலையிலோ அதற்கு பக்கத்திலோ உள்ள அரசியல்வாதிகள் யாரையும் எனக்குத் தெரியாது அந்த கிராமத்தின் ஊராட்சி தலைவர் பெயரும் எனக்குத் தெரியாது.

தோழர் திருமிகு. வி.பி.குணசேகரன்.
இந்திய கம்யூனிஸ்ட் கட்சி.
களப் போராளி. மனிதாபிமானி. மனித உரிமைகள் செயற்பாட்டாளர்
செயலாளர், தமிழ்நாடு பழங்குடியினர் சங்கம்.
பெரியபுலியூர்.பவானி தாலுகா, ஈரோடு மாவட்டம்.

பதினைந்து வருடங்களாக தமிழ்நாட்டில் உள்ள பழங்குடியினர் நல்வாழ்விற்காக தமிழ்நாடு பழங்குடியினர் சங்கம் செயல்பட்டு வருகிறது. ஆனால் 1994 ஆம் ஆண்டுதான் Societies Registration Act என்ற சட்டத்தின் கீழ் இது பதிவு செய்யப்பட்டது. பதிவு செய்யப்பட்ட நாளிலிருந்து திரு.நஞ்சப்பா என்பவர் இதன் தலைவராகவும், நான் இதன் செயலாளராகவும் பணிபுரிந்து வருகிறோம்.

தமிழ்நாடு முழுவதிலும் எங்கள் சங்கம் செயல்படுகிறது. பல முன்னேற்றத் திட்டங்கள் மூலம் பழங்குடியினர் நிலையை உயர்த்துவது என்பதுதான் எங்கள் சங்கத்தின் முக்கிய குறிக்கோள்.

நான் ஒரு பொறியியல் பட்டதாரி. ஒரு தனியார் ஆலையில் சிறிது காலம் இன்ஜினியராகவும் பணியாற்றி இருக்கிறேன் நான் 1994 ஆம் ஆண்டு அந்த வேலையை விட்டுவிட்டேன். அன்றிலிருந்து நான் விவசாயத்தை தொழிலாகக் கொண்டு வாழ்ந்து வருகிறேன். நான் ராஜினாமா செய்தவுடன் சி.பி.ஐ. இந்தியக் கம்யூனிஸ்ட் கட்சியின் உறுப்பினராகச் சேர்ந்தேன். என் நண்பர்களுடன் இணைந்து பழங்குடியினர் நன்மைக்காக செயல்படுவதில் இந்த இயக்கத்தில் ஈடுபட்டுள்ளேன்.

1994வது வருடத்தின் ஆரம்பத்தில் தமிழ்நாட்டில் உள்ள பழங்குடியினர் மீது, குறிப்பாக வீரப்பனின் நடமாட்டம் உள்ள வனப்பகுதிகளிலும் அதைச் சுற்றியும் வாழ்ந்து வந்தவர்கள் மீது காவல்துறையினர் நடத்திய வன்கொடுமைகள் பற்றி எங்கள் சங்கத்திற்கு தகவல் கிடைத்தது. எங்கள் சங்கத்தின் பணி சம்பந்தமாக பழங்குடியினர் தங்கியிருந்த கிராமங்களுக்குச் சென்ற போது, அங்கு சிலர் காணாமல் போயிருப்பதை அறிந்தோம்.

1994ம் ஆண்டு ஜனவரியிலோ பிப்ரவரியிலோ நாங்கள் பர்கூர் வனப்பகுதியில் உள்ள சோலகனை என்ற கிராமத்திற்குச் சென்றோம். அங்கு சிக்கமாடன் என்பவர் அவர் வீட்டில் உடைந்த கையுடன் இருந்ததைப் பார்த்தோம். அவரை விசாரித்த போது கர்நாடக போலீசார் அவரை வீரப்பனுக்குப் பொருட்கள் எடுத்துச் சென்றதாகக் குற்றம் சாட்டி எம்.எம்.ஹில்ஸ் காவல்நிலையத்திற்கு அழைத்துச் சென்று சித்ரவதை செய்ததில் அவரது கை உடைந்ததாகக் கூறினார். நாங்கள் அடுத்த முறை அந்த கிராமத்திற்குச் சென்றபோது அவரை அவர் சகோதரன், மகள் ஆகியோருடன் மீண்டும் கர்நாடகா போலீசார் அழைத்துச் சென்றிருப்பதை அறிந்தோம்.

தம்புரட்டி என்று மற்றொரு கிராமத்திற்குச் சென்ற போது, அங்கிருந்து ஆறு நபர்களை கர்நாடகா போலீசார் எம்.எம்.ஹில்ஸ் அழைத்துச் சென்றனர் என்று கேள்விப்பட்டோம். அதே போல், தேவர் மலையிலிருந்தும், வீரப்பன் கும்பலுக்கு பொருட்கள் வழங்கினர் என்ற சந்தேகத்தின் பேரில் சுமார் ஆறு நபர்கள் கர்நாடக போலீசாரால் எம்.எம்.ஹில்ஸ் காவல் நிலையத்திற்கு அழைத்துச் செல்லப்பட்டனர் என்று கேள்விப்பட்டோம். அதற்குப் பின்னர் சென்னை உயர் நீதிமன்றத்தை அணுகினோம். எனது வழக்கறிஞர் போலீசாருக்கு நோட்டிஸ் உத்தரவிடப் பட்டுவிட்டது என்று கூறினார்.

உடனேயே, சோலகனையிலிருந்து கைது செய்யப்பட்ட நபர்கள் விடுவிக்கப்பட்டனர். நாங்கள் சென்னை உயர் நீதிமன்றத்தில் பதிவு செய்த மனுவின் எண் எனக்குத் தெரியாது. அந்த மனு பதிவு செய்யப்பட்டு, நீதிமன்றம் நோட்டீஸ் அனுப்பியதா என்று எனக்குத் தெரியாது. உயர்நீதிமன்றம் முன்னர் எங்கள் மனு சமர்ப்பிக்கப்பட்டதாக எங்கள் வழக்கறிஞர் கூறினார். போலீசார் நீதிமன்றம் முன்னர் ஆஜராகி சோலகனையிலிருந்து கைது செய்யப்பட்டவர்கள் விடுவிக்கப்பட்டது குறித்து எதுவும் கூறவில்லை.

முன்னர் தமிழக பி.யு.சி.எல். அமைப்பினர், சென்னை உயர்நீதிமன்றம் முன்னர், கொளத்தூரிலிருந்து கைது செய்யப்பட்டவர்கள் சம்பந்தமாக 'ஹேபியஸ் கார்பஸ்' மனு ஒன்று பதிவு செய்தனர். இந்த மனுவிற்கு நோட்டிஸ் ஏதாவது உத்தரவிடப்பட்டு, சம்பந்தப்பட்டவர்கள் நீதிமன்றம் வந்து வாக்குமூலம் ஏதாவது கொடுத்தார்களா என்று எனக்குத் தெரியாது. ஆனால், மனு பதிவு செய்யப்பட்டது என்று நன்றாகத் தெரியும்.

அந்த நிகழ்வுகளின் நகல்களை என்னால் சமர்ப்பிக்க முடியும். நாங்கள் ஈரோடு மாவட்ட ஆட்சியரை சந்தித்து கைது செய்யப்பட்டவர்களை விடுவிக்க நடவடிக்கைகள் எடுக்குமாறு கோரி மெமொரான்டம் ஒன்று சமர்ப்பித்தோம். அன்று திரு.என்.எஸ் பழனியப்பன் ஈரோடு மாவட்டத்தின் ஆட்சியராக இருந்தார். அவரால் முடிந்ததைச் செய்கிறேன் என்று எங்களுக்கு வாக்குக் கொடுத்தார். அவரிடம் சமர்ப்பித்த மெமொரண்டத்தின் நகல் என்னிடம் உள்ளது. 22.6.1996 அன்று ஈரோடு மாவட்ட ஆட்சியரிடம் கொடுத்த மெமொரன்டத்தின் நகலை சமர்ப்பித்தார். மற்றவைகளின் நகல்கள் தங்களிடம் இல்லை என்றும் கூறுகிறார். சங்கத்தில் எடுக்கப்பட்ட முடிவுகள் மற்றும் அதுகுறித்து உறுப்பினர்களுக்கு அனுப்பிய 13.6.1994 கடிதம் ஆகியவற்றின் நகல்களையும் சமர்ப்பித்தார். சங்கத்தின் தலைவரும் செயலாளரும் அனுப்புவது போல் இருந்த இக்கடிதங்கள் தமிழில் இருந்ததால், அவர்களிடமே திருப்பிக் கொடுக்கப்பட்டு, ஆங்கிலத்தில் மொழியாக்கம் செய்து அவற்றை சமர்ப்பிக்குமாறு கூறப்பட்டது.

நாங்கள் கோயம்புத்தூரைச் சேர்ந்த சட்டமன்ற உறுப்பினர் திரு.வி.கே.லக்ஸ்மனையும் சந்தித்து கைது செய்யப்பட்ட பழங்குடியினரை விடுவிப்பதில் எங்களுக்கு உதவுமாறு கேட்டுக்

கொண்டோம். அவர் காங்கிரஸ் கட்சியைச் சேர்ந்தவர். தேவையானவற்றைச் செய்வதாகவும், சட்டமன்றத்தில் இந்த பிரச்சனையை எழுப்புவதாகவும் அவர் எங்களுக்கு உறுதியளித்தார்.

அந்த சமயம் நாங்கள் கிராமங்களுக்குச் செல்லும்போது, பல கிராமங்களில் போலீசார் முகாம்கள் அமைத்திருந்ததையும், பல பள்ளிகளை அவர்களின் ஆளுமைக்குக்கீழ் கைப்பற்றியிருப்பதையும் பார்த்தோம். பல கிராமங்களில் பள்ளிகள் செயல்படவேயில்லை. இந்தத் தகவல்கள் அனைத்தையும், மாவட்ட ஆட்சியர் உட்பட சம்பந்தப்பட்ட அதிகாரிகள் அனைவருக்கும் தெரியப்படுத்தினோம். ஆனால் மாவட்ட ஆட்சியரிடம் இருந்து எங்களுக்கு பதில் ஏதும் வரவில்லை. எங்களுக்குக் கிடைத்த தகவலின்படி மாவட்ட ஆட்சியருக்கு சிறப்பு அதிரடிப்படையின் நடவடிக்கைகள் அனைத்தும் தெரிந்திருந்தது. இந்தத் தகவல்களை தேசிய மனித உரிமை ஆணையத்திற்கு அனுப்பிய புகாரில் குறிப்பிட்டிருந்தோமா என்று எனக்கு ஞாபகம் இல்லை.

நாங்கள் பல இடங்களிலும் கூட்டங்கள் நடத்தினோம், எங்கள் தீர்மானங்களை விளக்கினோம். சாட்சியம் பதிவு செய்வது, சாதனங்கள் இல்லாததால், வேறு ஒரு தேதிக்கு தள்ளி வைக்கப்பட்டது. சாட்சி மீண்டும் 12.11.2002 அன்று வாக்குமூலம் கொடுக்க அழைக்கப்பட்டார்.

விசாரணை;

தமிழ்நாடு பழங்குடியினர் சங்கத்தின் முதல் மாநாடு 1993 ஆகஸ்டில் நடந்திருக்கும். இந்த மாநாடு சம்பந்தமான காகிதங்கள் என்னிடம் இல்லை. பழங்குடியினரை ஒன்று சேர்க்க, அவர்கள் வசித்து வந்த பல கிராமங்களுக்கும் நாங்கள் சென்றோம். ஒருமுறை, இவ்வாறு சென்ற போது சோலகனை என்ற கிராமத்தில் திரு.சிக்கமாடா என்பவரைச் சந்தித்தோம். நான்கு நபர்கள் அடங்கிய குழுக்களாகத்தான் நாங்கள் கிராமங்களுக்குச் செல்வோம் பெரும்பாலும். அலுவலகம் பதவிகளிலிருந்தவர் கள்தான் சென்றோம். இப்படிச் செல்லும்போது சிறப்பு அதிரடிப் படையினரின் வன்கொடுமைகள் குறித்து எங்களுக்குத் தெரிய வந்தது. 1993இல் ஆண்டியூரில் நடந்த மாநாட்டில் கலந்து கொண்ட மக்களிடமிருந்தும் இதுபற்றி தகவல் கிடைத்ததாக சாட்சி கூறுகிறார்.

பழங்குடியினர் சங்கத்தின் குழுவில் வழக்கறிஞர்களும்

உள்ளனர். இவர்களும் மாநாட்டில் பங்கேற்றனர். சித்ரவதை நடப்பதாக எங்களுக்குத் தகவல் அளித்த நபர்களின் பெயர்களை நாங்கள் குறித்து வைக்கவில்லை. ஆனால் அந்த மாநாட்டில் சித்ரவதை பற்றிய தீர்மானம் செயலாக்கப்பட்டது. அந்த முதல் மாநாடு பற்றிய பதிவுகள் எங்களிடம் இல்லாததால், கலந்து கொண்ட நபர்கள் எங்கிருந்தெல்லாம் வந்திருந்தனர் என்று கூற இயலாது. அப்போது நாங்கள் தாளவாடி மற்றும் கதம்பூர் ஆகிய பகுதிகளுக்கும் சென்றோம். அந்தப் பகுதிகளிலிருந்து சிறப்பு அதிரடிப்படையினரின் சித்ரவதை பற்றி எங்களுக்கு எந்த தகவலும் கிடைக்கவில்லை. 1998ஆம் ஆண்டு நல்லூர், எம்.எம்.ஹில்ஸ், ஹன்னூர், கொளத்தூர், நெட்டூர் மற்றும் வேறு சில இடங்களுக்கும் சென்றோம். இந்த் இடங்களிலிருந்து சித்ரவதைப் பற்றிய தகவல்கள் கிடைத்திருந்தாலும், அப்போது நாங்கள் அங்கு சென்று விசாரிக்கவில்லை. 1994ஆம் ஆண்டிலிருந்தே பல பெண்கள் கற்பழிக்கப்பட்டது. பற்றியும், உடவின் பல்வேறு பாகங்களில் மின்சாரம் பாய்ச்சப்பட்டு சித்ரவதை செய்யப்பட்டது பற்றியும், எங்களுக்கு தகவல் கிடைத்தது. தகவல் கிடைத்த போதெல்லாம், கற்பழிப்பு அல்லது வேறு சித்ரவதைகளுக்கு உட்படுத்தப்பட்டவர்களின் பெயர்களை நான் குறித்து வைத்தேன். அந்த புத்தகங்கள் இங்கு சமர்ப்பிக்கப்படவில்லை. அவைகளை நான் எடுத்துவரவில்லை. அவைகள் என்னிடம் இருந்தாலும் இருக்கலாம்..

பழங்குடி மக்கள் சங்கம், தேசிய மனித உரிமை ஆணையத்திற்கும். மாவட்ட ஆட்சியருக்கும். இணை செயலாளருக்கும் 29.21996, 23.5.1996, 13.5.1996 மற்றும் 20.5.1996 ஆகிய தேதிகளில் அனுப்பிய புகார்களான ஆவண எண் 15+16 இல் சிறப்பு அதிரடிப்படையினரால் சித்ரவதை செய்யப்பட்டதாக கூறப்படுபவர்களின் பெயர்கள் உள்ளன. ஹேபியஸ் கார்பஸ் மனு சமர்ப்பித்த பிறகு, அவர்கள் விடுவிக்கப்பட்டனர். நான் அதன் பிறகு அவர்களை சந்தித்து அவர்களுக்கு இழைக்கப்பட்ட கொடுமைகளை கேட்டறிந்தேன்: சங்கம் அவர்களிடமிருந்து சம்பந்தப்பட்ட அதிகாரிகள் முன்னிலையில் புகார்கள் ஏதும் பெறவில்லை. 27.2,1996 அன்று சென்னை உயர்நீதிமன்ற நீதிபதி அவர்களுக்கு அனுப்பிய புகார் சம்பந்தமாகவும் 22.5.1996 அன்று அனுப்பிய கடிதம் சம்பந்தமாகவும் ஈரோடு மற்றும் பெரியார் ஆகிய மாவட்டங்களின் ஆட்சியர்கள் 16.5.1996, 8.7.1996 அன்று

ஊய்க்ர்ழ்ள்ங்ம்ங்ய்ற்ள் விடுத்துள்ளனர். இவற்றிற்கு நான் பதில் அளித்தேனா இல்லையா என்று எனக்கு ஞாபகம் இல்லை. ஆனால் 21.8.1997 மற்றும் 28.11.1997 அன்று தேதியிட்ட மனுக்கள் மாநில மனித உரிமை ஆணையம் முன்னர் குற்றவியல் விசாரணைக்கு சமர்ப்பிக்கப்பட்டது.

1.சுப்பிரமணியன் த.பெ திரு அங்கப்ப ஆச்சாரி, 2. அர்த்தநாரி, த.பெ. திரு.பித்தன் 3.திரு பெருமாள் த.பெ. மாது செட்டியார், 4. திரு.முருகன். த.பெ திரு.பீமா என்ற மாதய்யன், 5. திரு,சிக்கன், திருமதி ராஜம்மாவின் கணவர் (தந்தை பெயர் தெரியாது) ஆகியோர்கள் போலீசாரால் 1993ல் பிடித்துச் செல்லப்பட்ட பிறகு அவர்கள் பற்றி தகவல் ஏதும் இல்லாமலிருப்பது குறித்து அவர்கள் பெற்றோர்கள் எந்த அதிகாரியிடமும் புகார் செய்யவில்லை. ஆனால் 1998இல் முதல் நான்கு நபர்களின் பெற்றோர் தேசிய மனித உரிமை ஆணையம் முன்பு தங்கள் சத்தியபிரமாண வாக்குமூலங்களைப் பதிவு செய்துள்ளனர்.

கிருஷ்ண பந்தய்யர் த.பெ.பொட்டய்யா தம்பாடி என்பவர் தமிழ்நாடு காவல்துறையினரால் கைது செய்யப்பட்டதன் பின்னர் அவர் பற்றி தகவல் ஏதும் இல்லை. இவரது மனைவி 1998இல் தேசிய மனித உரிமை ஆணையம் முன்னர் சத்தியபிரமாண வாக்குமூலம் பதிவு செய்தார்.

15.12.1994 அன்று மதுரையிலிருந்து தேசிய மனித உரிமை ஆணையத் தலைவருக்கு சித்ரவதைக்கு ஆளானவர்கள், நடந்த சித்ரவதைகள், சித்ரவதைகள் செய்தவர்கள் பற்றிய தகவல்கள் அடங்கிய புகார் அனுப்பப்பட்டது. இதனால் தேசிய மனித உரிமை ஆணையத்திற்கு நாங்கள் புகார் ஏதும் அனுப்பவில்லை. பிறகு 1996ல்தான் புள்ளி விபரங்கள் அடங்கிய புகார் தேசிய மனித உரிமை ஆணையத்திற்கு அனுப்பப்பட்டது. 29.2.1996 அன்று தேதியிட்ட அந்தப் புகார் பழங்குடியினர் மீது சிறப்பு அதிரடிப்படையினரின் சித்ரவதை குறித்து எங்கள் சங்கத்தால் தேசிய மனித உரிமை ஆணையத்தின் தலைமை ஆணையருக்கு அனுப்பப்பட்ட இரண்டாவது புகாராகும். இதை அனுப்புவதற்குள், குழந்தைகள் மற்றும் மகளிர் உட்பட பழங்குடியினர் மீது நடந்த வன்கொடுமைகள் பற்றி நாங்கள் நன்கு தெரிந்து கொண்டோம். அந்தப் புகாரில் மகளிர் கற்பழிக்கப்பட்டது அவர்களுக்கு நடந்த மற்ற கொடுமைகள் ஆகியவை பற்றி எதுவும் குறிப்பிடப்படவில்லை என்றால்,

அதற்கான காரணம் என்னவாக இருந்தது என்று எனக்கு ஞாபகம் இல்லை. அச்சமயம். பெண்கள் கற்பழிக்கப்பட்டது பற்றி எங்களுக்குத் தகவல்கள் வந்தது. ஆனால் அவர்கள் பழங்குடியினர் அல்ல. தேசிய மனித உரிமை ஆணையத்திற்கு அனுப்பப்பட்ட புகார். வனத்தில் உள்ள பொருட்களை சேகரிப்பதிலிருந்து அவர்களை தடை செய்வது மூலம் அவர்கள் வாழ்வாதாரத்தைப் பறிப்பதற்கு எதிராக (பிரிவு 144) மட்டுமில்லாமல் அவர்களுக்கு இழைக்கப்பட்ட சித்ரவதைகளுக்கு எதிராகவும் அனுப்பப்பட்டது. 1998ன் இறுதியில் அல்லது 1999ன் ஆரம்பத்தில் பழங்குடியினர் மறுவாழ்விற்கான கூட்டு பிரச்சாரம் ஆரம்பிக்கப்பட்டது. இது பி.யு.சி.எல், சோகோ, மக்கள் கண்காணிப்புகம் தமிழ்நாடு, சிகரம் - பெங்களூர் ஆகிய அமைப்புகளுடன் இணைந்து அமைக்கப்பட்டது.

1997, 1998இல் நான் இரு சந்தர்ப்பங்களில் தடாகைதிகளை சிறையில் சந்தித்திருக்கிறேன். பிணையில் விடுவிக்கப்பட்ட தடா கைதிகளை அவர்கள் விடுதலையான பிறகு சந்தித்தேன். எந்த வருடம் எந்த மாதம் அவர்களைச் சந்தித்தேன் என்பதும், அவர்கள் விடுதலை செய்யப்பட்டதற்கு எத்தனை நாட்களுக்குப் பின்னர் அவர்களை சந்தித்தேன் என்பதும் ஞாபகம் இல்லை. அவர்களுக்கு நேர்ந்த சிந்ரவதைகளை எங்களிடம் கூறினர். அதைப்பற்றி சம்பந்தப்பட்ட அதிகாரிகளுக்கு புகார் செய்யுமாறு நான் அவர்களுக்கு அறிவுரை வழங்கினேன். ஏற்கெனவே அவர்கள் புகார் செய்துள்ளதாக அவர்கள் கூறினர். அந்தப் புகார்களின் நகல்கள் எதையும் அவர்கள் என்னிடம் கொடுக்கவில்லை. நாங்கள் சொன்ன பிறகு அவர்கள் எந்த அதிகாரியிடமாவது புகார் செய்தார்களா என்று எனக்குத் தெரியாது எந்த அதிகாரிக்கும் புகார் அனுப்ப நாங்கள் அவர்களுக்கு உதவியேதும் செய்யவில்லை

முதல் மாநாட்டிற்குப் பிறகு, மேலும் மூன்று மாநாடுகள் நடத்தினோம். தர்மபுரியில் இரண்டு. சென்னையில் ஒன்று. "கூட்டுப் பிரச்சாரம் அமைக்கப்பட்ட பிறகு கொளத்தூரில் தடாக் கைதிகளுக்காக மாநாடு ஒன்று நடத்தப்பட்டது. தேசிய மனித உரிமை ஆனையம் முன்னர் சமர்ப்பிக்கப்பட்ட சத்தியபிரமான வாக்குமூலங்களை தயார் செய்ய தடா கைதிகளுக்கும் சில தடா கைதிகளின் உறுவினர்களுக்கும் நாங்கள் உதவினோம். பவானியைச் சேர்ந்த வழக்கறிஞர் மற்றும் நோட்டரியான திரு.யோகவேல் முன்னிலையில் இதைச்

செய்தோம். சிறையில் இருந்த தடாக் கைதிகள் தேசிய மனித உரிமை ஆணையத்திடம் சமர்ப்பித்த வாக்குமூலங்களை யார் எழுதினார்கள் என்று எனக்குத் தெரியாது. பவானியில் திரு.யோகவேல் முன்னால் சத்தியப்பிரமாணம் செய்த வாக்குமுலங்களை தயாரிப்பதில் எங்கள் சங்கத்தின் வழக்கறிஞரும் உதவினார்.

பழங்குடியினர் நிவாரணம் மற்றும் மறு வாழ்விற்கான கூட்டு பிரச்சாரத்தில் சுமார் 10 கூட்டங்கள் நடத்தப்பட்டிருக்கும். அவை அனைத்திலும் நான் கலந்து கொண்டேன் திரு.ஹென்றி டிபேன் அனுப்பிய உண்மையறியும் குழு பற்றியும், அதன் விசாரணை பற்றியும் நான் அறிவேன். ஒரு உண்மையறியும் குழுவில் நானும் உறுப்பினராக இருந்தேன். அந்த விசாரணையின் அடிப்படையில் அக்குழு அறிக்கை ஒன்றும் தயாரித்துள்ளது அந்த அறிக்கையின் நகல் ஒன்று என்னிடம் உள்ளது. ஒரு நகல் தேசிய மனித உரிமை ஆணையத்திற்கும் அனுப்பப்பட்டது.

அக்குழுவின் மற்ற உறுப்பினர்கள், திருஜான் வின்சென்ட், திருமனோகர், திரு.ராஜன், திரு.பாலமுருகன், திரு-ஹசன் மன்சூர், திருஃபிலிப்ஸ் மாத்தியூஸ், திரு.அழகுமணி, திரு.முனி செளடப்பா, திருமதி.கற்பகம் மற்றும் திருமதி. திலகம் ஆகியோர் ஆவர். 1996ம் ஆண்டிலிருந்து திரு.ஜான் வின்சென்ட் தடா நீதிமன்றத்தில் வழக்குகளுக்குச் சென்று வருகிறார்.

திருமதி.கற்பகம் காமத் என்பவரும் வழக்கறிஞர்களுள் ஒருவர். ஜாமீன் வழங்கப்படாத கைதிகளிடம், அவர்களுக்கு நேர்ந்த சித்ரவதைகள் பற்றி திரு.ஜான் வின்சென்ட் விசாரித்தார். இந்த விசாரணையின் அடிப்படையில் அவர் அறிக்கை ஒன்றும் தயாரித்தார். இந்த அறிக்கையின் அடிப்படையில் வாக்குமூலங்கள் தயாரிக்கப்பட்டு மாநில (தமிழ்நாடு) மனித உரிமை ஆணையத்திற்கு அனுப்பப்பட்டது. வாக்குமூலம் அளித்த அனைவரும் கொளத்தூருக்கு அழைத்து வரப்பட்டனர். அங்கு அவர்கள் சத்திய பிரமாணம் செய்தனர்.

நான் எம்.எம்.ஹில்ஸுக்குச் சென்றிருக்கிறேன். அங்கு ஒர்க் ஷாப்பாக சித்திரவதைப் பட்டறை உபயோகிக்கப்பட்ட கட்டிடத்தைப் பார்த்திருக்கிறேன். 1998 அல்லது 1999ல் அந்தக் கட்டிடத்தைப் பார்த்திருப்பேன். அங்கே சென்றபோது போலீஸ் வன்கொடுமைக்கு உபயோகிக்கப்பட்ட பொருட்கள் எதுவும் நான் பார்க்கவில்லை. நான் எழுதிய குறிப்புகளை இன்று பதிவு

செய்துள்ளேன். மேலும் விசாரணைக்கு அவற்றை எடுத்துக் கொள்ளும்படி கேட்டுக் கொள்கிறேன்.

13:11.2002 சாட்சி மீண்டும் அழைக்கப்பட்டு அவரிடம் இருந்து வாக்குமூலம் பெறப்பட்டது.

விசாரணை;

1994ல் தேசிய மனித உரிமை ஆணையத்தின் அப்போதைய உறுப்பினரான நீதிபதி ஃபாத்திமா பீவி அவர்கள் மதுரைக்கு வந்தபோது புகார் அடங்கிய கடிதம் ஒன்றை 15.12.1994 அன்று சமர்ப்பித்தோம். எனது குறிப்புகளான ஆவண எண் 12 உடன் அதன் நகல்களையும் சமர்ப்பிக்கிறேன். அவை ஊஷ்.ங 12 எனக் குறிக்கப்பட்டுள்ளன. 29.02.1996. அன்று தேசிய மனித உரிமை ஆணையத்திற்கு புகார் ஒன்று அனுப்பினோம். அதை இங்கு ஆவண எண் 15 ஆக சமர்ப்பித்துள்ளேன். அது ஊஷ். ங.13 ஆகக் குறிக்கப்பட்டுள்ளது.

அதன் நகல்கள் இந்திய குடியரசுத் தலைவர், இந்திய உயர் நீதிபதி, சென்னை உயர் நீதிமன்றத்தின் தலைமை நீதிபதி, மத்திய அரசின் வனத்துறை அமைச்சர், திரு.ராஜேஷ் பைலட், திரு.வி.ஆர். கிருஷ்ணய்யர் அவர்கள், திரு.சி.கே.குப்புசுவாமி மற்றும் அப்போது பாராளுமன்ற உறுப்பினராக இருந்த திருமதி, மேதா பட்கர் ஆகியோருககு அனுப்பப்பட்டது. சென்னை உயர் நீதிமன்றத்தின் தலைமை நீதிபதி அதை ஈரோடு மற்றும் பெரியார் மாவட்ட ஆட்சியர்களுக்கு அனுப்பியிருக்கிறார்.

ஈரோடு மாவட்டத்தின் ஆட்சியர் இதற்கான Endorsementஐ 15.5.1996 அன்று அனுப்பி வைத்தார். அதன் நகலும், ஆங்கில மொழியாக்கம் ஆவண எண் 16ஆக இங்கு சமர்ப்பித்துள்ளேன். அதேபோல், பெரியார் மாவட்ட ஆட்சியர் 4.7.1996 என தேதியிட்ட Endorsementஐ அனுப்பினார். அதையும் இங்கு சமர்ப்பித்துள்ளேன். அந்த இரண்டு ஆவணங்களும் இங்கே Ex. M 14, 15 ஆகக் குறிக்கப்பட்டுள்ளன. சாட்சி மீண்டும் தனது சங்கம் 13.5.1996. 20.5.1996 மற்றும் 23.5.1994 ஆகிய தேதிகளில், பல்வேறு அதிகாரிகளுக்கு அனுப்பிய புகார்களுக்கு பதிலாக மாவட்ட ஆட்சியர்கள் அனுப்பிய Endorsementகளே அந்த ஆவணங்கள் என்று கூறுகிறார். புதுதில்லியிலுள்ள தேசிய மனித உரிமை ஆணையத்திற்கு 21.8.1997 மற்றும் 2811.1997 ஆகிய தேதிகளில் நாங்கள் அனுப்பிய புகார்களின் நகல்களை இங்கு ஆவண எண் 20 ஆக இங்கே குறிக்கப்பட்டுள்ளது.

சாட்சி அவைகளின் ஆங்கில மொழியாக்கத்தை சமர்ப்பிக்குமாறு கேட்டுக் கொள்ளப்பட்டார்.

இங்கே exhibitகளாக குறிக்கப்பட்டுள்ள ஆவணங்கள் உட்பட 41 ஆவணங்களை நான் சமர்ப்பித்துள்ளேன். அவையாவும் என் சாட்சியத்தின் பாகமாக வாசிக்கப்பட வேண்டும் என்று கேட்டுக்கொள்கிறேன்.

குறிப்பு;

அவர் சமர்ப்பித்துள்ள ஆவணங்கள் தமிழில் உள்ளன. அவற்றின் ஆங்கில மொழியாக்கத்தை சமர்ப்பித்தால், அவரது வேண்டுகோளை குழு ஏற்கும் என்று கூறப்பட்டது.

முசலி செய்த குறுக்கு விசாரணையில்,

நாங்கள் பெற்ற தகவலின் அடிப்படையில் பழங்குடியினர் சங்கம், தேசிய மனித உரிமை ஆணையம் உடபட பல்வேறு அதிகாரிகளுக்கு புகார்களும் மனுக்களும் அனுப்பியது. எனக்கு மக்களுக்கு நடந்த வன்கொடுமைகள் பற்றி தனிப்பட்ட முறையில் எதுவும் தெரியாது. நான் அவற்றிற்கு நேரடி சாட்சியுமல்ல.

சாட்சிகளுக்கு நஷ்ட ஈடு வாங்கிக் கொடுத்து அதன் மூலம் எங்கள் இயக்கத்திற்கு அரசியல் முன்னேற்றம் பெற நாங்கள் அவர்களை துன்புறுத்தி இக்குழு முன்னர் வாக்குமூலம் அளிக்க வைத்தோம் என்று கூறுவது உண்மையல்ல.

தமிழ்நாடு சிறப்பு அதிரடிப் படையின் காவல்துறை கண்காணிப்பாளர் அஷோக் குமார் செய்த குறுக்கு விசாரணை;

தமிழ்நாட்டில் உள்ள எல்லா கிராமங்களிலும் வசிக்கும் பழங்குடியினரில் எங்கள் உறுப்பினர்களும் உள்ளனர் என்பது உண்மைதான். தமிழ்நாட்டு எல்லைக்குட்பட்ட இடங்களில் மட்டுமே எங்கள் சங்கம் செயல்பட்டு வருகிறது. 1996ஆம் ஆண்டு வரை சித்ரவதை செய்யப்பட்டவர்களில் இங்கே வாக்குமூலம் அளித்த நபர்களில் 4 அல்லது 5 நபர்களைத் தவிர மற்றவர்களுக்கு நடந்ததாகச் சொல்லப்படுகிற கொடுமைகள் பற்றி எனக்குத் தெரியாது என்று கூறுவது உண்மையல்ல. பர்கூர் பகுதியில் வாழ்ந்த மக்களிடமிருந்து தங்களுக்கு 1994ஆம் ஆண்டிலிருந்து வன்கொடுமைகள் பற்றி தகவல் கிடைத்ததாக சாட்சி தாமாகவே கூறுகிறார். பழங்குடியினர் மாநாடுகள் நடத்தப்பட்டது. மாநிலமெங்கும் வாழும் பழங்குடியினரின் வாழ்க்கைத் தரத்தை உயர்த்துவதற்காகவே நடத்தப்பட்டது என்பது உண்மையல்ல.

அவைகளில், பழங்குடியினர் மீது சிறப்பு அதிரடிப்படையினரால் நடத்தப்பட்ட வன்கொடுமைகளுக்கு எதிராக போராடுவது என்பது சிறு பிரச்சனையாகத்தான் கருதப்பட்டது என்று கூறுவது உண்மையல்ல. சாதாரணமாக ஒரு நபர் அல்லது அமைப்பு அல்லது அதிகாரியின் செயலால் அல்லது செயலின்மையால் பாதிக்கப்பட்ட ஒருவர் அதற்கு எதிராக, சம்பந்தப்பட்ட அதிகாரியிடம் நேராவோ, பிரதிநிதிகள் மூலமாகவோ புகார் செய்யலாம் என்று எனக்குத் தெரியும். சிறப்பு அதிரடிப் படையினரால் சித்ரவதை செய்யப்பட்ட உடனேயே பாதிக்கப்பட்டவர்கள் எந்த அதிகாரியிடமும் புகார் செய்யவில்லை என்பது உண்மைதான். ஆனால் அவர்கள் கட்டுப்பாட்டில் இல்லாத பல காரணங்களால் புகார் செய்யாமல் போனதால் மட்டும், வாக்குமூலம் அளித்தவர்கள் சிறப்பு அதிரடிப்படையினருக்கு எதிராக பொய்யான சாட்சியமளிக்கிறார்கள் என்று கூறுவது உண்மையல்ல. அந்தச் சமயத்தில் சிறப்பு அதிரடிப்படையினருக்கு எதிராக புகார் செய்வது எளிதான காரியமாக இருக்கவில்லை என்று சாட்சி கூறுகிறார்.

மாநாடுகள் மற்றும் கூட்டங்களின் போது, வேறு பிரச்சனைகள் பற்றி பேசும் போது, பழங்குடியினரை, சிறப்பு அதிரடிப் படையினருக்கு எதிராக குற்றம் சுமத்தினால், நஷ்ட ஈடு வாங்கித் தருகிறோம் என்று சொல்லி, நாங்கள் அவர்களை தூண்டி விட்டோம் என்று கூறுவது உண்மையல்ல. எங்கள் செயல்பாடுகளுக்காக, சங்கம் பொது மக்களிடம் நிதி திரட்டுகிறது. குறிப்பாக தாழ்த்தப்பட்ட மக்களுக்கு ஆதரவாக இருப்பவர்களிடமிருந்து சங்கத்தின் கணக்குகள் சரிவர Audit செய்யப்பட்டு Societies பதிவாளர் முன்னர் ஒவ்வொரு வருடமும் இறுதி அறிக்கை மற்றும் (Balance Sheet) பதிவு செய்யப்படுகிறது. பழங்குடியினர் முன்னேற்றத்திற்காக எங்களால் முடிந்த எல்லா விதங்களிலும் மாநிலம் மற்றும் இதர அமைப்புகளின் கவனத்தை ஈர்க்க போராட்டங்கள் செய்து வருகிறோம். எங்கள் முயற்சிகள் மற்றும் போராட்டங்களின் பலனாக, மாநிலத்தில் உள்ள பழங்குடியினர் நல்வாழ்விற்காக, தமிழ்நாட்டில் தனி Directorate ஒன்று அமைக்கப்பட்டுள்ளது. பழங்குடியினருக்காக நாங்கள் சில பள்ளிகளும் நடத்தி வருகிறோம். எங்கள் வருடாந்திர அறிக்கையுடன் எங்கள் சங்கத்தின் இறுதி அறிக்கையும், குழுவின்

சோதனைக்கு இங்கே சமர்ப்பிக்கிறேன்.

சிறப்பு அதிரடிப்படையினரின் சித்ரவதை மற்றும் கொடுமைகளால் பாதிக்கப்பட்ட மக்கள் நஷ்ட ஈடு பெறுவதற்காக மட்டுமே எங்கள் பழங்குடியினர் சங்கம் அவர்களுக்கு உதவவில்லை. அவர்கள் வழக்கு நிரூபிக்கப்பட்டால் அவர்களுக்கு நஷ்ட ஈடு கிடைக்கும். சம்பந்தப்பட்ட எல்லா நபர்களும் சட்டத்தைக் கடைபிடிக்க வேண்டும். இதுபோன்ற மனித உரிமை மீறல்கள் மீண்டும் நிகழக்கூடாது என்பதில்தான் எங்கள் சங்கம் அதிக ஆர்வம் கொண்டுள்ளது. பழங்குடியினர் இயக்கத்தின் மூலம் உரிமைகள் பறிக்கப்பட்டிருந்த மக்கள், சரியான நேரத்தில் தங்கள் உரிமைகளைப் பற்றி உணர்ந்துள்ளார்கள். அதனால் இன்று நிலை மாறியுள்ளது என்பதை நான் மகிழ்ச்சியுடன் கூறுகிறேன். குற்றம் செய்தவர்கள் தண்டிக்கப்பட்டால் அது முழு சமூகத்திற்கும் எச்சரிக்கையாக இருக்கும் இதுபோன்ற சம்பவங்கள் மீண்டும் நிகழ்வதை தவிர்க்கவும் முடியும்.

இனிவருவது;

''கொலைகார, வழிப்பறிக் கொள்ளைக்கார, மனிதனாக வாழ்வதற்கே சிறு தகுதி கூட அற்ற அரசு மற்றும் யூனிபார்ம் மிருகங்களின் சப்பைக்கட்டு ஜால்ஜாப்பு தப்பித்தல்வாத முழுப் பூசணிக்காயை தட்டு சோற்றுக்குள் மறைத்த வாக்குமூலங்கள்."

எம்.மல்லிகார்ஜுன்.

திட்ட இயக்குநர்

கர்நாடக அரசு நிர்வாக பணியில் ஒரு தாசில்தாராக 1977ஆம் ஆண்டில் நான் சேர்ந்தேன். பதவி உயர்வு பெற்ற பிறகு நான் தற்போது பீதரில் திட்ட அதிகாரியாகப் பணியாற்றிக் கொண்டிருக்கிறேன்.

திரு.சிவநஞ்சப்பா கோவிலின் அலுவலக மேலாளராக நான் நிர்வாக அதிகாரியாக பணியாற்றியபோது இருந்தார். நிலம்

கையகப்படுத்தும் அதிகாரியின் தலைமையகம் சாம்ராஜ் நகரில் இருந்தது. நிர்வாக அதிகாரி என்ற வகையில் எனது கடமையை ஆற்றுவதற்கு வாரத்திற்கு இரண்டு அல்லது மூன்று மூன்ற நான் எம்.எம்.ஹில்ஸ்க்கு செல்கிறபோது அங்கே இருந்த சிறப்பு அதிரடிப்படை செயல்பாடு குறித்து எனக்குத் தெரிந்திருந்தது. சிறப்பு அதிரடிப்படையினர் தங்குவதற்காக கோவிலுக்குச் சொந்தமான கட்டிடம் ஒன்றினை எடுத்துக் கொண்டனர். அந்தக் கட்டிடத்திற்குள் செல்லும் சந்தர்ப்பம் எனக்கு கிடைத்ததில்லை. அங்கே எத்தனை போலீஸ்காரர்கள் இருந்தார்கள் என்று என்னால் சொல்லமுடியாது. சிறப்பு அதிரடிப்படை எங்கே தங்கியிருந்தார்கள் என்பது எனக்குத் தெரியாது. போலீஸ்காரர்கள் உணவு உண்பதையும், கோவிலுக்கு வெளியே அவர்கள் நீராடுவதையும் தூரத்தில் இருந்தே என்னால் பார்க்கமுடியும். வழக்கமாக வெளியார் எவரும் அந்த கட்டிடத்தின் அருகே செல்ல அனுமதிக்கபடுவதில்லை.

அந்த கட்டிடத்தின் அருகேயோ அல்லது உள்ளேயோ எந்தவொரு சந்தர்ப்பத்திலும் நாங்கள் சென்றது கிடையாது. எனவே சிறப்பு அதிரடிப்படையினர் அந்த கட்டிடத்தை எப்படி பயன்படுத்தினார்கள் என்பதை என்னால் சொல்ல முடியாது. விசாரணைக்காக எந்தவொரு நபரும் அங்கு கொண்டு வரப்பட்டதை நான் பார்த்தது கிடையாது. போலீசாரால் யாரும் சித்ரவதை செய்யப்பட்டார்களா என்பது பற்றி எனக்குத் தெரியாது. அத்தகைய நடவடிக்கைகளை கவனிக்கும் சந்தர்ப்பமும் எனக்கு இருந்தது கிடையாது. அந்த பகுதிக்கு செல்லும் சந்தர்ப்பமும் எனக்கு இருந்ததில்லை. நிர்வாக அதிகாரி அலுவலகத்திற்கும் அந்த கட்டிடத்திற்கும் இடையே சுமார் இரண்டு பர்லாங்கு தூரம் இருக்கும். அலுவலகத்திற்கும், கோவிலுக்கும் இடையே அதே அளவு தூரம் உள்ளது. அலுவலகம் நடுவே உள்ளது.

கோவில் கட்டிடத்தை சிறப்பு அதிரடிப்படையினர் எடுத்துக் கொண்டதைக் காட்டும் ஆவணம் ஏதேனும் உள்ளதா என்பது குறித்து ஏதும் எனக்குத் தெரியாது. வாடகை ஏதும் தரப்பட்டதா என்பதும் எனக்கு தெரியாது. ஏனெனில் அந்த கட்டிடம் நான் எம்.எம்.ஹில்ஸுக்கு செல்வதற்கு வெகு முன்னரே அதிரடிப்படையினரின் பொறுப்பில் விடப்பட்டிருந்தது.

திரு. வி.பி.குணசேகரின் குறுக்கு விசாரணையில்

கோவிலுக்கு சொந்தமாக பல கட்டிடங்கள் உள்ளன. ஆனால் அவை மொத்தம் எத்தனை என்பது எனக்கு தெரியாது. அனைத்துக் கட்டிடங்களும் நிர்வாக அதிகாரியின் கட்டுப்பாட்டின் கீழ் உள்ளது என்பது உண்மையே. அந்த கோவில் கட்டிடம் பக்தர்களுக்கு குறைந்த கட்டணத்தில் வாடகைக்கு விடப்பட வேண்டும். சிறப்பு அதிரடிப்படையிடம் இருந்து வாடகை ஏதும் வசூலிக்கப்பட்டதா என்று எனக்குத் தெரியாது. ஏனெனில் எனக்கு முன்னால் இருந்த அதிகாரி சிறப்பு அதிரடிப்படையினரின் பொறுப்பில் அந்தக் கட்டிடத்தை விட்டுவிட்டார். அத்தகைய கட்டிடங்களின் வாடகை குறித்து நான் விசாரணை ஏதும் நடத்தவில்லை. ஏனெனில் அதற்கான சந்தர்ப்பம் கிடைக்கவில்லை.

தேவாரம்
ஓய்வுபெற்ற காவல்துறை தலைவர் (டி.ஜி.பி) தமிழ்நாடு.
தமிழ்நாடு சிறப்பு அதிரடிப் படையின் தலைவர்.

நான் தற்போது வீரப்பனை பிடிக்க தமிழக அரசால் அமைக்கப்பட்ட சிறப்பு அதிரடிப்படையின் தலைவராக பணிபுரிகிறேன். இது நான் ஓய்வுபெற்ற பின்னர் செய்யப்பட்ட நியமனம்: 30.7.1997 அன்று நான் காவல்துறை தலைவராக (பயிற்சி) பணியில் இருந்து ஓய்வு பெற்றேன். 1996ஆம் ஆண்டு மே மாதம் வரை கர்நாடக மற்றும் தமிழக அரசுகளால் வீரப்பனைப் பிடிக்க அமைக்கப்பட்ட சிறப்பு கூட்டு அதிரடிப்படையின் தலைவராக பணிபுரிந்தேன். 1985 ஆம் ஆண்டில் இருந்து வீரப்பன் கொலைகள் புரிய தொடங்கியதால், கர்நாடக மாநிலம் வீரப்பனைப் பிடிக்க சிறப்பு அதிரடிப்படை ஒன்று அமைத்தது. 1993ஆம் ஆண்டு வரை

தமிழ்நாடு சிறப்பு அதிரடிப்படை ஏதும் அமைக்கவில்லை. ஆனால் 1992 ஆகஸ்ட் மாதம் முதல் தமிழக காவல்துறை கர்நாடக காவல்துறையினருக்கு வீரப்பனை பிடிக்கும் பணியில் உதவி வருகிறது. தமிழக காவல்துறையின் ஆயுத படையின் கமாண்டராக இருந்த கோபாலகிருஷ்ணன் மீது கர்நாடக காவல்துறையில் ஒரு சிறு குழு அமைத்து உதவும் கூடுதல் பொறுப்பும் நியமிக்கப்பட்டது. மைசூர் மாவட்டத்தின் காவல்துறை கண்காணிப்பாளராக இருந்த ஹரிகிருஷ்ணனா 1992 ஆகஸ்ட் மாதம் வீரப்பன் மற்றும் அவன் கூட்டாளிகளால் கொலை செய்யப்பட்டதன் பின்னர் இக்குழு அமைக்கப்பட்டது.

கர்நாடக மற்றும் தமிழக மாநிலங்களின் முதல்வர்களால் 11.4.1993 அன்று சென்னையில் நடத்தப்பட்ட கூட்டத்தில் வீரப்பனை பிடிக்க ஒரு கூட்டு சிறப்பு அதிரடிப்படை அமைக்க முடிவெடுக்கப்பட்டது. இந்த கூட்டு சிறப்பு அதிரடிப்படை அமைக்க முடிவெடுக்கப்பட்டதற்கு முக்கிய காரணம் பாலாறின் வடகரையில் வீரப்பன் மற்றும் அவனது கூட்டாளிகள் காவல்துறை வாகனத்தை வெடிகுண்டு மூலம் தகர்த்ததில் இருபத்தி இரண்டு நபர்கள் இறந்ததும், கோபாலகிருஷ்ணன் உட்பட பலர் படுகாயமடைந்ததுமே ஆகும். சென்னையில் 11.4.1993 அன்று நடத்தப்பட்ட கூட்டத்தில் கூட்டு சிறப்பு அதிரடிப்படையின் செயல்பாடுகளை ஒருங்கிணைக்கும் அதிகாரியாக நான் தேர்ந்தெடுக்கப்பட்டேன். அக்கூட்டத்தின் முடிவுகள் பற்றிய ஆவணங்கள் அந்த மாநில அரசுகளிடம் இருக்கலாம்.

11.4.1993 அன்று தமிழக சிறப்பு அதிரடிப்படையின் அங்கங்கள் ஏதும் இல்லை. அன்று சென்னையில் இரு அரசுகளின் முதல்வர்கள் கூட்டத்தில் தான் கூட்டு அதிரடிப்படை அமைப்பது குறித்து யோசனை செய்யப்பட்டு பின்பு முடிவெடுக்கப்பட்டது. அப்போது கூடுதல் காவல்துறை தலைவராக சட்டம்-ஒழுங்கு பணிபுரிந்து கொண்டிருந்த நான் அதன் ஒருங்கிணைப்பாளராக தேர்வு செய்யப்பட்டேன். அதன் பின்னர் நாங்கள் காவல்துறை அதிகாரிகளுக்கு அழைப்பு விடுத்து, இந்த படையில் இடம்பெற அவர்கள் தயாராக இருக்கிறார்களா என்பது பற்றி விசாரித்தோம். அந்த முறையில் காவல்துறை கண்காணிப்பாளரின் கீழ் 237 நபர்கள் சிறப்பு அதிரடிப்படையின் உறுப்பினர்களாக தேர்ந்தெடுக்கப்பட்டார்கள். சஞ்ஜய் அரோரா இச்சிறப்பு அதிரடிப்படையின் கண்காணிப்பாளராக நியமிக்கப்பட்டார்.

தமிழகத்தில் இந்த சிறப்பு அதிரடிப்படைக்கு முகாம்கள் ஏதும் அமைக்கப்படவில்லை.

சிறப்பு அதிரடிப்படையில் பணிபுரிய தேர்ந்தெடுக்கப்பட்டவர்களுக்கு சென்னையில் ஒரு மாத காலத்திற்கு பயிற்சி அளிக்கப்பட்டது. பயிற்சிக்கு பிறகு அவர்கள் சேலத்திற்கு அனுப்பப்பட்டனர். அங்கிருந்து காடுகளின் வெவ்வேறு பகுதிகளுக்கு அனுப்பப்பட்டனர். நாங்கள் ஹசனூர், கதம்பூர் தாசரகெரே போன்ற இடங்களில் முகாம்கள் அமைத்தோம். மேட்டூரில் முகாம் ஏதும் அமைக்கப்படவில்லை. ஆனால் அதிகாரிகள் மேட்டூர் செல்லும் போதெல்லாம் அவர்கள் குழுக்களுடன் அங்குள்ள பொதுப் பணித்துறையின் விருந்தினர் இல்லத்தில் தங்கி வந்தனர். அதிகாரிகள் என்று நான் கூறியது. சிறப்பு அதிரடிப்படையின் அதிகாரிகளையே ஆகும். மேட்டூரில் உள்ள பள்ளி கட்டிடத்தின் ஒரு பகுதியை எங்கள் வயர்லெஸ் கம்பியில்லா தந்தி நிலையமாகவும் பயன்படுத்தினோம் என்பது உண்மைதான். அந்த கட்டிடத்தின் வளாகத்தை ஒட்டி ஒரு சிறிய பாதை உள்ளது. அந்தப் பாதையின் சில இடங்களில் இருந்து அங்கு நடமாடும் மக்கள், அறையின் உள்ளே நடப்பவைகளை கவனிக்கக் கூடும்.

1993 ஆம் ஆண்டின் இறுதியில் பண்ணாரியில் இன்னொரு முகாம் அமைக்கப்பட்டது. திம்பம்மில் உள்ள விருந்தினர் இல்லம் ஒன்று கர்நாடக சிறப்பு அதிரடிப்படையின் வசம் உள்ளது. தேவை எழும் போதெல்லாம் இதனை தமிழக சிறப்பு அதிரடிப்படையும் உபயோகப்படுத்திக் கொள்கிறது. சுமார் 7,000 சதுர கி.மீ பரப்பளவுடைய காட்டுப் பகுதிகளில் வீரப்பன் செயல்படுகிறார் என்று கருதப்படுகிறது. இந்தப் பகுதியில் 2;3 சதவீத பங்கு தமிழகத்தில் உள்ளது. ஒரு குறிப்பிட்ட அதிகாரியின் கட்டுப்பாட்டின் கீழ் எந்த குறிப்பிட்ட பகுதியும் கொண்டுவரப்படவில்லை. கூட்டு சிறப்பு அதிரடிப்படை முழுவதும் ஒரே அமைப்பாக கருதப்பட்டது. எல்லா அதிகாரிகளுக்கும் எந்த நேரத்திலும் எந்த இடத்திற்கும் செல்லவும் சட்டப்படி சூழ்நிலைக்கேற்ப யாரையும் காவலில் வைக்கவும் அதிகாரம் இருந்தது. இதுபோன்ற அதிகாரிகளின் நடவடிக்கைகள் எப்பொழுதும் ஒரு உயர் அதிகாரியின கட்டுப்பாட்டின் கீழ் இருந்தது. இந்த காவல்துறை அதிகாரிகளுக்கும் அவர்கள் காவலர்களுக்கும் செயல்முறை பற்றிய தகவல்கள் வாயளவிலேயே

வழங்கப்பட்டு வந்தன. அவை அனைத்தையும் எழுத்து வடிவில் ஆக்கவோ குறித்து வைக்கவோ நேரம் இருக்கவில்லை.

குற்றம் நடந்தால் அதுபற்றி விசாரணை நடத்தும் அதிகாரமோ ஆளுகையோ தமிழக சிறப்பு அதிரடிப் படைக்கு இல்லை. ஆனால், கைது செய்தவுடனே கைதியை அருகில் உள்ள காவல் நிலையத்தில் ஓர் அறிக்கையுடன் ஒப்படைத்து விடுவர். பின்பு அவர்கள் விசாரணை நடத்துவர். ஆனால் எனக்கு தெரிந்தவரை கர்நாடக சிறப்பு அதிரடிப்படை இந்த நடைமுறையில் இருந்து சற்று விலகிய நடைமுறையையே கைப்பற்றுகிறது. அவரவர் மாவட்டங்களின் தலைவர்கள் பிறப்பிக்கும் ஆணைகளுக்கு ஏற்ப அவர்களுடைய காவல் அதிகாரங்கள் அமையும் என்று கருதுகிறேன். அவை பற்றி எனக்கு சரியாக தெரியாது.

தமிழ்நாட்டில் 1993 மற்றும் 94ல் தடா சட்டத்தின் கீழ் எத்தனை நபர்கள் கைது செய்யப்பட்டார்கள் என்பது குறித்து எனக்கு தகவல் ஏதும் இல்லை. நான் மேட்டூர் செல்லும்போது அங்குள்ள விருந்தினர் இல்லத்தில் தங்குவேன். அது ஒரு இரண்டு மாடி கட்டிடம். சிறப்பு அதிரடிப்படையால் அக்கட்டிடத்தில், பெண்கள் உட்பட பல நிரபராதிகள் 1993, 1994இல் காவலில் வைக்கப்பட்டார்கள் என்ற குற்றச்சாட்டு பொய்யானது.

வீரப்பனின் சகோதரன் அர்ஜுனா 1994 டிசம்பர் மாதத்தில் தமிழ்நாடு சிறப்பு அதிரடிப்படையால் கைது செய்யப்பட்டான். அப்போது அவருக்கு தொடைப்பகுதியில் குண்டு காயம் ஏற்பட்டது. சிகிச்சைக்கு கோயம்புத்தூர் அரசு மருத்துவமனையில் அனுமதிக்கப்பட்டார். கர்நாடகாவின் தடா நீதிமன்றம் முன்னர் ஆஜர் செய்யும் வரை அவர் நீதிமன்றக் காவலில்தான் இருந்தார். அவர் மணமானவரா என்பது பற்றி எனக்குத் தெரியாது. ஆனால் அவனுக்கு பல பெண்களுடன் உறவு இருந்தது.

பெரிய தண்டா என்பவர் பற்றி எனக்கு தெரியும். ஆனால் ரங்கசாமியின் மனைவி, தங்கம்மாள் என்ற பெண்ணை எனக்கு தெரியாது. தங்கம்மா தடா கைதியாக இருந்தாரா என்பது எனக்கு ஞாபகம் இல்லை. ஆனால் இந்தக் குழு முன்பாக அவர் கொடுத்த வாக்குமூலத்தில் இருந்து அவர் தடா கைதியாக இருந்தார் என்று தெரிந்து கொண்டேன்.

மேட்டூரில் பவானிக்கு செல்லும் சாலையில் அமைந்துள்ளது பொதுபணித்துறையின் விருந்தினர் இல்லம். தங்கம்மா

வாக்குமூலத்தில் மேட்டூரில் வைக்கப்பட்டிருந்ததாகவும் அங்கு நான் தங்கிய இடத்தில் அவரை நான் வைத்திருந்ததாகவும், நிர்வாணப்படுத்தி, பல முறை பலவந்தமாக உடலுறவு கொண்டதாகவும் கூறுவதை நான் முற்றிலும் மறுக்கிறேன். நான் அப்பெண்மணிக்கு அர்ஜுனாவுடன் இருந்த தொடர்பு பற்றியும், அவர்கள் உடலுறவு கொண்ட முறை பற்றியும் விசாரித்தேன் என்று கூறுவதையும் மறுக்கிறேன். அவரை நான்கு மாத காலம் ஒரு பள்ளியில் காவல் வைத்திருந்ததாகவும், பின்னர் அர்ஜுனா பற்றிய தகவல்களைக் கூற மறுத்ததால் காவலர்களிடம் அவரை சுட்டுக்கொல்லக் கூறியதாகவும் என்மேல் குற்றம் சாட்டப்படுகிறது. இதனையும் நான் மறுக்கிறேன்.

கைது செய்ய உத்தரவு பெறப்பட்ட பின்னரும் அவர் போலீசாரால் அடிக்கப்பட்டார் என்ற சூற்றச்சாட்டு குறித்து கருத்து கூறும் உரிமை எனக்கு இல்லை. தங்கம்மாளுக்கு எதிரான தடா பற்றிய தகவல்கள் எனக்குத் தெரியாது. எனக்கு எதிரான தங்கம்மாளின் குற்றச்சாட்டு முற்றிலும் பொய்யானது. ஏனெனில், அவர் தமிழக சிறப்பு அதிரடிப்படை அமைக்கப்பட்டு இரண்டு மாதங்களுக்குள் நீதிமன்றத்தில் 11.7.1993 அன்று ஆஜர் செய்யப்பட்டு விட்டதால் நானோ சிறப்பு அதிரடிப்படையோ அவரை 4 மாதங்கள் மேட்டூர் பள்ளியில் காவலில் வைக்க சந்தர்ப்பமே இருந்திருக்க முடியாது. என்மீது பகை கொண்டவர்களின் தூண்டுதலாலும், நஷ்ட ஈடு கிடைக்கும் என்பதாலும் இந்த குற்றச்சாட்டுகளை என் மேல் இந்த சாட்சி சுமத்தியுள்ளார்.

அதிரடிப்படை செயல்பாடுகளின் போது வீரப்பனின் கூட்டாளிகளாக சந்தேகிக்கப் படுபவர்கள், பொதுமக்கள், காட்டில் வாழும் ஆதிவாசிகள் போன்றவர்களோடு எப்படி நடந்து கொள்ள வேண்டும் என்பது பற்றி அதிரடிப்படையின் உறுப்பினர்களுக்கு விதிமுறைகள் வகுத்துக் கொடுக்கப் பட்டிருந்தது ஒவ்வொரு மாதத்திலும் நிகழ்ந்த கூட்டங்களில் அவை எழுத்து வடிவிலும் வழங்கப்பட்டிருந்திருக்கலாம். பலமுறை நானும் சிறப்பு அதிரடிப் படையினரிடம் எந்த கிராமத்திலும், ஆதிவாசிகள் வாழும் இடங்களிலும் அத்துமீறி நுழையக் கூடாது, எந்த விதமான தொடர்பும் வைத்து கொள்ள கூடாது என்று எச்சரித்துள்ளேன். கூட்டு சிறப்பு அதிரடிப்படையின் முக்கிய ஒருங்கிணைப்பாளராக நான் இருந்த கால கட்டத்தில்

அதிரடிப்படையின் எந்த உறுப்பினர் மீதும், தனி நபர்களிடம் இருந்தோ, எந்த குழுவினரிடம் இருந்தோ அமைப்பினரிடமிருந்தோ புகார் ஏதும் வந்ததில்லை. வீரப்பன் மற்றும் அவர் கூட்டாளிகளை பிடிக்க எடுத்த நடவடிக்கைகளின் போது எந்த நபரிடமும் தகாத முறையில் நடந்ததாக பத்திரிக்கைகளில் கூட அறிக்கை ஏதும் வெளியிடப்படவில்லை. பி.யு.சி.எல். தமிழ்நாடு எனக்கு எதிராக பொது நல வழக்கு பதிவு செய்தது எனக்குத் தெரியாது எனக்கு அது விஷயமாக நீதிமன்றத்தில் இருந்து அறிவிப்பு ஏதும் வரவுமில்லை.

ம.அசோக்குமார்.
கூடுதல் காவல்துறை கண்காணிப்பாளர்.
தமிழ்நாடு சிறப்பு அதிரடிப் படை.

1992 ஆம் ஆண்டு நான் தமிழ்நாட்டில் காவல்துறை ஆய்வாளராக பணியாற்றிக் கொண்டிருந்தேன். ஆகஸ்ட் 14, 1992 அன்று அப்போதைய மைசூர் மாவட்ட காவல்துறை கண்காணிப்பாளர் ஹரிகிருஷ்ணன், எம்.எம்.ஹில்ஸ் காவல்துறை சார்பு ஆய்வாளர் மற்றும் நான்கு காவலர்கள், ராமபுரா காவல் நிலைய எல்லைக்கு உட்பட்ட மீன்யனில், வீரப்பன் மற்றும் அவரது கூட்டாளிகளால் கொல்லப்பட்டனர். வீரப்பன் செயல்பாடுகள் தமிழக வனப்பிரதேசங்களுக்குள்ளும் ஊடுருவ ஆரம்பித்ததால், தமிழக அரசு வீரப்பனைப் பிடிக்க அல்லது கர்நாடக அரசு அவனைப் பிடிப்பதில் உதவ ஒரு தனிப்படை அமைக்க வேண்டும் என்று முடிவு செய்தது. அதற்கேற்ப 'ராம்போ' கோபாலகிருஷ்ணன் தலைமையில் தமிழக அரசு குழு ஒன்றை அமைத்தது. வீரப்பன் கும்பலை எப்படி எதிர்கொள்வது என்பது குறித்து எங்களுக்கு பிரத்யேக பயிற்சி ஏதும் அளிக்கப்படவில்லை.

சார்பு குழுக்கள் ஏதும் இல்லாத காரணத்தால் எனக்கு பிரத்யேக இலாகா எதுவும் கொடுக்கப்படவில்லை. தமிழ்நாட்டின் வனப் பிரதேசங்களில் எங்கெல்லாம் வீரப்பன் நடமாட்டம் இருந்ததோ, அவை அனைத்தும் எங்கள் செயல்பாடு இலாகாவாகவே கருதப்பட்டது. எங்கள் குழு ஒரு காவல்துறை கண்காணிப்பாளர், இரண்டு இன்ஸ்பெக்டர், ஒரு சப் இன்ஸ்பெக்டர் மற்றும் கமாண்டோக்கள் அடங்கிய முப்பது

நபர்களைக் கொண்டதாக இருந்தது. மேட்டூரில் பள்ளி நிர்வாகம் ஒன்றால் கட்டப்பட்ட பூர்த்தியடையாத கட்டிடம் ஒன்றில் தங்கியிருந்தோம். எங்கள் ஆயுதங்கள் அங்குதான் வைக்கப்பட்டிருந்தன. இந்த கட்டிடத்தை 1994இல், சிறப்பு அதிரடிப்படை உருவாக்கப்பட்டதற்கு பின்னர் காலி செய்தோம். கூட்டு சிறப்பு அதிரடிப்படையின் அங்கமாக இக்குழுவில் நான் பிப்ரவரி 1995 வரை பணியாற்றினேன். மீண்டும் 1999ஆம் ஆண்டில் சிறப்பு அதிரடிப்படையில் சேர்ந்தேன். நாங்கள் மேட்டூரில் தங்கியிருந்த பள்ளிக் கட்டிடம் எங்கள் பணிக்கு தொடர்புடைய எந்த நபரையும் விசாரிக்க பயன்படுத்தியதில்லை. கிராமத்தினரிடமும் ஆதிவாசிகளிடமும், நாங்கள் காட்டிற்குள் செல்லும் போது தான் உரையாடுவோம். அதுவும் சில கேள்விகள் கேட்ட பின்னர் நாங்கள் அங்கிருந்து வந்து விடுவோம். கிராமத்தினர் வீரப்பனின் இருப்பிடம் பற்றி தகவல் கூற வேண்டிய போது அவரவர்களாகவே எங்கள் காவல்துறை கண்காணிப் பாளரிடம் வந்து கூறுவர். எந்த நபரும் விசாரணைக்காக எங்களிடம் எந்த இடத்திற்கும் அழைத்து வரப்படவில்லை.

நான் குழுவின் உறுப்பினராக இருந்த கால கட்டத்தில், அதாவது 1993, 1994 ஆம் ஆண்டுகளில் அனைத்து இடங்களுக்கும் சென்றிருக்கிறேன். தர்மபுரி மாவட்டத்தில் உள்ள அஞ்செட்டியில் இருந்து கோயம்புத்தூர் மாவட்டத்தில் உள்ள வெள்ளியங்கிரி வரை உள்ள சுமார் 4000 சதுர கி.மீ. பரப்பளவில் 206 கிராமங்களுக்குச் சென்றுள்ளேன். நான் பிப்ரவரி1995இல் இடமாற்றம் செய்யப்பட்டதுவரை எந்த முகாமும் அமைக்கப்படவில்லை. கதம்பூர், தமரகெரே மற்றும் தாளமலையில் உள்ள முகாம்கள் எப்போது அமைக்கப்பட்டன என்று எனக்கு தெரியாது. நான் 1999இல் சிறப்பு அதிரடிப் படைக்கு வந்தபோது முகாம்கள் ஏதும் இல்லை.

தங்கம்மாள் உட்பட சிலரை நான் குழுவின் உறுப்பினராக இருந்தபோது கைது செய்திருக்கலாம். 1993 மற்றும் 1994 இல் நான் குழுவின் உறுப்பினராக இருந்த காலகட்டத்தில் தங்கம்மாள் தவிர எந்த பெண்ணையும் கைது செய்யவில்லை. நான் கொளத்தூர், நாயகதண்டா, மேட்டுபனையூர் ஆகிய இடங்களில் இருந்து தங்கம்மாளை தவிர யாரையும் கைது செய்ததில்லை.

குறிப்பு; (இன்னொரு பெண்ணை தான் கைது செய்திருக்கலாம் என்று பின்னர் சொல்கிறார். இந்த சாட்சி முதல்

தகவல் அறிக்கையை பார்த்தபிறகு தங்கம்மாளையும், பாண்டுவின் மனனவி மணியையும் கொளத்தூரில் இருந்து 25 கிமீ தொலைவில் கள்ளட்டி கணவாயில் கைது செய்தார் என்றும் அவர்களுடைய கிராமத்திலிருந்து கைது செய்யவில்லை என்றும் மாற்றிக் கூறுகிறார்)

1993இல் எனது சக தொழிலாளராகவும் குழுவின் உறுப்பினராகவும் இருந்த காவல்துறை இன்ஸ்பெக்டர் ராமலிங்கம் எனக்குத் தெரியும். கிருஷ்ணன் மனைவி மாடியை பார்த்ததாக எனக்கு நினைவில்லை. கிருஷ்ணன் எங்கள் குழுவால் 1993 மே மாதம் கைது செய்யப்பட்டு மேட்டூரில் நாங்கள் தங்கியிருந்த கட்டிடத்திற்கு கொண்டு வரப்பட்டார் என்று மாடி கூறுவதை நான் மறுக்கிறேன். அவர் தனது கணவன் நிர்வாணப் படுத்தப்பட்டு சங்கிலியால் கட்டப்பட்டு இருந்தார் என்றும், 15 நாட்களுக்குப் பின்னர் அவர் என்னையும் ராமலிங்கம் அவர்களையும் சந்தித்து அவர் கணவனின் புகைப்படத்தை காட்டி அவர் கொல்லப்பட்டு விட்டாரா என்று கேட்டார் என்றும் கூறுவதையும் மறுக்கிறேன். அவர் கணவரை நானும் ராமலிங்கமும் கஸ்டடியில் வைத்திருந்தோம் என்று கூறுவது பொய்யானது. மணி தனது கணவன் சுப்பன் 29.6.1993 அன்று சேலம் அரசு மருத்துவமனையில் சிறப்பு அதிரடிப்படையின் சித்ரவதையின் காரணமாக இருந்தார் என்று கூறுவதை நான் மறுக்கிறேன்

சின்னபொன்னு தனது கணவரையும் தன்னையும் என் தலைமையில் ஒரு போலீஸ் குழு 1993 ஆகஸ்ட்டில் கைது செய்து, பன்னாரி முகாமிற்கு கொண்டு சென்றது என்று கூறுவது பொய்யானது. எனக்கு எதிராக இப்படி ஒரு வாக்குமூலம் ஏன் கொடுக்கப்பட்டது என்று எனக்கு புரியவில்லை. நான் போலீஸ் முகாமிற்கு எந்த பெண்ணையும் அழைத்து வந்ததில்லை. அவர், தனது கணவர் ஆறுமுகம் போலீசாரால் பண்ணாரி முகாமில் வைத்து கொல்லப்பட்டார் என்றும் பல விதமாக சித்ரவதை செய்யப்பட்டார் என்றும், நிர்வாணப்படுத்தி பாலுறுப்பு உட்பட உடல் முழுவதும் மின்சாரம் செலுத்தப்பட்டது என்றும் கூறுவதை நான் மறுக்கிறேன். அவர் விட்டத்தில் இருந்து கட்டி தொங்க விடப்பட்டார் என்றும் தனது கண்களிலும் சிறுநீர் கழிக்கும் துவாரத்திலும் மிளகாய்த்தூள் தடவப்பட்டது என்றும் கூறும் குற்றச்சாட்டுகளை நான் மறுக்கிறேன். அவரது கணவர் போலீஸ் முகாமில் கொல்லப்படவில்லை. ஆறுமுகம்

போலீசாருடன் நடந்த மோதலில்தான் கொல்லப்பட்டார். பன்னாரி காவல்நிலையத்தில் நான் அவர் நகைகளைப் பறித்தேன் என்று அவர் கூறுவது முற்றிலும் பொய்யானது. ஜோடிக்கப்பட்டது.

செல்வி மகப்பேறு முடிந்து இருபது நாட்களே ஆன நிலையில் மருந்துவமனையில் இருந்து கைது செய்யப்பட்டு மேட்டூர் காவல் முகாமிற்கு கொண்டு வரப்பட்டு சித்ரவதை செய்யப்பட்டார் என்றும், இருபது நாட்களுக்கு மேல் அவர் மேல் மின்சாரம் பாய்ச்சப்பட்டு சித்ரவதை செய்யப்பட்டார் என்ற குற்றச்சாட்டுகளை நான் மறுக்கிறேன். போலீஸ் மருத்துவரிடம் உரையாடிய பின்னர் அவர் குழந்தைக்கு அளிக்கப்பட்ட ஊசியால் அவர் குழந்தை இறந்தது என்றும் அக்குழந்தை ஒரு கிறித்துவ கல்லறையில் புதைக்கப்பட்டது என்று அவர் கூறுவதையும் நான் மறுக்கிறேன். மேட்டூர் போலீஸ் முகாமில் என் கால்களில் விழுந்து என்னிடம் அவரது துயரங்களை சொல்லிக் கொண்டிருந்தபோது நான் அவரை மிதித்து மோசமான வார்த்தைகளால் திட்டினேன் என்று கூறுவதையும் காவலர்கள் அவரை செருப்பு காலால், பின்னாலிருந்து எட்டி உதைத்து பின்னர் பலாத்காரம் செய்தனர் என்று கூறுவதையும் நான் மறுக்கிறேன்.

நான் காவல்துறை ஆய்வாளராக இருந்தபோது, எனது செயல்பாடுகளை நாளேட்டில் குறித்து வைத்துள்ளேன். அதை எனது உயர் அதிகாரிகளிடம் சமர்ப்பித்துள்ளேன். அது இப்போது யாரிடம் உள்ளது என்று தெரியவில்லை. அதைப்பற்றி விசாரிக்க வேண்டும். தங்கம்மாள் மற்றும் ஏனையவர்களை கள்ளட்டி கணவாயில் கைது செய்த உடனேயே அவர்களை சம்பந்தப்பட்ட காவல்துறை அதிகாரிகளிடம் ஒப்படைத்து விட்டோம்.

பெண்கள் தங்களிடம் முறைகேடாக நடந்து கொள்ளும் ஆண்களை தண்டிக்க மின்சாரம் பாய்ச்சும் சிறு கருவிகள் உபயோகிப்பது பற்றி கேள்விப் பட்டிருக்கிறேன். ஆனால், இங்கு சாட்சிகள் கூறுவது போல் எங்கள் குழு, மின்சாரம் பாய்ச்ச எந்தக் கருவியையும் பயன்படுத்துவதை நான் பார்த்ததில்லை.

து.மோகன் சிங்.

"குற்றவாளிகள் தவிர பொது மக்களிடம் அதிரடிப் படை குழுவினர் கனிவாக நடந்து கொள்ள வேண் டிய முறை பற்றி படித்து விட்டு அதற்கு நேர்மாறாக

நடந்து கொண்ட காவல்துறை ஆய்வாளர்"

1993 ஏப்ரல் மாதம் 9ஆம் தேதி பாலாற்றில் காவல்துறை கண்காணிப்பாளர் கோபாலகிருஷ்ணனின் குழு பயணம் செய்து கொண்டிருந்த போலீஸ் வாகனம் வீரப்பன் மற்றும் அவர் கூட்டாளிகளால் குண்டு வைத்து தகர்க்கப்பட்டது. அச்சமயம் நான் முதலமைச்சரின் சிறப்புப் பாதுகாப்புப் படையில் பணியாற்றிக் கொண்டிருந்தேன். பாலார் குண்டு வெடிப்பு சம்பவம் குறித்து அறிந்தவுடன் நான் காவல்துறை கூடுதல் தலைவர் தேவாரம் அவர்களிடம் 11.4.1993 அன்று சென்று வீரப்பனை பிடிக்க அமைக்கப்பட்ட படையில் பணியாற்ற விருப்பம் தெரிவித்தேன் 10.4.1993 அன்று கூடுதல் டி.ஜி.பி. அவர்கள் விடுத்த செய்தியை தொடர்ந்து 400 நபர்கள் இப்படையில் பணியாற்ற தாமாக முன்வந்தனர்.

இந்த 400 நபர்களில் இருந்து செங்கல்பட்டில் நடத்தப்பட்ட தேர்வுக்குப் பின்னர் நான் உட்பட 237 நபர்கள் தேர்வு செய்யப்பட்டனர். தேர்வு செய்யப்பட்ட காவல்துறை அதிகாரிகளுக்கு ஆவடி அருகே அமைந்த 'வீரபுரம்' என்று அழைக்கப்பட்ட பயிற்சி மையத்தில் ஒரு மாத காலத்திற்கு பயிற்சி அளிக்கப்பட்டது.

போர் முறைகள் பற்றிய ரகசிய புத்தகங்களில் இருந்து இப்பயிற்சி பாடங்கள் தேர்ந்தெடுக்கப்பட்டன. கீழ்க்காணும் விஷயங்கள்மீது பயிற்சி அளிக்கப்பட்டது.

1. மேப் வாசிப்பது (Map Reading)
2. கைப்பற்றும் முறை (Ambush Technique)
3. Camouflage x Concealment
4. Fire arms training ஆயுதங்கள் கையாளும் பயிற்சி.
5. Grenade Launching
6. Reading Cempass
7. முதல் உதவி
8. பொது மக்களிடம் குழுவினர் நடந்து கொள்ள வேண்டிய முறை.

காட்டு விலங்குகளை எதிர்கொள்ளும் பயிற்சியும் அளிக்கப்பட்டது. இந்த செயற்குழுவில் சேர்வதற்கு முன்னரே நான் முதலமைச்சரின் சிறப்பு பாதுகாப்பு படையில் பணியாற்றி

வந்ததால் அந்த பயிற்சிகளில் நான் ஏற்கெனவே தேர்ச்சி பெற்றிருந்தேன். இதனால், தமிழக முதல்வரின் சிறப்பு பாதுகாப்புப் படையில் உறுப்பினர்களாக இருந்த சுவாமிநாதன், ஹுசைன் ஆய்வாளர்களோடு என்னையும் பயிற்சி அளிக்கச் சொன்னார்கள். நேரம் கொடுக்கப்பட்டால் இக்குழுவின் முன்னர் போர்முறை புத்தகத்தில் பொது மக்களிடம் நடந்து கொள்ளும் முறை பற்றி இருக்கும் பகுதியை சமர்ப்பிக்கிறேன். 237 பேர் அடங்கிய இக்குழு தமிழக சிறப்பு அதிரடிப்படை என்று அழைக்கப்பட்டது. இதற்கு ஆபரேஷன் வீரப்பன் என்று பெயர் சூட்டப்பட்டது. இந்த சிறப்பு அதிரடிப்படை மேலும் 6 சங்கங்களாகப் பிரிக்கப்பட்டது அவை

1 ஆல்ஃபா
2. ப்ரேவோ
3. சார்லி
4. டெல்டா
5. ரக்கோ
6. ஃபோக்ஸ் ட்ராட்.

இந்த ஆறு குழுக்கள் வெவ்வேறு பதவிகளில் இருந்த அதிகாரிகள் தலைமையில் இயங்கின. தான் ப்ரேவோ என்ற குழுவின் தலைவராக நியமிக்கப்பட்டேன். ஏனைய குழுக்களான அல்ஃபா, சார்லி, டெல்டா, ரக்கோ மற்றும் ஃபோக்ஸ்ட்ராட் முறையே சண்முகராஜன், எஃப்.எம்.ஹுசைன், பெருமாள்சாமி, சஞ்சய் அரோரா ஆகியோரின் தலைமையில் இயங்கின.

அச்சமயம் சஞ்சய் அரோரா காவல்துறை இணை கண்காணிப்பாளராக இருந்தார். ஒவ்வொரு குழுவும் 23 நபர்களைக் கொண்டிருந்தது. 237 நபர்களில் எஞ்சியவர்கள் வயர்லெஸ், நிர்வாகம் மற்றும் ரிசர்வ் துறைகளில் நியமிக்கப்பட்டனர். சாதாரணமாக ஒரு குழுவுக்கு நியமிக்கப்பட்ட நபர்கள் அந்தக் குழுவிலேயே தொடர்வர். ஆனால் சில பிரத்யேக சந்தர்ப்பங்களில் காயங்கள் நேர்ந்தால் அவர்கள் ரிசர்வ் குழுவுக்கு மாற்றப்படுவார்கள். எந்தக் குழுவிற்கும் பிரத்யேக தொகுதி ஏதும் ஒதுக்கப்படவில்லை.

ஆபரேஷன் வீரப்பன் என்ற குழு 7000 சதுர கி.மீ பரப்பளவுடைய காட்டுப்பகுதியில் செயல்பட்டு வந்தது. வீரப்பன் மற்றும் அவரது கூட்டாளிகள் நடமாடும் இடம் குறித்து தகவல் கிடைக்கும் போதெல்லாம் இந்த ஆறு குழுக்களும் வனப்பகுதியின் வெவ்வேறு இடங்களில் செயல்பட்டு வந்தன. ஒவ்வொரு

குழுவினரும் வனப்பகுதியை வெவ்வேறு வழிகள் மூலம் அணுகினர். வீரப்பன் நடமாடும் வனப்பகுதியில் இதுபோன்ற பல நுழைவாயில்கள் உள்ளன.

11.5.1993 முதல் 30.4.1994 வரை உள்ள சிறிய காலஅளவில்தான் நான் சிறப்பு அதிரடிப்படையில் பணியாற்றினேன். சிறப்பு அதிரடிப்படை ஆய்வாளர்கள் மேட்டூரில் தங்க நிரந்தரமான இடம் ஏதும் இருக்கவில்லை. உயர் அதிகாரிகள் பொதுப்பணித்துறையின் விருந்தினர் இல்லத்தில் தங்கி வந்தனர். நான் சிறப்பு அதிரடிப்படையின் பணியாற்றிய வரை ஆப்ரேஷன் வீரப்பன்க்கு எந்தக் கட்டிடமும் கொடுக்கப்படவில்லை.

ரிபீட்டர் நிலையங்கள் மூலமாகத்தான் எங்களுக்கு எல்லாத் தொடர்புகளும் வந்து கொண்டிருந்தன. அதுபோல அங்குதான் எங்கள் ஆயுதங்களும் வைக்கப்பட்டிருந்தன. மேட்டூரிலும், உயர் அதிகாரிகள் தங்க உபயோகிக்கப்பட்ட பொதுப்பணித்துறை விருந்தினர் இல்லம் தவிர வேறு எந்த கட்டிடமும் நாங்கள் பயன்படுத்தவில்லை.

எனக்கு மஞ்சுளாவை தெரியும் அவரது தாய் தந்தையர், டொட்டா தாயி மற்றும் கௌடி ஆகியோரை தேடி வரும் போது, மதிய உணவு திட்ட உதவியாளர் மேரி மற்றும் சேகர் அவர்களின் மனைவி, ரத்னம் ஆகியோர் மூலம் எனக்கு இவர் அறிமுகமானார். எங்கள் தேடுதலின் போது, கௌடி அவர் மனைவி டொட்டா தாயி. மகன்கள் வீரபத்ரன் மற்றும் முருகன் ஆகியோர் வீரப்பனின் கூட்டாளிகள் என்று அறிந்து கொண்டேன். ஆனால் அவர்கள் தேவரபெட்டாவில் தேடுதலின் போது கிடைக்கவில்லை.. அப்போது அவர் மகள் குன்ட்ரியில் உள்ள ஒருவருக்கு மணமுடித்து கொடுக்கப்பட்டார் என்று எங்களுக்கு தகவல் கிடைத்தது. அதனால் நாங்கள் அங்கு கௌடி மற்றும் அவர் குடும்பத்தைத் தேடிச் சென்றோம்.

குன்ட்ரியில், விசாரணையின் போது மஞ்சுளாவை சந்தித்தேன். அவரது நிஜப்பெயர் சன்னா மஞ்சா. பின்பு அவர் தனது குடும்பத்தினர் எங்கு உள்ளனர் என்று தெரியாது என்று கூறியதால் அங்கிருந்து வந்துவிட்டேன். ப்ரேவோ குழுவின் தலைவராக இருந்தபோது நான் சந்தித்தவர்களுள் பலரையும் அவர்கள் பெயர்களுடன் என்னால் அடையாளம் காட்ட முடியும்.

இக்குழு முன்பாக கொடுத்த சாட்சியத்தை நான் படித்தேன். நான் மஞ்சுளாவை மேட்டூரில் சந்தித்து அவரை அவர்

கணவனுடன் ஒரு லாட்ஜுக்கு அழைத்து சென்றதாகவும், அங்கு அவர் கணவரை அறைக்கு வெளியே இருக்க வைத்து, அவரை பலாத்காரம் செய்ததாகவும் அவர் என்மேல் குற்றம் சாட்டியுள்ளதை நான் மறுக்கிறேன். நான் குன்ட்ரிக்கு சென்றதும் அங்கு அவர் பெற்றோர் பற்றி அவரிடம் விசாரித்ததை தவிர அவர் என்னைப் பற்றி அவர் வாக்குமூலத்தில் கூறிய யாவும் பொய்யானவையும் ஜோடிக்கப்பட்டவையும் ஆகும்.

என்னுடன் ப்ரேவோ குழுவில், கந்தசாமி, பழனிசாமி என்ற இரு சார்பு ஆய்வாளர்களும் இருந்தார்கள். அவர்கள் இன்னும் சிறப்பு அதிரடிப்படையில் பணியாற்றுகிறார்களா என்று எனக்குத் தெரியாது. மஞ்களா இரண்டாவது திருமணம் செய்து கொண்டது எனக்குத் தெரியும். நான் சிறப்பு அதிரடிப் படையில் பணிபுரியும் போது, மதிய உணவு திட்டத்தில் உதவியாளராக இருந்த மேரி மூலம் எனக்கு இதுபற்றி தெரியவந்தது. அவரை யார் மணத்து கொண்டார் என்றும் திருமணம் எங்கு நடந்தது என்பதும் எனக்குத் தெரியாது.

நான் கௌரி அளித்த சாட்சியத்தைப் படித்தேன். எனக்கு கௌரியைத் தெரியாது. அவர் வாக்குமூலத்தில் குற்றம் சாட்டுவது போல் நான் அவரை பார்த்ததோ அவர் வீட்டுக்கு செல்லவோ அல்லது அவர் கணவரை கடத்தவோ இல்லை. பதிவேடுகளின்படி கிருஷ்ண பாண்டையா என்பவர். 9.9.1993 அன்று, வேலம்பட்டி க்ராஸ் ரோட்டில் போலீசுடன் மோதலில் கொல்லப்பட்டார். இது பர்கூர் காவல்நிலையத்தில் குற்ற எண் 22/1993 ஆக பதிவு செய்யப்பட்டுள்ளது. பதிவேடுகளில் உள்ள இந்தத் தகவலைத் தவிர எனக்கு கௌரி பற்றி வேறு எதுவும் தெரியாது. அவரையோ அவ ரது கணவரையோ எனக்குத் தெரியாது. அவர் வாக்குமூலத்தில், சிறப்பு அதிரடிப்படையின் காவல்துறை அதிகாரியாக நான் ஆற் றிய செயல்பாடுகளை குறித்து அவர் கூறுவதை நான் மறுக்கிறேன்.

கருப்பசாமி.
மாவட்ட துணைக் காவல்துறைக் கண்காணிப்பாளர்
சிறப்பு அதிரடிப்படை

நான் 1993ஆம் ஆண்டு தமிழ்நாடு சிறப்பு அதிரடிப்படையில் சேர்ந்தேன். இன்ஸ்பெக்டர் ஹுசேன் தலைமையிலான சார்லி குழுவின் உறுப்பினராக இருந்தேன்; அப்போது நான் காவல் துறையில் சார்பு ஆய்வாளராக இருந்தேன். எங்கள் குழுவில்

இருந்த இன்னொரு சார்பு ஆய்வாளர் மதியழகன், ஆய்வாளரையும் சார்பு ஆய்வாளரையும் தவிர குழுவில் இருபது காவலர்களும் இருந்தனர். 1993-94ல் எங்கள் குழு பர்கூருக்கு வடக்கே உள்ள வனப் பகுதியிலும் பர்கூரின் தெற்குப் பகுதியிலும் செயல்பட்டு வந்தது. தட்டகெரே இந்த பகுதியில் அமைந்த ஒரு கிராமம். 1993ல் இங்குதான் நாங்கள் தங்கியிருந்தோம். 1994ல் நாங்கள் வேலம்பட்டியில் தங்கியிருந்தோம் தட்டகரேயில் நாங்கள் ஃபாரஸ்ட் ஐ.பி.யில் தங்கியிருந்தோம். துருகனபாளையம் என்ற கிராமத்தில் உள்ள சாரிபிலியான் என்பவரை எனக்குத் தெரியும். அவர் கொடகாடிப்பட்டிக்கு தனது உறவினர்களைப் பார்க்கச் செல்வார். அவர் உறவினர்கள் என்னிடம் வந்து திரு.பிலியான் அடிக்கடி காட்டிற்குள் செல்வதால் அவர் வீரப்பனுடன் தொடர்புடையவராக இருக்கலாம் என்று கூறினர். இதனால் நான் கொடகாடிபட்டிக்குச் சென்று பிலியானைப் பிடித்து அவர் உறவினர்கள் முன்னால் அவர் வீரப்பனின் கூட்டாளியா, வீரப்பன் மற்றும் அவரது கூட்டாளிகளுக்கு பொருள்கள் எடுத்துச் செல்வதுண்டா என்று விசாரித்தேன். அவர் மறுத்தார். நான் மீண்டும் விசாரித்தபோது கிராமத்தலைவர் பிலியானுக்கு அறிவுரை கூறி உண்மையைச் சொல்ல வைக்கிறேன் என்று கூறி ஒரு வாரம் கழித்து என்னிடம் அழைத்து வருவதாகச் சொல்லி அவரை அழைத்துச் சென்றார். ஆனால் பிலியான் வரவில்லை. அவர் அந்த கிராமத்தில் இருந்து மறுநாளே சென்றுவிட்டார் அவர் கோயமுத்தூருக்குச் சென்று ஒரு பழக்கடையில் வேலை செய்து வருவதாக பின்பு அறிந்தேன். அவர் கம்யூனிஸ்ட் கட்சியில் சேர்ந்துவிட்டதாகவும் அறிந்தேன். அவர்கள்தான் பிலியானை இக்குழுவின் முன்னர் வாக்குமூலம் அளிக்க தூண்டியிருக்க வேண்டும். இரண்டு மாதங்களுக்கு முன்னர் பிலியானை அந்தியூர் பேருந்து நிலையம் அருகே சந்தித்தேன். எங்கு இருக்கிறார் என்பது பற்றி விசாரித்தபோது அவர் ஒரு பழக்கடையில் வேலை பார்ப்பதாக கூறினார். விசாரணையின்போது அவர் வீரப்பனுக்கு பொருட்கள் கொண்டு சென்றிருக்கிறார் என்று ஒத்துக்கொண்டார். நான் அவரைக் கைது செய்யவில்லை. ஆனால் டி.ஐ.ஜி.தமிழ்செல்வன் அவர்களுக்கு தொலைபேசி மூலம் தகவல் கூறினேன். அவர் வீரப்பனுக்கு உதவி செய்தது பல வருடங்களுக்கு முன்னர் என்பதால் அன்று நான் அவரைக் கைது செய்யவில்லை.

ஆடம் என்ற பெயருடைய ஒரு சார்பு ஆய்வாளரையும்

எனக்கு தெரியாது. ஆடம் என்று பெயரில் யாரும் என்னுடன் தட்டகரேயில் பணியாற்றவில்லை. பிலியான் இக்குழுவின் முன்னர் அளித்த வாக்கு மூலத்தில் நானும் ஆடமும் அவரை தட்டகெரே முகாமிற்கு அழைத்துச் சென்று மூன்று நாட்கள் சித்ரவதை செய்ததாகவும் மூன்று மாதங்களுக்கு காவலில் வைத்ததாகவும் கூறுவதை நான் மறுக்கிறேன்.

மோகன் நிவாஸ்
காவல்துறை ஆய்வாளர் தமிழ்நாடு சிறப்பு அதிரடிப்படை.

நான் 1993ம் ஆண்டு தமிழ்நாடு சிறப்பு அதிரடிப்படையில் சேர்ந்தேன். சண்முக ராஜா தலைமையில் இயங்கிய ஆல்ஃபா குழுவில் உறுப்பினராக இருந்தேன். 7,000 சதுர கிமீ காட்டுப்பகுதியில் செயல்பட எங்கள் குழுவிற்கு அதிகாரம் இருந்தாலும் நாங்கள் பெரும்பாலும் குந்தியனூர், தாளமலை, சிறுமுகை, சத்தியமங்கலம், ஹசனூர், கீரமலம் மற்றும் கதம்பூர் போன்ற இடங்களிலேபே செயல்பட்டு வந்தோம்.

சிறப்பு அதிரடிப்படையின் அலுவலகம் பண்ணாரியில் அமைந்துள்ளது. இது 1993 அக்டோபர் மாதம் துவங்கப்பட்டது.

ஹசனூரில் கதம்பூரில் முகாம்கள் என ஏதும் கிடையாது. ஹசனூரில் காவல் நிலையம் ஒன்று இருந்தது. சிறப்பு அதிரடிப்படை அதிகாரிகள் கதம்பூர் செல்லும் போதெல்லாம் வனத்துறையின் கட்டிடம் ஒன்றை அவர்கள் அனுமதியுடன் பயன்படுத்தி வந்தார்கள். அங்கு ஒவ்வொரு முறை செல்லும்போதும் புதிதாக அனுமதி பெறுவோம். வனத்துறையிடம் பெறும் அனுமதி பேச்சளவில்தான் இருந்தது. எழுத்து வடிவில் இல்லை.

ஆல்ஃபா குழு 20-25 நபர்களைக் கொண்டது. நாங்கள் அனைவரும் ஒன்றாகவே செயல்படுவோம். அரசு எங்களுக்கு பிஸ்கட் பேரிச்சம்பழம் மற்றும் உலர் பழங்கள் போன்றவற்றை மட்டுமே வழங்கியது. எங்கள் உணவிற்கு வேண்டிய மற்ற பொருட்களை நாங்கள் எங்கள் பணம் கொடுத்துத்தான் வாங்கினோம். எங்களில் சிலர் உணவு தயார் செய்வார்கள். உணவிற்கு செலவழித்த பணம் அரசு எங்களுக்கு தருவதில்லை. தமிழக அரசு கடந்த ஆறு மாதங்களாக ஒவ்வொரு மாதமும் ரூபாய் 900 லீடர்ஷிப் அலவன்சாக (Leadership Alowance) ஆகத் தருகிறது. இந்த பணத்தைத்தான் நாங்கள் பொருட்கள் வாங்க பயன்படுத்துகிறோம்.

மாரம்மா இக்குழுவின் முன்னால் கொடுத்த வாக்கு மூலத்தை நான் படித்தேன். அதில் அவர் நான்கு வருடங்களுக்கு முன்னார் நான் அவர் வீட்டிற்கு இரண்டு காவலர்களுடன் சென்று அவர் கணவரை ஹசனூர் முகாமிற்கு அழைத்துச் சென்று அங்கு நான் ஒரு மாத காலம் அவரை சித்ரவதை செய்ததாகவும் அதனால் அவர் ஒன்றரை வருடங்களுக்கு முன்னர் இறந்து விட்டதாகவும் கூறுவதை நான் மறுக்கிறேன். இந்த சாட்சியின் வாக்கு மூலத்தில் அல்லாபுரதொட்டி மற்றும் இதர கிராமங்களில் வசிப்பவர்கள் 17.2.1996 அன்று வீரப்பன் மற்றும் அவர் கூட்டாளிகளை ஆயுதங்களால் தாக்கியதாகயும் அதில் அவர் காயமடைந்ததாகவும் கூறப்படுகிறது.

எனக்குக் கிடைத்த தகவலின்படி அவர் கணவர் குடிப்பழக்கத்திற்கு அடிமையானவர். எல்லை மீறிய மது அருந்தும் பழக்கத்தால் மரணம் அடைந்தார். 17.2.1996 அன்று நான் சிறப்பு அதிரடிப்படையின் ஜீப்பில் எங்கள் எஸ்.பி.தமிழ்ச்செல்வன் மற்றும் மற்றவர்களுடன் சென்றுகொண்டிருந்த போது வீரப்பனும் ஆளபுரம் போன்ற கிராமங்களில் இருந்து வந்த

அவரது கூட்டாளிகளும் எங்கள் மேல் துப்பாக்கிச் சூடு நடத்தினர். இதில் ஒருவரைத் தவிர அனைவரும் காயமடைந்தோம். எஸ்.ஐ.லயோலா இக்னேஷியஸ் அவர்களின் தலையில் குண்டு பதிந்தது. மருத்துவர்கள் அறிவுரைக்கு இணங்க அது இன்றும் அவர் தலையிலிருந்து வெளியேற்றப் படாமலேயே இருக்கிறது. இச்சம்பவம் ஹசனூர் காவல் நிலையத்தில் குற்ற எண் 3/96 ஆக பதிவு செய்யப்பட்டுள்ளது. சிறப்பு அதிரடிப்படையில் தலைமைக் காவலராகப் பணிபுரிந்த திரு.செல்வராஜ் இந்த தாக்குதலில் மரணமடைந்தார்.

(குறிப்பு; இந்த மோகன் நிவாஸ் காட்டு மிருகம் பற்றி பல விசயங்கள் நக்கீரனில் அவ்வப்போது வெளி வந்திருக்கின்றன.)

பெ.ராமலிங்கம்.

காவல்துறை ஆய்வாளர் தமிழ்நாடு சிறப்பு அதிரடிப்படை.

நான் 11.4.1993 அன்று தமிழ்நாடு சிறப்பு அதிரடிப்படையில் சோந்தேன் ஆப்பரேசன் வீரப்பனில் அமைக்கப்பட்ட குழுக்களான அல்ஃபா ப்ரேவோ போன்றவை இப்போதும் வெவ்வேறு காவல்துறை அதிகாரிகளின் கீழ் இயங்குகின்றன. அல்ஃபா, ப்ரேவோ, சார்லி, டெல்டா, எக்கோ, ஃபாக்ஸ் ட்ராட் ஆகிய குழுக்கள் டெல்டா சியரா, சியிரா பிரேவோ, நவம்பர் ப்ரேவோ, நவம்பர் டாகோ என பெ்யர் மாற்றப்பட்டுள்ளன. இன்னொரு குழுவின் புதிய பெயர் எனக்கு ஞாபகம் இல்லை. நான் ப993ல் சிறப்பு அதிரடிப்படையில் சேர்ந்தபோது ஆய்வாளர் அசோக்குமார் தலைமையில் இயங்கிய ஃபாக்ஸ் ட்ராப் என்ற குழுவில் உறுப்பினராக இருந்தேன். இப்போது நான் தலைமை வகிக்கும் நவம்பர் ப்ரேவோ குழுவில் பணியாற்றி வருகிறேன் 7000 சதுர கிலோமீட்டர் பரப்பளவு கொண்ட காட்டுப் பகுதி முழுவதிலும் செயல்படும் அதிகாரம் படைத்திருந்தாலும் எங்கள் குழு பாரூர் வனப்பகுதியில் அமைந்த கதரிமலை, போத்மலை, வேலாங்குளி பள்ளம், பாலார் மற்றும் வாசதப்ப கோவில் ஆகிய இடங்களிலேயே முக்கியமாக செயல்பட்டு வந்தது. நான் திருச்செந்தூரிலோ அல்லது திருச்செங்கோட்டிலோ ஒருபோதும் சாதாரண காவல்துறை அதிகாரியாகவோ சிறப்பு அதிரடிப்படை உறுப்பினராகவோ பணியாற்றியதில்லை. வனப்பகுதிகளில் எங்கள் செயல்பாடுகளின்போது ட்ரான்சிட் முகாம்கள் இருந்தன. ட்ரான்சிட் முகாம் என்றால் ஒரு இடத்தில் ஓரிரு நாட்கள்

தற்காலிகமாக தங்க பயன்படுத்தப்பட்ட முகாம்கள். 1993-94ல் மேட்டூரில் உள்ள பொதுப்பணித்துறை விருந்தினர் இல்லத்தில்தான் முகாமிட்டிருந்தோம் மற்ற குழுக்களுக்கு ஹசனூர், தட்டகரே, அந்தியூர் கதம்பூர் ஆகிய இடங்களில் முகாம்கள் இருந்தன. உணவுச் செலவுகளை நாங்கள் பகிர்ந்துகொள்வோம். எங்கள் சொந்த பணத்தில்தான் உணவுப் பொருட்கள் வாங்குவோம். எங்களில் ஒருவர் உணவைத் தயார் செய்வார்.

தடா நீதி மன்றத்தால் தண்டிக்கப்பட்ட சைமனைக் கைது செய்ய சன்னமல்லனை நான் உதவி நாடியிருக்கிறேன். வனப்பகுதியில் கைது செய்யப்பட்ட தங்கம்மாளை நான் அறிவேன். அவர் கைது செய்யப்பட்டதற்கு இரண்டு நாட்களுக்குப் பின்தான் நான் அவரைப் பற்றிக் கேள்விப்பட்டேன். அவர் 1993ம் ஆண்டு கைது செய்யப்பட்டார். நான் 2000 ஜூலை 20ம் தேதி வரை பொள்ளாச்சியில் காவல்துறை ஆய்வாளராகப் பணியாற்றி வந்தேன். 2000 ஜனவரியிலோ பிப்ரவரியிலோ பெரியதண்டா போக வேண்டிய சந்தர்ப்பம் ஏதும் எழவில்லை. இதுவரை தங்கம்மாளை செய்தித்தாள்களில் வரும் வரும் புகைப்படங்களில்தான் பார்த்திருக்கிறேன். நான் தங்கம்மாள் உட்பட யாரையும் இக்குழுவின் முன்னர் வரக்கூடாது என மிரட்டியதில்லை. தமிழ்நாடு காவல்துறையில் ராமலிங்கம் என்ற பெயருடைய வேறு அதிகாரிகளும் இருக்கலாம். திருச்செந்தூர் காவல் நிலையத்தில் ராமலிங்கம் என்ற பெயருடைய ஆய்வாளர் யாரையும் எனக்கு தெரியாது.

மேட்டூரில் அரசு பள்ளிக்குச் சொந்தமான கட்டிடம் ஒன்று உள்ளது. இதனை சிறப்பு அதிரடிப்படை வயர்லெஸ் செட் வைக்கவும் ஆயுதங்கள் பாதுகாக்கவும் பயன்படுத்தி வந்தது. அக்கட்டிடத்தின் பரப்பளவு சுமார் 20 அடிக்கு 30 அடி வயர்லெஸ் செட் வைக்க ஆறடிக்கு ஆறடி இடமே போதுமானதாகும். அக்கட்டிடத்தில் நாங்கள் தங்க தடையேதும் இருக்கவில்லை. ஆனால் அங்கு ஆயுதங்களை சரிபார்ப்பவர்களும், வயர்லெஸ்சை செயல்படுத்த அங்கு சுமார் எட்டு நபர்கள் இருந்தார்கள். ஆயுதங்களைப் பாதுகாக்க மேலும் ஆறு அல்லது எட்டு நபர்களும் அங்கு தங்கியிருந்தார்கள். 1993 வைகாசி மாதம் 9ம் தேதி நான் மேட்டூரில் இல்லை. 11:5.1993 அன்று சென்னையில் பயிற்சி முடிந்ததும் வனப்பகுதியில் நுழைய சேலத்திற்கு வந்தோம்.

1993 மே மாதம் நாங்கள் காட்டிற்குள் சென்றோம்.

நான் மாடியின் வாக்குமூலத்தைப் படித்தேன். நான் அவர் கணவர் கிருஷ்ணனைக் கைது செய்து மேட்டூர் முகாமிற்குக் கொண்டு வந்து சித்ரவதை செய்தேன் என்றும் அவர் காணாமல் போனதற்கு நான்தான் காரணம் என்றும் அவர் என்மேல் குற்றம் சாட்டுகிறார். இதை நான் மறுக்கிறேன். மாடியின் கணவர் கிருஷ்ணன் உயிருடன் இருக்கிறாறா அல்லது இறந்துவிட்டாரா என்று எனக்குத் தெரியாது. நான் அவரைப் பார்த்ததோ அவரைக் கைது செய்ததோ இல்லை. அவர் டோனிமடுவில் போலீசாருடன் 25.5.1993 அன்று ஒரு மோதலில் கொல்லப்பட்டார் என்று பதிவு செய்யப்பட்டுள்ளது. இது பர்கூர் காவல் நிலையத்தில் குற்ற எண் 11/93 ஆக பதிவு செய்யப்பட்டுள்ளது.

மாரி அளித்துள்ள வாக்குமூலத்தையும் நான் படித்தேன். அவர் கணவரை நாயகர் தண்டாவில் நானும் அசோக்குமாரும் கைது செய்து மேட்டூர் முகாமிற்கு கொண்டு சென்றோம் என்று கூறுவதை நான் மறுக்கிறேன். அவர் சித்ரவதை செய்யப்பட்டார் என்றும் இதனால் 29.6.1993 அன்று சேலம் அரசு மருத்துவமனையில் மரணமடைந்தார் என்றும் மணி குற்றம் சாட்டுவதையும் நான் மறுக்கிறேன். நான் 1993 ஜூன் மாதம் வனப்பகுதிகளில் இருந்தேன். குழுக்களின் தலைவர்கள் குழுக்களின் செயல்பாடுகள் பற்றிய டயரி வைத்திருக்கின்றனர். இது உயர் அதிகாரிகளிடம் சமர்ப்பிக்கப்பட்டுள்ளது.

மணி இந்த குழு முன்பாக அளித்த வாக்குமூலத்தில் என்னைப்பற்றி கூறியவற்றை நான் மறுக்கிறேன். அவர் என்னிடம் தனது கணவர் எங்கு இருக்கிறார் என்று விசாரித்து வந்ததேயில்லை.

ராஜா அளித்துள்ள வாக்குமூலத்தைப் படித்தேன். நான் அவர் தந்தை பகியனைப் பார்த்ததே இல்லை. அவரை நான் கைது செய்யவோ, சித்ரவதை செய்யவோ, கொல்லவோ இல்லை. காவல் நிலையத்தில் குற்ற எண் 11/93ன்படி அவர் 25.5.1993 அன்று போலீசாருடன் மோதலின்போது டோனிமடுவில் கொல்லப்பட்டார் என்று பதிவு செய்யப் பட்டுள்ளது. நான் ராஜம்மாளின் சாட்சியத்தைப் படித்தேன். அவர் தனது வாக்குமூலத்தில் அவர் ராமசாமியை நீதிமன்றத்தில் இருந்து வரும்போது முன் ஜாமீன் பெற்றிருந்தபோதும் நான் கைது செய்தேன் என்றும் அவரை மேட்டூர் காவல் முகாமிற்குக்

கொண்டு சென்றேன் என்றும் என்மேல் சுமத்தும் குற்றச்சாட்டுக்களை நான் மறுக்கிறேன். பதிவேடுகளில் இருந்து சாம்ராஜ் நகர் போலீசாருக்கும் வீரப்பன் கும்பலுக்குமிடையே நடந்த மோதலில் 23-12.1993 அன்று சின்னரிஹூலாவில் கொல்லப்பட்டார் என்று தெரிந்துகொண்டேன். இது சாம்ராஜ்நகர் கிழக்கு காவல் நிலையத்தில் குற்ற எண் 153/93 ஆகப் பதிவு செய்யப்பட்டுள்ளது. 1987,88ல் நான் கொளத்தூர் காவல்நிலையத்தில் சார்பு ஆய்வாளராக இருந்தேன் பிறச சாட்சிகள் அனைவருக்கும் என் பெயர் தெரியும். நஷ்ட ஈடு பெறுவதற்காக அவர்கள் அவர்களுக்கு நன்கு அறிமுகமான என பெயரை உபயோகப்படுத்தியிருக்கலாம்.

சங்கர் பிதாரி

ஐ.ஜி.பி.(I.G.P) கே.எஸ்.ஆர்.பி. (K.S.R.P) பெங்களூர்.

1983ஆம் ஆண்டிலிருந்தே கர்நாடகா தமிழ்நாடு ஆகிய இரு மாநிலங்களும் வீரப்பன் மற்றும் அவர் கூட்டாளிகளின் அக்கிரமங்களை எதிர்கொண்டு வருகின்றன. 1983இல் வீரப்பன் ஒரு வனத்துறை காவலரை கொலை செய்தார். அவ்வருடமே வீரப்பன் பெங்களூர் நகர போலீசாரால் கைது செய்யப்பட்டார். 1986ஆம் ஆண்டிற்கு முன்னர் வீரப்பனால் செய்யப்பட்டதாக கருதப்பட்ட இரு கொலைகளில் ஒன்று பொன்னாம்பேட்டிலும் மற்றொன்று குண்டலுப்பேட்டிலும் விசாரணையில் இருந்தன. மாடய்யா மற்றும் அவர் சகோதரன் தங்கவேலு ஆகியோரின் கொலைகள் எம்.எம்.ஹில்ஸ் காவல் நிலைய எல்லைக்குள் நிகழ்ந்தது. எம.எம்.ஹில்ஸ் காவல் நிலையைத்தில் இக் கொலைவழக்கு குற்ற எண் 46/1986 ஆக பதிவு செய்யப்பட்டு விசாரணை நடந்து வருகிறது. இதிலும் வீரப்பன்தான் கொலையாளி என்று கருதப்படுகிறது. பொன்னம்பேடு குற்ற எண் 64/83 மற்றும் குன்டலுப்பேட் காவல்நிலையத்தில் பதிவு

செய்யப்பட்ட குற்ற எண் 105/86 ஆகிய இரண்டும் பெங்களூர் நகர போலீசாரால் வீரப்பன் கைது செய்யபடுவதற்கு முன் நிகழ்ந்த குற்றங்கள் ஆகும். அந்த வழக்குகளில் வீரப்பன் குற்றவாளியாக ஆஜர் செய்யப்பட்டிருக்கிறாரா என்று எனக்குத் தெரியாது. ஆனால் வனத்துறை சி.ஐ.டி.யினரின் விசாரணையின் கீழ் இருந்த வழக்குகள் வீரப்பன் மேல இருந்தன.

பெங்களூர் நகர போலீசார் வனத்துறை சி.ஐ.டி.பிரிவுக்கு வழக்கை மாற்றினர். விசாரணைக்காக அவர் பூடி படகா வனத்துறை பங்களாவிற்கு அழைத்து செல்லப்பட்டார். அங்கிருந்து வீரப்பன் தப்பித்து விட்டார். அதுவரை வீரப்பன் மேல் இருந்த வழககுகளை காவல்துறையினரும் வனத்துறை அதிகாரிகளும் அவரவர்களாகவே கையாண்டு வந்தனர்.

1986இல் வீரப்பன் தப்பித்ததற்கு பின்னர் எம்.எம்.ஹில்ஸ் வனத்திலும் அதனைச் சுற்றியுள்ள வனப்பகுதிகளிலும் யானை வேட்டை அதிகரித்தது. இதனால் பொதுமக்கள் ஆத்திரமடைந்தனர். குற்றவாளிகளை பிடிப்பதற்காக மைசூர் மாவட்ட போலீஸ் படை ஒன்றை அமைத்தனர். மைசூர் மாவட்ட காவல்துறை கண்காணிப்பாளரின் மேற்பார்வையில் இப்படை 1989ஆம் ஆண்டு வரை செய்ல்பட்டு வந்தது. ஆனால் இப்படை யானை வேட்டை நடக்காமல் தடுப்பதில் வெற்றியடையவில்லை. மாறாக வீரப்பனின் யானை வேட்டை அதிகரித்தது. இது சி.ஐ.டி. ஐ.ஜி.யின் கவனத்தை ஈர்த்தது. அவர் வீரப்பனை பிடிக்க ஐ.பி.எஸ் அதிகாரிகளை கொண்ட ஒரு குழுவை அமைத்தார். இந்த குழுவும் அதன் முயற்சிகளில் தோல்வியடைந்தது. மேலும் இக்குழுவிற்கு உதவிய காநாடக போலீசாரும் வனத்துறை காவலர்களும் பொதுமக்கள் பலரும் வீரப்பன் மற்றும் அவர் கூட்டாளிகளின் வெடிகுண்டுகளுக்கு இரையாயினர். பின்னர் 10.04.1990 அன்று அதாவது நான்கு காவல்துறை அதிகாரிகள் கொல்லப்பட்டதற்கு அடுத்த நாள், வீரப்பன மற்றும் அவர் கூட்டாளிகளை பிடிக்க, மாநிலஅரசு அப்போதைய கே.எஸ்.ஆர்.பி. ஐ.ஜி.யாக இருந்த கே.யு.ஷெட்டி தலைமையில் சிறப்பு அதிரடிப்படை ஒன்று அமைத்தது.

இந்த சிறப்பு அதிரடிப்படை அமைக்கப்பட்டதற்கு பின்னரும் வீரப்பனின் செயல்பாடுகள் நிலைக்கவில்லை. மாறாக இன்னும் கொலை செய்தல் அதிகரித்துதான் வந்தது. 10.4.1990 இல் இருந்து 11.04.1993 வரை வீரப்பனைப் பிடிக்கும் பணியில் ஈடுபட்டிருந்த

பதினேழு காவல்துறை அதிகாரிகள் ஒரு வனத்துறை அதிகாரி மற்றும் காவலர்கள் உட்பட 57 நபர்கள் தங்கள் உயிரை இழந்தனர். இருந்தாலும் வீரப்பனைப் பிடிப்பது என்பது கனவாகவே இருந்து வந்தது. வீரப்பன் 09.04.1993 அன்று சொரக்காபட்டியில் பாலாற்றின் கரையில் குண்டு வைத்து 5 காவலர்கள் 2 வனத்துறை காவலர்கள் மற்றும் காவல் துறையினருக்கு உதவிய 15 நபர்களை கொலை செய்தார். மேலும், மூண்யம் அருகே காவல்துறை கண்காணிப்பாளர் உட்பட 6 காவல்துறை அதிகாரிகளை கொலை செய்தார்.

இந்த சம்பவங்களை எல்லாம் கணக்கில் கொண்டு கர்நாடகாவும். தமிழ்நாடும் தமிழக கூடுதல் டி.ஜி.பி. சட்டம்-ஒழுங்கு வால்டர் தேவாரம் அவர்களின் நேரடி மேற்பார்வையில் இயங்கிய ஒரு கூட்டு சிறப்பு அதிரடிப் படை அமைக்க முடிவு செய்தது. 1992இல் மைசூர் மாவட்ட காவல்துறை கண்காணிப்பாளராக இருந்த ஹரிகிருஷ்ணா கொலை செய்யப்பட்ட போது, காவல்துறை ஐ.ஜி. ஹடியால் கர்நாடக அதிரடிப்படையின் பொறுப்பாளராக இருந்தார். சில மாதங்களுக்கு பின்னர் அதிரடிபடையினரின் கமாண்டர் ஐ.ஜி. பதவியில் இருந்து டி.ஜி.பி.பதவிக்கு அனுப்பப்பட்டார். பின்னர் நான் சிறப்பு அதிரடிப்படையின் கமாண்டராக பதிவியேற்றேன். நான் 18.02.1993 முதல் 28.06.1990 வரை இப்பதவியில் பணியாற்றினேன். ஆபரேஷன் வீரப்பன் முன்னேற்றங்கள் கர்நாடகா, தமிழ்நாடு மற்றும் ஏனைய இடங்களில் நடத்த வழக்குகளின் தகவல்கள் ஆகியவை அடங்கிய குறிப்பை (Ex. P1) இங்கு நான் சமர்ப்பிக்கிறேன். பின்வரும் ஆவணங்களின் நகல்களைவும் இங்கு அளிக்கிறேன். அவை;

1. எண் HD 97 POP93 ஆகிய 13.04.1993 தேதியிட்ட அரசு உத்திரவு.

1. 21.08.1995 அன்று எம்.எம்.ஹில்ஸில் திரு.வால்டர் தேவாரம் தலைமையில் நடந்த கூட்டத்தின் நிகழ்ச்சிகள்.

2. 23.08.1995 அன்று என்னால் வெளியிடப்பட்ட போலீசாருக்கான முறைவிதிகள் அடங்கிய சுற்றறிக்கை

3. துணை கமாண்டன்ட் திரு.கோபிநாதன் அவர்கள் அதிரடிபடையின் கமாண்டருக்கு 20.12.1995 அன்று அனுப்பிய அறிக்கை

4. 02.12. அன்று வரையப்பட்ட மஹசர் மற்றும்

கமான்டருக்கும் பல்வேறு அரசு அமைப்புகளுக்கும் இடையே அனுப்பப்பட்ட கடிதங்களின் நகல்கள். அரசு உத்திரவுகள், தடா வழக்குகளின் தகவல்கள் மோதல் சாவுகள், பற்றிய தகவல் ஆகியயை Ex P2 முதல் ட 8வரை உள்ள வெவ்வேறு கோப்புகளில் கொடுககப்பட்டுள்ளது.

18.02.1993 அன்று நான் சிறப்பு அதிரடிபடையில் சேரும்போது வெவ்வேறு இடங்களில் கே.எஸ்.ஆர்.பி.யின் பத்து பிளாட்டூன் படைப்பிரிவுகள் முகாமிட்டிருந்தன. எம்.எம்.ஹில்ஸ் மூன்று பிளாடூன்கள், பாலாற்றில் இரண்டு பிளாடூன்கள் மற்றும் ஹானூரில் 1 பிளாடூன் என இயங்கின. ஒரு பிளாடூனில் அதிகபட்சம் 30 நபர்கள் இருப்பர். காவல்துறை சார்பு ஆய்வாளர் ஒருவர் ஒரு பினாடூனுக்கு தலைமை வகிப்பார் 14.04.1993 வரை நான் பத்து பிளாடூன்களின் உதவியுடன்தான் செயல்பட்டு வந்தேன்.

நான் சிறப்பு அதிரடிபடையில் சேர்ந்த பிறகு ஆளுகைபடைத்த காவல்துறை அதிகாரிகள் மற்றும் பொது மக்களில் சிலருடன் கலந்துரையாடி தகவல் சேகரித்ததில் சுமார் 1500 கி.மீ. பரப்பளவு உள்ள பகுதி, நிர்வாக இயந்திரத்தின் பிடியில் இல்லையென்றும் தொடர்பு கொள்ள முடியாமலும் இருந்தது என தெரிந்து கொண்டேன். சூழ்நிலையை நன்கு ஆய்வு செய்த பிறகு பல பதவிகளுக்கு ஆட்களை நியமனம் செய்ய அரசிடம் அனுமதி கேட்டு மனு தாக்கல் செய்தேன். கர்நாடக அரசு 13.04,1993 என்ற தேதி இட்ட உத்தரவு மூலம் அந்த பதவிகளுக்கு ஆட்கள் நியமனம் செய்ய அனுமதி தந்தது. இதன் மூலம் 114 நபர்கள் பல பதவிகளுக்கு நியமனம் செய்யப் பட்டனர். ஏற்கனவே இருந்த பிளாடூன்கள் மற்றும் கேஎஸ்.ஆர்.பி.யின் 5 பிளாடூன்களும் இருக்கும்போது இந்த நியமனங்களும் செய்யப்பட்டன. 1993 மே மாதத்திற்குமுன் அனுமதிக்கப்பட்ட பதவிகளுக்கெல்லாம் பெரும்பாலும் ஆட்களை நியமிக்க முடிந்தது.

இதற்குமுன்பாகவே கூட்டு சிறப்பு அதிரடி படை அமைக்கப்பட்டு விட்டது. அந்த சமயத்தில் அதாவது 24 மே 1993 அன்று எம்.எம்.ஹில்ஸில் உள்ள ரங்கசாமி வொட்டு காவல்துறை கண்காணிப்பாளர் கோபால் ஹோசூர் மற்றும் அவர் உடனிருந்தோர் மீது நடந்த தாக்குதலில் ஆறு காவல்துறை அதிகாரிகளும் வீரப்பன் ஆட்கள் எட்டு பேரும் கொல்லப்பட்டனர். இந்த தாக்குதலில் வீரப்பன் ஆட்கள்

வெடிமருந்துகளும், குண்டுகளும் பயன்படுத்தியதால் வீரப்பன் மற்றும் அவர் கும்பலை பிடிப்பதில் அதிரடி படையினருக்கு உதவுமாறு எல்லை பாதுகாப்பு படையினருக்கு வேண்டுகோள் விடுக்கப்பட்டது.

முதலில் தமிழ்நாட்டிலும் மேட்டுரிலும் தட்டகரயிலும் ஆறு காவல் முகாம்களும், கர்நாடகாவில் கோபிநத்தம், பாலார், நாலுரோடு, எம்.எம். ஹில்ஸ் ஆகிய இடங்களில் 3 முகாம்களும் இருந்தன. ஒவ்வொரு முகாமிற்கும் குறிப்பிட்ட எண்ணிக்கையில் ஆட்களும் காவல்துறை அதிகாரிகளும் நியமிக்கப்பட்டிருந்தனர் கே.எஸ்.ஆர்.பி.யின் துணை கமாண்டண்ட் ஹிராமத்திற்கு கோபிநத்தம் முகாமின் பொறுப்பு கொடுக்கப்பட்டது. முதலில் ஆய்வாளராக இருந்து பின்பு துணை காவல்துறை கண்காணிப்பாளரான பூனச்சா பாலாரு முகாமின் பொறுப்பேற்றார். இரண்டு மாதங்களுக்கு கோவிந்தராஜீம், அதன்பின்னர் நாகராஜூம் நாலுரோடு முகாமிற்கு பொறுப்பேற்றனர் நான் எம்.எம்.ஹில்ஸ் பொறுப்பில் இருந்தேன். அந்த முகாமில் பிரத்யேகமாக வேறு எந்த அதிகாரியும் நியமிக்கப் படவில்லை ஏனெனில் 2 பிளாடுன்கள் தவிர வேறு படையினர் அங்கு இருந்ததில்லை. மேட்டுர் மற்றும் தட்டகரே முகாம்களுக்கு யார் பொறுப்பேற்றிருந்தார்கள் என்று எனக்கு தெரியாது.

13.04.1983 தேதியிட்ட அரசு உத்தரவின்படி நியமனங்கள் செய்த பிறகு கோபிநத்தம் பாலார் மற்றும் நாலு ரோடு முகாம்களுக்கு தலா 3 பிளாடூன்கள் கொடுக்கப்பட்டன. எம்.எம்.ஹில்லில் 2 பிளாடுன்கள் காவலுக்காக வைக்கப் பட்டன. 2 பிளாடூன்கள் 'எஸ்கார்ட்' பணிகளுக்காக பயன்படுத்தப்பட்டன. இரண்டு பிளாடூன்களின் ஆட்கள் விடுமுறையில் செய்வதால் எப்பொழுதும் 13 பிளாடுன்கள்தான் இருக்கும். ஆய்வாளர் பதவியில் இருந்த அதிகாரிகளுள் முசலிக்கும், மாரிசுவாமிக்கும் விசாரணைக்கான பொறுப்பு கொடுக்கப்பட்டது. அஷோக்குமார், முடளய்யா, பாவா, சௌதாகர், முத்துராயர், மாண்டப்பா, வெங்கடசாமி, சித்தமல்லப்பா, ஜெயமாருதி ஆகியோருக்கு புலனாய்வு வேலைகள் கொடுக்கப்பட்டன. கிடைத்த தகவல்களுக்கும் தங்களுக்கு தெரிந்த மொழிக்கும் ஏற்ப அவர்கள் வெவ்வேறு இடங்களில் செயல்பட்டு வத்தனர்.

ஒவ்வொரு நாள் மாலையிலும் அனைத்து முகாம்களின் தலைவர்களும் தலைமைச் செயலகத்திற்கு செய்த பணிகள்

பற்றியும் அவற்றின் விளைவுகள் பற்றியும் வயர்லெசில் தகவல்கள் அனுப்புவர். ஆனால் புலனாய்வுத்துறை அதிகாரிகள் செல்லும் இடங்கள் பற்றிய மூவ்மென்ட் டைரி எதுவும் இருக்கவில்லை. ஆனால் அவர்கள் தலைமைச் செயலகம் வரும்போதெல்லாம். அங்குள்ள விசாரணை அதிகாரியிடம் அவர்கள் சென்ற இடங்கள் அங்கு எத்தனை நாட்கள் தங்கினர், என்ன தகவல்கள் சேகரித்தனர் போன்ற தகவல்கள் கொடுப்பர். இந்த தகவல்கனை விசாரணை அதிகாரிகள் தங்கள் கேஸ் டைரிகளில் பதிவு செய்வர். இதைத்தவிர புலனாய்வு அதிகாரிகள் எங்கு செல்கிறார்கள் என்று தெரிந்து கொள்ள ஆவணங்கள் ஏதும் இல்லை. இந்த தகவல்கள் பதிவு செய்யப்படாததால் ஒரு அதிகாரி ஒரு குறிப்பிட்ட வருடத்தில் குறிப்பிட்ட தேதியில் எங்கு இருந்தார் என்ற தகவலை பெற முடியாது 23.03.1995 என்று தேதியிட்ட சுற்றறிக்கையை, வீரப்பன் மற்றும் அவர் கூட்டாளிகள் பஞ்சனூரிலும் மொண்டுகை நாதாவிலும் 11 சோலகர்களை கொலை செய்தபோது அரசு அனுப்பிய கூடுதல் 5 பிளாடூன்களுக்கு நான் பொறுப்பேற்றேன். ஆகஸ்ட் 1995இல் ரெசால் கிராமத்தினரின் பாதுகாப்பிற்காக நியமிக்கப்பட்ட கே.எஸ்.ஆர்.பி. பிளாடுன்களுக்காக செயல்படும் முறைகள் அந்த சுற்றறிக்கை மூலம் அறிவிக்கப்பட்டது. அது எனக்கு கீழ் செயல்பட்டுக் கொண்டிருந்த சிறப்பு அதிரடி படையினருக்கான சுற்றறிக்கை இல்லை. 23:08.1995க்கு முன் செய்யவேண்டியவைகள் செய்யகூடாதவைகள் போன்றவை அடங்கிய சுற்றறிக்கை ஏதும் சிறப்பு அதிரடிபடையினருக்கு அனுப்பவில்லை. நான் அவர்களுக்கு தினமும் நடைமுறைகள் பற்றி நேரில் கூறுவேன். மேலும் எனது அதிகாரிகள் யாரும் அப்படிப்பட்ட சூழ்நிலைக்கு இடமே கொடுத்ததில்லை.

சித்ரவதை மற்றும் தாக்குதலுக்கு உள்ளாக்கியது பற்றிய புகார்கள் சிவில் காவல்துறையினர் மீதுதான் கொடுக்கப்பட்டன. ஏனெனில் அவர்கள்தான் அந்த நபர்கள் மீது உள்ள புகார்களை விசாரணை செய்வது அவர்களை அல்லது அந்தக் குடும்பத்தினரை கைது செய்வது, நீதிமன்றத்தில் ஆஜர் செய்வது போன்றவைகளை செய்வார்கள். ஆயுதம் தாங்கிய ரிசர்வ் போலீசாருக்கு எதிராக குற்றசாட்டுகளே சுமத்தப்படவில்லை என்பதே, இந்த குற்றச்சாட்டு ஏதோ தூண்டுதலாக செய்யப்பட்டது என்பதை உணர்த்துகிறது. பொது பணித்துறையின் விருந்தினர் இல்லம்தான் எம்.எம்.ஹில்ஸில் எங்கள் அலுவலகத்தின் தலைமைச் செயலகமாக

விளங்கியது. நான் அறை எண் 9 மற்றும் 10 ஆகியவற்றில் இருந்து செயல்பட்டு வந்தேன். ஆய்வாளர்கள் அறை எண் 8ல் இருந்தார்கள். பிளாடூன்கள் வனத்துறை ரேஞ்சர் அதிகாரி அலுவலகத்திலும் வாடகைக்கு எடுக்கப்பட்ட மண்டபங்களிலும் தங்கியிருந்தனர்.

கோவில் நிர்வாகிகளிடம் இருந்து மண்டபங்களை வாடகைக்கு எடுத்தோம். தங்க வைக்க வேண்டிய ஆடகளின் எண்ணிக்கையை பொறுத்து, வாடகைக்கு எடுக்கப்பட்ட மண்டபங்களின் எண்ணிக்கை சமயத்துக்குச் சமயம் மாறி வந்தது. நான் எந்த மண்டபத்திற்கும் போனதில்லை. அதனால் தசோஹா பவனத்திற்கு எதிரில் உள்ள வளாகத்தில் அமைந்துள்ள மண்டபம் வாடகைக்கு எடுக்கப்பட்டதா என்று எனக்குத் தெரியாது.

எம்.எம்.ஹில்ஸ் காவல் நிலைய எல்லைக்குட்பட்ட இடங்களில் இருந்து சிலரை கைது செய்துள்ளோம். அவர்களை கைது செய்த அதிகாரிகளே அவர்களை எம்.எம்.ஹில்ஸ் சிவில் காவல் நிலையத்தில் ஆஜர் செய்தனர். சிறப்பு அதிரடி படையினரால் கைது செய்யப்பட்டவர்கள் அவர்களிடம் இருந்து வீரப்பன் பற்றிய தகவல்களை வெளி கொணர்வதற்காக 'ஒர்க் ஷாப் பட்டறையாக' பயன்படுத்தப்பட்ட மண்டபத்திற்கு கொண்டுவரப்பட மாட்டார்கள் என்று கூறுவது உண்மையல்ல.

கிராமத்தினர் யாரையும் கைதுசெய்ய காவல் படையுடன் நான் எந்த கிராமத்திற்கும் போக வேண்டிய சூழ்நிலையே எழுந்ததில்லை. ஏனெனில் என் அதிகாரிகள் ஒரு நபரை கைது செய்வது உட்பட்ட தங்கள் செயல்கள் அனைத்தையும் தாமாகவே செய்யக்கூடிய திறமை படைத்தவர்கள்.

எர்ரம்மாள் ஆணையம் முன்னால் அளித்த வாக்குமூலத்தைப் படித்தேன். அவர் என்மேல் சுமத்தும் குற்றச்சாட்டுகள் பொய்யானவை. 1996இல் நான் போலீசாருடன் அவர் வீட்டிற்குச் சென்று அவர் சகோதரனிடம் கொண்டு செல்வதாகக் கூறி திம்பம் காவல் முகாமிற்கு அழைத்துச் சென்று விசாரணை செய்தேன் என்று கூறுவது பொய்யாக ஜோடிக்கப்பட்டது. அவர் கண்கள் கட்டப்பட்டு, சங்கிலியால் கட்டி வைத்து லத்தியால் அடிக்கப்பட்டார் என்று கூறுவது பொய். அங்கிருந்து அவர் எம்.எம்.ஹில்ஸுக்கு அழைத்துச் செல்லப்பட்டு அங்கு அவர் பாலுறுப்புகள் உட்பட அனைத்து பாகங்களிலும், கண்கள் கட்டப்பட்ட நிலையில் மின்சாரம் செலுத்தப்பட்டது என்றும்,

அவர் கற்பழிக்கப்பட்டார் என்று கூறுவதும் பொய்யும் ஜோடிக்கப்பட்டதுமான வாக்குமூலம் ஆகும்.

எர்ரம்மாவின் வாக்குமூலத்தில் அவர் பெயர் குறிப்பிடபடவில்லை என்பதில் இருந்து அவருக்கு எதிரான சாட்சியம் பொய்யானது என்று தெளிவாகிறது என்று சாட்சி கூறுகிறார். திம்பத்தில் காவல் முகாம் ஒன்று வனப்பகுதியில் இருந்தது. நாங்கள் தங்கிய அறைகளில் ஒன்றில் வயர்லெஸ் செட்டுகள் வைத்திருந்தோம்.

சித்தமாசித்தி அளித்த வாக்குமூலத்தைப் படித்தேன் நான் 1996 இல் அவரை எம்.எம்.ஹில்ஸ் முகாமில் வைத்து விசாரணை செய்தேன். அவர் பாலுறுப்புகள் உட்பட உடலெங்கும் மின்சாரம் செலுத்தி சித்திரவதை செய்தேன் என்றெல்லாம் அவர் என்மேல் சுமத்தும் குற்றசாட்டுகள் பொய்யானவை. எனக்கு கிடைத்த தலைவின்படி இந்த சாட்சி ஹசனூர் காவல்நிலைய குற்ற எண்ணில் குற்றம்சாட்டபட்டு கைது செய்யப்பட்டவரின் உறவினர். 1996 பிப்ரவரியில் ஹசனூர் காவல்நிலைய எல்லைக்குட்பட்ட ஆறபால்யாவில் எஸ்.பி தமிழ்செல்வம் தலைமையில் வந்த காவல்துறைக் குழு ஒன்று வீரப்பன் மற்றும் அவர் ஆட்களால் தாக்கப்பட்டது. தலைமை காவலர் செல்வராஜ் உயிரிழந்தார். ஆய்வாளர் மோகன்நாயர் காயம் அடைந்தார். எஸ்.பி.தமிழ்செல்வம் மூன்று கை விரல்களை இழந்தார். சாட்சிகளின் குடும்பத்தினரான 15 சோலகர்களும் கைது செய்யப்பட்டு நீதிமன்றத்தில் ஆஜர் செய்யப்பட்டனர். என் தலைமையிலான சிறப்பு அதிரடி படை இந்த சாட்சிகளின் நெருங்கிய உறவினர்கள் மீது நடவடிக்கை எடுத்துள்ளதால் வேண்டுமென்றே பொய்யாக என் பெயரை குறிப்பிட்டுள்ளனர்.

தேசிய மனித உரிமை ஆணையத்துக்கு வழங்கிய சத்தியபிரமாண வாக்குமூலத்தில் என் பெயரையே குறிப்பிடவில்லை. இது அவர் பொய்யாக வாக்குமூலம் அளித்துள்ளார் என்பதை தெளிவாக காட்டுகிறது. ரத்தினி என்ற ரத்னாவின் வாக்குமூலத்தை படித்தேன். நான் அவர் உடலெங்கும் மின்சாரம் செலுத்தினேன். 15 நபர்கள் அவரை பலாத்காரம் செய்து 15 நாட்கள் சித்ரவதை செய்தனர் என்றெல்லாம் அவர் சுமத்தும் குற்றச்சாட்டுகள் பொய்யானவை. நான் அவரை ஷிவன்னா என்பவருக்கு திருமணம் செய்து வைத்தேன் என்று அவர் குற்றம் சாட்டுவதும் பொய்யானதே. இந்த சாட்சியை நான்

ஒரு போதும் பார்த்தது கிடையாது. அவரை நான் குங்கலபேட்டையிலிருந்து கொண்டு வந்து ஷிவன்னாவுக்கு திருமணம் முடித்து வைத்தேன் என்று கூறுவது உண்மையல்ல. ஹசனூர் காவல்நிலைய குற்ற எண் 3/93 சம்மந்தமாக அவர் தாயார் கும்பியும் அவர் தாயாரின் காதலனான துப்பாக்கி சித்தனும் சிறப்பு அதிரடி படையினரால் கைது செய்யபட்டதால் என் மேல் இந்த குற்றசாட்டுகளை சுமத்துகிறார்.

நாகியின் வாக்குமூலத்தைப் படித்தேன். நான் அவரிடம் வீரப்பனுக்கு உணவுப் பொருளட்கள் கொண்டு சென்றீர்களா என்று கேட்டதற்கு அவர் இல்லை என்று கூறியதால் ஆத்திரமடைந்து அவரை மோசமான வார்த்தைகளால் திட்டியதாக அவர் கூறுவது பொய். ஆணையத்தின் முன்னர் அவர் கொடுத்துள்ள சத்தியபிரமாண வாக்குமூலத்தில் என் பெயரை அவர் குறிப்பிடவில்லை என்பதே அவர் எனக்கு எதிராக பொய்யாக வாக்குமூலம் அளித்துள்ளார் என்பதை காட்டுகிறது. நான் தலைமை தாங்கி கொண்டிருந்த சிறப்பு அதிரடிபடை, ஹசனூர் காவல்நிலைய குற்ற எண்: 3/93 க்காக அவர் உறவினர்களை கைது செய்ததால், இவ்வாறு எனக்கு எதிராக வாக்குமூலம் அளித்துள்ளார்.

ஷிவன்னாவின் வாக்குமூலத்தை படித்தேன். அவரையும் அவர் தந்தையையும் உடலில் மின்சாரம் செலுத்தி சித்ரவதை செய்தேன் என்றும் அவருக்கு திருமணம் முடித்து வைத்தேன் என்றும் அவர் சுமத்தும் குற்றசாட்டுகள் பொய்யானவை. அவரது மாமியார் கும்பியும் மற்ற உறவினர்களும் சிறப்பு அதிரடி படையினரால் கைது செய்யப்பட்டதால், இந்த குற்றசாட்டுகளை அவர் என் மேல் சுமத்துகிறார்.

ஏட்டையா!... கா.பழனிவேலு.
ராம்போ கோபாலகிருஷ்ணன் கூட்டாளி.

தற்போது நான் சேலத்தில் முதுநிலை ஏ.ஆர். காவலராக பணிபுரிந்து கொண்டிருக்கிறேன். நான் 1.4.1993 அன்று வீரப்பனைப் பிடிக்கும் கமாண்டர் கோபாலகிருஷ்ணனின் தலைமையில் இருந்த குழுவில் சேர்ந்தேன் 1.4.1993 இருந்து ஐந்து வருட காலம் நான் அதிரடிப்படையில் பணியாற்றினேன். தட்டகரயில் முகாம் என ஏதும் அமைக்கப்படவில்லை. ஆனால் அங்கிருந்து வீரப்பனை தேடி காட்டிற்குள் சென்று திரும்புவதுண்டு. அங்கு மைக்

ரிபீடர்களை வைக்க ஓலை குடிசை ஒன்று கட்டினோம். அது ஒரு தலைமை காவலர் மற்றும் நான்கு காவலர்களால் பாதுகாக்கப்பட்டது. தட்டகெரே கிராமத்தில் இருந்து நாலு கி.மீ. தொலைவில் இக்குடிசை அமைக்கப்பட்டது. பொருட்கள் வாங்க தட்டகரவுக்கு செல்வோம். காட்டிற்கு செல்லும் முன்னர் பொருட்களை இந்த குடிசையில் வைத்து விட்டுச் செல்வோம். தட்டகர குழு இன்ஸ்பெக்டர் மோகன் சிங் தலைமையில் இயங்கியது. நானும் அதில் இருந்தேன். நாங்கள் இரண்டு மாதங்களுக்கு தட்டகெரே பகுதியில் இருந்து தான் செயல்பட்டு வந்தோம். அங்கு அமைக்கப்பட்டிருந்த குடிசை மிகச் சிறியது. மைக் செட்டில் வேலை பார்க்கும் ஒரு நபர் மட்டும்தான் அதற்குள் இருக்க முடியும். நாங்கள் வெளியில் வயல்களில்தான் தூங்குவோம். நாங்கள் தட்டகரவிற்குள் நுழைந்ததோ அங்கு தங்கியதோ கிடையாது. எங்கள் செயல்பாடுகள் சம்பந்தமாக கைது செய்யப்பட்டவர்கள் எங்கு விசாரணை செய்யப்படுவார்கள் என்று எனக்குத் தெரியாது. அவர்கள் தட்டகரவிற்குதான் அழைத்துச் செல்லப்படுவார்கள்.

நான் வேலையில் சேர்வதற்கு முன்னர் அப்பகுதியில் தமிழக அரசால் அமைக்கப்பட்ட அதிரடிப்படை செய்ல்பாடுகள் ஏதும் இருக்கலில்லை. 1992 ஆகஸ்ட் முதல் தமிழக காவல்துறையினர் கர்நாடக காவல்துறையினரை, வீரப்பனைக் கைப்பற்றும் முயற்சியில் ராம்போ கோபாலகிருஷ்ணன் (சிரிப்பு போலீஸ் ஆசிரியர்) தலைமையில் இயங்கிய படையின் மூலம் உதவி வந்தனர். பத்து வருடங்களுக்கு முன்னர் தட்டகரயில் வேலை பார்த்த நைனா சாப் என்ற காவலரை எனக்குத் தெரியாது. கான்ஸ்டபிள் வெற்றி என்பவரை எனக்குத் தெரியும். அவரும் சிறப்பு அதிரடிப்படையில் உறுப்பினராக இருந்தார். ஆனால் நாங்கள் வெவ்வேறு குழுக்களில் இருந்தோம். தட்டகரவில் ஒரு போலீஸ் முகாம் இருந்தது என்றும் வெள்ளாயசோலிகனை வெற்றி, நைனா சாப் உதவியால் நான் அங்கு அழைத்து சென்றேன் என்றும் கூறுவது பொய்யாகும். அவரது வாக்குமூலத்தில், தட்டகெரே முகாமில் மூன்று மாதங்கள் வைக்கப்பட்டிருந்ததாகவும், அங்கிருந்து பண்ணாரி முகாமிற்கு அழைத்து செல்லப்பட்டு அங்கும். மூன்று மாதங்கள் வைக்கப்பட்டிருந்ததாகவும், பின்னர் அங்கிருந்து பாலார் முகாமிற்கு கொண்டு செல்லப்பட்டார் என்றும் கூறுகிறார். இது முற்றிலும் பொய்யானதும்

ஜோடிக்கப்பட்டதும் ஆகும். அவர் வாக்குமூலத்தில் வெவ்வேறு முகாம்களில் காலவில் வைக்கப்பட்டிருந்த போது லத்தியால் தாக்குவது. உடல் முழுவதும் லத்தியை வைத்து உருட்டுவது உதைப்பது மிதிப்பது போன்ற பல்வேறு முறைகளில் சித்ரவதை செய்யப்பட்டார் என்று கூறுவது முற்றிலும் பொய்யாகும்.

தட்டகெரேவில் வனத்துறை ஐ.பி. ஒன்று உள்ளது. அப்போது காவல்துறை சார்பு ஆய்வாளராக இருந்த கருப்பசுவாமி என்பவரை எனக்குத் தெரியும் ஆனால் அவர் உறுப்பினராக இருந்த குழு தட்டகரவிற்கு அருகே செயல்பட்டு வந்ததா என்பது எனக்குத் தெரியாது. காவல்துறையினர் தட்டகரவில் உள்ள வனத்துறை ஐ.பி.யில் தங்கியதே இல்லை. அது காவல்துறையினர் முகாமாகவும் பயன்படுத்தப்பட்டதில்லை.

ஏட்டய்யா... ராமசுவாமி

1993 ஏப்ரல் மாதத்தில் வீரப்பன் மற்றும் அவர் கூட்டாளிகளை பிடிக்க கர்நாடக காவல்துறையினருக்கு உதவ தமிழக அரசால் அமைக்கப்பட்ட காவல்துறை அதிகாரிகளின் குழுவில் சேர்ந்தேன். எனக்கு பழனிவேலுவைத் தெரியும். ஆனால் நான் அவருடன் வேலை பார்க்கவில்லை. ஆய்வாளர் ஹுஸைன் தலைமையில் இயங்கிய குழுவில்தான் பணியாற்றினேன். பழனிவேலு மோகன்சிங் தலைமையில் செயல்பட்ட குழுவில் வேலை பார்த்து வந்தார். தட்டகெரேவில் காவல்துறை முகாம் ஏதும் இருந்ததில்லை. நாங்கள் ரிபீட்டர்கள் வைத்திருந்த குடிசையில்தான் தங்கி வந்தோம்.

வெள்ளையன் சோலிகர் அளித்துள்ள வாக்குமூலத்தை படித்தேன். நான் அவர் வீட்டிற்கு பத்து வருடங்களுக்கு முன்னர் நைனாசாப் மற்றும் பழனிவேலுவுடன் சென்று அவரை தட்டகெரே முகாமிற்கு அழைத்து சென்றதாக கூறுவது முற்றிலும் பொய்யானது. எங்கள் குழுவில் நைனா சாப் என்ற பெயருடைய எவரும் இருக்கவில்லை. அவரை தட்டகெரே முகாமில் வைத்திருந்து அங்கிருந்து பண்ணாரி முகாமிற்கு கொண்டு சென்று, மூன்று மாதங்கள் வைத்திருந்து பின்னர் அங்கிருந்து பாலார் முகாமிற்குக் கொண்டு சென்றோம் என்றும், இந்த முகாம்களில் எல்லாம் அவர் சித்ரவதை செய்யப்பட்டார் என்றும் கூறுவது முற்றிலும் பொய்யானது

எந்தக் காரணத்திற்காக என் பெயரைக் குறிப்பிட்டுள்ளார்

என்று எனக்கு தெரியவில்லை. எனக்கு தட்டகெரேயில் நண்பர்களோ உறவினர்களோ கிடையாது. ஐந்தாறு மாதங்களுக்கு தட்டகெரேயில் இருந்து போய் வந்து கொண்டுதான் இருந்தேன். தட்டகெரேயில் உள்ள எவரையும் எனக்கு தெரியாது. நான் அங்கு தங்கியதும் இல்லை. ஆனால், தட்டகெரேயில் சாலையோரத்தில் உள்ள வனத்துறை ஐ.பி.யில் தங்கியுள்ளேன். தட்டகெரேயில் வசிக்கும் மக்கள் வீரப்பன் மற்றும் அவர் கூட்டாளிகளுக்கு உதவி செய்ததாக யாரும் எனக்குத் தகவல் சொன்னதாக எனக்கு ஞாபகம் இல்லை.

ஏட்டையா…! மு.பாஸ்கரன்.

வீரப்பன் மற்றும் அவர் கூட்டாளிகளை பிடிக்க அமைக்கப்பட்ட சிறப்பு அதிரடிப்படையில் உறுப்பினராக இருந்தேன். மூன்று குழுக்களில் பணியாற்றினேன். இக்குழுக்கள் பெருமாள்சாமி, மோகன் நவாஸ் மற்றும் பரமசிவம் தலைமையில் மேட்டூர், பன்னாரி, பொன்னகரம் ஆகிய இடங்களில் செயல்பட்டு வந்தன. நான் மோகன் நவாஸுடன் தாளவாடி மற்றும் ஹஸனூர் போன்ற இடங்களின் வனப்பகுதிகளில் தேடுதல் வேட்டைக்கு போயிருக்கிறேன். தாளவாடியிலும் தாளமலையிலும் காவல்துறை முகாம்கள் ஏதும் இருந்ததில்லை. ஆனால் தாளமலைக்கு தேடுதல் வேட்டைக்கு செல்லும் போதெல்லாம் அங்குள்ள வனத்துறை விருந்தினர் இல்லத்தில் தங்குவோம். வீரப்பனுடன் தொடர்புடையவர் என்று எவரைப் பற்றியாவது தகவல் கிடைத்ததன் பேரில் அந்த நபரைப் பிடித்தால் அவரை அவர் கிராமத்தில் வைத்தே விசாரிப்போம். விசாரணைக்காக விருந்தினர் இல்லத்திற்கு கொண்டு வருவதில்லை. முக்கியத்தன்மை வாய்ந்த விஷயமாக இருந்தால் பண்ணாரியில் உள்ள முகாமிற்கு அழைத்து செல்வோம். 1996ல் நாங்கள் ஆய்வாளர் மோகன் நவாஸ் கூட தாளமலை பகுதியில் செயல்பட்டு கொண்டிருந்திருக்கலாம்.

மஹாதேவி அளித்த வாக்குமூலத்தை படித்தேன். 1996ல் அவரது கணவனை கைது செய்து தாளமலை முகாமிற்கு அழைத்து சென்றேன் என்று கூறுவது, அவரது கணவரின் சகோதரன் இரண்டு நாட்கள் கழித்து அந்த முகாமிற்கு வந்தபோது நான், அவர் கணவர் விடுவிக்கப்பட்டார் என்றும் அவர் விடுவிக்கப்பட்டபோது லத்தியால் தாக்கப்பட்டு போலீசாரால் மிதிக்கப்பட்டதில், அவர் மூக்கிலிருந்தும்

வாயிலிருந்தும் ரத்தம் வடிந்து கொண்டிருந்தது என்றும் கூறுவது பொய்யானதும், ஜோடிக்கப்பட்டதும் ஆகும். எனக்கு அவர் கணவரைத் தெரியாது. நான் ஷிவன்னா என்ற நபரையும் கைது செய்யவோ, போலீஸ் முகாமிற்கு அழைத்து வரவோ இல்லை.

ஜெயபால்ராஜ் ஏட்டையா...!

சாட்சிகள் ராமன், ஐடாயன் ஆகியோரின் வாக்குமூலங்கள் என்னிடம் காண்பிக்கப்பட்டன. துணைக் காவல்துறை கண்காணிப்பாளர் சன்னமலியன் அவற்றை வாசித்து எனக்கு தமிழில் மொழிபெயர்த்துச் சொன்னார். நான் கல்மன்டிபுரா தொட்டிக்கு 1997லோ, ஏப்ரல் 2002 முன்னுள்ள ஐந்து வருடங்களிலோ செல்லவில்லை. ஆனால் மற்றொரு சமயம் அந்த கிராமத்திற்கு ஆய்வாளருடன் சென்றேன். நான் அவர்களை அவர்கள் கிராமத்தில் இருந்து 1997இல் பிடித்துச் சென்று ஹஸனூர் முகாமிற்கு கொண்டு சென்றேன் என்பது பொய்யானதும் ஜோடிக்கப்பட்டதும் ஆகும். இதுவரை சிறப்பு அதிரடிப்படையின் குழு உறுப்பினராக இருந்து நான் யாரையும் கைது செய்ததில்லை. அவர்கள் வாக்குமுலத்தில் ஹஸனூர் முகாமில் அவர்களை 15 நாட்கள் காவலில் வைத்திருந்ததாகவும், வீரப்பன் பற்றிய தகவல்களை கூற மறுத்ததால் அவர்கள், கை மற்றும் கால் முட்டியிலும், மற்ற உடலுறுப்புகளிலும் லத்தியால் தாக்கியதாகவும் கூறுகிறார்கள். இதுவும் முற்றிலும் பொய், எனது ஆய்வாளர் ஒருபோதும், என்னிடம் ஒரு குறிப்பிட்ட கிராமத்திற்கு சென்று அங்கிருந்து ஒரு நபரை போலீஸ் முகாமிற்கு விசாரணைக்கு அழைத்து வர கூறியதே இல்லை.

கோ.பழனிசுவாமி.

போக்குவரத்து எஸ்.ஐ.

நான், வீரப்பன் மற்றும் அவர் கூட்டாளிகளைப் பிடிக்க தமிழக அரசால் நியமிக்கப்பட்ட சிறப்பு அதிரடிப்படையின் ஒரு குழுவின் உறுப்பினராக இருந்தேன். தமிழ்நாடு சிறப்பு அதிரடிப்படையில் 11.4.1993 அன்று சேர்ந்தேன். நவம்பர் 1999 வரை இப்பணியிலேயே தொடர்ந்தேன். அதற்குப் பின்னர் நான் மாற்றப்பட்டேன். இன்ஸ்பெக்டர் மோகன்சிங் தலைமையிலான 'ப்ரேவோ' குழுவின் உறுப்பினராக இருந்தேன்

எங்கள் குழுவிற்கு குறிப்பிட்ட பகுதி ஏதும்

ஒதுக்கப்படவில்லை. எங்கள் குழுவினர்தங்க முகாம் ஏதும் அமைக்கப்படவும் இல்லை தட்டக்கெரேயில் இருந்து 3 கி.மீ தொலைவிலும் வனத்துறை விருந்தினர் இல்லத்தில் இருந்து 2.கி.மீ. தொலைவிலும் சிறப்பு அதிரடிப்படை வயர்லெஸ் செட் வைக்க குடிசை ஒன்று கட்டியது நாங்கள் ஒருபோதும் தட்டகெரேயிலோ வனத்துறை ஐ.பி.யிலோ தங்கியதில்லை.

நான் குன்ட்ரி கிராமத்திற்கு எனது குழுவினருடன் சென்றேன். நான் தனியாக அந்த கிராமத்திற்கு சென்றதில்லை. வீரப்பன் மற்றும் அவர் கூட்டாளிகள் நடமாடும் காட்டுப்பகுதியின் மத்தியில் இந்த கிராமம் அமைந்துள்ளதால் அந்த கிராமத்திற்கு தனியாக சென்றால், வீரப்பன் காவல்துறை அதிகாரிகளை தாக்கி அவர்கள் ஆயுதங்களைப் பறிக்கும் அபாயம் உள்ளது.

நான் கோயிலூருக்கு எனது குழுவினருடன் சென்றிருக்கிறேன். அது வனப்பகுதி மத்தியில், குன்ட்ரியில் இருந்து ஒரு கி.மீ தொலைவில் அமைந்துள்ளது. கோவிலூரும் குன்ட்ரியை சேர்ந்த கிராமம்தான்.

மஞ்சுளா குழு முன்பாக அளித்த வாக்குமூலத்தை படித்தேன். நான் அவரை கோயிலூர் சென்ற போது அங்கு பார்த்திருக்கிறேன். வனப்பகுதியில் வீரப்பன் தேடுதல் வேட்டையின் போது கோயிலூரில் உள்ள கௌடி, அவர் மனைவி தொட்டதாயி மற்றும் அவர் மகன்கள் வீரபத்ரா. முருகன் ஆகியோர் வீரப்பனின் கூட்டாளிகள் என்றும் மஞ்சுளா கௌடியின் மகள் என்றும் தெரித்து கொண்டோம். இதனால் மஞ்சுளாவிடம் அவரது குடும்பத்தினர் எங்கு உள்ளார்கள் என்பது பற்றி விசாரிக்க கோயிலூர் சென்றோம். அப்போதுதான் அவரை முதன் முறையாக பார்த்தேன். அப்போது அவருக்கு வயது சுமார் 18 இருக்கலாம். அவர் அந்த கிராமத்தையே சேர்ந்த அவரது கணவர் வீட்டில் இருந்தார். எங்கள் குழுவின் தலைவர் இன்ஸ். மோகன்சிங் மஞ்சுளாவிடம் அவரது பெற்றோர் பற்றி விசாரித்தார். தனக்கு அவர்கள் எங்கு இருக்கின்றனர் என்பது தெரியாது என்று கூறியதால், அவர்கள் திரும்பி வந்தவுடன் எங்களுக்கு தகவல் சொல்லுமாறு கூறிவிட்டு திரும்பினோம்.

நானோ எனது குழுவினரோ அதற்குப்பின்பு, கௌடி மற்றும் அவர் குடும்பத்தினர் பற்றி விசாரிக்க குன்ட்ரிக்கோ கோயிலூருக்கோ செல்லவில்லை. அதற்கு பின்னர் நான்

மஞ்சுளாவை பார்க்கவில்லை. அவர் கைது செய்யப்பட்டு காவலில் வைக்கப்பட்டாரா என்று எனக்குத் தெரியாது. நான் அவரை அந்தக் கிராமத்திலிருந்து பிடித்து வரவோ, கோயிலூர் முகாமிற்குக் கொண்டு வரவோ இல்லை. கோயிலூரில் முகாமே இருக்கவில்லை.

நான் அவர் பெற்றோர் பற்றி தகவல் கொடுக்கவில்லை என்றால் உதைப்பேன் என்று கூறியதாகவும், நான்கு நாட்களுக்குப் பின்னர் அங்கு காவலர்களுடன் வந்து அவரை கோயிலூர் முகாமிற்கு கொண்டு சென்றதாகவும், அங்கு மதுரை காவல்துறையினர் தோலைபேசி மூலம் என்னிடம் தொடர்பு கொண்டு அவர் பெற்றோருக்குப் பதிலாக மஞ்சுளாவை காவலில் வைத்திருக்கிறேன் என்று அறிந்தவுடன் அங்கு அவர்கள் வந்து, என் காவலில் இருந்து மீட்டுச் சென்றதாகவும் கூறுகிறார். இவை அனைத்தும் பொய்யானதும் ஜோடிக்கப்பட்டதும் ஆகும். மேலும், அவரது முதல் கணவர் சுப்பையா, காவல்துறையினர் அவரை பலாத்காரம் செய்ததால் ஏற்க மறுத்துவிட்டார் என்றும் ஆறு வருடங்களுக்கு முன்னர் ராஜேந்திரனுக்கு நான் அவரை கலியாணம் முடித்து வைத்தேன் என்றும் கூறுவது முற்றிலும் பொய்.

சிறப்புகிளை.

சி.ஐ.டி. பா.ஷண்முகராஜன். இன்ஸ்பெக்டர்.

நான் காவல்துறையால் அமைக்கப்பட்ட சிறப்பு அதிரடிப்படையில் உறுப்பினராக இருந்தேன். 1993 ஏப்ரல் மாதத்தில் இரண்டாம் வாரத்தில் நான் சிறப்பு அதிரடிப் படையில் ஆய்வாளராகச் சேர்ந்தேன். 1995 ஜூலை மாதம் வரை அப்பதவியிலேயே பணியாற்றி வந்தேன். பாசவராஜுவின் வாக்குமூலத்தை படித்தேன். அதில் அவர் என் மேல் சுமத்தும் குற்றச்சாட்டுகளை நான் மறுக்கிறேன். அவரது வாக்குமூலம், முற்றிலும் பொய்யானதும், ஜோடிக்கப்பட்டதும் ஆகும்.

எனக்கு பாசவராஜ் பின்வரும் சில சந்தர்ப்ப சூழ்நிலைகள் மூலம் அறிமுகமானார். நான் சிறப்பு அதிரடிப்படையில் பணிபுரிந்து கொண்டிருக்கும் போது ஒரு கோவிலில் அலுவலராக, பணிபுரியும் எனது மச்சான் விஜயக்குமார் பண்ணாரிக்கு அலுவலக வேலைக்காக 1995 மே அல்லது ஜூனில் வந்தார். நான் அவரைப் பார்க்க சென்றேன். அங்கு விஜயகுமாருடன் பழனியில்

இருந்து வந்த காந்தி என்பவரை பார்த்தேன். அவரைப்பற்றி முன்பே கேள்விப்பட்டிருந்தாலும், நாங்கள் இருவரும் பழனியைச் சேர்ந்தவர்களாக இருந்தும் அதற்கு முன்னர் அவரைப் பார்க்க நேர்த்ததில்லை. ஆனால் எங்கள் குடும்பங்களிடையே பல வருடங்களாக பழக்கம் இருந்து வந்தது.

என் மச்சான் அவரை எனக்கு அறிமுகம் செய்து வைத்தார். பண்ணாரிக்கு கொடைக்கானலில் தனது நிலங்களில் வேலை பார்க்கும் பாசவராஜு என்பவரை பார்க்க கடஹஹல்லியை அடுத்துள்ள ஹளபால்யா செல்வதற்காக வந்ததாக கூறினார். பாசவராஜு என்பவர் கொடைக்கானலில் இருந்து வரும்போது தனது குழந்தையை பார்க்கச் செல்வதாக கூறி ரூ.3000 கடனாக வாங்கி தனது குடும்பத்தினரை பார்த்து விட்டு திரும்புவதாக கூறினார் என்று காந்தி கூறினார். பாசவராஜு திரும்பாததால் அவரைத் தேடி தனது பணத்தை பெற உளபால்யா வந்ததாகவும் கூறினார். என்னிடம் உளபால்யா செல்வதா வேண்டாமா எனக் கேட்டார். நான் வேண்டாம் எனக் கூறியும், எப்படியாவது பாசவராஜுவை பார்ப்பது என காந்தி முடிவு செய்தார். பின்னர் நாங்கள் சத்தியமங்கலம் சென்றோம். அங்கிருந்து காந்தி பாசவராஜுவின் மாமனாருக்கு பாசவராஜுவை தன்னிடம் அனுப்பி வைக்குமாறு கடிதம் எழுதினார். காந்திக்கு பாசவராஜுவின் மாமனாரை, அவர் கொடைக்கானலில் பணிபுரியும் காலத்திலிருந்தே தெரியும். பின்பு நாங்கள் பன்னாரிக்கு திரும்பினோம். அதற்குள் பாசவராஜுவும் அங்கு வந்தார். அப்போதுதான் நான் அவரை முதன் முறையாக சந்தித்தேன்.

திரு.காந்தி பாசவராஜுவை தனது பணத்தை திருப்பிக் கொடுக்குமாறு கேட்டார். அவரோ தன்னிடம் பணம் இல்லாததால் காந்தியுடன் வந்து அவர் நிலங்களில் வேலை பார்க்க தயாராக இருப்பதாக கூறினார். ஆனால் காந்தி இதற்கு ஒத்துக் கொள்ளவில்லை. த்னது பணத்தை திருப்பிக் கொடுக்குமாறு கேட்டார். பாசவராஜு தனது வாக்கை காப்பாற்றாததால் அவரை மீண்டும் வேலையில் சேர்க்க விரும்பவில்லை என்றும் காந்தி கூறினார். இவ்விதமாக அவர்கள் பேச்சுவார்த்தை நீடித்ததால் பிரச்சனைக்கு நல்ல முடிவு ஏற்பட வாய்ப்பில்லாமல் இருந்தது. அப்போது இதையெல்லாம் கேட்டுக் கொண்டிருந்த என் மச்சான், இப்பிரச்சனைக்கு தீர்வாக, தேனி மாவட்டம், பி.சி.பட்டியில் அவர் வீட்டைக் கட்டிக் கொண்டிருக்கும் காண்ட்ராக்டரிடம் சொல்லி

வேலை வாங்கி தருவதாகச் சொன்னார். பாசவராஜுவை அங்கு வேலை பார்த்துக் கொண்டு காந்தியின் கடன்களை அடைக்கும்படி கூறினார். கட்டிட வேலை நடக்கும் இடத்தில் ஒரு குடிசை போட்டு கொடுப்பதாகவும் அங்கு வேலை முடியும் வரை தங்க வேண்டும் என்றும் கூறினார். இதற்காக எனது மச்சான், பாசவராஜு அவர் குடும்பத்தினர் ஆகியோர் பழனிக்கு சென்று அங்கு 2 நாட்கள் தங்கிய பின்னர் தேனி மாவட்டத்தில் உள்ள பி.சி.பட்டிக்குச் சென்றனர். பின்னர் அவரது சம்பளம் பற்றி என்ன முடிவெடுக்கப்பட்டது என்று எனக்கு தெரியாது. சம்பளம் எவ்வளவு ஒப்பந்தத்தின் விதிமுறைகள் என்னவாக இருந்தன. சம்பளம் எந்த முறையில் கொடுக்கப்பட்டது என்பது பற்றியெல்லாம் எனக்குத் தெரியாது.

கட்டிட வேலை சுமார் ஆறு மாதங்களுக்கு பிறகு முடிந்தது அதற்குப் பிறகு பாசவராஜு தனது வீடு திரும்பினார். நான் முன்பு பணியாற்றிக் கொண்டிருந்த குன்னூருக்கே மீண்டும் மாற்றப்பட்டதால் அவர் காந்திக்கு கொடுக்க வேண்டிய பணத்தை கொடுத்து விட்டாரா என்று எனக்கு தெரியாது.

நான், என் சகோதரன், இரு சகோதரிகள், தந்தை ஆகியோர் அடங்கிய இந்து கூட்டுக் குடும்பத்தில் வாழ்கிறேன். பழனியில் எங்கள் பூர்வீக வீடு உள்ளது. ஆனால் தன் வாக்குமுதைதில் பாசவராஜு கூறுவது போல பழனியில் எனக்கு சொந்தமாக வீடோ, நான் கட்டிய வீடோ இல்லை.

நான் அவரை கொடைக்கானலில் இருந்து தட்டகெரே முகாமிற்கு கொண்டு சென்று கண்முடித்தனமாக அடித்தேன் என்ற அவரது வாக்குமூலம் பொய்யானதும் ஜோடிக்கப்பட்டதும் ஆகும். அவர் கூறுவது போல் சித்ரவதை செய்யப்பட்டார் என்பதும் பொய்யானதே ஆகும். நான் சிறப்பு அதிரடிப்படையில் பணியாற்றும் போது கொடைக்கானலுக்கு சென்றதில்லை. அதனால். நான் அவரை தட்டகெரே முகாமிற்கு கொண்டு வந்து சித்ரவதைக்கு உட்படுத்தினேன், அவரை சமையல்காரராக அங்கு வைத்திருந்தேன் என்ற குற்றசாட்டுகள் முழுவதும் உண்மையில்லை. நான் பாசவராஜுவை பழனியில் எனது வீட்டின் கட்டிடவேலை நடந்து கொண்டிருக்கும் போது சம்பளம் கொடுக்காமல் வேலை வாங்கினேன் என்றும் அதற்கு பின்னர் நான் அவரை தேனியில் எனது சகோதரியின் வீட்டின் கட்டிட வேலை செய்யவும் அனுப்பினேன் என்றும் அவர் என் மேல் சுமத்தும்

குற்றச்சாட்டுகள் முற்றிலும் பொய்யானவையாகும். எனக்கு பழனியில் மட்டுல்ல வேறு எந்த இடத்திலும் வீடு ஏதும் கிடையாது. எந்தக் காரணத்திற்காக இந்த குற்றச்சாட்டுகள் அனைத்தையும் சுமத்த என்னை தேர்ந்தெடுத்தார் என்று எனக்குத் தெரியவில்லை. சிறப்பு அதிரடிப்படையினரால் துன்புறுத்தப் பட்டார் என்று கூறினால் நஷ்ட ஈடு கிடைக்கும் என்பது கூட ஒரு காரணமாக இருக்கலாம். பாசவராஜு என்னை காந்தியுடன் பார்த்திருக்கிறார். மேலும் அவர் என் உறவினரின் வீட்டின் கட்டிட வேலையும் பார்த்துள்ளார். அவர் குற்றச்சாட்டுகளை சுமந்த என் பெயரை தேர்ந்தெடுக்க இவைகளே காரணங்களாக இருந்திருக்கலாம்.

கே.கே.சன்னாமல்லன்.

காவல்துறை A.D.S.P. சிவில் சப்ளைஸ், சி.ஐ.டி. கோயம்புத்தூர்.

11.05.1993 அன்று அப்போதைய சென்னை கூடுதல் காவல்துறை தலைவர் உத்தரவின்படி, தர்மபுரி மாவட்டத்தில் இருந்து சிறப்பு அதிரடிப்படையில் சேர்ந்தேன். இந்த சிறப்பு அதிரடி படை தமிழக அரசால் 11.04.1993 அன்று உருவாக்கப்பட்டது. நான் சிறப்பு அதிரடிப்படையில் தொடர்ந்து பணியாற்றினேன். ஆனால், அக்டோபர் 1996 முதல் டிசம்பர் 1997 வரை, பின்னர் மே 2000 முதல் மே 2001 வரை சிறப்பு அதிரடிபடையில் பணியாற்றவில்லை. 1993 ஆம் ஆண்டில் நான் மேட்டூர் வட்டத்தின் ஆய்வாளராக இருந்தேன். சிறப்பு அதிரடிப்படையில் சேரும் போதும் காவல்துறை ஆய்வாளராகத்தான் இருந்தேன். சிறப்பு அதிரடிபடையில் அமைக்கபட்ட குழுக்கள் எதிலும் நான் உட்படுத்தபடவில்லை. அங்கு இணை காவல்துறை கண்காணிப்பாளர் சஞ்சய் அரோராவுடன் இணைந்து பணியாற்றினேன். எப்பொழுதும் அவருடன்தான் இருப்பேன். சஞ்சய் அரோராவுடன் இணைந்து பணியாற்றுவது, வீரப்பன் தேடுதல் வேட்டையின் போது அவருடன் செல்வது மட்டுமில்லாமல் நான் ஈரோடு ரூரல் வட்டத்தின் துணை காவல்துறை கண்காணிப்பாளருக்கும் உதவியாளராக இருந்திருக்கிறேன். அவருக்கு தடா வழக்குகளின் பொறுப்பும் கொடுக்கப் பட்டது. சஞ்சய் அரோரா இடமாற்றம் செய்யப்பட்டபோது எனக்கு சிறப்பு அதிரடிப்படையில்

பொறுப்பு அளிக்கப்பட்டது. சஞ்சய் அரோராவுடன் இணைந்தோ தனியாகவோ ஒரு ஆய்வாளரின் பணிகள் அனைத்தையும் செய்யும் அதிகாரம் எனக்கிருந்தது. ஏதாவது தகவல் கிடைத்தால் என்ன நடவடிக்கை எடுக்க வேண்டும். மேலும் தகவல் எப்படி பெற வேண்டும், அதற்கு பின்னர் என்ன நடவடிக்கை எடுக்க வேண்டும் என்பதையெல்லாம் முடிவு செய்யும் அதிகாரமும் இருந்தது.

ராம்ஜியின் வாக்குமூலத்தை படித்தேன். சிறப்பு அதிரடி படை உறுப்பினர் மேல் பொதுவாகவும் முக்கியமாக என் மேலும் சுமத்தும் குற்றசாட்டுகள் ஏதுவும் உண்மையல்ல. நான் அவரை ஏழு வருடங்களுக்கு முன்னர் கைது செய்து மேட்டூர் முகாமிற்கு கொண்டு சென்று அங்கு அவர் வீரப்பனுக்கு மளிகை பொருட்கள் எடுத்துச் சென்றார் என்று ஒத்துக்கொள்ள மறுத்ததால் கடுமையாக அடித்தேன் என்ற குற்றச்சாட்டு பொய்யானது. மேலும் அவர் கட்டி தொங்கவிடப்பட்டிருந்தார் என்றும், போலீசார் அவரது கால்களை எதிர் திசைகளில் பிடித்து இழுத்ததால் அவரது இடுப்பில் எலும்பு முறிவடைந்தது என்றும் அவர் மூன்று வருடம் சட்டவிரோத காவலில் வைக்கப்பட்டார் என்று குற்றம்சாட்டுவதும் பொய்யானதாகும். அவர் 11.07.1993 அன்று பொன்னகரம் காவல்துறையினரால் முடுகம்பட்டி வனப்பகுதியில் இருந்து கைது செய்யப்பட்டு அன்றைய தினமே நடுவர் நீதிமன்றத்தில் ஆஜர் செய்யப்பட்டார்.

N.D.P.S. சட்டத்தின் 20(1)(6)பிரிவின் கீழ் பொன்னகரம் காவல் நிலையத்தில் குற்ற எண் 416/93 இல் ராம்ஜிக்கு எதிராக வழக்கு பதிவு செய்யப்பட்டுள்ளது. அந்த வழக்கு இப்போதும் தொடரப்பட்டு வருகிறது. ராம்ஜி, பர்கூர் காவல் நிலையத்தில் குற்ற எண் 14/93ல் குற்றம் சாட்டப்பட்டுள்ள சுப்பன் (அ) சுப்பிரமணியின் சகோதரர் ஆவார். சுப்பிரமணி இப்பொழுதும் தலைமறைவாக உள்ளார். 19.06.1993 அன்று பர்கூர் காவல் நிலைய எல்லைக்குட்பட்ட பர்கூர் வனத்தின் வடபகுதியில் சைமன் மற்றும் வேறு 13 நபர்களை கைது செய்ய காவல்துறை இணைக் கண்காணிப்பாளர் சஞ்சய் அரோராவுக்கு உதவினேன். 75 நபர்கள் மேல் பதிவு செய்யப்பட்டிருந்த வழக்கு மற்றும் குற்ற பத்திரிக்கையை விசாரணை செய்வதிலும் நான் அவருக்கு உதவினேன். சுப்பிரமணியனும் குற்றம் சாட்டபட்டவர்களுள் ஒருவர் ஆவார். சுப்பிரமணியன் நக்கீரன் பத்திரிக்கையில் நிருபராக இருந்தார். என்று அறிந்தோம். இதுதான் ராம்ஜியை என்மேல்

குற்றம் சாட்ட தூண்டியிருக்க வேண்டும்.

ராமன் மற்றும் ஜடயன் ஆகியோரின் சாட்சியங்களையும் படித்தேன் அதில் ஹசனூர் முகாம் போலீசாருடன் சேர்ந்து நான் அவர்களை தாக்கியதாகவும் முகாமில் 15 நாட்கள் காவலில் வைத்திருந்ததாகவும் கூறுவதை நான் மறுக்கிறேன். 17.02.1996 அன்று போலீஸ் வாகனம் ஒன்று தாக்குதலுக்கு உள்ளாக்கப்பட்டது. இதில் ஒரு தலைமை காவலர் மரணமடைந்தார். உயர் அதிகாரிகள் பலர் காயமடைந்தனர். இது சம்மந்தமாக எட்டு நபர்களை கல்மண்டிபுரம் வனப்பகுதியில் மக்களமடப்பன் கோவில் அருகே 14.03.1996 அன்று கைது செய்தேன். ஹசனூர் காவல்நிலையத்தில் குற்ற எண் 3/96 இல் வழக்கு பதிவு செய்யப்பட்டுள்ளது. இந்த வழக்கில் குற்றம் சாட்டப்பட்டவர்கள் ஜாமீனில் வெளியில் வந்து எனக்கெதிராக இந்த பொய்யான வாக்குமூலத்தை அளித்துள்ளனர்.

வாசுதேவமூர்த்தி.

ஓய்வு பெற்ற காவல்துறை எஸ்.ஐ.

நான் ராமபுரா காவல்நிலையத்தில் சார்பு ஆய்வாளராக இருந்தேன்: ராமபுரா காவல்நிலையத்தில் பதிவு செய்யப்பட்ட வழக்குகளின் விசாரணையில் நான் சிறப்பு அதிரடிப் படைக்கு உதவியிருக்கிறேன். நான் அங்கு சார்பு ஆய்வாளராக இருந்த போது எம்.சி. மாரிசுவாமி அங்கு ஆய்வாளராக இருந்தார். அந்த பதவியோடு அவர் சிறப்பு அதிரடி படையிலும் ஆய்வாளராக நியமிக்கப்பட்டார். ராமபுரா காவல் நிலைய எல்லைக்கு உட்பட்ட இடங்களிலிருந்து வரும் வழக்குகளை அவர் விசாரணை செய்வார். இது தவிர ராமபுரா காவல் நிலைய எல்லைக்கு வெளியே இருந்து வந்த சிறப்பு அதிரடி படை வழக்குகளுக்கு அவர் விசாரணை மேற்கொண்டாரா என்று எனக்கு தெரியாது;

ஆஞ்சபால்யா, நல்லூர், டொகியம் ஊக்யம், குட்லூர், ஜல்லிபால்யா, பெரியசெட்டிபால்யா, மீன்யம், கஜனூர், கொப்பா மற்றும் மார்ட்டள்ளி ஆகியவை ராமபுரா காவல் நிலைய எல்லைக்குட்பட்ட சில கிராமங்கள் ஆகும். நாலுரோடு என்ற ஒரு இடமும் ராமபுரா காவல் நிலைய எல்லைக்குள் வருகிறது. அனைத்து கிராமங்களிலும் வீரப்பனின் தொந்தரவு இருந்து வந்தது. சிறப்பு அதிரடிப்படையினர் நல்லூர், நாலுரோடு மற்றும் வேறு சில இடங்களிலும் தங்குவர். பள்ளி மைதானங்களில்

கொட்டகைகள் கட்டி அதில் தங்கி வந்தனர். ஒன்று முதல் நான்கு டென்டுகள் வரை இருக்கும். இவை நாலுரோடுக்கு அருகில் போடப்பட்டிருந்தன. இவைகள் தற்காலிக முகாம்களாக பயன்படுத்தப்பட்டன. சிறப்பு அதிரடிப்படையினர் மக்களை எங்கு விசாரணை செய்தனர் என்று எனக்குத் தெரியாது.

ஊகியத்தைச் சேர்ந்த தொரைசுவாமி செட்டியார் என்பவரை எனக்குத் தெரியும். அஞ்சபால்யாவைச் சேர்ந்த பொன்னுசாமி என்பவரையும் தெரியும். அவர்கள் இருவரும் இக்குழுவிற்கு கொடுத்த வாக்குமுலங்களை படித்தேன். 24.04.1993 அன்று சிறப்பு அதிரடிப் படையில் இருந்த ஆய்வாளர் மாரிசுவாமி தொரைசுவாமி செட்டியாரை ராமபுரா காவல் நிலையத்தின் குற்ற எண் 70/92 சம்மந்தமாக ஆஜர் செய்யுமாறு என்னிடம் கூறினார். நான் 25.04.1993 அன்று அதிகாலையில் ஊகியத்திற்கு சென்று தொரைசுவாமி செட்டியாரை பிடித்து ஆய்வாளர் முன்னர் காலை 8.30 மணிக்கு கொண்டு சென்றேன். அன்று மாலை அவரை ஆய்வாளர் மீண்டும் என் காவலில் ஒப்படைத்து விட்டு நீதிமன்றம் கொண்டு செல்லுமாறு கூறினார். நானும் அவரை நீதிபதி முன்னால் அவர் இல்லத்தில் ஆஜர் செய்தேன். அவர் நீதிமன்றத்தில் தொரைசுவாமியை ஆஜர் செய்யுமாறு என்னிடம் கூறினார். அதனால் மீண்டும் நீதிமன்றம் துவங்கிய உடனே அங்கு அவரை ஆஜர் செய்தேன். 24.04.1993 அன்று பொன்னுசுவாமியையும் குற்றஎண். 70/92இன் விசாரணைக்காக கொண்டு வருமாறு என்னிடம் கூறினார். பொன்னுசுவாமி அஞ்செபால்யாவைச் சேர்ந்தவர். 25.04.1993 அன்று காலை ஊகியத்தில் இருந்து தொரைசுவாமி செட்டியாருடன் வரும்போது பொன்னுசுவாமியை அவர் வீட்டு அருகில் பார்த்தேன். அவரை அழைத்து ஜீப்பில் ஏறும்படி கூறினேன். அவரையும் ராமபுரா காவல்நிலையம் அழைத்து வந்து ஆய்வாளர் முன் ஆஜர் செய்தேன். 28.04.1993- அன்று காலை சுமார் 6.45 மணிக்கு அவரை தடா நீதிபதி முன்னர் நீதிபதி இல்லத்தில் ஆஜர் செய்தேன். 26,04,1993 அன்று ஆய்வாளரின் உத்திரவின்படி காலை சுமார் 6.45 மணியளவில் 15 நபர்களை நீதிபதி முன்னர் அவர் இல்லத்தில் ஆஜர் செய்தேன். நான் கைது செய்து ஆய்வாளர் முன்னர் ஆஜர் செய்த 7 நபர்களின் பெயர்கள் எனக்கு ஞாபகம் இருக்கிறது. அவர்கள் ஜல்லிபால்யாவைச் சேர்ந்த லாசரஸ், சின்னதம்பி, பெரியசெட்டிபால்யா சேர்ந்த முத்து என்ற வாழைபழத்து முத்து,

நெல்லூரைச் சேர்ந்த காமராஜ், பழைய மார்ட்டள்ளியைச் சேர்ந்த குழந்தைசுவாமி. மற்றும் தொரைசுவாமி செட்டியார், பொன்னுசாமி.

மற்ற எட்டு நபர்களின் பெயர்கள் ஞாபகம் இல்லை. ஏனெனில் நான் அவர்களை காவல்நிலையத்திற்கு கொண்டு வரவில்லை. அவர்களை வேறு ஒரு காவல்துறை அதிகாரிதான் காவல்நிலையத்திற்கு அழைத்துச் சென்றார். தொரைசுவாமி செட்டியார் தனது வாக்குமூலத்தில் 23.04.1993 அன்று விநாயகா பேருந்தில் கொள்ளேகால் சென்று கொண்டிருக்கும்போது நானும் மாரிசுவாமியும் எங்களுடன் வரச்சொல்லியதாகவும் அன்றைய தினமே ஷங்கர் பிதாரியை அறிமுகப்படுத்திய பிறகு கொள்ளேகாலுக்கு ஜீப் மூலம் அனுப்பிவிடுவதாகவும் கூறுவது பொய்யானதும் ஜோடிக்கப்பட்டதும் ஆகும்.

நாள் முழுவதும் ராமபுரா காவல் நிலையத்தில் இருக்க வைத்தோம் என்றும் நாங்கள் வீட்டுக்குச் சென்ற போது காவலரிடம் அவரை செல்லில் வைக்கச் சொன்னதாகவும் அவரை 2 நாட்கள் சட்டவிரோத காவலில் வைத்திருந்ததாகவும் கூறுவதும் பொய். அந்த வாக்குமூலத்தில் என்னுடன் வேலைபார்க்கும் காவல்துறை அதிகாரிகளான ராமன்னா, நாகராஜ். ஆகியோர் ஒரு மாதத்திற்கு பின்னர் தொரைசுவாமி வீட்டிற்குச் சென்று அவர் மகனை தோட்டத்திற்கு அழைத்து சென்று படிகற்களை எடுத்து கிணற்றை சேதம் செய்தனர், பம்ப் செட்டை கிணற்றில் வீசினர் என்றும் அவர் மகனை மூன்று நாட்கள் காவல்நிலையத்தில் வைத்து துன்புறுத்தினர். என்றும் கூறுகிறார். இவை அனைத்தும் பொய்யானதே ஆகும். பொன்னுசாமி தனது வாக்குமூலத்தில் நான் 24.04.1993 அன்று அவரைக் கைது செய்து ராமபுரா காவல் நிலையத்தில் காவலில் வைத்திருந்தேன் என்றும் 26.04.1993 அன்று நீதிமன்றத்தில் ஆஜர் செய்தேன் என்றும் அவர் காவலில் இருந்தபோது போலீசார் அவரை தாக்கியதாகவும் அவர் முகத்தில் துப்பியதாகவும் கூறுவது பொய்யே ஆகும்.

ஜி.மூடலய்யா.
ஓய்வு பெற்ற காவல்துறை உதவி ஆணையர்.

ஏப்ரல் 1993 இல் இருந்து மார்ச் 1994 வரை நான் சிறப்பு அதிரடிப்படையில் ஆய்வாளராக பணியாற்றினேன். எனக்கு புலனாய்வுப் பிரிவின் பொறுப்பு கொடுக்கப்பட்டிருந்தது.

வீரப்பன் மற்றும் அவர் கூட்டாளிகள் நடமாட்டம் பற்றி வெவ்வேறு நபர்களிடம் தகவல் சேகரித்து எங்கள் கமாண்டருக்கு தெரிவிப்பதுதான் எனது பணியாக இருந்தது. ஆய்வாளர் பதவியில் இருந்த சில நபர்கள் புலனாய்வு பிரிவின் பொறுப்பேற்று செயல்பட்டு வந்தனர். வனப்பகுதிக்குள் சென்று வீரப்பன் கும்பலை தாக்கும் படையில் நாங்கள் இடம்பெறவில்லை. சாதாரணமாக வெவ்வேறு பதவியில் இருந்த நாலைந்து நபர்கள் எனக்கு கீழ் பணிபுரிவர். எங்கள் குழுவிற்கோ வேறு எந்த குழுவிற்கோ தனியாக வாகனம் ஏதும் கொடுக்கப்படவில்லை. கே.எஸ்.ஆர்.பி வேன்களை தவிர வேறு வேன்கள் இருந்ததில்லை. நாங்கள் ஜீப்புகளிலும் தேவைப்பட்டால் பேருந்துகளிலும்தான் பயணம் செய்தோம். எனக்கு எந்த நபரையும் கைது செய்யும் உரிமை கொடுக்கப்படவில்லை. ஆனால், காவல்துறை அதிகாரியாக குற்றம் செய்த நபரை கைது செய்யும் உரிமை இருந்தது.

தகவல் பெறுவதற்காக யாரையும் கைது செய்ய உரிமை இல்லாததால் சிறப்பு அதிரடிப்படையில் நான் இருந்தவரை யாரையும் கைது செய்ததில்லை. பல்வேறு இடங்களில் இருந்து பலமுறை வீரப்பன் நடமாட்டம் பற்றி எனக்கு தகவல் கிடைத்தது. அந்த நபர்களை கைது செய்ய எந்த நடவடிக்கையும் நான் எடுக்கவில்லை. போதிய ஆள் பலமும் நேரமும் இல்லாததால் இது போன்ற நபர்களை என்னால் பிடிக்க முடியவில்லை. பொதுவான கேள்விக்கு குறிப்பிட்ட காரணத்தைச் சொல்ல இயலாது. தனிப்பட்ட சம்பவங்களை பொறுத்துதான் அவற்றிற்கான காரணங்களும் இருக்கும். அந்த நபர்களை நான் ஏன் பிடிக்கவில்லை என்பதற்கு தனிப்பட்ட சம்பவங்கள் என்னவென்று பார்க்காமல் காரணம் கூற முடியாது

காவலர்களும் தலைமை காவலர்களும் அடங்கிய நாலைந்து நபர்கள் என் கீழ் பணிபுரிந்தனர். அவர்கள் பல்வேறு இடங்களில் இருந்து தகவல்கள் சேகரித்து வருவர். அதேபோல் மற்ற அதிகாரிகளுக்கும் நாலைந்து நபர்கள் குழுவில் இருந்தனர். தகவலுக்காக நாங்கள் எங்கள் குழுக்களுடன் பல்வேறு இடங்களுக்கு செல்வோம். ஒவ்வொரு குழுவும் வெவ்வேறு நேரங்களில் தனித்தனியாகத்தான ஒவ்வொரு இடத்திற்கும் செல்லும். சில நேரங்களில் பல்வேறு குழுக்களுக்கு தலைமை தாங்கிய, ஆய்வாளர் பதவியில் இருந்த அதிகாரிகள் அனைவரும்

சேர்ந்து தகவல் சேகரிப்பதற்காக ஒரே இடத்திற்கும் சென்றிருக்கலாம்.

2001இல் முடிவடைந்த தடா வழக்கு ஒன்றிற்கு நான் சாட்சியாக இருந்திருக்கிறேன் வழக்கு எண்ணும் குற்றம் சாட்டப்பட்டவர் பெயரும் எனக்கு ஞாபகம் இல்லை. ஏழு பேர் இங்கு அளித்துள்ள வாக்குமூலங்களை படித்தேன். அவர்கள் என் மேல் சுமத்தும் குற்றசாட்டுகள் பொய்யானவை. சிறப்பு அதிரடி படையினர் எம்.எம்.ஹில்ஸில் உள்ள கோவிலுக்கு சொந்தமான கட்டிடம் எதையாவது தங்கள் உபயோகத்திற்காக வாடகைக்கு எடுத்திருந்தார்களா என்று எனக்கு தெரியாது. நான் வேறு இடங்களுக்குச் செல்ல சந்தர்ப்பங்கள் எதுவும் எழுந்ததில்லை. போலீஸ் அதிகாரிகளுக்கென்று ஒதுக்கப்பட்ட கட்டிடங்கள் இருக்கின்றதா என்று எனக்கு தெரியாது. நன்கொடைகள் கொடுப்பவர்களால் கட்டப்பட்ட கட்டிடங்கள் உள்ளன. நான் அவைகளுக்குச் சென்றதில்லை. நான் பணியாற்றும் போது, மின்இணைப்பு இல்லாமல் பாட்டரியால் மின்சாரம் உற்பத்தி செய்து வேறு ஒரு பொருளுக்கு பாய்ச்சும் கருவியைப் பற்றி கேள்விப்பட்டது கூட கிடையாது. சிறப்பு அதிரடி படையினர் எம்.எம்.ஹில்ஸ் பகுதிகளில் ஏதேனும் ஓர் இடத்தில் கைது செய்தவர்களை வைத்து அவர்களிடமிருந்த தகவல்பெற கடுமையான முறைகளை பயன்படுத்தினார்களா என்றெல்லாம் எனக்கு தெரியாது.

வள்ளியம்மா தனது வாக்குமூலத்தில், 10 வருடங்களுக்கு முன்னர் நான், ஜெயமாருதி, வெங்கடேச மூர்த்தி, அசோக்குமார், பாவா, குமாரசுவாமி ஆகியவர்களுடன் அவர் கிராமத்திற்கு சென்று அவரையும் அவர் கணவரையும் பண்ணாரி காவல் நிலையம் வழியாக எம்.எம்.ஹில்ஸ்க்கு கொண்டு சென்று ஒன்றரை வருடங்கள் அங்கு சட்டவிரோத காவலில் வைத்திருந்ததாகவும், அப்போது அவரது உடலின் பல இடங்களில் மின்சாரம் பாய்ச்சி அவர் துன்புறுத்தப்பட்டார் என்றும் அங்கு கொண்டு வந்து சில நாட்களுக்குள் அவர் கணவர் கட்டுக் கொல்லப்பட்டார் என்றும் கூறுவது முற்றிலும் பொய்யானது. மேலும் நான் பரமசிவா, ஆச்சாரி மற்றும் வேறு இரு கான்ஸ்டபிள்களையும் வள்ளியம்மாவை கற்பழிக்க தூண்டினேன் என்று கூறுவதும் பொய்யாகும்.

வீரப்பனின் கூட்டாளிகளுள் ஒருவரான அய்யன்தொரை

யைப் பற்றி கேள்விப்பட்டிருக்கிறேன். ஆனால் அவர் ஊஞ்சகரையைச் சேர்ந்தவரா, லட்சுமி அவர் மனைவியா என்றெல்லாம் எனக்குத் தெரியாது. லட்சுமி தனது வாக்குமூலத்தில் நான் அக்டோபர் 1993 இல் அவர் வீட்டிற்கு சென்று அவரை, அவர் குழந்தைகள் மாமியார், அண்ணி ஆகியோருடன் எம்.எம்.ஹில்ஸ் காவல் நிலையத்திற்கு கொண்டு சென்று அங்கு ஒர்க் ஷாப்பில் வைத்திருந்ததாக கூறுவது உண்மையல்ல. மேலும் அந்த பட்டறையில் அவரை நிர்வாணப்படுத்தி அவர் மேல் மின்சாரம் செலுத்தப்பட்டதாகவும் அவர்கள் கண்களை கட்டி கால்கள் விட்டத்தில் தொங்கவிடப்பட்டதாகவும் கூறுகிறார் இதுவும் பொய்யாகும். அவர் வாக்குமூலத்தில் நானும் ஜெயமூர்த்தியும் கிருஷ்ணசுவாமியும் அவரை சித்ரவதை செய்தோம். ஒன்றரை வருடங்கள் எம்.எம்.ஹில்ஸில் காவலில் வைத்திருந்தபிறகு தடா நீதிமன்றத்திற்கு கொண்டு சென்றோம் என்றும் கூறுகிறார். இவைகள் அனைத்தும் பொய்யான குற்றச்சாட்டுகளே. அவர் எம்.எம்.ஹில்ஸில் காவலில் இருந்தபோது நான் அவர் நகைகளை எடுத்து வைத்து கொண்டதாக கூறுவதும் பொய்தான்.

சின்னபொன்னு தனது வாக்குமூலத்தில் அவர் பன்னாரி முகாமில் இருந்தபோது அவரை என்னை வந்து பார்க்குமாறு நான் கூறியபோது அவர் உடல்நிலை சரியில்லாத காரணத்தால் மறுத்ததாகவும் அப்போது அவர் கால்முட்டியில் நான் லத்தியால் ஓங்கி அடித்ததில் லத்தி உடைந்ததாகவும், பின்னர் அவரது முதுகில் நான் மிதித்தேன் என்றும் கூறுவது முற்றிலும் பொய். மேலும் இரண்டு மாதங்களுக்கு பின்னர் அவர் எம்.எம்.ஹில்ஸ்க்கு கொண்டுவரப்பட்டபோது நாங்கள் பச்சை மிளகாயை அரைத்து தடவியதாகவும் அவர் மேல் மின்சாரம் செலுத்தியதாகவும் மூன்று மாதங்கள் கண்களை கட்டி வைத்திருந்ததாகவும் கூறுகிறார், இதுவும் முற்றிலும் பொய்.

நல்லம்மா தனது வாக்குமூலத்தில் நானும் குமாரசுவாமியும் எம்.எம்.ஹில்ஸ் பட்டறையில் அவரை ஒரு நாள் விட்டு ஒரு நாள் மின்சாரம் செலுத்தி துன்புறுத்தியதாக கூறுவதும் பொய். முனியம்மா தனது வாக்குமூலத்தில் ஐந்து வருடங்களுக்கு முன்னர் நானும் பாவாவும் குமாரசுவாமியும் முப்பது போலீசாரும் நல்லூருக்குச் சென்று அவரையும் அவர் குழந்தைகளையும் வேனில் ஏற்றி எம்.எம்.ஹில்ஸ் கொண்டு வந்ததாகவும் அங்கு

அவரை நிர்வாணப்படுத்தி வைத்திருந்ததாகவும் எங்கள் மேல் சுமத்தும் குற்றச்சாட்டுகள் பொய்யானவை.

செல்வி தனது வாக்குமூலத்தில், கர்நாடகா போலீசார் அவரை மேட்டுர் காவலர்களிடம் இருந்து எம்.எம்.ஹில்ஸுக்கு கொண்டு வந்து மின்சாரம் செலுத்தி அவர் கண்களிலும், பாலுறுப்பிலும், மூக்கிலும் மிளகாய்த் தூள் மற்றும் அரப்பை பூசி துன்புறுத்தியதாகவும், அசோக்குமார், குமாரசுவாமி. ஜெயமாருதி மற்றும் திரு.முசலி ஆகியோர் முன்னிலையில் அவர் நிர்வாணப்படுத்தப்பட்டு பலாத்காரம் செய்யப்பட்டதாகவும் கூறுவது பொய்யானதும் ஜோடிக்கப்பட்டதும் ஆகும்.

குரு சிட்டப்பா.
நகரப் போக்குவரத்து விசாரணை அதிகாரி.

1993ம் ஆண்டு மே மாதம் பெங்களூரில் மாநில உளவுத் துறையில் போலீஸ் எஸ்.ஐ.ஆக வேலை பார்த்தேன். சிறப்பு அதிரடிப்படையில் சேரவேண்டும் என்ற என்னுடைய விருப்பத்தின்பேரில் கூடுதல் பணி அடிப்படையில் நான் சேர்க்கப்பட்டேன். நான் சிறப்பு அதிரடிப்படையில் சேர்க்கப்பட்டேன். அந்தியூருக்கு அருகில் தேவர பேட்டவை நான் பார்த்திருக்கிறேன் 2 தடவை தேவர் பேட்டவிற்குச் சென்றுள்ளேன். பிம்மாவும் அவர் மனைவி மாதம்மாவும் யார் என்று எனக்குத் தெரியாது. நான் சிறப்பு அதிரடிப்படையில் இருந்தபோது நான் யாரையும் கைது செய்து எனது மூத்த அதிகாரியின் முன்போ அல்லது போலீஸ் நிலையத்திலோ வைக்கவுமில்லை, அவர்களைக் கொடுமைப்படுத்தவுமில்லை. சிறப்பு அதிரடிப்படையில் அதன் தலைவரின் நேரடி கட்டுப்பாட்டுக்குள் இருந்தேன். வீரப்பன் மற்றும் அவரது கூட்டாளிகளின் நடவடிக்கைகள் குறித்த தகவல்களை சேகரிப்பதுதான் என் வேலை. இது சம்பந்தமாக ராமபுரம், தட்டக்கரை, தேவர்கரை, தேவர் மலை, அந்தியூர், சத்திய மங்கலம், பன்னாரி, சிறுமுகை, மேட்டுப்பாளையம் மற்றும் உதகமண்டலம் ஆகிய இடங்களுக்கு சென்றுள்ளேன். இந்த இடங்களுக்குச் செல்வதற்கு எனக்கு எந்த வண்டியும் கொடுக்கப்படவில்லை. பேருந்தில்தான் நான் பயணம் செய்துள்ளேன். வீரப்பன் மற்றும் அவர் கூட்டாளிகளின் நடவடிக்கைகள் குறித்த நம்பகமான தகவல்கள் கிடைக்கும் வரை என்னுடைய மேலதிகாரிகளிடம்

தகவல்களைச் சொல்ல மாட்டேன்.

குழுவின் முன்பாக பீமா என்ற மாதய்யாவின் மனைவி M.W#14; திருமதி. மாதம்மா சொன்ன வாக்குமூலத்தை வாசித்தேன் அதில் என் மேல் குற்றம் சாட்டப்பட்டுள்ளது உண்மையானது அல்ல. நான் அவரின் வீட்டிற்குச் சென்று அவரது மகளைக் கூட்டிச் சென்றதாகவும் ஐந்து அல்லது ஆறு மாதங்களுக்குப் பிறகு அவரிடம் நான் அவரின் மகளைச் சுட்டுக்கொன்று விட்டதாகக் கூறியதாகவும் என்மேல் குற்றம் சாட்டப்பட்டுள்ளது பொய்யானது கட்டுக்கதையாகும். மேலும் அவரைக் கூட்டிச் சென்று எம்.எம்.மலை. முகாமில் தங்கவைத்து லத்தியால் அடித்தும் கரண்ட் ஷாக் கொடுத்ததாகக் குற்றம் சாட்டப்பட்டுள்ளதும் பொய் மற்றும் கட்டுக்கதையாகும். நான் யாரையும் கொலை செய்யவில்லை. மாதம்மா மகனையும் மருமகனையும் நான் கொல்லவில்லை. நான் சிறப்பு அதிரடிப்படையில் இருந்தபோது எனக்கு துப்பாக்கி போன்ற எந்த ஆயுதமும் கொடுக்கப்படவில்லை. நான் பணியில் சேர்ந்ததிலிருந்தே எங்களது துறையிலிருந்து எனக்கு துப்பாக்கி கொடுக்கவேயில்லை.

பேருந்து வசதியுள்ள ஊர்களுக்கு மட்டும்தான் நான் பயணம் செய்துள்ளேன். தம்பரஹட்டி என்று சொல்லப்படும் ஊருக்கு நான் போனதில்லை, நான் தவரகரைக்குப் போயிருக்கிறேன். அதன் பக்கத்தில்தான் தம்பரஹட்டியுள்ளது என்று எனக்குத் தெரியாது. சித்தன் வாக்குமூலத்தில் 1995ல் தம்பரகட்டி சென்று அவரை நாலு ரோட்டிலுள்ள முகாமிற்குக் கூட்டிச் சென்று அங்கிருந்து எம்.எம்.மலையிலுள்ள பட்டறைக்குக் கூட்டிச் சென்று அவரின் உடம்பிலுள்ள எல்லா உறுப்புகளுக்கும் கரண்ட் ஷாக் கொடுத்ததாகக் கூறவது உண்மையில்லை. சாட்சிகள் ஏன் என்னுடைய பெயரை வாக்குமூலத்தில் சொன்னார்கள் என்பதற்கான காரணத்தை என்னால் சொல்ல முடியாது. தேசிய மனித உரிமை ஆணையத்திடம் அவர் வழக்கு பதிவு செய்தபோது அதில் என்னுடைய பெயரைக் குறிப்பிட்டு சொல்லவில்லை. இதிலிருந்து இந்த சாட்சிகள் யாருடைய தூண்டுதலின் பேரிலோதான் என் பெயரைக் குறிப்பிட்டுள்ளனர் என்று தெரிகிறது

சித்தமல்லப்பா.
ஓய்வு பெற்ற போலீஸ் இன்ஸ்பெக்டர்.

வீரப்பனால் மீன்யத்தில் தாக்கப்பட்டு ஷகில் அகமது இறந்த பிறகு, 1992 அக்டோபரில் எம்.எம்.மலை போலீஸ் நிலைய இன்ஸ்பெக்டராக நியமிக்கப் பட்டேன். கூடுதல் பணி அடிப்படையில் 1993 மே மாதத்தில் சிறப்பு அதிரடிப்படையில் வேலை செய்வதற்காக உத்தரவு வந்தது. இருந்தாலும், நான் எம்.எம்.மலை போலீஸ் இன்ஸ்பெக்டராகவும் என் வேலையை தொடர்ந்தேன். நான் 1994 செப்டம்பர் மாதம் வரையிலான எனது ஓய்வு பெறும் வயது வரை சிறப்பு அதிரடிப்படையில் வேலை பார்த்தேன்.

சிறப்பு அதிரடிப்படையில், வீரப்பன் மற்றும் அவரது கூட்டாளிகள் நடவடிக்கைகள் குறித்த தகவல்களை பல காரணிகளிடமிருந்து திரட்டுவதே எனது வேலை. எனவே அது சம்பந்தமாக, நிறைய கிராமங்களுக்கு செல்ல வேண்டியிருந்தது. அதனால் சில சமயங்களில் தலைமை அலுவலகத்திற்கு அன்றே திரும்பி விடுவேன். சில சமயங்களில், காட்டிலோ, அல்லது சில கிராமங்களிலோ தங்குவது வழக்கம். இருந்தாலும் 3 நாட்களுக்கொருமுறை தலைமையகத்திற்கு நான் திரும்பி விடுவது வழக்கம். அப்படி போகையில் என்னுடைய வேலை சம்பந்தமான அறிக்கையை முதலில் விசாரணை அதிகாரியிடமும் பின்பு தலைவரிடமும் தெரிவிப்பது எனது வழக்கம். என்னுடைய வேலை சம்பந்தமாக குறிப்பு எழுதும் வழக்கம் எதையும் கடைப்பிடிக்கவுமில்லை, போலீஸ் நிலையத்தில் எங்கும் குறிப்பு எழுதி வைக்கவுமில்லை.

எம்.எம்.மலை போலீஸ் நிலையத்தில் இன்ஸ்பெக்டராக நான் வேலை செய்தபோது 4 சக்கர வண்டியோ அல்லது 2 சக்கர வண்டியோ வழங்கப்படவில்லை. நான் விசாரணை அதிகாரியிடம் தகவல் தெரிவிப்பது குறித்த வழக்கு குறிப்பேடு எதையும் அவர் எழுதினாரா என்று எனக்குத் தெரியாது. வழக்கமாக போலீஸ் நிலையத்திற்கு யார் அதிகாரியாக பொறுப்பேற்கிறார்களோ அவர்கள் நிலைய நாட்குறிப்பை எழுதுவது வழக்கம். நான் சிறப்பு அதிரடிப்படையில் சேர்ந்த பொழுது எந்த நிலையத்திற்கு பொறுப்பாக இருந்தேன் என்று தெரியாது. நாட்குறிப்பு எழுதினேனா என்று தெரியாது. ஆய்வாளர் என்ற முறையிலும் எம்.எம். மலை போலீஸ் நிலைய பொறுப்பாளர் என்ற

முறையிலும் சில குறிப்புகள் பதிவு செய்திருப்பேன். சிறப்பு அதிரடிப்படையின் பயண நாட்குறிப்பை நான் எழுதியதுமில்லை. அவ்வாறு என்னை எழுதும்படி சொல்லவுமில்லை.

பக்தர்களால் கட்டப்பட்டு, நிறைய சத்திரங்கள் எம்.எம்.மலை கோயில் அதிகாரிகளிடம் வழங்கப்பட்டுள்ளது. அதில் சிலவற்றை சிறப்பு அதிரடிப் படையினர் வாடகைக்கு எடுத்திருந்தனர். ஆனால் எந்த ஒரு சத்திரமும் சந்தேகத்திற்கு இடமான ஆட்களிடம் உண்மையான தகவல்களைப் பெற விசாரணை செய்வதற்கோ, தகவல்களின் அடிப்படையில் சிறப்பு அதிரடிப் படையினரால் கைது செய்யப்பட்ட ஆட்களை காவலில் வைத்து விசாரிக்கவோ பயன்படுத்தப்படவில்லை. காவல் நிலையத்தில்தான் விசாரணை அதிகாரி முசலே எந்த விசாரணையும் செய்வது வழக்கம். எம்.எம்.மலையில் சிறப்பு அதிரடிப்படையினர் தங்களது அலுவலகத்தை நிறுவுவதற்கு அங்குள்ள எந்தவொரு குறிப்பிட்ட கட்டிடமும் கொடுக்கப் படவில்லை. விசாரணை அதிகாரி எம்.எம்.மலை போலீஸ் நிலையத்தில் பதிவு செய்யப்பட்ட வழக்குகளுக்காக காவல் நிலையத்திற்கு அழைத்து வரப்பட்ட ஆட்களை விசாரணை செய்வது வழக்கம். எம்.எம்.மலை போலீஸ் நிலைய எல்லைக்குட்பட்ட சிறப்பு அதிரடிப்படையினரின் வழக்குகள் கூட இங்குதான் பதிவு செய்யப்படும்.

சிறப்பு அதிரடிப்படையினர் சம்பந்தமான வழக்குகள் எனக்குத் தெரிந்து இரண்டு மட்டும் எம்.எம்.மலை போலீஸ் நிலையத்தில் பதிவாகி இருக்கின்றது. அவை குற்றவியல் எண் 9/93 மற்றும் 12/93. தகவல்களை திரட்டும் வேலைகளில் ஈடுபட்டிருக்கும் பொழுது வீரப்பன் மற்றும் அவரின் கூட்டாளிகளுக்கு தேவையான பொருட்களை வழங்கியதாக கூறப்படும் ஆட்களை கைது செய்ததில்லை. அந்த ஆட்களைப் பற்றி யார் விசாரிக்கிறார்கள் என்று எனக்குத் தெரியாது. பாட்டரி மூலமாக மின்சாரம் உருவாக்கலாம். ஆனால் அந்த மின்சாரத்தை மற்ற பொருட்களில் செலுத்தலாமா என்று எனக்குத் தெரியாது. அந்த மாதிரியான எந்த முயற்சியிலும் நான் ஈடுபடவில்லை. சிறப்பு அதிரடிப்படையினர் பாட்டரியில் உருவாக்கிய மின்சாரத்தை மற்ற பொருட்களின் மீது செலுத்தியதில்லை. நான் அந்தாரகங்காரோட்டை பார்த்திருக்கிறேன். கோவிலிருந்து இடது பக்கமாக போகும் அந்த ரோட்டில் தென்னந்தோப்புகள் இருப்பதையும் பார்த்துள்ளேன். திறந்த வெளியில் பண்ணைக்குப்

பின்னால் சில சத்திரங்கள் கட்டப்பட்டுள்ளன. ஒரு சத்திரம் சிறப்பு அதிரடிப்படையினரின் பொருட்கள் வைக்கும் அறையாக பயன்படுத்தப்பட்டதை நான் பார்த்துள்ளேன.

எனக்கு அந்தக் கட்டிடத்தில் இடது பகுதியில் குளியல் அறை மற்றும் கழிப்பறை இருந்ததா என்று நினைவில்லை. சாட்சியங்கள் சொன்னமாதிரி சந்தேகத்துக்குரியவர்களையும், தடா கைதிகளையும் சித்ரவதை செய்யும் இடமாக அந்தக் கட்டிடம் பயன்படுத்தப்பட்டது என்பதை நான் மறுக்கிறேன்.

எம்.எம். மலையிலிருந்து பத்து கி.மீ தூரத்திலுள்ள கும்மாடிக்கி என்ற இடத்தை பார்த்துள்ளேன். தம்மாடி என்பவரின் மகன் அழகு என்ற பெயருடைய ஒருவரை நான் பார்த்துள்ளேன். அழகு சாட்சியத்தில் நான் அவரை காவல் நிலையத்திற்கு அழைத்ததாகவும், அவரை மூன்று நாட்கள் பட்டறையில் வைத்து கரண்ட் ஷாக் கொடுத்ததாகவும், பின்னர் நீதிமன்றத்தில் ஆஜர்படுத்தியதாகவும் சொல்லப்பட்டிருப்பது பொய்யாகும். ஆனால், நான் விசாரணை அதிகாரியின் விருப்பப்படி 17.9.1993ல் அவரை போலீஸ் நிலையத்திற்கு அழைத்து வந்து, அடுத்த நாள் யார் அவரை நீதிமன்றத்தில் ஆஜர்படுத்தினார்களோ அந்த விசாரணை அதிகாரியிடம் ஒப்படைத்துவிட்டேன்.

அருள்தாஸின் வாக்குமூலத்தில் 21.7.1993ல் நான் அவரை கைது செய்து எம்.எம்.மலை பட்டறையில் 18 நாட்கள் வைத்திருந்ததாகவும், மிருகத்தனமாக அடித்தும், கரண்ட் ஷாக் கொடுத்ததாகவும் சொல்வது முற்றிலும் பொய்யானது. பூம்மையின் வாக்குமூலத்தில், நான் அவரை பெஜ்ஜலகட்டியிலுள்ள அவரின் வீட்டிலிருந்து பிடித்து வந்து, எம்.எம்.மலை பட்டறையில் வைத்து கரண்ட் ஷாக் கொடுத்தும் லத்தியால் அடித்தும் துன்புறுத்தியதாக சொல்வது உண்மையல்ல.

பாப்பா, பூட்ட மாதய்யா ஆகியோரின் வாக்குமூலத்தில் அவர்களை எம்.எம்.மலை அழைத்து பிறகு அங்கிருந்து பட்டறைக்கு அழைத்துச் சென்று கரண்ட் ஷாக் கொடுத்தும், மிருகத்தனமாக அடித்தும் துன்புறுத்தியதாக சொல்வது முற்றிலும் பொய்யாகும். ஆனால் நான் விசாரணை அதிகாரியின் சொல்படி நாகா என்ற ஒருவரையும் 1993 ஜூன் 20ம் தேதி குற்றவியல் எண் 12/93ல் பிடித்து வந்து, அன்றே விசாரணை அதிகாரியின் முன்பு நிறுத்தினேன். 21.6.1993ல் அவர்களை விசாரணை அதிகாரி

நீதிமன்றத்தில் ஆஜர்படுத்தினார். மேலே சொன்னவர்களுக்கு எதிராக நான் நடவடிக்கை எடுத்ததற்காகவும், நஷ்ட ஈட்டை எதிர்பார்த்தும் குழு முன்பாக என் பெயரை குறிப்பிட்டுள்ளனர்.

மார நாயக்கா நாடகம் பார்த்த ஜெயமூர்த்தி. இன்ஸ்பெக்டர்.

சித்திரதுர்காவில் சார்பு ஆய்வாளராக நான் வேலை பார்த்துக் கொண்டிருந்த போது சிறப்பு அதிரடிப்படைக்கு கூடுதல் பணியின் அடிப்படையில் மாற்றப்பட்டேன். சிறப்பு அதிரடிப்படையின் தலைவரால் எனக்கு உளவுப்பிரிவில் வேலை கொடுக்கப்பட்டது. நான் எந்த போலீஸ் இன்ஸ்பெக்டருடனும் இனைந்து வேலை பார்க்கவில்லை. சிறப்பு அதிரடிப்படையின் உளவுத்துறையில் ஒரு அதிகாரியாக எனக்கென்று ஒதுக்கப்பட்ட இடங்களில் வீரப்பனையும் அவரது கூட்டாளிகளின் நடவடிக்கைகள், அவர்களின் பலம் குறித்தும் தகவல்களை சேகரித்தேன்.

மாண்டியா மாவட்டத்திலுள்ள மலவாலி தாலுகா மைசூர் மாவட்டத்திலுள்ள கொள்ளேகால் தாலுகா மற்றும் இப்பொழுதுள்ள சாமராஜநகர் மாவட்டம் ஆகியவற்றிலுள்ள பகுதிகள் முட்டாடி முதல், பெரோட், பீமேஸ்வரி மற்றும் தண்டாலி, குராட்டி கோசூர் வரையிலான ஏரியாக்கள் எனக்கென்று ஒதுக்கப்பட்டிருந்தவை. இது சம்பந்தமாக எனக்கோ மற்றவர்களுக்கோ எந்தவிதமான சுற்றறிக்கையும் தலைவரிடமிருந்து வெளியிடப்படவில்லை. வெறுமனே வாய்மொழியாகத்தான் அறிக்கை தரப்பட்டது.

என்னுடைய உளவு வேலை சம்பந்தமாக நான் எப்பொழுதும் குறித்து வைத்ததில்லை. ஆனால் தலைவரிடம் எங்களுடைய கூட்டத்தின் சந்திப்பில் அதைத் தெரிவித்து விடுவேன். தலைவருடன் எல்லா அதிகாரிகளுக்கும் வாராந்திர கூட்டம் நடக்கும். அந்தக் கூட்டங்களில், தங்கள் சேகரித்த தகவல்களை சொல்வது வழக்கம். சில சமயங்களில் அவசரமென்றால் மட்டும் வயர்லெஸ் கருவி மூலம் செய்திகளை அனுப்புவோம். தலைவரை தவிர மற்ற யாரிடமும் நான் சேகரித்த தகவல்களை வெளிப்படுத்தியதில்லை. என்னுடன் ஒரு உதவி சப்-இன்ஸ்பெக்டர் வெங்கடேசா மற்றும் சிவ நஞ்ச கவுடா, மகாதேவ் என்ற இரண்டு கான்ஸ்டபிள்களும் சேர்ந்து வேலை செய்தனர். எனக்கென்று

தலைமையகம் ஒன்றும் இல்லை. கொள்ளேகால், கவுடாளி, ராமபுரம், ஹலகூர் போன்ற இடங்களில் விருந்தினர் மாளிகை போன்ற இடங்களில் தங்கிக் கொள்வேன். என்னுடைய வேலை குறித்து எந்தக் குறிப்பும் எடுத்ததில்லை. எழுதியதுமில்லை. தலைவரிடமோ அல்லது மற்ற அதிகாரிகளிடமோ என்னுடைய வேலை சம்பந்தமாக எந்த அறிக்கையும் தாக்கல் செய்ததுமில்லை. இதுவரை சந்தேகப்படும்படியான எந்த ஆட்களையும் எந்தவொரு சந்தர்ப்பத்திலும் சந்திக்கவுமில்லை. அந்த மாதிரியான ஆட்களுக்கெதிராக நம்பகத்தன்மையுள்ள ஆட்களிடமிருந்து எந்த நம்பகமான தகவல்களையும் பெற்றதில்லை. ஆகையால், அந்த மாதிரியான சமயங்களில் நான் என்ன செய்வேன் என்று என்னால் சொல்லமுடியாது. வழக்கமாக என்னிடமிருந்து தூரத்திலிருக்கும் என்னுடைய மேல் அதிகாரிகளிடம் எந்த ஒரு உபகரணங்கள் மூலமாக தான் சேகரித்த தகவல்களை அனுப்பியதில்லை. நான் நம்பத்தக்க தகவல்களை எல்லாம் சேகரிக்கும் பொழுது எங்கு தொலைபேசி வசதியுள்ளதோ அந்தஇடங்களுக்கு அல்லது அருகிலுள்ள காவல் நிலையத்திற்கோ சென்று என்னுடைய படைத் தலைவர் அல்லது என்னுடைய மேலதிரிகாரிகளுக்கு தெரிவிப்பேன்.

தகவல் சேகரிக்க நான் உளவு வேலையில் இருக்கும் பொழுது நான் சீருடையில் இருப்பதில்லை. சாதாரண ஆடையில்தான் இருப்பேன். குற்றவாளிகளை கோர்ட்டுக்கு அழைத்துச் செல்லும் பொழுதுதான் நான் சீருடை அணிவேன். நானாகவே எந்த ஒரு சந்தர்ப்பத்திலும் குற்றவாளிகளை நீதிமன்றத்தில் ஆஜர்படுத்திதில்லை. ஒரு தடவை விசாரணை அதிகாரி எம்.ஆர்.முசலேயுடன் குற்றவாளிகளை நீதிமன்றத்தில் ஆஜர்படுத்த சென்றேன். அதுவும் விசாரணை அதிகாரிதான் ஆஜர் செய்வார். நான் காவலுக்குத்தான் செல்வேன்.

நான் சிறப்பு அதிரடிப்படையில் இருந்த பொழுது யாரையும் பிடித்து எனது காவலில் வைத்ததுமில்லை. போலீஸ் நிலையத்திலோ அல்லது எனது மேல் அதிகாரிகளிடமோ அவர்களை ஆஜர்படுத்தியதுமில்லை. நான் வழக்கமாக வீரப்பன் மற்றும் அவரின் கூட்டாளிகளின் நடவடிக்கை சம்பந்தமான தகவல்கள் சேகரிக்க எங்களுடைய ஆட்களையே சார்ந்திருப்பேன். வீரப்பன் மற்றும் அவரது கூட்டாளிகள் குறித்த தகவல்கள் சேகரிக்க ஊரின் பஞ்சாயத்து உறுப்பினர்கள், சாதி தலைவர்கள்

மற்றும் தகவல் கொடுக்கிற பொறுப்புள்ள ஆட்கள் மாதிரியான பொதுமக்களிடம் எனக்கு நேரடியான தொடர்பு கிடையாது. எப்போழுதுமே நான் எங்களுடைய உளவு ஆட்களை சார்ந்திருப்பதோடு அதை என் கீழே வேலை பார்க்கும் அதிகாரிகள் மூலம் சரிபார்ப்பது வழக்கம். என் நண்பர்கள் மூலம் நேரடியாக தகவல்களை சேகரிப்பது வழக்கம். மக்களை சந்திப்பதற்கோ அவர்களிடம் கலந்தாலோசிப்பதற்கோ வீரப்பன் மற்றும் அவர்களை பற்றி சேகரித்த தகவல்களை சரிபார்ப்பதற்கோ எந்த ஒரு இடமும் நிர்ணயிக்கப்படுவதில்லை.

வள்ளியம்மாள், லட்சுமி, சின்னப்பொன்னு, முனியசுவாமி. செல்வி 129 ஆகியோரை பார்த்திருக்கிறேன். நான் ஞானசுந்தரியை பார்த்ததில்லை. மேலே சொன்னவர்களை விசாரணை அதிகாரியுடன் நான் மைசூரிலுள்ள தடா நீதிமன்றத்தில் ஆஜர்படுத்தும் பொழுது பார்த்திருக்கிறேன் அதைத் தவிர வேறு சந்தர்ப்பங்களில் அவர்களை பாத்ததில்லை. குழு முன்பாக அவர்கள் கொடுத்த சாட்சியத்தை நான் வாசித்தேன். குழு முன்பாக என் மேல் அவர் குற்றம் சாட்டியுள்ளது. எல்லாம் நிச்சயமாக பொய்யானது. அவர்கள் குற்றம் சாட்டியது போலான காரியங்களை நான் செய்யவில்லை.

வள்ளியம்மாள் வாக்குமூலத்தில், 10 வருடங்களுக்கு முன்னாள் நான், வெங்கடேசமூர்த்தி,மூடளய்யா, அசோக்குமார், பாவா, குமாரசுவாமி மற்றும் போலீஸ் படையுடன் அவரின் கிராமத்திற்கு சென்று அவரையும் அவரது கணவரையும் பண்ணாரி போலீஸ் நிலையம் வழியாக எம்.எம்.மலைக்கு பிடித்துச்சென்று அவரை ஒன்றரை வருடம் காவலில் வைத்திருந்தனர், அங்கு அவரை நிர்வாணப்படுத்தி உடலில் அனைத்து இடங்களிலும் மின்சாரத்தை செலுத்தியும் கற்பழித்தும் சித்ரவதை செய்தோம் என்று சொல்லியிருப்பது நிச்சயமாக பொய்யாகும். மேலும் அவரின் வாக்குமூலத்தில் அவரின் கணவரை எம்.எம்.மலையில் நாங்கள் கட்டுக் கொன்றதாக சொல்வதும் பொய்.

வீரப்பனின் கூட்டாளிகளில் அய்யன்துரை என்ற ஒருவரை பற்றி நான் கேள்விப்பட்டிருக்கிறேன். அவரின் மனைவி லட்சுமியை கோர்ட்டில் ஆஜர்படுத்திய போது நான் பார்த்திருக்கிறேன். அவரின் வாக்குமூலத்தில் 1993 அக்டோபரில் நான் அவரின் வீட்டிற்கு சென்று அவரையும் அவரின் குழந்தைகள்

அவரின் மாமியார், நாத்தனார், அவரின் குழந்தைகள் ஆகியோரை எம்.எம். மலைக்கு பிடித்துச்சென்று பட்டறையில் வைத்ததாக கூறுவது பொய். மேலும் அவரின் வாக்குமூலத்தில் பட்டறையில் அவர்களுக்கு நாங்கள் தொந்தரவு கொடுத்ததாகவும், அவர்களின் கண்களைக் கட்டி அவர்களின் கைகளை கட்டி கூரையில் தொங்கவிட்டு உடல் முழுவதும் மின்சாரத்தை பாய்ச்சியதாக சொல்வதும் பொய். மேலும் அவரின் சாட்சியத்தில் நான், மூடளய்யா, குமாரசுவாமி ஆகியோர்தான் அவர்களை சித்ரவதை செய்ததாகவும் அவரை ஒன்றரை வருடம் எம்.எம். மலையில் அடைத்து வைத்திருந்ததாகவும் சொல்வது பொய். கட்டுக்கதையாகும். சின்னபொன்னு சாட்சியத்தில் அவர் எம்.எம் மலையில் வைக்கப்பட்டு கொடுமைப்படுத்தியதாகவும், பச்சை மிளகாய் விழுதை கண்களில் தடவியும், மின்சாரம் பாய்ச்சியும் சித்ரவதை செய்ததாகக் கூறுவது பொய் கட்டுக்கதை. முனியசுவாமியின் வாக்குமூலத்தில் ஹனூர் காவல் நிலையத்திலிருந்து அவரை எம்.எம்.மலைக்கு கொண்டு சென்றதாகவும், பட்டறையில் வைத்து நானும், முடளய்யா மற்றும் மற்றவர்கள் அவரை சித்ரவதை செய்ததாகவும் கூறுவது பொய். கட்டுக்கதை. அவர் அங்கு ஒரு வருடம் சிறையில் வைக்கப்பட்டிருந்தார் என்பதும் பொய். செல்வி சாட்சியத்தில், அவரை எம்.எம்.மலையில் எங்கள் முன்னாலே முழுவதும் நிர்வாணமாக்கி கரண்ட் ஷாக் கொடுத்தும் கண், மூக்கு மற்றும் அவரின் பிறப்புறுப்பிலும் மிளகாய் பொடி மற்றும் விழுதை தடவியும் கொடுமைப்படுத்தியதாகக் கூறுவதும் பொய் உண்மையல்ல. ஞானசுந்தரியின் வாக்குமூலத்தில், இன்ஸ்பெக்டர் ரமன்னா அவரை கர்ப்பப்பை அறுவை சிகிச்சை முடிந்து ஒரு வருடமே ஆன நிலையில் அவரை எம்.எம்.மலை காவல் நிலையத்திற்கு கொண்டு வந்து அங்கிருந்து அவரை பட்டறைக்கு கூட்டிச் சென்று அவருக்கு கரண்ட் ஷாக் கொடுத்தும், தடியால் அவரின் கைகள், மணிக்கட்டில் மிருகத்தனமாக தாக்கி கொடுமைப் படுத்தியதாக சொல்லியது உண்மையல்ல.

எம்.எம்.மலையில் பட்டறை என்று ஒரு இடமே இல்லை. எவரையும் கட்டாயப்படுத்தியோ அல்லது கட்டாயப்படுத்தும் முறைகளை பின்பற்றியோ எந்தத் தகவல்களையும் பெறுவதில்லை. மூன்றாவது நபரிடமிருந்து தகவல்களை சேகரிக்கவோ அல்லது வீரப்பனின் கூட்டாளிகள் என்று சொல்லப்படும் எந்த

நபரிடமிருந்தும் தகவல்களை வாங்குவதற்காகவோ எந்த ஒரு இடமும் இல்லை. யாரையெல்லாம் நீதிமன்றத்தில் ஒப்படைக்க விசாரணை அதிகாரியுடன் சென்றேனோ அவர்கள்தான் என் பெயரை குறிப்பிட்டுள்ளனர். தடா வழக்குகளில் நான் சாட்சியம் அளிக்கவில்லை. காவலில் இருந்த போது அவர்கள் எவரையும் நான் பார்த்ததில்லை. "மாரநாயக்கா' என்ற நாடகத்தை நான் சிறையில் சென்று பார்த்த பொழுது அவர்கள் என்னை பார்த்திருக்கக் கூடும். 1998ல் நான் சிறைக்கு சென்று மாரநாயக்கா நாடகத்தை பார்த்திருக்கிறேன்.

ஆர்.ரமன்னா -போலீஸ் இன்ஸ்பெக்டர்

1992ம் ஆண்டு ஜூலை மாதத்திற்கு முன்பு பெங்களூரில் சுப்ரமணிய நகர் போலீஸ் நிலையத்தில் சப் இன்ஸ்பெக்டராக வேலை பார்த்தேன். கொள்ளேகால் தாலுகாவிலுள்ள கன்னூர் போலீஸ் நிலையத்திற்கு மாற்றப்பட்டு 1992 ஜூலை 16ம் தேதி நியமன தகவல் தரப்பட்டது. அதே நாளில் சிறப்பு அதிரடிப்படையில் கூடுதல் பணி அடிப்படையில் நியமிக்கப்பட்டு 1997 ஜூலை வரை அங்கு பணிபுரிந்தேன்.

வீரப்பன் மற்றும் அவரின் கும்பல்களின் நடவடிக்கைகள் பற்றியும், அவருக்கு உணவுப் பொருட்கள் மற்றும் முக்கியமான பொருட்கள் வழங்கி துணை புரிபவர்களும். துப்பாக்கி மற்றும் வெடிப் பொருட்கள் வழங்குபவர்களை பற்றியும் தகவல் திரட்டுவதுதான் என் வேலையாகும். 1990ல் நான் காவல் துறையில் சேர்ந்தபோது எடுத்துக் கொண்ட அடிப்படை பயிற்சி தவிர உளவு வேளைக்கு என்று எந்தப் பயிற்சியும் நான் எடுக்கவில்லை. தகவல்கள் எந்த வகையில் திரட்ட வேண்டும் என எழுத்துப் பூர்வமாக எனக்கு எந்தவொரு வழிகாட்டுதலும் கொடுக்கப்படவில்லை எல்லாம் வாய்மொழியாகத்தான் இருந்தது.

நான் சிறப்பு அதிரடிப்படையில் சேர்ந்த பொழுது, நாலுரோடு முகாமின் பொறுப்பிலிருந்த காவல்துறை துணை கண்காணிப்பாளர் கோவிந்தராஜ் மற்றும் இன்ஸ்பெக்டர் நாகராஜின் கீழ் பணியில் அமர்த்தப்பட்டேன். அதிரடிப்படையின் தலைவர் என்னை உளவு பிரிவில் நியமித்தார். எவ்வாறு உளவுத் துறையின் வேலை செய்ய வேண்டும் என்று எனக்கு வாய்மொழியாக எடுத்துக் கூறினார். உளவு வேலையில் நான் இருக்கும் பொழுது எனக்கு தமிழ்நாடு மற்றும் கர்நாடக

எல்லையோர கிராமங்களுக்கு சென்று பார்வையிடவும் அங்குள்ள மக்களிடமிருந்து எவ்வாறு வீரப்பன் மற்றும் அவரின் கூட்டாளிகளுக்கு தேவையான பொருட்கள் வழங்கப்படுகின்றது, யார் வழங்குகிறார்கள் என்று கண்டுபிடிக்க வேண்டும் என்று சொல்லப்பட்டிருந்தது. மேலும் பொதுமக்களை சந்தித்து தகவல்களை திரட்டுவதற்கு என்னை சாதாரண உடையில் போக வேண்டும் என்றும், அதைப்பற்றி உதவி போலீஸ் ஆய்வாளரிடமும், நாலுரோடு முகாமிற்கு பொறுப்பாக உள்ள இன்ஸ்பெக்டரிடமும் தெரியப்படுத்த வேண்டும் என்றும், இவர்களின் துணையுடன், கும்பலை தேடும் இடங்களை சுற்றி வளைக்க தேவைப்பட்டால் போலீஸ் படையை பலப்படுத்தவும் வேண்டும் என்று எனக்கு சொல்லப்பட்டிருந்தது.

லிங்கராஜா அரஸ் என்ற கான்ஸ்டபிள் எனக்குக் கீழ் பணிபுரிந்தார். நாலுரோடு முகாம்தான் என்னுடைய தலைமை அலுவலகம். அங்கிருந்து ராமபுரம் போலீஸ் நிலைய எல்லைக்குட்பட்ட கொள்ளேகால் தாலுகாவின் நல்லூர், அஞ்சபால்யா, கூடலூர், ஊகியம், ஜல்லிபால்யம், மீன்யம், குப்பம் மற்றும் வேறு பல கிராமங்களுக்கு செல்வேன். டீ கடை, பெட்டிக்கடை, அரளி கட்டா கோயில் போன்ற மக்களை வசதியாக சந்திக்கக் கூடிய இடங்களில் பொதுமக்களை சந்தித்து அவர்களை என்னுடைய நம்பிக்கைக்கு பாத்திரமாக்கி அதன்மூலம் வீரப்பனையும் அவரது கும்பலை பற்றியும் தகவல்கள் திரட்டுவது எனது வழக்கம். எனது அலுவலகத்திற்கு அவர்களை அழைத்து விசாரிக்க மாட்டேன். அவ்வாறு திரட்டிய தகவல்களை கிராமத்திலுள்ள மற்றவர்கள் மூலம் சரிபார்த்து குறுக்கு விசாரணை செய்து அதன் நம்பகத்தன்மையை கண்டுபிடிப்பேன். தகவல்களின் அடிப்படையில் எந்தப் பகுதியையும் போலீஸ் படையுடன் சென்று நான் தேட மாட்டேன். நான் அளித்த தகவல்களின் அடிப்படையில் முகாமின் பொறுப்பிலுள்ள அதிகாரிகள் படையுடன் சென்று தேடுவர். இரண்டு ஆட்களை தவிர, நான் யாரையும் எனது காவலில் வைக்கவுமில்லை. போலீஸ் நிலையத்திலோ அல்லது நீதிமன்றத்திலோ அவர்களை ஆஜர்படுத்தியதுமில்லை. இன்ஸ்பெக்டர் மாரிசுவாமியின் உத்தரவின்பேரில் 16.2.1994 அன்று சின்னபையா மற்றும் அவரின் மனைவி பழனியம்மாளை நான் பிடித்து வந்து அவரின் முன் ராமபுர போலீஸ் நிலையத்தில் நிறுத்தினேன். அம்மாசி

பூங்கொடியம்மாள், ஞானசுந்தரி, குருநாதன், கோவிந்தம்மாள் மற்றும் கிருஷ்ணா ஆகியோரை பார்த்ததில்லை. குழு முன்பாக அவர்கள் அளித்த வாக்குமூலத்தை படித்தேன். எனக்கு எதிராக அவர்கள் அளித்த வாக்குமூலம் குற்றச்சாட்டு பொய்யானது. உண்மையல்ல.

அம்மாசியின் போலீஸ் மீதான பொதுவான குற்றச்சாட்டில், ஒன்பது வருடங்களுக்கு முன்னால் அவரது மகன் குழந்தையை முனியசுவாமி, மாதசா, பொன்னு முனியசுவாமி மற்றும் சிவாவுடன் போலீசார் கைது செய்து கூட்டிச் சென்றதாகவும், மூன்று மாதங்கள் கழித்து அவரின் மகனின் இறந்த உடலை வேறு 3 உடல்களுடன் சேர்த்து கிராமத்தில் கொண்டு வந்து போட்டதாகவும் கூறுவது பொய். அவரது மகன் குழந்தை இறந்த 4 மாதங்கள் கழித்து நான் சர்க்கிள் இன்ஸ்பெக்டர் மண்டப்பாவுடன் அவரின் கிராமத்திற்கு சென்று, அவரின் முதல் மகன் அய்யன்துரையை ஒரு விசாரணைக்கு தேவைப்படுவதாக கூறி போலீஸ் நிலையத்திற்கு அழைத்துச் சென்றதாகவும், திரும்ப அனுப்பவில்லை என்பது உண்மையல்ல. நான் எப்பவும் மண்டப்பாவுடன் வேலை செய்ததில்லை. எனக்கு மண்டப்பாவுடன் அவரின் வீட்டிற்கு செல்ல வேண்டிய அவசியமில்லை அம்மாசி மகன் அய்யன்துரையை எனக்குத் தெரியாது. கிராமத்தில் நிறைய அய்யன்துரைகள் இருக்கின்றனர்; ஒரு அய்யன்துரை போலீசாருடன் நடந்த சண்டையில் இறந்ததாக கேள்விப்பட்டிருக்கிறேன்.

பூங்கொடியம்மாள் வாக்குமூலத்தில், 13 வருடங்களுக்கு முன்னால் கோபிநத்தத்திலிருந்து ஜல்லிபாளையத்திற்கு அவர் பேருந்தில் போய்க் கொண்டிருந்த போது, நல்லூர் அருகில் நான் அவரின் கைகளை பிடித்து பேருந்திலிருந்து இறக்கியதாகவும், அவரிடம் வீரப்பன் பற்றி விசாரித்ததாகவும், அதற்கு அவர் எனக்குத் தெரியாது என்ற பொழுது, அவர் போலீஸ் நிலையத்திற்கு போக வேண்டாம் என்றால் எனக்கு ஒரு உபகாரம் செய்ய வேண்டும் என்று நான் கேட்டதாகவும், அதை என்னுடன் வந்த மற்றொரு கான்ஸ்டபிள் விளக்கியதாகவும் அதாவது ஒரு அறைக்குள் சென்று படுக்க எனக்கு துணை போக வேண்டும் என்று அதற்கு அவர் மறுத்ததால், நான் அவரை ராமபுர போலீஸ் நிலையத்திற்கு கூட்டிச் சென்று சப் இன்ஸ்பெக்டரிடம் அவரை சிறையில் அடைக்குமாறு கூறினேன் என்றும், அங்கு இரவில்

இரண்டு கான்ஸ்டபிள்களால் கற்பழிக்கப்பட்டார் என்பதும் முற்றிலும் பொய்யாகும். பூங்கொடியம்மாள் யார் என்று எனக்குத் தெரியாது. எந்த பேருந்திலிருந்தும் எந்த பயணியையும் இறங்குமாறு நான் கேட்டதுமில்லை. நான் எந்தப் பெண்ணையும் கூட்டிச் சென்று ராமபுர போலீஸ் நிலையத்தில் விட்டதுமில்லை.

ஞானசுந்தரி வாக்குமூலத்தில், அவர் மைசூரில் அறுவை சிகிச்சை பெற்ற ஒரு வருடத்திற்குப் பிறகு, நான் அவரை எம்.எம்.மலை போலீஸ் நிலையத்திற்கு கூட்டிச் சென்று அங்கு விட்டுவிட்டதாகவும், அங்கு அவருக்கு கரண்ட் ஷாக் கொடுத்து கொடுமைப்படுத்தியதாக கூறுவதும் உண்மையல்ல. பொய்யானது.

குருநாதன் வாக்குமூலத்தில், 1993ல் வெங்கடசுவாமி, மண்டப்பா, நாகராஜ் மற்றும் சில போலீசாருடன் நான் ஜல்லிபாளையத்திலுள்ள அவரின் வீட்டிற்குச் சென்று அவரின் கண்களை கட்டி கம்மாபட்டிக்கு கூட்டிச் சென்றதாகவும், கம்மாபட்டியில் அவரால் வீரப்பன் பற்றி எந்தத் தகவல்களும் கொடுக்க முடியாததால், அவருக்கு கரண்ட் ஷாக் கொடுத்தும் தடியாலும், துப்பாக்கியின் பின்புறத்தாலும் கண்மூடித்தனமாக அடித்தும் சித்ரவதை செய்யப்பட்டதாக கூறப்படுவது முற்றிலும் பொய்யானது.

கோவிந்தம்மாவை எட்டு வருடங்களுக்கு முன்பு அவரின் அஞ்சபாளையத்திலுள்ள வீட்டிலிருந்து அவரையும் அவரின் தாயாரையும் நான் நாலு ரோடு முகாமிற்கு கூட்டிச் சென்று, அவர்களின் மேல் எந்த குற்றமும் இல்லாதபோதும் தடியால் அடித்ததாக கூறுவதும் பொய்யாகும்.

கிருஷ்ணாவின் வாக்குமூலத்தில் நானும் நாகராசும் அவரின் வீட்டிற்குச் சென்று, அவரை அவரின் நிலத்திலிருந்து எம்.எம்.மலை போலீஸ் நிலையத்திற்கு பிடித்துச் சென்று அங்கு 28.6.1993 வரை வைத்திருந்து அன்று மைசூரில் நீதிபதி முன்பு ஆஜர்படுத்தியதாக கூறுவதும் பொய்யானது, உண்மையல்ல.

மேலதிகாரியின் காவல் நிலையம் ஒரு சர்க்கிள் இன்ஸ்பெக்டர் கொண்ட போலீஸ் ஸ்டேஷன் என்பது கூட தெரியாதாம்.

கே.ஆர்.வெங்கடேஷ்.
போக்குவரத்து சப் இன்ஸ்பெக்டர்.

1993லிருந்து 1998 வரை வீரப்பனையும் அவரது கூட்டாளிகளையும் கண்டுபிடிக்கும் பணியில் கர்நாடக அரசால் சிறப்பு அதிரடிப்படையின் உளவுப் பிரிவில் ஒரு உறுப்பினராக நியமிக்கப்பட்டேன். அப்போதைய சிறப்பு அதிரடிப்படையின் சப் இன்ஸ்பெக்டர் ஜெயமாருதியின் கீழ் வேலை செய்தேன். வீரப்பனையும் அவரது கூட்டாளிகள் பற்றிய தகவல்களைச் சேகரிப்பது அதை உடனே எனது மேல் அதிகாரி ஜெயமாருதியிடம் தெரிவிப்பதுதான் என் வேலை. இந்த இடங்களில் வேலை செய்ய வேண்டும் என்று எழுத்துவடிவான கடிதம் அளிக்கப்படவில்லை. பிறகு பந்திபுரா காட்டிற்கு மாற்றப்பட்டேன். பந்திபுரா காட்டில் சிறப்பு அதிரடிப்படையின் முகாம் உள்ளது. அந்த முகாமிலுள்ள குடியிருப்பில்தான் நாங்கள் தங்குவது வழக்கம். எந்த போலீஸ் இன்ஸ்பெக்டருடனும் இணைந்து நான் வேலை செய்யவில்லை. பந்திபுரா முகாமில் என்னுடன் இரண்டு காவலர்கள் வேலை செய்தனர். ஒருவர் பெயர் லக்குமண நாயக். மற்றொருவர் பெயர் எனக்குத் தெரியவில்லை. அவர்களுடன் கர்நாடக எல்லைக்கு அப்பாற்பட்ட பகுதிகளில் நான் வேலை செய்யவில்லை கஞ்சிகோவிலிலோ ஹசனூரிலோ நான் வேலை செய்ததில்லை.

கௌடள்ளி கொரட்டி ஹோசூர் மற்றும் வேறு இடங்களில் வேலை செய்யும்போது ராமபுரா காவல் நிலையத்தில் நான் தங்குவது வழக்கம். சந்தர்ப்பத்தைப் பொறுத்து சில நேரங்களில் மற்ற கிராமங்களிலும் தங்குவது வழக்கம். காட்டில் ஆடுமாடுகளை மேய்க்க, விறகு பொறுக்க மற்ற காட்டுப் பொருட்களை எடுக்க செல்பவர்களிடமிருந்து வீரப்பன் அவரது கூட்டாளிகள் பற்றி தகவல் சேகரிப்பது வழக்கம். அவர்களுடன் யார் நட்பு வைத்துள்ளார்களோ அவர்களிடம் நான் தகவல் திரட்டுவேன். வீரப்பன் மற்றும் அவரது கூட்டாளிகள் பற்றி செய்திகளைத் திரட்ட எப்போதும் கிராமத்தின் முக்கியமானவர்களிடமோ அல்லது பஞ்சாயத்து உறுப்பினர்களிடமோ விசாரணை செய்ததில்லை. அவசரமான விசயங்கள் இருந்தால் ஒழிய மற்ற நேரங்களில் ஐந்து நாட்களுக்கு ஒரு முறை ஜெய மாருதியைச் சந்திப்பேன். அவசரம் என்றால் உடனே சந்திப்பேன் எனது நேரடி மேல் அதிகாரி ஜெயமாருதியிடம் சேர்ந்து வேலை செய்தேன்.

அவர் ராமபுரத்தில்தான் தங்குவது வழக்கம். ராமபுரா காவல் நிலையம் ஒரு காவல்துறை ஆய்வாளரின் கீழ் இயங்கும் ஒரு (ஈண்ழ்ஸ்ரீப்ங்) காவல் நிலையம் என்று எனக்குத் தெரியாது. எனக்கு அந்த போலீஸ் இன்ஸ்பெக்டரின் பெயர் நினைவில்லை.

ரமன்னாதான் அப்போது ராமபுரத்திற்கு சப்இன்ஸ்பெக்டராக இருந்தார். மூடலய்யா என்ன வேலை செய்தார் என்றோ அல்லது எந்த பகுதியில் இணைந்து வேலை செய்தார் என்றோ எனக்குத் தெரியாது. ரமண்ணாதான் ராமபுரா காவல் நிலையத்திற்கு பொறுப்பேற்றிருந்தார். அங்கு அவர் அப்போது சப்-இன்ஸ்பெக்டராக இருந்தாரா என்று எனக்குத் தெரியாது. உளவு வேலைக்காக நான் எங்கும் எந்த பயிற்சியும் எடுக்கவில்லை. இருந்தபொழுதிலும் சிறப்பு அதிரடிப்படையில் நான் சேருவதற்கு முன் சிறப்புப் பிரிவில் (நல்ங்ஸ்ரீண்ஹப் இழ்ஹய்ஸ்ரீட்) தான் வேலை செய்தேன். என் வேலையின் தன்மை எவ்வாறு வெவ்வேறு விதமான காரணிகளிலிருந்து செய்திகளை தகவல்களைத் திரட்டுவது என்பது பற்றி எனது சப்-இன்ஸ்பெக்டரால் எனக்கு தகவல்கள் கொடுக்கப்பட்டது.

கௌடள்ளியிலிருந்து பந்திபுராக் காட்டிற்கு நான் மாற்றப்பட்டபோது எனக்கு எந்தவொரு உத்தரவும் பிறப்பிக்கப்படவில்லை. இவ்வாறு வெவ்வேறு இடங்களுக்கு மாற்றப்பட்டபொழுது உத்தரவு எதுவும்பெற்றதில்லை. எங்களது துறையில் இவ்வாறு அதிகாரிகள் மாற்றப்படுவது பற்றி எங்காவது பதிவு செய்யப்படுகிறதா என்று எனக்குத் தெரியாது. நான் கேளடி, அவரின் மனைவி மற்றும் மகனையும் பார்த்ததில்லை. தமிழ்நாட்டிலுள்ள ஹசனூர் முகாமிற்கு நான் போனதில்லை. தமிழ்நாட்டிலுள்ள எந்த இடத்திற்குப் போவதற்கும் எனக்கு உத்தரவும் வரவில்லை. கேளடியின் சாட்சியத்தில் அவர் அசோக் குமாரால் கஞ்சிகோயிலிலிருந்து ஹசனூர் முகாமிற்கு கூட்டி வந்ததாகவும் அங்கு மூடலய்யாவிடம் ஒப்படைத்ததாகவும் கூறுவது உண்மையல்ல. மேலும் அவரது வாக்குமூலத்தில் நான் மூடலய்யாவும் குருமல்லப்பாவும் அவரையும் அவரின் மனைவி மற்றும் மகனைச் சித்திரவதை செய்ததாகவும் அவர்களின் பிறப்புறுப்பு உட்பட உடலின் அனைத்துப் பகுதிகளிலும் கரண்ட் ஷாக் கொடுத்ததாகவும், அவர்களின் மணிக்கட்டுகளில் கயிறால் கட்டி கூரையில் தொங்கவிட்டு லத்தியால் அடித்ததாகவும் கூறுவது உண்மையல்ல. மேலும் அவரின் சாட்சியத்தில் 2 நாட்கள்

கழித்து அவரின் மனைவியை விடுதலை செய்ததாகவும் ஆனால் அவரையும் அவரது மகனையும் 24.3.1994 வரை வைத்துத் தொடர்ந்து சித்திரவதை செய்ததாகக் கூறுவதும் பொய் உண்மையல்ல!

நான் எந்த தடா வழக்கிற்கும் சாட்சியம் சொன்னதுமில்லை. எந்த விசாரணையிலும் நீதிமன்றத்தில் கலந்து கொண்டதுமில்லை. ஒரு தடவை சில குற்றவாளிகளை மைசூர் நீதிமன்றத்தில் ஆஜர் படுத்துவதற்காக போலீஸ வேனில் ஜெயமாருதியுடன் போயிருந்தேன். எனக்கு ஜெய மாருதியுடன் எந்த வருடம், மாதம், தேதி மைசூருக்குப் போனேன் என்று நினைவில்லை. அதே மாதிரி எத்தனை ஆட்களை நீதிமன்றத்தில் ஆஜர் படுத்தினேன் என்றும் நினைவில்லை. சிறப்பு அதிரடிப்படையில் சேர்ந்து எத்தனை மாதம் கழித்து ஜெயமாருதியுடன் மைசூருக்குச் சென்றேன் என்றும் சொல்ல முடியாது. நான் தங்கியிருக்கிற ராமபுரா காவல் நிலையத்திற்கு அந்த குற்றவாளிகளை எங்கிருந்து பிடித்து வந்தார்கள் என்றும் எனக்குத் தெரியாது. அவர்களை எம்.எம்.மலையிலிருந்து கர்நாடக சிறப்பு அதிரடிப்படையினரின் வேனில் வைத்து கூட்டி வந்தனர். எனக்கு அந்த மேல் அதிகாரியின் பெயர் தெரியாது. என்னுடைய நேரடி போலீஸ் அதிகாரியான ஜெயமாருதியும் அந்த வேனில் வந்தார். நான் கைதிகளுடன் செல்லும் பணியிலிருந்ததனால் என்னை வேனில் ஏறும்படி கூறினார். நான் எந்தவிதமான துப்பாக்கியும் என்னிடம் வைத்திருக்கவில்லை எனக்கு குருமல்லப்பா என்ற பெயருடைய காவலரோ அல்லது அதிகாரியோ தெரியாது. நான் சிறப்பு அதிரடிப்படையில் வேலை செய்தபோது மூடலய்யாவின் கீழ் வேலை செய்ததில்லை.

எந்த குழுவும் அமைக்கப்பட்டிருந்ததற்கான எந்த உத்தரவு பற்றியோ எந்தவொரு அதிகாரியும், அக்குழுக்களுக்கு பொறுப்பாக்கப்பட்டது பற்றியோ எனக்குத் தெரியாது. காவல்துறை அதிகாரிகளின் பொறுப்புக்களை நிர்ணயிக்கும் அதிகாரத்திலிருந்த எம்.ஆர்.முசலேயால் நான் ஜெயமாருதியின் மேற்பார்வையின் கீழ் உளவுப்பிரிவில் பணி புரிய நியமிக்கப்பட்டேன். என்னுடைய பணிக்காலத்தில் வீரப்பன் பற்றியோ அல்லது அவரது கூட்டாளிகள் பற்றியோ எந்தவொரு தகவலையும் திரட்ட முடியவில்லை. எனக்கு எந்தவொரு வாகனமும் கொடுக்கப்படவில்லை. தனது வாக்குமூலத்தில் நானும்

வெங்கடேசும், குருமல்லப்பாவும் அவரையும் அவர் மனைவி மற்றும் மக்களையும் உடம்பில் எல்லா பாகங்களிலும் மின்சாரம் செலுத்தி துன்புறுத்தியதாகவும் கைகளை கட்டி தொங்கவிட்டதாகவும் லத்தியால் அடித்ததாகவும் கூறுகிறார். இது முற்றிலும் பொய்.

இந்த நபர்கள் அனைவரும் வீரப்பன் கும்பலைச் சேர்ந்தவர்கள், அல்லது அவர் கூட்டாளிகளின் உறவினர்கள் அல்லது அவரது ஆதரவாளர்கள். நானோ அல்லது மற்ற காவல்துறை அதிகாரிகளோ வீரப்பன் பற்றி தகவல் பெறுவதற்காக அவர்களை கைது செய்ததால், பழிவாங்கும் நோக்குடன் இந்த குற்றச்சாட்டுகளை எங்கள் மேல் சுமத்துகிறார்கள். நான் சிறப்பு அதிரடிப்படையில் சேரும்போது வீரப்பன் கும்புலில் 150 நபர்கள் இருப்பதாக எங்களுக்கு தகவல் இருந்தது. நான் சிறப்பு அதிரடி படையிலிருந்து மாற்றப்பட்ட போது எத்தனை நபர்கள் இருந்தார்கள் என்று சொல்ல இயலாது. நான் சிறப்பு அதிரடிபடையில் இருந்த போது எத்தனை மோதல் சாவுகள் நிகழ்ந்தன என்று எனக்குத் தெரியாது. நான் இருக்கும் போது வீரப்பன், Proclaimed offender ஆக அறிவிக்கப்படவில்லை. இப்போதைக்குள் அப்படி அறிவிக்கபட்டிருப்பார். அதை பற்றி எனக்கு சரியாக தெரியாது. நான் இந்த சாட்சிகள் யாரையும் தடா நீதிமன்றம் கொண்டு செல்லவும் இல்லை, அவர்களை கைது செய்யவும் இல்லை.

வெங்கடேச மூர்த்தி.
கான்ஸ்டபிள். தலக்காடு காவல்.

ராமபுரத்தில் என்னுடைய முதல் பணிநியமனம் 1990ல். சிறப்பு அதிரடிப்படையில் பணிபுரிய நானாக விருப்பம் தெரிவித்து வந்தபொழுது 1994ஆம் ஆண்டு சிறப்பு அதிரடிப்படையில் சேர்க்கப்பட்டேன். ராமபுர போலீஸ் நிலையத்திற்குட்பட்ட பகுதிகளும் ஹன்னூர் போலீஸ் நிலையப் பகுதிகளும் எனக்கு வரையறுத்த பகுதிகள். துணை சப் இன்ஸ்பெக்டர் டிவி.நாராயணன் தலைமையில் மூன்று நபர்கள் அடங்கிய உளவுப்பிரிவில் நானும் ஒருவன். மற்றவர்கள் சுரேஷா, இன்னொரு கான்ஸ்டபிள் பெயர் எனக்கு ஞாபகமில்லை. வீரப்பன் மற்றும் அவரின் கூட்டாளிகள் குறித்தும் அவர்களின் நடவடிக்கை குறித்தும் பல வழிகளிலிருந்து தகவல்களை சேகரிப்பதும் அதை

எங்களின் மேல அதிகாரிகளிடம் தெரிவிப்பதும் எங்களின் வேலையாகும். ராமபுரா போலீஸ் நிலையத்திற்குட்பட்ட நாலுரோடு, குப்பம், கஜனூர், மூனியம், ஒடையம், கன்னூர் காவல் நிலையத்திற்குட்பட்ட ஒடையார்பாளம், பி.ஜே.பாளையம், பெயிலூர், பு.பாளையம், கோஷா போடு மற்றும் ஹவ்னாமலை ஆகிய இடங்கள்தான் எங்களின் வேலைக்குட்பட்ட பகுதிகள். வாய்மொழியாகத்தான் எனக்கு வேலை நியமனம் செய்யப்பட்டது. எழுத்துப்பூர்வமாக எதுவும் வழங்கப்படவில்லை. சர்க்கிள் இன்ஸ்பெக்டர் மாரிசுவாமியுடன்தான் எங்களின் குழு வேலை செய்தது.

எம்.எம்.மலையிலிருந்த ஜெயமாருதி, மூடலய்யா, அசோக்குமார், பாவா ஆகியோரை நான் பார்த்திருக்கிறேன். எங்களுடைய கூட்டத்தில்தான் அவர்களை நன் வழக்கமாக சந்திப்பேன், எழுத்துப்பூர்வமாகவோ அல்லது வாய்மொழியாகவோ அவர்கள் எனக்கு எந்தக் கட்டளையும் வழங்கவில்லை. அவர்கள் ராமபுரத்திற்கும் கன்னூருக்கும் வந்திருக்கிறார்களள என்று எனக்குத் தெரியாது. வழக்கமாக ஒரு வருடத்திற்கு அல்லது ஆறு மாதத்திற்கொருமுறை உளவுப் பிரிவினரின் கூட்டம் நடைபெறும். அந்த கூட்டங்களில் வழக்கமாக சங்கர் பிதாரி பேசுவார். நாங்கள் சேகரித்த தகவல்களை பற்றி ஆலோசனை செய்வது வழக்கம். நாங்கள் திரட்டிய தகவல்கள் பற்றி கேட்கப்படும். உளவுத்துறையின் 20 போலீசார் வழக்கமாக அந்தக் கூட்டங்களில் கலந்து கொள்வர். எனக்கு சிறப்பு அதிரடிப்படையின் உளவுப் பிரிவில் எத்தனை பேர் உள்ளார்கள் என்று தெரியாது அதே மாதிரியான கூட்டங்கள் ராமபுரம். கன்னூர் மற்றும் வேறு இடங்களிலும் நடைபெறும். நான் எல்லா கூட்டங்களிலும் கலந்து கொண்டுள்ளேன். அந்தக் கூட்டங்களில் ஜெயமாருதி, அசோக்குமார், மூடலய்யாவும் கலந்து கொண்டுள்ளனர். சிறப்பு அதிரடிப்படையில் உளவு தவிர வேறு என்னென்ன பிரிவுகள் உள்ளன என்று எனக்குத் தெரியாது. உளவுப் பிரிவைச் சேர்ந்தவர்களைத் தவிர சிறப்பு அதிரடிப்படையினரின் மற்ற உறுப்பினர்களும் அங்கு இருப்பர். கன்னூர் பகுதியில் 12 பேரும். ராமபுரத்தில் 10 பேரும் இருப்பர். நாலுரோட்டில் சிறப்பு அதிரடிப்படையினரின் முகாம் ஒன்று உள்ளது. அதில் எத்தனை பேர் உள்ளளர் என்று தெரியாது. ஆனால் அங்கு ஒரு வேனுடன் கர்நாடகாவின் சிறப்பு ரிசர்வ்

போலீஸ் குழுவும் இருந்தனர். சப்இன்ஸ்பெக்டர் ரமன்னா உளவுப் பிரிவுக்கு பொறுப்பேற்றிருந்தார். வீரப்பன் மற்றும் அவரது கூட்டாளிகள், அவர்களுக்கு தேவையான பொருட்கள் கொடுப்பவர்கள் பற்றி நாங்கள் எந்தவிதமான தகவல்களையும் திரட்டவில்லை. நாலு வருடங்களில் எங்களால் வீரப்பன் மற்றும் அவரது கூட்டாளிகள் குறித்த தகவல்களை சேகரிக்க முடியவில்லை.

எங்கள் வேலை சம்பந்தமாக, நாங்கள் கிராமத்திற்கு சென்று ஊர்ப் பெரியவர்கள் பஞ்சாயத்து தலைவர்கள், உறுப்பினர்கள் ஆகியோரிடம் யார் காட்டிற்குச் சென்று ஆடு மாடுகளை மேய்ப்பதற்காக விறகு சேகரிப்பதற்காக காட்டில் விளைகிற பொருட்கள் எடுப்பதற்காக போகிறார்களோ அவர்களிடம் வீரப்பன், அவரது கூட்டாளிகள் பற்றியும், அவர்களுக்கு எப்படி சாப்பாடு, சர்க்கரை, எண்ணெய் மற்றும் துணிகள் கிடைக்கின்றன என்பதைப் பற்றி கேட்பது விசாரிப்பது வழக்கம். ஆனால் எங்களால் யாரிடமிருந்தும் எந்தத் தகவல்களையும் திரட்ட முடியவில்லை.

எந்தத் தடா வழக்குகளுக்கும் நான் சாட்சியம் கொடுத்ததில்லை. நான் எந்த நீதிமன்ற விசாரணையிலும் கலந்து கொண்டதில்லை எந்தக் குற்றவாளிக்கும் அவர்களை நீதிமன்றத்தில் ஆஜர்படுத்திய போது காவலுக்குச் சென்றதில்லை. எனக்கு எந்தக் குற்றவாளிகளையும் சந்திக்கும் வாய்ப்பும் கிடைத்ததுமில்லை. அவர்களுக்கும் என்னை பார்க்கும் வாய்ப்பு இருந்ததுமில்லை. எங்களது மேல் அதிகாரிகளான ஜெயமாருதி, மூடலய்யா, அசோக்குமார், பாவா இவர்களின் கீழ் நான் எப்பவும் வேலை பார்த்ததில்லை. நான் சிறப்பு அதிரடிப்படையில் இருந்தபொழுது எந்த சமயத்திலும் மேட்டுபளையூருக்கு போனதில்லை. நான் மேலே சொன்ன அதிகாரிகளிடமோ அல்லது குமாரசுவாமியிடமோ இணைந்து வள்ளியம்மாவின் வீட்டிற்கு சென்று அவரையும் அவரின் கணவர் சம்புவையும் பண்ணாரியம்மன் கோவில் போலீஸ் நிலையத்திற்கோ, அங்கிருந்து எம்.எம்.மலைக்கோ கூட்டிச் செல்லவில்லை.

நான் எம்.எம்.மலைக்கும், எல்லை பாதுகாப்புப் படையினர் முகாமிற்கும் சென்றுள்ளேன். எம்.எம்.மலை போலீஸ் நிலையத்திற்கும் சென்றுள்ளேன். எனக்கு அந்தப் போலீஸ் நிலையத்திற்கு பொறுப்பேற்றிருந்த அதிகாரியின் பெயர்

நினைவில்லை. அங்கு கூடாரத்தில் 20-30 போலீசார் இருந்தனர். அங்கு கோயிலுக்கு சொந்தமான சத்திரம் இருந்ததா என்று எனக்குத் தெரியாது. சிறப்பு அதிரடிப்படையினர் சத்திரங்கள் சிலவற்றை தங்கள் வசம் வைத்திருந்தனரா இல்லையா என்று தெரியாது. அதில் சில சத்திரங்கள் கைது செய்யப்பட்ட ஆட்களை சித்ரவதை செய்வதற்கான பட்டறையாக பயன்படுத்தப்பட்டதாக நான் கேள்விப்பட்டதுமில்லை; எனக்குத் தெரியவும் தெரியாது

வள்ளியம்மாளின் வாக்குமூலத்தில் நாங்கள் அவரின் கிராமமான மேட்டுபாளையூருக்கு சென்று அவரையும் அவரது கணவரையும் பண்ணாரி போலீஸ் நிலையத்திற்கு கூட்டிச் சென்று, அங்கிருந்து எம்.எம்.மலைக்கு கொண்டு சென்று அங்கு பட்டறையில் வைத்து கொடுமைப்படுத்தியதாகவும் முழுவதுமாக தொந்தரவு செய்ததாகவும், அவர்களின் உடல் முழுவதும் கரண்ட் ஷாக் கொடுத்ததாகவும் சொல்லப்படுவது பொய். அவரை பட்டறையில் கற்பழிப்பு செய்ததாகவும், அவரின் கணவரை சுட்டுக் கொன்றதாகவும் சொன்ன அவரின் வாக்குமூலத்தை மறுக்கிறேன். எனக்கு அந்த சம்பவத்தைப் பற்றி எதுவும் தெரியாது. எனக்கும் வள்ளியம்மாளுக்கும் எந்தப் பகையும் கிடையாது. எனக்கு அவரை தெரியாத போதும் எதற்காக அவர் தன்னுடைய வாக்குமூலத்தில் என் பெயரை குறிப்பிட்டுள்ளார் என்று எனக்குத் தெரியாது. அவருக்கு என்னுடைய பெயர் எப்படித் தெரியும் என்றும் தெரியாது.

"பாட்டரியின் உதவியால் மின்சாரத்தை உற்பத்தி செய்யலாம் என்பது எனக்குத் தெரியும்"

ரா.குமாரசாமி.

துணைக் காவல்துறை ஆணையர். உயர்நீதிமன்றக் காவல்.

என்மேலும் மற்ற அதிகாரிகள் பற்றியும் சாட்சிகள் சொன்ன குற்றச்சாட்டு பொய்யானது. தமிழ்நாட்டிலுள்ள சில அமைப்புகள் இழப்பீடு தொகை உறுதியாகக் கிடைக்கும் என்று உறுதியளித்ததின் பேரில் இவர்கள் இந்த வாக்கு மூலம் கொடுத்துள்ளனர். சிறப்பு அதிரடிப்படையில் வீரப்பனையும் அவரது ஆட்களையும் பற்றிய தகவல்களைத் திரட்டுவதுதான் எனது வேலை. வீரப்பன் மற்றும் அவரது கூட்டாளிகள் பற்றிய

வழக்குகள் எந்த போலீஸ் நிலையத்தில் பதிவு செய்யப்பட்டுள்ளதோ அந்த காவல்நிலைய போலீஸ் அதிகாரிதான் அதை விசாரிப்பார்கள். அதன் பிறகு சிறப்பு அதிரடிப்படையின் சிறப்பு விசாரணை அதிகாரிகளான மாரிசுவாமி மற்றும் முசலேவிடம் அனுப்புவது வழக்கம். குற்றம் சாட்டப்பட்டவர்களை விசாரணை அதிகாரிகள் கைது செய்வது வழக்கம். சில சமயங்களில் விசாரணை அதிகாரிகளின் உத்தரவின் கீழ் நாங்களும் கைது செய்வோம். விசாரணை அதிகாரியின் குறிப்புகள் வாய் மொழியாகத்தான் இருக்கும் எந்த எழுத்துபூர்வமான குறிப்புகளும் இருக்காது. மூன்று வழக்குகளில் நான் குற்றவாளிகளைக் கைது செய்துள்ளேன்.

எம்.எம்.மலை காவல் நிலைய குற்ற எண்; 12/93ன்படி எம்.எம். மலையிலிருந்து 2 கி.மீ. தூரத்திலுள்ள இந்து பசப்பா கோவிலுக்கு அருகில் 20.6.1993 அன்று குழந்தைராஜ், சின்னபையா, சேகரா ஆகியோரை கைது செய்தேன் 13.6.1993 அன்று எம்.எம்.காவல் குற்றவியல் எண்;9-ன் கீழ் நெடுமலைக்காட்டில் குமார், கண்ணா பையா, பழனிச்சாமி தங்கவேலு ஆகியோர் கைது செய்யப்பட்டனர்.

உளவுத் தகவல்களைத் திரட்ட எம்.எம்.மலைக்கும் மேட்டூருக்கும் இடையேயான பகுதியில் நான் நியமிக்கப் பட்டிருந்தேன். மேலே சொன்ன ஆட்களை இந்த பகுதிகளில்தான் கைது செய்தேன். எனக்கு துணையாக இரண்டு காவலர்கள் கொடுக்கப்பட்டிருந்தார்கள். அவர்கள் பதினெட்டு நாட்களுக்கு ஒருமுறை மாறிக் கொண்டே இருப்பதால் என்னுடன் இணைந்து வேலை செய்த அந்தக் காவலர்களின் பெயர்கள் எனக்கு நினைவில்லை. எட்டு வருடங்கள் ஆகிப் போனதால் எந்த காவலரின் பெயரும் எனக்கு நினைவில்லை. காவலர் நியமனமும் மாற்றமும் கூட வாய்மொழிதான்.

அஞ்சபாளையம்,அடிகபாளையம், மேட்டுப்பளையூர், நல்லூர் ஆகிய பகுதிகள் எனக்கு கொடுக்கப்பட்ட பகுதிகளல்ல. மேட்டுப்பளையூர் கொளத்தூருக்கு அருகில்தான் உள்ளதா என்பது எனக்கு நினைவில்லை. எனக்கு ஒதுக்கப்பட்ட பகுதிகளிலிருந்து திருப்பூர் ரொம்ப தூரத்தில் இருக்கிறது. எங்களுடைய உளவுப்பிரிவின் தலைவருடன் தகவல்களின் விளைவுகள் பற்றி ஆலோசனை செய்வதற்காக எல்லா அதிகாரிகளின் மாதாந்திரக் கூட்டம் நடைபெறுவது வழக்கம்.

ஒவ்வொரு குழுவிற்கும் வேலைகளை நியமிப்பது சிறப்பு அதிரடிப்படைத் தலைவரின் வழக்கம். அது ஒரு குறிப்பிட்ட பகுதியை அடிப்படையாகக் கொண்டே இருக்கும். அந்தப் பகுதியானது ஒரு குறிப்பிட்ட காலத்திற்கு எந்த ஒரு குழுவிடம் கொடுக்கப்பட்டது என்பதைப் பற்றி எனக்கு தெரியாது. நான் சிறப்பு அதிரடிப்படையில் இருந்த 11 மாதங்களும் ஒரு இடத்திலேயே என் வேலையைத் தொடர்ந்தேன்.

என்னுடைய தலைமை அலுவலகம் எம்.எம்.மலை. நான் விருந்தினர் மாளிகையில் தங்கியிருந்தேன். சித்தமாலப்பா எம்.எம்.மலை காவல் நிலைய ஆய்வாளராக இருந்தார். சிறப்பு அதிரடிப்படையில் நான் இருந்த போது எம்.எம். மலையில் எத்தனை சிறப்பு அதிரடிப்படையினர் வேலை பார்த்தனர் என்பது எனக்கு சரியாகத் தெரியாது. ஒருவேளை ஐம்பதிலிருந்து அறுபது பேர் இருக்கலாம். கோயில் உரிமையாளர்களிடம் பேசி சில சத்திரங்களை சிறப்பு அதிரடிப்படையினர் பயன்படுத்தினர். அதில் சிலவற்றை நான் பார்த்துள்ளேன். வீரப்பன் மற்றும் அவரின் கும்பலைப் பற்றிய தகவல்களைப் பெறுவதற்காகக் கைது செய்து அழைத்து வரப்பட்ட ஆட்களுக்கு பட்டறையாக எந்த சத்திரமும் பயன்படுத்தப்படவில்லை. அதற்கான சாட்சியும் உண்மையானது அல்ல. நான் சப் இன்ஸ்பெக்டராக வேலையில் சேர்ந்தேன். நான் பாட்டரியின் உதவியுடன் மின்சாரத்தை உருவாக்கும் எந்த நடமாடும் இயந்திரத்தைப் பற்றியும் அறிந்ததில்லை. பாட்டரியின் உதவியால் மின்சாரத்தை உற்பத்தி செய்யலாம் என்பது எனக்குத் தெரியும்.

சாட்சியத்தின்படி அதிக சக்தியுள்ள பாட்டரியால் உருவாக்கிய மின்சாரத்தை சிறப்பு அதிரடிப்படையினர் கைது செய்யப்பட்ட ஆட்களின் பிறப்புறுப்பு உட்பட உடலின் பல பாகங்களிலும் செலுத்துவது வழக்கம் என்பது முற்றிலும் பொய்யாகும். சங்கர்பிதாரியின் கீழ் சிறப்பு அதிரடிப்படை அமைக்கப்பட்டது என்பது எனக்குத் தெரியாது. ஆனால் நான் 1993 ஏப்ரலில் மாநில உளவுத் துறையிலிருந்து அதிரடிப்படைக்கு நியமிக்கப் பட்டேன். அந்த இடத்திலிருந்து வெளியேற நினைத்ததால் நான் மாநில உளவுத் துறையிலிருந்து வேறொரு துறைக்கு மாற்றலை வாங்கிக் கொண்டேன். குடும்பத்தில் ஏற்பட்ட பிரச்சினைகள் காரணமாக நானாகவே மாற்றலைப் பெற்றுக்கொண்டு, பெங்களூருக்கு அருகிலுள்ள ஒரு இடத்திற்கு

வந்தேன். சிறப்பு அதிரடிப்படையிலிருந்து மாற்றலாகியதற்கு எந்த ஒரு குறிப்பிட்ட காரணமும் இல்லை.

வள்ளியம்மாள் சாட்சியத்தில் 10 வருடங்களுக்கு முன்னால் நான், ஜெயமாருதி, மூடலய்யா, அசோக்குமார். பாவா, வெங்கடேஷமூர்த்தி மற்றும் போலீஸ் படையுடன் மேட்டுப்பனையூரில் உள்ள அவரின் வீட்டிற்கு சென்று அவரையும் அவரின் கணவரையும் பன்னாரி காவல் நிலையத்திற்குக் கூட்டி வந்து பிறகு அங்கிருந்து எம்.எம்.மலை பட்டறையில் அவரை வைத்து முற்றிலும் தொந்தரவு செய்து அதாவது உடலின் அனைத்து பாகங்களிலும் கரண்ட் ஷாக் கொடுத்ததாகவும் அவரின் கணவரைச் கட்டுக் கொன்றதாகவும் சொல்வது முற்றிலும் பொய். அவரை ஒன்றரை வருடங்கள் எங்களின் காவலில் வைத்திருந்ததாகத் தனது வாக்குமூலத்தில் கூறியிருப்பதும் பொய். எந்த சந்தர்ப்பத்திலும் மேட்டுப்னையூருக்கு போனதாக எனக்கு நினைவில்லை.

லட்சுமி வாக்குமூலத்தில் எம்.எம்.மலை பட்டறையில் அவரையும் அவரின் நாத்தனாரையும் கண்களைக்கட்டி அவர்களின் கைகளை முகட்டில் கட்டித் தொங்கவிட்டு நான், மூடலய்யா, ஜெயமாருதியால் அவர்களின் உடல் முழுவதும் கரண்ட் ஷாக் கொடுக்கப்பட்டதாக சொல்வது பொய். அவரின் வாக்குமூலத்தில் நீதிமன்றத்தில் ஆஜர் படுத்துவதற்கு முன்பு அவரைச் சட்டத்திற்குப் புறம்பாக காவலில் ஒன்றரை வருடங்கள் வைத்திருந்ததாக சொல்வதும் பொய்.

எனக்கு எதிராக சின்னபொண்ணு, நல்லம்மா, முனியம்மா, முனிசுவாமி, செல்வி,பெருமாள் ஆகியோரின் சாட்சியங்கள் பொய்யானது உண்மையல்ல. தடா வழக்குகளுக்கு சாட்சியாக நான் இருந்தேன். நான் கைது செய்த ஆட்கள் சம்பந்தமாக சாட்சியம் கூறியுள்ளேன். எனக்கு எதிராக சாட்சியம் கூறிய சாட்சிகளை எந்த சந்தர்ப்பத்திலும் குறுக்கு விசாரணை செய்ததில்லை. நான் கைது செய்த குற்றவாளிகளுடன் இந்த சாட்சிகள் தொடர்புடையவர்களா என்று எனக்குத் தெரியாது. எம்.எம்.மலையிலுள்ள ரங்கசாமி வொட்டுக்கருகில் திரு.கோபால் கோசூரும் அவரது ஆட்களும் வீரப்பனால் தாக்கப்பட்டது சம்பந்தமாக 1993ல் பதிவு செய்யப்பட்ட குற்ற எண்-12. ஹரிகிருஷ்ணா காவல்துறைக் கண்காணிப்பாளர் மற்றும் ஷகில் அஹமது கொல்லப்பட்டது. சம்பந்தமாக 1992ல் பதிவு

செய்யப்பட்ட குற்ற எண் 70. பாலாறு குண்டு வெடிப்பு சம்பந்தமாக குற்றஎண்; 9/1993. ஏற்கனவே நான் சிலரைக் கைது செய்த வழக்குகளில் குற்றம் சாட்டப்பட்டவர்கள்தான் எனக்கெதிராக சாட்சியம் அளித்துள்ளார்கள்.

வீரப்பன் மற்றும் அவரின் கும்பல்களின் நடவடிக்கைகள் குறித்து தகவல் சேகரிப்பது எளிதான காரியம் அல்ல

ஜி.ஏ.பாவா.

துணைக் காவல்துறை ஆணையர். பெங்களூர் நகர குற்றவியல்.

மைசூர் சரகத்தின் அப்போதைய காவல்துறைத் தலைவர் சங்கர்பிதாரி சிறப்பு அதிரடிப்படை தலைவராக இருந்தார். வீரப்பன் மற்றும் அவரின் கும்பலின் நடவடிக்கைகள் குறித்த தகவல்களைச் சேகரிக்கும் உளவுப் பிரிவில் நியமிக்கப்பட்டேன். எந்த குறிப்பிட்ட பகுதியும் எனக்கு ஒதுக்கித் தரப்படவில்லை. தமிழ்நாடு காட்டின் எல்லைப்பகுதியான தர்மபுரி மாவட்டத்தின் பங்கோட்டாவிலிருந்து பாலக்கோடு வரை நான் வழக்கமாகப் போவேன். கொள்ளேகால் தாலுகாவிலிருந்தும் சில இடங்களில் தகவல்களைச் சேகரித்தது உண்டு. என்னுடன் ஒரு தலைமைக் காலலர் மற்றும் 3 காவலர்கள் இருப்பார்கள் கோன்னூர் தலைமைக் காவலர் ஆவார் கோபி, அரலிகத்தா என இரு காவலர்கள் இருந்தனர். 3வது நபர் பெயரை எனக்கு மறந்து விட்டது.

நான் தகவல் சேகரிக்க கிராமங்களில் சில முக்கியமான தலைவர்களுடன் தொடர்பு கொள்வதும் வழக்கம். அந்த மாதிரியான ஆட்கள் எங்களுக்கு உளவு தெரிவிப்பவர்களாக நிறைய பேர் வேலை செய்வர். வீரப்பனின் நடவடிக்கைகளை தெரிந்து கொள்வதற்காக தகவல் சேகரிப்பதற்காக காட்டில் ஆடுமாடுகளை மேய்ப்பவர்கள், விறகு சேகரிப்பவர்கள். காட்டுப்பொருட்களைச் சேகரிப்பவர்களிடம் நாங்கள் தொடர்பு வைத்துக்கொண்டிருப்போம். நல்ல தகவல்களுக்கு அவர்களுக்கு சிறிது பணமும் கொடுப்போம்.

தொடக்கத்தில் தமிழ்நாடு காவல்துறைக்கு ஒரு முகாமும் இல்லை. காலப்போக்கில் சூழ்நிலை மாற்றத்தால் அவர்கள்

முகாம்களைத் தொடங்கியிருக்க வேண்டும். ஆனால் கர்நாடக சிறப்பு அதிரடிப்படையிடம் தமிழ்நாட்டில் பாலாறு, நாலுரோடு, கோபிநத்தம், திம்பம் ஆகிய இடங்களில் முகாம் இருந்தது. வீரப்பன் மற்றும் அவரின் கும்பல்கள் பற்றிக் கிடைக்கும் தகவல்களைக் கொண்டு முகாம்களின் இடம் மாற்றப்பட்டுக் கொண்டேயிருக்கும். வீரப்பன் மற்றும் அவரின் கும்பல்களின் நடவடிக்கைகள் குறித்து தகவல் சேகரிப்பது எளிதான காரியம் அல்ல. சில சமயங்கள் எங்களுக்கு உளவு கூறுபவர்களை வீரப்பன் பயமுறுத்துவதுண்டு. உண்மையில் எங்களுக்கு உளவு கூறுபவர்கள் என்ற சந்தேகத்தின் அடிப்படையில் 12க்கும் மேற்பட்ட ஆட்களை வீரப்பன் கொன்றுள்ளார். எங்களையும் கொல்ல முயற்சித்துள்ளார். வீரப்பன் மற்றும் அவரின் கூட்டாளிகளின் தகவல்கள் கிடைத்ததால் பல நேரங்களில் நிறைய போலீசார்கள் காப்பாற்றப்பட்டுள்ளனர்.

நான் சிறப்பு அதிரடிப்படையில் இருந்தபோது 12க்கும் மேற்பட்ட ஆய்வாளர்கள், சிவில் அதிகாரிகள், சிறப்பு அதிரடிப்படையில் இருந்தனர். சூரியதாபூனாச்சா, மூடலய்யா, குமாரசுவாமி, அசோக்குமார், சௌதாகர், வெங்கடசுவாமி, மண்டன்னா, முத்துராயா, நாகராஜ் போன்றோர் அந்த ஆய்யாளர்களில் சிலர். சிறப்பு அதிரடிப்படையில் சேரும் விருப்பம் உள்ளவர்கள் என்ற அடிப்படையில் அதிகாரிகள் மற்றும் போலீசாரின் தேர்வு நடைபெற்றது. சிறப்பு அதிரடிப்படையில் விருப்பத்தின் அடிப்படையில் அதிகாரிகள் சேருவதற்கு மாநில அரசு அழைத்தபோது முதலில் சரியான வரவேற்பு இல்லை. எங்களின் விருப்பத்தின் அடிப்படையில் நாங்கள் சிறப்பு அதிரடிப்படையில் சேர்க்கப்பட்டோம். எல்லா இன்ஸ்பெக்டர்களும் தனித்தனியாகத்தான் அவரவர் வேலையைச் செய்வர். வேலையின் தன்மையைப் பொறுத்து, நான் மற்றும் என்னைப் போன்ற சிலருக்கு துணைக்கு காவலர்கள் அமர்த்தப்படுவர். எங்களில் சிலர் சிறப்பு அதிரடிப்படையின் உளவுத்துறையில் வேலை செய்ததுண்டு. சிலர் செயல் குழுவிலும் இரண்டு பேர் விசாரணைப் பிரிவிலும் வேலை செய்தனர்.

உளவுப் பிரிவினர் கொடுக்கும் தகவல்களின் அடிப்படையில் வீரப்பன் மற்றும் கூட்டாளிகளுக்கான தேடுதல் வேட்டையின் செயல் குழு செயல்படுவர். இதன் அடிப்படையில் எவரையாவது செயல்குழு கைது செய்தனரா என்று எனக்குத் தெரியாது.

விசாரணை அதிகாரியின் வாய்வழி உத்தரவின்படி நான் மேட்டூரில் பழனிச்சாமி என்பவரை எம்.எம்.மலை காவல் நிலைய குற்ற எண் 9/93ன் கீழ் கைது செய்தேன். இது பாலாறு குண்டு வெடிப்பு சம்பந்தமானதாகும். நான் கைது செய்த பழனிச்சாமி என்பவர் மேட்டூர் தாலுகாவை சேர்ந்த நாகவள்ளி என்ற ஊரைச் சேர்ந்த கிருஷ்ணசெட்டி என்பவரின் மகனாவார். இப்போதைய நிலையில் நான் கொடுத்த தகவல்களின் அடிப்படையில் கைது செய்யப்பட்ட நபர்களைப்பற்றி என்னால் நினைவு கூறமுடியாது. நான் இரண்டு தடா வழக்குகளுக்கு சாட்சியாக இருந்துள்ளேன். தடா நீதிமன்றத்தில் வாக்குமூலம் கொடுத்துள்ளேன். நான் நாலைந்து முறை நீதிமன்றத்திற்கு சென்றுள்ளேன்.

நான் சிறப்பு அதிரடிப்படையில் வேலை செய்தபோது தமிழ்நாடு சிறப்பு அதிரடிப்படையினரிடம் ஆலோசனை செய்வதற்கு மேட்டூர் சென்றுள்ளேன். நாங்கள் தகவல் பரிமாறிக்கொண்டோம். அங்கு அரசு பள்ளிக்கு எதிராக உள்ள கட்டிடத்தில்தான் தமிழ்நாடு சிறப்பு அதிரடிப்படையினர் முகாமிட்டிருந்ததைக் கண்டேன். அந்த கட்டிடத்தில்தான் போலீஸ் அதிகாரிகளை நான் சந்தித்தேன், சிறப்பு அதிரடிப்படையினரால் அந்த கட்டிடம் என்ன காரணத்திற்காக எப்படி உபயோகிக்கப்பட்டது என்று எனக்குத் தெரியாது. அந்த கட்டிடத்தைச் சுற்றி சுற்றுச் சுவர் எழுப்பப்பட்டிருந்ததா என்று எனக்குத் தெரியாது. வீரப்பன் மற்றும் அவரது கூட்டாளிகள் பற்றிய தகவல்களைச் சேகரிப்பதற்காக கைது செய்யப்பட்ட ஆட்களை வைக்க தமிழ்நாடு சிறப்பு அதிரடிப்படையினர் அக்கட்டிடத்தை உபயோகித்திருந்தால் அது எனக்குத் தெரியாது.

எம்.எம்.மலையிலோ அல்லது வேறு இடங்களிலோ எங்களுடைய வேலைகளின், செயல்களின் முன்னேற்றத்தைக் குறித்து கலந்து ஆலோசிப்பதற்கும் நாங்கள் சேகரித்த தகவல்களை பரிமாறிக்கொள்ளவும் செயல்களில் வெற்றியடைவதற்காக திட்டத்தை வகுக்கவும் எங்களுடைய தலைவர் போலீஸ் அதிகாரிகளின் கூட்டத்தைக் கூட்டுவார். அத்தகைய கூட்டம் நடக்க எந்த ஒரு குறிப்பிட்ட இடத்தையோ குறிப்பிட்ட நேரத்தையோ தீர்மானித்து நடப்பதில்லை. அவசர நிலையைப் பொறுத்து தலைவர் கூட்டத்தைக் கூட்டுவார். சில சமயங்களில் மாதத்திற்கு நாலு கூட்டம், சில சமயங்களில் ஒன்றுமே நடக்காமல் கூட இருக்கும்.

அந்த கூட்டங்களில் எந்த ஒரு திட்டவட்டமான செயல் திட்டங்கள் வகுக்கப்பட்டு நடைபெறுவதில்லை. கிடைக்கும் அதிகாரிகளை வைத்து கூட்டம் நடைபெறும், மேலும் வெவ்வேறு இடங்களில் கூட்டம் நடக்கும். சந்தர்ப்பங்களைப் பொறுத்து நாலைந்து நாட்கள் எம்.எம்.மலையில் தங்குவேன். எம்.எம்.மலைக்குச் செல்லும்போது நான் விருந்தினர் மாளிகையில் தங்குவேன். பாட்டரி மூலமாக கரண்ட் உற்பத்தியாகும் என்று எனக்குத் தெரியும். ஆனால் அத்தகைய மின்சாரம் எத்த ஒரு போலீஸ் நிலையத்திலோ அல்லது போலீசாராலோ உற்பத்தி செய்யப்பட்டதை நான் பார்த்ததில்லை. கோவிலைச் சேர்ந்த சத்திரங்கள் கர்நாடக சிறப்பு ரிசர்வ் படையினரால் உபயோகிக்கப்பட்டது எனக்குத் தெரியும். சிறப்பு அதிரடிப்படையினர் சத்திரங்களை எடுத்திருந்தனரா என்று எனக்குத் தெரியாது. சிறப்பு அதிரடிப்படையில் கர்நாடக சிறப்பு ரிசர்வ் போலீசும் ஒரு பகுதி என்பது எனக்குத் தெரியும். எம்.எம். மலையில் சிறப்பு அதிரடிப் படையினரிடம் இருந்த சத்திரம் வீரப்பன் மற்றும் அவரது கூட்டாளிகளின் நடவடிக்கைகள் குறித்த உண்மையான தகவல்கள் பெறவும் வீரப்பன் கும்பல்களுக்கு கைதிகள் உதவினரா என்பது பற்றி அறியவும் கைது செய்யப்பட்வர்களைத் தங்க வைத்து வெவ்வேறு விதமான சித்திரவதைகளை அதாவது பேட்டரி மூலம் உடல் முழுவதும் அவர்களின் பிறப்புறுப்பு உட்பட அனைத்து பாகங்களுக்கும் கரண்ட் ஷாக் கொடுக்கவும் கண்களைக் கட்டி உருளையால் கட்டிடத்தின் முகட்டில் கட்டித் தொங்கவிட்டு மிருகத்தனமாக அடித்தது போன்ற சித்திரவதைகளைச் செய்யும் இடமாக உபயோகிக்கப்பட்டது என்ற சாட்சிகளின் குற்றச்சாட்டு உண்மையல்ல பொய்யானது.

சிறப்பு அதிரடிப்படையில் இருந்தபோது நான் மேட்டுப்பனையூருக்குப் போயிருந்தேன். பழனிச்சாமியைத் தவிர நான் யாரையும் கைது செய்யவில்லை. வள்ளியம்மாள், முனியம்மா, முனியசாமி ஆகியோரின் சாட்சியங்களை வாசித்தேன். நான் மற்றும் என்னுடன் வேலை செய்யும் அதிகாரிகளுக்கு எதிராக சாட்சியத்தில் குற்றம் சுமத்தப்பட்டிருப்பது உண்மையல்ல. வள்ளியம்மாளின் சாட்சியத்தில் நான், என் போலீஸ் படை மற்றும் முடலய்யா, அசோக்குமார். குமாரசுவாமி, ஜெயமாருதி, வெங்கடேசமூர்த்தி ஆகியோருடன் அவரின் வீட்டிற்குச் சென்று

அவரையும் அவரின் கணவர் சம்புவையும் பன்னாரி காவல் நிலையம் வழியாக எம்.எம்.மலைக்குப் பிடித்துச் சென்று பட்டறையில் வைத்து அவர்களின் உடலின் எல்லா உறுப்புகளிலும் கரண்ட் ஷாக் கொடுத்ததாகவும் தோள்பட்டை மூலம் கட்டி கட்டிடத்தின் முகட்டில் தொங்கவிட்டு அடித்ததாகவும் கூறப்பட்டது பொய். வள்ளியம்மாள் வாக்குமூலத்தில் அவரது கணவர் எம்.எம்.ஹில்ஸ் போலீசால் கொல்லப் பட்டதாகவும் சட்டத்திற்குப் புறம்பாக வைந்திருந்ததாகவும் கூறியுள்ளார். முனியம்மா நான் அவரின் வீட்டிற்கு முப்பது போலீசாருடனும் மூடலய்யா, குமாரசுவாமியுடனும் சென்று அவரின் குடும்பத்தார் அனைவரையும் எம்.எம்.மலைக்கு பண்ணாரி முகாம் வழியாகக் கூட்டிச் சென்று அவர் சொன்னபடி நாங்கள் சித்திரவதை செய்ததாகவும் ஒரு வருடத்திற்கும் மேலாக அவரைச் சிறைப்படுத்தி வைத்திருந்ததாக சொல்வதும் பொய். முனியசாமியின் சாட்சியமும் திட்டமிட்ட கதை. தகவல் சேகரிப்பதற்காக தமிழ்நாடு மற்றும் கர்நாடக எல்லையோர கிராமங்களில் என்னுடைய போக்குவரத்தால் அநேக கிராமத்தினருக்கு என்னுடைய பெயர் தெரியும். நீதிமன்றத்தில் நான் ஆஜர் ஆவதாலும் ஒன்றுக்கும் மேற்பட்ட தடா வழக்குகளில் சாட்சி கூறியதாலும் எல்லா தடா கைதிகளும் என் பெயரைத் தெரிந்து வைத்திருந்தனர். விசாரணை அதிகாரியால் குற்றம் சுமத்தப்பட்டவரிடம் கேள்விகள் கேட்கப்பட்டன. நான் எந்த குற்றவாளியிடமும் விசாரணை செய்யவில்லை. உளவு தெரிவிப்பவர்கள் மூலமாக நான் தகவல்களை பெறுவேன். அதற்கு நிலையான இடம் எதுவுமில்லை. அது அவர்களின் வீடாக இருக்கலாம். அல்லது அவர்கள் வேலை செய்யும் இடம் அல்லது பக்கத்திலுள்ள பேருந்து நிலையம் அல்லது எங்கேயாவது பார்க்கும் இடத்தில் ஹோட்டல்களில்கூட இருக்கலாம். தகவல் கொடுத்தபிறகு நான் அவர்களை எங்கு சந்திக்க வேண்டும் என்பதையும் அவர்கள் கூறுவது வழக்கம். அந்த இடத்தில் அவர்களைச் சந்தித்து தகவல்களைப் பெறுவேன். உளவு கொடுப்பவர்களின் விருப்பப்படி, பெங்களூரில்கூட நான் வைத்திருக்கும் நோட்டில் பதிவு செய்து கொள்வேன். இப்போது அந்த நோட்டுகள் என்னிடம் இல்லை. அது அழிக்கப்பட்டிருக்கலாம். விசாரணை அதிகாரியிடமோ அல்லது

அதிரடிப் படையின் தலைவரிடமோ அந்த நோட்டுக்களைக் கொடுக்கவில்லை. உளவு சொல்பவர்களிடமிருந்து. பெற்ற தகவல்களை எழுத்துபூர்வமாக என்னுடைய மூத்த அதிகாரிகளிடம் சொன்னதில்லை. வெறுமனே வாய்மொழியாகவே சொல்லப்பட்டது. சில சமயங்களில் தொலைபேசி அல்லது வயர்லெஸ் மூலமாக சொல்லப்பட்டது.

"எழுத்துப் பூர்வமாக எதுவும் கிடையாது. வாய் வழி உத்தரவில்தான் எங்கள் அதிரடி நடவடிக்கைகள் நடக்கும்''

முரண்;

கைது செய்வதற்கான ஆணையை நான் வைத்திருந்தேன்

பி.பி.அசோக்குமார்.

இன்ஸ்பெக்டர்.

ஹொகனேக்கல் பகுதியில் வீரப்பனின் திடீர் தாக்குதலால் நான்கு போலீஸ் அதிகாரிகள் மூன்று சப் இன்ஸ்பெக்டர்கள் மற்றும் ஒரு தலைமை கான்ஸ்டபிள் கொல்லப்பட்ட சம்பவத்தை அடிப்படையாக வைத்து 1990-ல் கர்நாடக சிறப்பு அதிரடிப்படை தொடங்கப்பட்டது. ஒரு போலீஸ் அதிகாரியாக எனது வேலையை சிறப்பாக செய்ததற்காக 1986ல் கலண்ட்ரி விருது கிடைத்தது. அதனால்தான் சிறப்பு அதிரடிப்படைக்கு நான் தேர்ந்தெடுக்கப் பட்டிருக்கலாம். காவேரி ஆற்று நீர் சர்ச்சையால் ஏற்பட்ட கலவரத்தினால் 1991-ல் பெங்களூருக்கு திரும்ப அழைக்கப்பட்டேன். வீரப்பனால் அதிரடிப் படையின் துணை தலைவர் ஸ்ரீநிவாஸ் கொல்லப்பட்ட பிறகு சிறப்பு அதிரடிப்படைக்கு மீண்டும் அழைக்கப்பட்டேன். சிறப்பு அதிரடிப்படையில் சேர்ந்த பொழுது சப் இன்ஸ்பெக்டராக இருந்தேன். 1992ல் பதவி உயர்வு பெற்று இன்ஸ்பெக்டராக நியமிக்கப்பட்டேன்.

உளவுப்பிரிவு மற்றும் செயற்குழுவிலும் வேலை செய்யுமாறு தலைவரால் கட்டளையிடப்பட்டேன். எனக்கு துணைபுரிவதற்காக ஹெட் கான்ஸ்டபிள்களும், கான்ஸ்டபிள்களும் கொடுக்கப் பட்டிருந்தனர். என் வேலையின் தன்மையை பொறுத்து. நான் செயல்குழுவில் இருந்தால் ஆட்கள் எண்ணிக்கை உயரும். நான் உளவு பிரிவு வேலையில் இருந்தால் இரண்டு மூன்று பேர் குறைக்கப்படுவர். சிறப்பு அதிரடிப்படையில் எங்களின் வேலை

நியமனம் சம்பந்தமாக எந்த ஒரு எழுத்து பூர்வமான உத்தரவு கிடையாது, வாய்மொழிதான். உளவு வேலையில் இரண்டுக்கு மேற்பட்ட குழுக்கள் நியமிக்கப்பட்டிருந்தன. ஒவ்வொரு குழுவிற்கும் சில குறிப்பிட்ட இடங்கள் ஒதுக்கப்பட்டிருந்தன.

வீரப்பன் மற்றும் அவரது கூட்டாளிகள் குறித்த தகவல்களை திரட்டுவதற்கான இடங்கள் ஒதுக்கப்பட்டன. உளவு வேலைக்காக எனக்கு திம்பம், ஹசனூர், தெங்குமரஹடா, ஊட்டி, பர்கூர் ஆகிய தமிழ்நாட்டு இடங்களும் கர்நாடகாவிலுள்ள ஒகனேக்கல் மற்றும் கோபிநத்தம் ஆகிய இடங்கள் ஒதுக்கப்பட்டன. அவர்களைத் தேடுவதற்கென்று எந்த தனிப்பட்ட இடமும் குறிப்பிட்டு சொல்லப்படவில்லை. கிடைக்கின்ற தகவல்களின் அடிப்படையிலான இடங்களில் நாங்கள் தேடுவதற்கு உத்திரவிடப்பட்டோம். காட்டிலும், கிராமங்களிலும் எங்களுக்கு சம்பளத்திற்கு உளவு சொல்பவர்கள் இருந்தார்கள். சந்தேகத்தின் பேரில் சிலர் வீரப்பனால் கொல்லப்பட்டார்கள். சிலர் சிறப்பு அதிரடிப்படையினருக்கு எதிராகவும் செயல்பட்டிருக்கலாம். காட்டுப் பொருள்களை எடுப்பதற்காக காட்டில் வாழும் வழக்கத்தை கொண்ட மக்களும் எங்களுக்கு உளவு பார்ப்பவர்களாக செயல்பட்டு வந்தார்கள்.

தட்டகரையில் எந்த போலீஸ் முகாமையும் பார்த்ததாக எனக்கு நினைவில்லை. ஹசனூரிலும் போலீஸ் முகாம் இல்லை. காவல்நிலையம் உள்ளது. திம்பத்தில் போலீஸ் முகாம் உள்ளது. அரசு விருந்தினர் மாளிகையில் ஓய்வு எடுக்கச் செல்வதுண்டு. அதனால் அது போலீஸ் முகாம் என்று அழைக்கப்படுகிறது. நல்லூரையும் நாலுரோடையும் நான் பார்த்திருக்கிறேன். நாலுரோட்டில் ஒரு போலீஸ் முகாமுள்ளது. இன்ஸ்பெக்டர் நாகராஜ் அங்கிருப்பது வழக்கம். அந்த முகாமிற்கு எந்த அதிகாரியும் பொறுப்பேற்றிருக்கவில்லை. ஒரு வயர்லெஸ் கருவி அங்கு பொருத்தப்பட்டிருந்தது. போலீசாருக்கு தேவையான துப்பாக்கிகளும், குண்டுகளும் அங்கு வைக்கப்பட்டிருந்தன. துப்பாக்கிகளையும் வெடிகுண்டுகளையும் பார்த்துக் கொள்வதற்காக அந்தப்பகுதி முதன்மை அதிகாரி முகாமில் தங்கியிருந்தார். தீயால் நல்லூரிலுள்ள வீடுகள் எல்லாம் எரிந்தது என்ற சம்பவம் பற்றி எனக்குத் தெரியாது.

சிறப்பு அதிரடிப்படையில் இருந்தபொழுது மேட்டூரில் ராபர்ட், திம்மரய்யா, தேவர்மலையிலுள்ள

பாபாசெட்டிடோடியிலிருந்து கேளடி ஆகிய மூன்று பேரைத்தான் கைது செய்துள்ளேன். அவர்களை எம்.எம்.மலையில் விசாரணை அதிகாரி முசலே முன் ஆஜர்படுத்தினேன். அந்த இடங்களுக்கெல்லாம் நான் ஜீப்பில் சென்றேன். மேற்சொன்ன ஆட்களை கைது செய்தபோது கலப்பா, பொன்னப்பா, திலிப் ஆகியவர்கள் அடங்கிய சிறப்பு அதிரடிப்படையின் குழுவும் என்னுடன் வந்திருந்தது.

கைது செய்வதற்கான ஆணையை நான் வைத்திருந்தேன்.

எம்.எம்.மலை. போலீஸ் குற்றவியல் எண் 9/1993-ன் அடிப்படையில் ராபர்ட்டையும் திம்மரய்யாவையும் குற்றவியல் எண்கள் 70/1992, 9/1993-ன்படி கேளடியையும் கைது செய்தேன். அவர்களை அழைத்துச் செல்லும் பொழுது வீரப்பனுடன் அவர்களது தொடர்பு பற்றியும் அவர்கள் மேலுள்ள குற்றங்கள் பற்றியும் கேள்விகளை கேட்டேன். தொடர்பை ஒத்துக் கொண்டனர். அந்த உண்மையை விசாரணை அதிகாரியிடம் நான் தெரியப்படுத்தினேன். 1993ல் இந்தியா டுடே பத்திரிக்கையில் கேளடியின் மகன் நின்றிருந்த போட்டோ வெளியானது பற்றி கேள்வி கேட்டேன். வீரப்பன், அய்யன்துரை, மாரப்பா மற்றும் சேத்துக்குழி கோவிந்தன் தவிர வீரப்பனுடன் தொடர்புள்ள ஆட்களை பற்றி தகவல்கள் தெரியாது. அந்த போட்டோக்களை வைத்துக் கொண்டு கிராமம் கிராமமாக சென்று போட்டோக்களில் இருப்பது யார் யார் என்று விசாரணை செய்தோம். அந்த போட்டோவிலிருந்த ஒரு சிறுவன் கே?டியின் மகன் என்று தெரிந்து கொண்டேன். அவன் பெயர் முருகாவாக இருக்கலாம் எனக்கு நினைவில்லை.

நான் கேளடியிடம் போட்டோவை காண்பித்தபோது தனக்கு வீரப்பனுடன் இருக்கும் தொடர்பை அவர் ஒத்துக் கொண்டார். நான் அவர்களை விசாரணை அதிகாரியின் முன்னால் தெரியப்படுத்த வேண்டிய அவசியமில்லை என்று நினைத்ததால் அவர்களை கைது செய்த இடத்தின் எல்லைக்குட்டபட்ட போலீஸ் நிலையத்தில் அதை தெரியப்படுத்தவில்லை.

குற்றச்சாட்டுகள் அனைத்தும் பொய்யென்று மறுக்கின்றேன். அவர்களின் சாட்சியத்தில் சொன்னபடி அவர்களை எம்.எம்.மலை போலீஸ் நிலைய பட்டறையிலும் மற்ற போலீஸ் நிலையத்திலும் வைத்து கண்மூடித்தனமாக கொடுமைப்படுத்தியதாகவும் அதாவது

பாலின வேறுபாடு இன்றி அவர்களின் பிறப்புறுப்பு உட்பட உடலின் எல்லா பகுதிகளிலும் கரண்ட்ஷாக் கொடுத்ததாகவும் அவர்களின் கைகளை முறுக்கி பின்னால் கட்டி பட்டறையின் முகட்டில் கட்டி தொங்கவிட்டு லத்தியாலும் தடியாலும் கண்முடித்தனமாக அடித்ததாகவும் கூறுவது உண்மையல்ல. தடா நீதிமன்றத்தில் விசாரணைக்கு ஆஜராகவுமில்லை. நீதிமன்றத்தில் தடா வழக்குகள் விசாரணைக்கு வந்தபொழுது நான் கலந்து கொண்டதுமில்லை. சித்ரவதையினால் பாதிக்கப்பட்டவர்கள் என்று கூறப்படும் இவர்களது சாட்சியம் என்பது என்னை பொறுத்தவரை பொய்யானது. மனித உரிமை, மனித உரிமை மீறல் என்ற பெயரில் சிலர் இவர்களை இழப்பீடு பெறச்செய்யும் நோக்கிலும், சுயலாபத்திற்கும் தவறுதலாக யோசனை வழங்குகின்றனர். எனது நேர்மையான பணியின் காரணமாகவும் வீரப்பனின் நடவடிக்கைகளை கட்டுப்படுத்தியதன் காரணமாகவும் எனது பெயரை அவர்கள் சேர்த்துள்ளனர். 1990ஆம் ஆண்டிலிருந்து நான் சிறப்பு அதிரடிப்படையில் என்னை இணைத்துக் கொண்டிருப்பதால் பெரும்பாலோருக்கு என் பெயர் தெரிந்திருக்க வாய்ப்பிருக்கின்றது.

குறிப்பு;

(இன்ஸ்பெக்டர் அசோக்குமார் தன் பெயர் இந்த வழக்குகளில் தேவையில்லாமல் சேர்க்கப்பட்டிருப்பதாக அவராகவே கூறிக் கொள்கிறார். அவருக்கும் குடும்பம், மனைவி மற்றும் சகோதரிகள் உள்ளனர் என்றும் அவரால் இத்தகைய கொடுமையான செயல்களை நினைத்துக்கூட பார்க்க முடியவில்லை என்றும் கூறினார். இவர் செய்த அனைத்துக் கொடூர செயல்கள் இப்புத்தகத்தின் முன் பகுதிகளில் பல வகைகளில் பாதிக்கப் பட்டவர்களால் வாக்குமூலமாகக் கொடுக்கப்பட்டுள்ளது. நல்ல நடிப்பு வித்தைக்கும் சாதுர்யப் பேச்சுக்கும் தப்பித்தல்வாதத்துக்கும் சொந்தக்காரர் இவர்.)

பி.டி.மண்டப்பா

"எம்.எம்.மலையில் எந்த ஒரு போலீஸ் முகாமும் இல்லை"

இரண்டு பாராவுக்குப் பின்!

"இந்த முகாம் அதிகாரிகளால் சந்தேகத்திற்குரிவர்கள்

கைது செய்யப்படும் பொழுது அவர்கள் எம்.எம்.மலை போலீஸ் நிலையத்திற்கோ, ராமபுரா போலீஸ் நிலையத்திற்கோ அனுப்பப்படுவர். அந்த முகாம்களில் யாரும் வைக்கப்பட்டு நான் பார்த்ததில்லை"
"உள்ளே இவர் சொன்னதையே மாற்றி மாற்றி"

பி.டி.மண்டப்பா
கன்னூர் எல்லை காவல்துறை துணை கண்காணிப்பாளர். D.S.P.

வீரப்பனையும் அவரது கும்பலையும் பிடிப்பதற்காக எனது வழக்கமான போலீஸ் இன்ஸ்பெக்டர் வேலையுடன் சிறப்பு அதிரடிப்படையிலும் வேலை செய்ய நியமிக்கப்பட்டிருந்தேன். வீரப்பனையும் அவரது கும்பலை பற்றியும் தகவல்களை சேகரிக்க நானும் கன்னூர் இன்ஸ்பெக்டர் வெங்கடசுவாமியும் உளவுப்பிரிவில் நியமிக்கப்பட்டு சிறப்பு அதிரடிப்படை வேலையை செய்து கொண்டிருந்தோம். எங்களுடைய பணியாட்களுடன் தனியாக எங்களுடைய ஜீப்பில் சென்றாலும் இருவரும் சேர்ந்துதான் தகவல் சேகரிப்போம்.

தகவல்கள் சேகரிக்க எங்களுக்கு சில குறிப்பிட்ட இடங்களுக்கு மட்டும் தான் செல்ல வேண்டும் என்று எல்லை வகுக்கவில்லை. சி.பி.ஐ.யின் எல்லைக்குள் கொள்ளேகால் தாலுகா முழுவதும் இருந்திருந்தாலும் நாங்களும் பார்வையிடுவது வழக்கம். கர்நாடக எல்லையிலுள்ள சில தமிழ் நாட்டின் ஊர்களையும் நாங்கள் பார்வையிட்டுள்ளோம். சத்தியமங்கலம், பவானி, ஈரோடு, ஒக்கனேக்கல், திருப்பூர் மற்றும் கேரளாவில் உள்ள வயநாடு மாவட்டத்திலுள்ள சில இடங்களுக்கும் போயுள்ளோம். வீரப்பனையும் அவரது கூட்டாளிகளையும் பிடிப்பதாக தமிழ்நாடு சிறப்பு அதிரடி படையினரும் நடவடிக்கை எடுத்து வந்தனர். அவர்களின் நடவடிக்கை பற்றிய தகவல்கள் கிடைக்கும். நாங்கள் தமிழ்நாட்டிலுள்ள சில இடங்களுக்கு செல்வது போல் அவர்களும் கர்நாடக மாநிலத்திலுள்ள இடங்களுக்கும் செல்வர். சிறப்பு அதிரடிப்படையினருடன் எல்லை பாதுகாப்பு படையின் சேவையும் கோரப்பட்டது.

தடா சட்டத்தின் கீழ் மொத்தம் எத்தனை பேர் கைது செய்யப்பட்டு சிறையில் அடைக்கப்பட்டனர் என்று என்னால் சொல்ல முடியவில்லை. 127 பேர் குற்றம் சுமத்தப்பட்டு சிறையில் வைக்கப்பட்டிருக்கலாம். சிலர் ஜாமீனில் விடுதலை

செய்யப்பட்டுள்ளனர். விசாரணையின் போது மூன்று பேர் இறந்துவிட்டனர். மற்றவர்கள் விசாரணை முடியும் வரை தொடர்ந்து அடைக்கப்பட்டு இருந்தனர். அவர்கள் 1992-93ல் நடந்த குற்றச்செயல்களான ராமபுரா போலீஸ் நிலைய தாக்குதல், மீன்யத்திற்கு அருகில் ஹரிகிருஷ்ணா, ஷகில் அஹமது ஆகியோரின் கொலைகள், ரங்கசாமி வொட்டுக்கருகில் கோபால ஹோசூரின் படைமீது நடந்த தாக்குதல், பாலாறு ஆற்று படுகையில் கண்ணி வெடி வெடிக்கச் செய்தல் ஆகிய குற்றங்களில் குற்றம் சாட்டப்பட்டு கைது செய்யப்பட்டவர்கள். வீரப்பனுக்கும் அவரது கூட்டாளிகளுக்கும் தேவையான பொருட்களை அளித்தல், சிறப்பு அதிரடிப்படையினரின் நடவடிக்கைகள் குறித்து வீரப்பனுக்கும் அவரது கும்பலுக்கும் தகவல் கொடுத்தல், சிறப்பு அதிரடிப்படையினருக்கு உளவு சொல்பவர்கள் போல் இருந்து உண்மையில் வீரப்பனுக்கு உளவு வேலை செய்பவராக இருத்தல் ஆகியவற்றிற்காகவும் கைது செய்யப்பட்டவர்கள். மீன்யத்திற்கருகில் போலீஸ் அதிகாரி ஹரிகிருஷ்ணா, சப் இன்ஸ்பெக்டர் ஷகில் அஹமது, ஐந்து போலீஸ் கான்ஸ்டபிள்கள் மற்றும் பொது மக்களில் ஒருவர் உட்பட வீரப்பன் தாக்குதலில் இறந்தபோது காயம் அடைந்தவர்களில் நானும் ஒருவன். ஒரு மாதத்திற்கு நோய்வாய்ப்பட்டு இருந்தேன். இன்னமும் என் உடம்பில் ஒரு சிறிய குண்டு பதிந்துள்ளது. திருப்பூரில் எம்.எம்.மலை போலீஸ் நிலைய குற்றவியல் எண் 12/93ன் கீழ் அஞ்சபாளையத்தின் பழனியம்மாவை கைது செய்தேன். அவரை கைது செய்த பொழுது இன்ஸ்பெக்டர் வெங்கடசுவாமியும் மற்றும் எனக்கு கீழ் பணிபுரியும் பணியாட்களும் இருந்தனர். அன்று காலை பத்துமணிக்கு அவர்களை திருப்பூரில் கைது செய்து கைதிகளை தேடுதல் பதிவேட்டில் எழுதி அன்று இரவு எட்டு மணிக்கு விசாரணை அதிகாரி முசலேயிடம் ஆஜர்படுத்தினோம்.

திருப்பூர் காவல் நிலையத்தில் பழனியம்மா, பெருமாள் ஆகியோரின் கைது பதிவேட்டை நான் பெறவில்லை. அவர்களின் கைது வெளியானால் மேலும் தகவல் சேகரிப்பதற்கு தடையாகி விடும் என்பதற்காக கைதானதற்கான உண்மையான காரணத்தை நான் கூறவில்லை. திருப்பூரிலிருந்து எம்.எம்,மலைக்கு போய்க்கொண்டிருக்கும் போது அவர்களிடம் வீரப்பன் நடவடிக்கைகள் குறித்து விசாரணை நடத்தினோம். தெளிவில்லாத சில தகவல்களை அவர்கள் எங்களுக்கு சொன்ன தகவல்கள்

பயனற்றதாக இருந்ததால் அதைக் கொண்டு எந்த செயலையும் நாங்கள் தொடரவில்லை.

சில குறிப்பிட்ட வழக்குகளில் விசாரனை அதிகாரி மற்றும் தலைவரின் ஆலோசனை மற்றும் தேவைக்கேற்ப செயல்படுவோம். கைது செய்யப்படும் நபரின் பெயர், அவர் எந்த வழக்கிற்காக கைது செய்யப்படுகிறார். எந்த அதிகாரி கைது செய்ய வேண்டும் ஆகியவை மட்டும் எழுத்து பூர்வமாக தலைவர் மூலமாக எங்களுக்கு கொடுக்கப்படும். மற்றவையெல்லாம் வாய்மொழியாக சொல்லப்படும். கொள்ளேகால் தாலுகாவில் மீன்யம், ஊக்கியம், நல்லூர், பாலாறு, கோபிநத்தம் ஹரிபால்யம் ஆகிய இடங்களில் சிறப்பு அதிரடிப்படையினரின் முகாம் உள்ளது. ஒவ்வொரு முகாமிலும் ஒரு இன்ஸ்பெக்டர் அல்லது ஒரு சப் இன்ஸ்பெக்டர் உட்பட 20 போலீசார்கள் இருப்பர்.

முகாமின் ஆட்களின் எண்ணிக்கை நிலையானது அல்ல. தேவைக்கேற்ப கூடவும் குறையவும் இருப்பர். மீன்யம் மற்றும் ஊகியத்தில் பி.எஸ்.எப் முகாமிட்டிருந்தனர். மீன்யத்தில் பி.எஸ்.எப். திறந்த வெளியில் கூடாரம் அமைத்து தங்கியிருந்தனர். ஆனால் ஊக்கியத்தில் அவர்கள் காலி செய்யும் வரை நீர்ப்பாசனத் துறையினருக்கு சொந்தமான கட்டிடத்தை உபயோகித்து வந்தனர்.

நல்லூரிலிருந்து பத்து கி.மீ தூரத்தில் நாலுரோட்டில் ஒரு முகாம் இருந்தது. நல்லூரில் பள்ளிகூடத்தின் விளையாட்டு மைதானத்தில் கூடாரம் போடப்பட்டு இருந்தது. நாலுரோட்டில் சிறப்பு அதிரடிப்படையினரின் தேவைக்காக வனக்காவல்துறை அலுவலகத்திற்கு முன்பாக கூடாரம் அமைக்கப்பட்டிருந்தது. கோபிநத்தம் தவிர மற்ற இடங்களில் சிறப்பு அதிரடிப் படையினருக்கு நாங்கள் கூடாரம் அமைத்திருந்தோம். கோபிநத்தத்தில் ஒரு பள்ளிக்கூடத்தின் கட்டிடங்கள் அவர்கள் தங்குவதற்காக உபயோகிக்கப்பட்டன. சிறப்பு அதிரடிப்படையினர் இரவு நேரங்களில் தாழ்வாரத்தில் படுத்துக் கொண்டும் திறந்தவெளி கூடாரங்களில் சமையல் செய்து கொண்டும் இருந்தனர். எம்.எம்.மலையில் எந்த ஒரு போலீஸ் முகாமும் இல்லை. சில ரிசர்வ் போலீஸ் படையினர் அங்கு தங்க வைக்கப்பட்டு அவசர காலங்களில் அவர்கள் வெவ்வேறு இடங்களுக்கு நியமிக்கப்பட்டனர்.

கர்நாடக மாநில ரிசர்வ் போலீஸ் கான்ஸ்டபிள்களும் முகாமின் ஒரு பகுதியாக இருப்பர். அவர்கள் அனைவருக்கும்

சமைக்கத் தெரியும். ஒவ்வொரு கர்நாடக மாநில ரிசர்வ் போலீஸ் படைக்கும் குறிப்பாக ஒரு சமையல்காரர் நியமிக்கப்பட்டிருப்பார். அவர் "எர்ப்பர்ஜங்ழ் என்று அழைக்கப்படுவார். பி.எஸ்.எப். அவர்களுக்கென்று தனியாக சமையல் ஆள் நியமித்திருப்பர். இந்த முகாம் அதிகாரிகளால் சந்தேகத்திற்குரிவர்கள் கைது செய்யப்படும் பொழுது அவர்கள் எம்.எம்.மலை போலீஸ் நிலையத்திற்கோ, ராமபுரா போலீஸ் நிலையத்திற்கோ அனுப்பப்படுவர். அந்த முகாம்களில் யாரும் வைக்கப்பட்டு நான் பார்த்ததில்லை.

கொள்ளேகால் தாலுகாவில் ஐந்து போலீஸ் நிலையங்கள் உள்ளன. உடையார்பாளையத்தில் ஒரு புறக்காவல் நிலையம் உள்ளது. இரண்டு போலீஸ் நிலையம் கொள்ளேகால் நகரத்திலும் மற்றொன்று கொள்ளேகாலின் கிராம பகுதியில் உள்ளது. மற்ற மூன்றும் ராமபுரா, கன்னூர் மற்றும் எம்.எம். மலையிலும் உள்ளது. எம்.எம்.மலை கோயிலின் சத்திரத்தை சிறப்பு அதிரடிப்படை அவர்களின் உபயோகத்திற்காக எடுத்துக் கொண்டனர். கோயில் இடத்திலிருந்து அது ஒரு பர்லாங்கு தூரத்தில் உள்ளது. அந்த கட்டிடத்தை நான் பார்த்திருக்கிறேன். இப்பொழுது என் முன்னால் காண்பிக்கப்படும் அக்கட்டிடத்தின் வரைபடத்தையும் பார்க்கிறேன். ஊஷ்-ட-9 அதேபோலதான் வரையப்பட்டுள்ளது வெவ்வேறு பகுதிகளாக கட்டப்பட்டுள்ள முழு கட்டிடத்தினையும் ஒரு வரைபடத்தில் கொண்டு வந்துள்ளனர். எனக்கு தெரித்தவரை சிவப்புகலரில் குறிப்பிட்டுள்ள பகுதி சிறப்பு அதிரடிப்படை வசம் இருந்த பகுதி அதை சிறப்பு: அதிரடிப்படையினர் அவர்களுக்கு தேவையான பொருட்களை வைக்கும் அறையாக பயன்படுத்தினர். அந்தக் கட்டிடத்திற்குள் நான் போயுள்ளேன். அந்த இடத்தில் கழிப்பறை, குளியல் அறை மற்றும் சமையல் அறைகளும் உள்ளன. நுழைவாயில் மற்றும் மேலே சொன்ன பொருட்கள் குறிப்பிட்ட இடத்தில் இருக்கின்றனவா என்று எனக்குத் தெரியாது. பாட்டரி மூலமாக மின்சாரம் உற்பத்தி செய்யப்படும் என்று எனக்கு தெரியும் அவ்வாறு உற்பத்தி செய்யப்படும் மின்சாரத்தை எவர் மீது பாய்ச்சப்பட்டாலும் அது அதிர்ச்சியையும் வலியையும் ஏற்படுத்தும் என்பது உண்மை. ஊஷ். ல் - 9 இல் குறிப்பிட்டுள்ள இடம் கைது செய்து எம்.எம்.மலைக்கு கொண்டு வரப்பட்ட ஆட்களிடம் இருந்து தகவல்களை பெற விதவிதமான

சித்திரவதைகள் செய்ய பயன்படுத்தப்பட்ட பட்டறையாகும் என்பது முழுவதும் பொய்யானது.

மேலும் சாட்சியங்களில் தகவல்களை பெற கைது செய்யப்பட்ட ஆட்களின் உடலிலுள்ள அனைத்து உறுப்புகளிலும் பிறப்புறுப்பு உட்பட மின்சாரத்தை சிறப்பு அதிரடிப்படையினர் பாய்ச்சினர் என்பதும் அதனால் வலிகளும், காயங்களும் ஏற்படுத்தி தகவல்கள் பெறுதல், அவர்களின் கண்கள் கட்டப்பட்டு அவர்களின் கைகளை முதுகுக்கு பின்னால் கட்டி, கட்டிடத்தின் முகட்டில் கட்டி தொங்கவிட்டு, லத்தியை கொண்டு மிருகத்தனமாக அடித்தனர் என்பது பொய், உண்மையல்ல.

மாதம்மா, முனிசுவாமி, பெருமை, அம்மாசி, குருநாதன், திரு. கோபால் சாட்சியங்களையும் படித்தேன். என் மீதும் என்னுடன் வேலை செய்யும் மற்ற அதிகாரிகள் மீதும் அவர்கள் குற்றம் சுமத்தியிருப்பது உண்மையல்ல. கட்டுகதையாகும். அவர்களின் வாக்குமூலத்தில் எந்த உண்மையும் இல்லை.

எனக்கு தெரிந்த அய்யன்துரை என்பவரின் மகன் சண்முகம் என்ற ஒருவர் எம்.எம். மலை போலீஸ் நிலையத்திற்குட்பட்ட பகுதியிலுள்ள நநாமதளி காட்டில் 1992ஆம் வருடம் ஜீன் 27,28 தேதிகளுக்கு இடைப்பட்ட ராத்திரியில் போலீசாருடனான சண்டையில் கொல்லப்பட்டார். அந்த சண்டையில் கலந்து கொண்ட அதிகாரிகளில் நானும் ஒருவன். காட்டை சுற்றியுள்ள இடங்களில் வீரப்பன் கும்பலின் நடமாட்டம் உள்ளது என்று மைசூரின் போலீஸ் மேலதிகாரி ஹரிகிருஷ்ணாவிற்கு தகவல் கிடைக்கப்பெற்றவுடன் இன்ஸ்பெக்டர் வெங்கடசுவாமி, சப் இன்ஸ்பெக்டர் ஷகில் அஹமது மற்றும் பத்துப் பன்னிரெண்டு போலீசாருடன் ஹரிகிருஷ்ணன் அங்கு சென்றார். நானும் உடனிருந்தேன். காட்டில் தேடுதல் வேட்டையில் இருந்த இரவில் எங்களை ஒரு யானை கூட்டம் கடந்து சென்ற போது அதிலிருந்து தப்பித்துக் கொண்டோம். அந்த நேரத்தில் தூரத்தில் தீவர்த்தியின் ஒளி தெரிவதை கண்டோம். நாங்களும் பதிலுக்கு தீவர்த்தி செய்தோம். உடனே எதிர் பக்கத்தில் துப்பாக்கியால் சுட ஆரம்பித்தனர். நாங்கள் அதிர்ஷ்டவசமாக மரத்திற்கு பின்னால் சென்று நின்று கொண்டு தப்பித்தோம். நாங்களும் பதிலுக்கு சுட்டோம். சிறிது நேரம் கழித்து யாரோ ஒருவர் வலியால் புலம்பும் சத்தத்தை கேட்டோம். எங்கள் தேடலில் துப்பாக்கியால் சுடப்பட்ட காயங்களுடன் ஒருவர் கீழே கிடப்பதை கண்டோம்.

அவர் தண்ணீர் வேண்டும் என்றார். அவருக்கு தண்ணீர் கொடுத்து விட்டு விசாரித்ததில் அவர் பெயர் வெங்கடாசலா என்று தெரிந்துகொண்டோம்.

நாங்கள் குண்டடிபட்ட மூன்று நபர்களை சந்தித்தோம். அவர்கள் அனைவரையும் எம்.எம்.மலை மருத்துவமனைக்கு அழைத்துச் சென்றோம். சிகிச்சைக்கு பிறகு அவர்கள் அனைவரும் இறந்துவிட்டதாக மருத்துவர் கூறினார். மைசூரின் துணை மண்டல துணை ஆணையரின் விசாரணைக்கு பிறகு உடல்களை நாங்கள் அடையாளம் கண்டதில் அவர்கள் கன்னூரை சேர்ந்த சம்பங்கி ராமய்யாவின் மகன் ராமமூர்த்தி, குழந்தை, தங்கவேலு, சண்முகம் என்று தெரிந்துகொண்டோம் பணத்திற்காக ராமமூர்த்தி வீரப்பனால் கடத்தப்பட்டு அவனிடம் இருந்தபோது வீரப்பனுக்கும் அவனது கும்பலுக்கும் மேலே சொல்லப்பட்டவர்கள் துணையாக இருந்ததை பார்த்ததாக கூறினார்.

மாதம்மா சாட்சியத்தின்படி 1992ல் அவர் தனது மகன் சண்முகத்தை என்னிடம் கூட்டி வந்ததாகவும் நான் அவரை கைது செய்தேன் என்பதும் உண்மையல்ல. கட்டுக்கதையாகும். அவரின் சாட்சியத்தில் அதற்குபிறகு எனது மகனை பற்றி ஒன்றும் கேள்விப்படவில்லை. ஆனால் இரண்டு மாதத்திற்கு பிறகு போலீசார் என் மகனின் உடல் மற்றும் அதனுடன் சேர்த்து மேலும் 3 பேரின் உடல்களையும் அவர்களின் வேனில் கொண்டு வந்து நெடுஞ்சாலையில் எரிந்து விட்டு சென்றனர் என்பதும் பொய். 1992 ஜூன் 27. 28 தேதிக்கு இடைப்பட்ட இரவில் நடந்த போலீசாரின் சண்டையில் கொல்லப்பட்ட ஆட்களின் உடல்கள் பிரேதப் பரிசோதனை மற்றும் விசாரணைக்கு பிறகு இறந்தவர்களின் நெருங்கிய உறவினர்களிடம் உடலை கொடுத்து விட்டு ஒப்புதலைப் பெற்றுக்கொண்டு வந்தோம். சண்முகத்தின் உடல் அவரின் தகப்பனார் அய்யன்துரையிடம் ஒப்படைக்கப்பட்டது.

(இறந்தவர்க்கான உறவினர்களிடமிருந்து பெற்ற நான்கு ஒப்புதல் கடிதத்தையும் காண்பித்தார். அவை கவனத்துடன் பரிசீலனை செய்யப்பட்டது. ஒவ்வொரு ஒப்பந்தத்திலும் யாரிடம் ஒப்படைக்கப்பட்டதோ அவர்களில் சிலர் தங்களின் கை நாட்டை வைத்திருந்தனர். அது சரி பார்த்த பின் சாட்சியிடம் திருப்பிக் கொடுக்கப்பட்டது. போலீஸ் நினைத்தால்?)

முனியசுவாமி சாட்சியத்தில் அவரையும் அவரது உறவினர்களையும் எம்.எம்.மலை காவல் நிலையத்திற்கு கூட்டிச் சென்று சித்திரவதை செய்யப்பட்டதாகவும் நாலைந்து நாட்களுக்குப் பிறகு அவரை வீட்டிற்கு அனுப்பியபோது நானும் வெங்கடசுவாமியும் அவரை இங்கிருந்து நேராக நல்லூருக்கு போகமுடியாது என்றும் தமிழ்நாட்டில் எங்கேயாவது போய்விடுமாறு சொன்னதாக சொல்வது உண்மையல்ல. எனக்கு முனியசாமியை தெரியும் சில காலம் அவர் தலைமறைவாக இருந்தார். அவர் வேறு சில அதிகாரிகளால் கைது செய்யப்பட்டிருக்கலாம். அவர் சொல்லும் நாளில் எம்.எம்.மலையில் நான் பார்க்கவில்லை. அவர் அங்கு இல்லாததால் எனக்கு அவரை பார்க்கும் சந்தர்ப்பம் கிடைக்கவில்லை. முனிசுவாமி சாட்சியத்தில், எங்களுடைய அறிவுரையின்படி தமிழ்நாட்டிலுள்ள கோமராயனூர் என்ற ஊரில் சில நாட்கள் இருந்து விட்டு அவரது ஊருக்கு திரும்பிய போது அவரது மனைவியையும் போலீசார் பிடித்துக் கொண்டு சென்றுவிட்டதாக கேள்விப்பட்டு அவர் தன்னுடைய தகப்பனார் மற்றும் பொன்னுசுவாமி, கணேஷன் என்பவர்களுடன் கொள்ளேகாலில் என்னைப் பார்த்து அவர் மிகுந்த கஷ்டங்களை அனுபவித்துள்ளார் என்று கூறியதாகவும் அதற்கு நான் என்னால் ஒன்றும் செய்யமுடியாது என்று வெங்கடசுவாமியை பார்க்கும்படி சொன்னதாகவும் சொல்வதும் பொய், உண்மையல்ல.

பெருமாள் சாட்சியத்தில் 2002ம் ஆண்டு பிப்ரவரி மாதத்திலிருந்து ஒன்பது வருடங்களுக்கு முன்னால் நான் அவரின் வீட்டிற்கு சென்று ஒரு விசாரணைக்காக அவரின் மகன் தங்கவேலுவை கூட்டி சென்றதாகவும் விசாரணை முடிந்தவுடன் அவரை திருப்பி அனுப்பிவிடுவேன் என்று உறுதி மொழியுடன் அழைத்து சென்றேன்; ஆனால் நான் திருப்பி அனுப்பவில்லை. அதற்கு பதிலாக இரண்டு மாதம் கழித்து அவரது உடலை வேறு மூன்று ஆட்களின் உடலோடு சேர்த்து வீதியில் வீசி எரிந்து விட்டு சென்றதாகவும் கூறுவது பொய்;கட்டுக்கதை. பெருமாள் குற்றம் சாட்டுவது போல் எந்த ஒரு சமயத்திலும் நான் தங்கவேலுவை கைது செய்யவில்லை. அவரது வீட்டிலிருந்து கூட்டி செல்லவும் இல்லை. உண்மையில் தங்கவேலுவின் உடலை பிரேத பரிசோதனை மற்றும் விசாரணைக்கு பிறகு ஒப்புதல் பெற்றுக் கொண்டு கொடுக்கப்பட்டது. (ஒப்புதல் நகல் பதிவு ஏட்டில்

உள்ளது. சண்முகத்துடையது போல இதுவும் குழுவால் கவனத்துடன் பார்க்கப்பட்டது.)

அம்மாசி சாட்சியத்தில் அவர் தன் மகன் குழந்தை இறந்து ஆறு மாதங்களுக்குப் பிறகு நான் ரமன்னாவுடன் அவரது வீட்டிற்கு சென்று அவரது மகன் அய்யன்துரையை விசாரணைக்குப்பின் திருப்பி அனுப்பிவிடுவேன் என்ற உத்திரவாதத்துடன் கூட்டிச் சென்றதாகவும், திரும்ப அனுப்பவில்லை, அவன் இப்போது எங்கு இருக்கிறான் என்று தெரியாது என்பதும் பொய். எந்த சம்யத்திலும் நான் நல்லூரில் தங்கியதில்லை என்னுடைய தலைமையகம் கொள்ளேகாலில்தான் தங்குவேன்.

குருநாதன் மற்றும் கோபால் சாட்சியத்தில் எங்களால் அவர்கள் கைது செய்யப்பட்டு காவல் நிலையத்தில் ஆறு மாதத்திற்கு வெவ்வேறு விதமான சித்திரவதைகளை செய்ததாக கூறுவது உண்மையல்ல. கட்டுக்கதையாகும். கோபாலின் சாட்சியத்தில், வீரப்பன் மற்றும் அவரது கூட்டாளிகள் பற்றி தெரிந்து கொள்வதற்காக விசாரணைக்கு அங்கு அழைத்து வரப்படும் ஆட்களுக்கு பட்டறையில் ஒன்றரை வருடங்கள் தங்க வைக்கப்பட்டு சமைத்து போட்டதாக கூறுவதும் உண்மையல்ல பொய்.

என் நடவடிக்கைகள் சம்பந்தமான நாட்குறிப்பை நான் எழுதிவந்தேன். போலீஸ் தலைமை அதிகாரியின் அலுவலகத்தில் அது இருக்கலாம். பழனியம்மாள், பெருமாள் கைதானது பற்றி குறித்து வைத்திருக்கிறேனா என்று ஞாபகமில்லை. விசாரணை அதிகாரியால் பராமரிக்கப்பட்டு வரும் வழக்கு குறிப்பேட்டில் பார்த்து குழுவிடம் கைதான தேதியை கூறினேன். விசாரணையின் போது அங்கு ஆஜராகியிருந்தேன். அவர் என்னுடைய வாக்குமூலத்தை பதிவு செய்யவில்லை. போலீசாருடன் நடந்த சண்டையில் கொல்லப்பட்ட நபரின் பெற்றோர் அங்கு ஆஜராகவில்லை. அவர்களை குறுக்கு விசாரணை செய்யவில்லை. இரண்டு சாட்சியங்களைதான் விசாரணை செய்தார்கள். போலீசாருடன் நடந்த சண்டையில் கொல்லப்பட்ட குழந்தையின் உறவினர் ஒருவர்.அஜ்ஜிபுரம் கிராமத்தைச் சேர்ந்த சின்னபையா என்பவர் மகன் மது.

(நல்லூர் கிராமத்தில் சிறப்பு அதிரடிப்படையின் முகாம் இல்லை. நல்லூர் பள்ளி கூட விளையாட்டு மைதானத்திலிருந்து

எடுக்கப்பட்டு வேறு எங்கும் முகாம் மாற்றி அமைக்கப்படவில்லை. தொடக்கத்திலிருந்தே அந்த மைதானத்தில்தான் இருக்கிறது. போலீசாருடன் நடந்த சண்டையில் கொல்லப்பட்ட நான்கு பேரின் உடல்களையும் நஷ்டஈடு வழங்கப்படும் என்று உறுதிமொழி அளித்தவுடன்தான் அவர்களின் உறவினர்கள் உடலைப் பெற்றுக் கொண்டு ஒப்புதல் கொடுத்ததாக சொல்வது) உண்மையல்ல.

நான் தடா வழக்கிற்கு சாட்சியம் கூறியுள்ளேன். தடா நீதிமன்றத்திலும் ஆஜராகியுள்ளேன். இந்த இடங்களில் வீரப்பன் மற்றும் அவரின் கூட்டாளிகள் ஏற்படுத்தும் தீவிரவாதத்தை அடக்குவதற்காக நானும் என்னுடன் வேலை பார்க்கும் மற்ற அதிகாரிகளும் முழுமூச்சுடன் வேலை செய்வதால்தான் எங்கள் மேல் சாட்சிகள் குற்றம் சுமத்துகின்றனர். இந்த இடங்களிலுள்ள பெரும்பாலோர் வீரப்பன் ஆதரவாளர்களாகவும் அவரிடமிருந்து நிறைய உதவிகளை பெற்றவர்களாகவும் உள்ளார்கள். இந்த பகுதிகளில் வீரப்பன் தன்னுடைய அதிகாரத்தை நிலைநாட்ட விரும்புகிறார். நாங்கள் அதனை முறியடித்ததால் அவரது ஆதரவாளர்களும் பயனாளிகளும் பாதிக்கப்பட்டதன் காரணமாக இத்தகைய குற்றச்சாட்டுகளை எங்களுக்கெதிராக சுமத்துகின்றார்கள்.

போலீசாரின் எந்த ஒரு கொலைக்கும் நான் சாட்சியில்லை

ஏ.ஆர்.சுரேஷ்.

ஹெட் கான்ஸ்டபிள்.

நான் சப் இன்ஸ்பெக்டர் டி.வி.நாராயணா என்பவரின் கீழ் பணியில் அமர்த்தப்பட்டேன். வீரப்பனையும் அவரது கும்பலின் நடவடிக்கைகளை பற்றிய தகவல்களை சேகரிப்பதுதான் என் வேலை. ஒடையர்பாளையம் போலீஸ் முகாமில்தான் நான் தங்கியிருப்பேன். தகவல் சேகரிக்கும் வேலையில் சிறப்பு காவல்படையின் ஒப்பந்தத்தில் இருந்தபோது பி.ஜி.பாளையம், பெயிலூர், அரத்தநாரிபுரம், ஜெர்மலம், கதரிபட்டி மற்றும் அதைச் சுற்றியுள்ள பகுதிகளுக்குச் சென்றுள்ளேன். கொளத்தூரை

ஒட்டியுள்ள பகுதிகளுக்குச் சென்றதில்லை. மாதம்மாள் என்பவர் யார் என்று எனக்குத் தெரியாது அவருடைய ஊருக்குப் போகும் சந்தர்ப்பமும் எழவில்லை. மாதம்மாளின் கணவரின் இறப்பு பற்றி எனக்கு எதுவும் தெரியாததால் அவரிடம் சொல்லவில்லை. போலீசாரின் எந்த ஒரு கொலைக்கும் நான் சாட்சியில்லை. எந்த ஒரு சந்தர்ப்பத்திலும் நான் எம்.எம். மலையில் தங்கியதுமில்லை. என்னுடைய அதிகாரியை பார்க்கச் சென்றால், அன்றே, திரும்பி வந்து விடுவேன். எம்.எம் மலையில் போலீசாரின் எந்த ஒரு செயல்களையும் நான் பார்த்ததில்லை. கோவிந்தபாடி என்ற ஊரைப்பற்றி நான் கேள்விப்பட்டதில்லை. கொளத்தூரைப் பற்றி கேள்விப்பட்டிருக்கிறேன். எம்.எம்.மலையிலிருந்து ரொம்ப தூரத்திலிருக்கிறது. மாதம்மாளிடம் அவரின் கணவரை போலீசார் கொன்று விட்டனர் என்று அவரிடம் நான் சொன்னேன் என்பது பொய். மேலும் அவரை நான் பாலியல் தொந்தரவு செய்ய முயற்சித்தேன் என்பதும் உண்மையல்ல.

> "எம்.எம்.ஹில்ஸில் சிறப்பு அதிரடிப்படைக்கு அலுவலகம் உள்ளது. எனக்கு பாட்டரியிலிருந்து மின்சாரத்தை உருவாக்கலாம் என்று தெரியும். இவ்வாறு பெறப்படும் மின்சாரத்தை அதனைப் பெறும் சக்தியுடைய பொருட்களில் செலுத்த முடியும் என்பதும் எனக்கு தெரியும். அவர்கள் குற்றமற்றவர்களாக இருந்து கைதுசெய்து ஒன்பது ஆண்டு சிறைத் தண்டனைக்கு உள்ளாக்கியதாலும் எங்களுக்கெதிராக சாட்சியம் அளித்திருக்கலாம்"

பி.வெங்கடசாமி
போலீஸ் இன்ஸ்பெக்டர். சித்ரதுர்க்கா.

மைசூர் மாவட்டத்தின் போலீஸ் உயர் அதிகாரி என்னுடைய வழக்கமான இன்ஸ்பெக்டர் வேலையுடன், நான் சிறப்பு அதிரடிப்படையினருடன் இணைந்து வீரப்பனையும் அவரது கும்பலையும் பிடிப்பதற்கான வேலையிலும் என்னை நியமித்துள்ளதாகக் கூறினர். அது எழுத்து பூர்வமாக இருந்தது. அதை நான் கொண்டுவரவில்லை. உளவு வேலையில் என்னை

நியமித்திருந்தனர். வீரப்பன் மற்றும் அவரது கூட்டாளிகள் குறித்த தகவல்களைச் சேகரிக்க பல இடங்களுக்கு நானும் மாடப்பாவும் செல்வோம். இந்த வேலைக்காக எங்களுக்கென்று எந்த ஒரு குறிப்பிட்ட எல்லையும் வகுத்துக்கொடுக்கப்படவில்லை. ஹன்னூர் மற்றும் கொள்ளேகால் பகுதிகளுக்கு ஆய்வாளராக இருந்ததன் காரணமாக இந்த இடங்கள் எங்களுக்குப் பழக்கப்பட்ட இடங்களாகும். அதனால் மனித தடமேயில்லாத அடர்ந்த காட்டுப் பகுதிக்குள் தேடுதல் பணிக்கு நாங்கள் நியமிக்கப்பட்டோம்.

கொள்ளேகால் தாலுகாவின் சில முக்கியமான இடங்களுக்கும் மேலும் தமிழ்நாடு, கேரளா மாநிலங்களின் சில இடங்களுக்கு நாங்கள் சென்று வருவோம். எங்களிடம் கொடுக்கப்பட்ட வேலை வாய்மொழியாக மட்டுமே இருக்கும். இந்த உளவு வேலையுடன் மற்ற சில வழக்குகளையும் விசாரணை செய்தேன். ராமபுரா காவல்நிலையத்தின் ஆய்வாளர் எம்.சி. மாரிசுவாமியும் சிறப்பு அதிரடிப்படையின் விசாரணை அதிகாரியாக இருந்தார். மாரிசுவாமி விடுப்பில் செல்லும்போதெல்லாம் நான் அந்த காவல் நிலையத்திற்கு பொறுப்பேற்றுக்கொள்வேன். அந்த காவல் நிலையத்தின் பொறுப்பாக இருந்தபோதுதான் அங்கு பதிவாகியிருந்த வழக்குகளை விசாரணை செய்தேன்.

நாங்கள் வெவ்வெறு விதமான முறைகளின் மூலமாக தகவல்களைப் பெறுவோம் குறிப்பாக எங்களின் உளவு ஆட்கள் மூலமாக அவர்களை நாங்கள் பல கிராமங்களிலிருந்து சமூகத்தின் வெல்வேறு வர்க்கத்தைச் சேர்ந்தவர்களைத் தேர்ந்தெடுத்து அவர்களின் நன்னடத்தையைக் கவனித்தும், நேர்மையில் திருப்தியடைந்த பிறகு எங்களின் உளவு ஆட்களாக சேருமாறு கேட்டுக்கொள்வோம். இது ஒரு ரகசியமான நடவடிக்கையாக இருக்கும். சில வழக்குகளில் மக்கள் தாங்களாகவே வந்து சில தகவல்களைக் கூறுவார்கள். அப்படி வரும் தகவல்களை மற்ற ஆதாரங்களுடன் ஒப்பிட்டு அதன் நம்பகத்தன்மையை அறிவோம். யாருடைய தகவல்கள் உண்மையானதாக நம்பகத் தன்மையுடன் உள்ளதோ அவர்களின் வேலையை எங்களுடைய பட்டியலில் சேர்த்துக்கொள்வோம், அவர்களைக் கண்டுபிடிப்பதில் கடுமையாகக் கவனித்தாலும் அவர்கள் இரட்டை வேடம் போடுகிறார்களா இல்லையா என்று கண்டுபிடிப்பது எங்களுக்கு முடியாத ஒன்றுதான்.

குற்ற எண்;9/93-ல் ஐந்து குற்றவாளிகளையும் 12/93-ல் நான்கு பேரையும் கைது செய்ததாகவும் அவர்களை விரரணை அதிகாரிகள் முன்பு ஆஜர் படுத்தியதாகவும் கூறினார். ராமபுரா காவல் நிலையத்திற்கு பொறுப்பேற்காத போது 1992ம் வருடம் குற்றஎண்;70ல் பத்து குற்றவாளிகளைக் கைது செய்து மற்றொரு விசாரணை அதிகாரி எம்.சி.மாரிசுவாமியின் முன்பு ஆஜர் படுத்தினேன். 24.4.1993-ல் கோபிநத்தத்தில் காலை 8.00 மணிக்கு பெருமாள், பொன்னுசுவாமி என்ற கிரி பொன்னுசாமி, மது, முனிசாமி, மாதய்யா, கோவிந்தராஜூ, சின்னதம்பி ஆகியோரைக் கைது பண்ணினேன். அன்றே ஒடக்கிபாலாவில் காலை 10.00 மணிக்கு வெங்கடசலாவை கைது பண்ணினேன். அன்று மத்தியானம் இரண்டு மணிக்கு ராமபுரா காவல் நிலையத்தில் எம்.சி மாரிசுவாமியிடம் எட்டுபேரையும் ஆஜர்படுத்தினேன். நெடுமலைக்காட்டில் குற்றஎண்; 9/93-ன் கீழ் குணா, மாதய்யா என்ற பீமா ஆகியோரைக் கைது செய்து எம்.எம். மலையில் காலை 8.45 மணிக்கு மற்றொரு விசாரணை அதிகாரி எம்.ஆர்.முசலேவிடம் ஒப்படைத்தேன். முனியம்மா, வள்ளியம்மா, லட்சுமி. பெண்ணரசி, சின்னபொண்ணு ஆகியோரை 3.3.1995 அதிகாலை ஐந்து மணிக்கு கோயமுத்தூர் மாவட்டம் திருப்பூரில் எம்.எம்.மலை காவல் நிலைய குற்றஎண் 9/93ன் கீழ் கைது செய்தேன். அவர்களை அன்றே காலை 10:30 மணிக்கு எம்.எம்.மலையில் எம்.ஆர்.முசலேயிடம் ஒப்படைத்தேன். 20.6.1993 அன்று மாலை 4.00 மணிக்கு சக்கியத்திற்கு அருகிய சுப்ரமணிய ஆச்சாரியார் மகன் சிக்கா ஹூடுகாவை நஇஙக 11 துப்பாக்கியுடனும், வீராச்சாரியின் மகன் சாமாச்சாரியை நஇஙக 9 துப்பாக்கியுடன் கைது செய்து விசாரணை அதிகாரி எம்.ஆர்.முசலே முன் இரவு 8.00 மணிக்கு எம்.எம்.மலையில் ஆஜர்படுத்தினேன். எம்.எம்.மலை குற்றஎண்; 12/93-ல் பழனியம்மா, பெருமை இருவரையும் 6.8.1993 காலை பத்து மணிக்கு மதியம் இரண்டு மணிக்கு எம்.எம்.மலை விசாரணை அதிகாரியிடம் ஒப்படைத்தேன். விசாரணை அதிகாரிகளின் கட்டளையின்படியே தான் மேற்கண்ட நபர்களை கைது செய்தேன்.

விசாரணை அதிகாரியால் வாய்மொழியாகவே அனைத்து உத்தரவுகளும் வெளியிடப்பட்டன. சில சமயங்களில் எழுத்து பூர்வமாக தேடப்பட்டு வந்த நபர்களின் பெயர்களின் பட்டியலை சிறப்பு அதிரடிப்படை அலுவலகம் வெளியிட்டது. எனக்கு

நிர்வாகப் பணியாளர்களின் எண்ணிக்கை எவ்வளவு என்று தெரியாது. நாலைந்து ஆட்களைப் பார்த்திருக்கிறேன். அதிரடிப்படையின் தலைவர் ஆணைக்கிணங்க கைது செய்யப்படவேண்டிய ஆட்களின் பட்டியலைத் துண்டுச் சீட்டு மூலமாக பொதுமக்களுக்கு தெரியப்படுத்துவோம். எம்.எம்.ஹில்ஸில் சிறப்பு அதிரடிப்படைக்கு அலுவலகம் உள்ளது.

கர்நாடகம் தமிழ்நாட்டில் மக்களிடம் துண்டுச்சீட்டு விநியோகம் செய்யப்பட்டு துண்டுச் சீட்டில் குறிப்பிடப்பட்ட ஆட்களைப் பிடிப்பதற்கு உதவினாலோ, பிடித்துத் தந்தாலோ அவர்களுக்கு சில சன்மானங்கள் வழங்கப்படும். மேற்கண்ட ஆட்களின் பெயர்கள் இந்த துண்டுச் சீட்டுகளில் இருந்ததா என்று நினைவில்லை. கோபிநத்தம்-எம்.எம்.மலை இடையில் 32 கி.மீ. எம்.எம்மலை-சக்கியம் 80 கி.மீ. திருப்பூர்-எம்.எம்.தூரம் 160 கி.மீ. வேறொரு காவல் நிலைய எல்லைக்குட்பட்ட பகுதிகளில் யாராவது கைது செய்யப்படும்போது, போலீசிடம் பிடிபடும்போது சம்பந்தப்பட்ட ஏரியா காவல் நிலையத்தில் கட்டாயம் தெரிவித்துவிடுவது உண்மையே.

பெருமாள்,பழனியம்மாளை பிடித்தபோது திருப்பூர் காவல் நிலையத்தில் தெரியப்படுத்தவில்லை தேவையில்லாத பகிரங்கப்படுத்தலை தவிர்ப்பதற்காக. அதனால் மற்றவர்கள் தப்பிக்க சந்தர்ப்பம் அளிக்கவும், ஆதாரங்களை மறைக்கவும் உதவிடக்கூடாது என்பதற்காக திருப்பூர் காவல் நிலையத்தில் தகவல் தெரிவிக்கவில்லை. ராமபுரா காவல் நிலையத்தில் நான் பொறுப்பேற்றுக் கொண்டபோது பல போலிஸ் அதிகாரிகள் அந்த மாதிரி பதினெட்டு பேரை என் முன்னால் ஆஜர்படுத்தியுள்ளனர். குற்றவியல் எண் 70/92-ல், காலை 9.00 மணிக்கு மாதய்யா, முத்து, சுப்ரமணி,கணேசன் ஆகிய குற்றவாளிகளை ஜல்லிபாளையத்தில் பிடித்ததாக காவல்துறை துணை கண்காணிப்பாளர் கோவிந்தராஜ் 11.5.1993 அன்று காலை 1-30 மணிக்கு ராமபுரா காவல் நிலையத்தில் என் முன்னால் நிறுத்தி தகவல் தெரிவித்தார். ஜல்லி பாளையம் ராமபுரத்திலிருந்து 35 கி.மீ. தூரம். அய்யன்துரை, மீனுகர் குப்புசாமி. சிவா ஆகியோரை 11.5.93 அன்று, ஆய்வாளர் திரு. நாகராஜ், சார்பு ஆய்வாளர் ஜெயண்ணா காலை 7:30 மணிக்கு கோபிநத்தத்தில் கைது செய்ததாக 11.00 மணிக்கு ஆஜர்படுத்தினர். 30.5.1993 காலை 10.15 மணிக்கு பொன்னுசாமி, மீனுநாயக, ஜெயவேலு ரெட்டி, தாவோஜிநாயக,

பரசு நாயக ஆகியோர் இன்ஸ்பெக்டர் முத்துராயாவால் ஆஜர்படுத்தப்பட்டனர். 30.5.93 காலை 8.00 மணிக்கு ஹன்டகுருபானடொட்டியில் அவர்களை கைது செய்ததாக கூறினார்.

சப் இன்ஸ்பெக்டர் கோவிந்தராஜ் நல்லூரில் காலை 8.00 மணிக்கு ஞானபிரகாஷ், கோவிந்தசாமி, சின்ன கவுண்டர், அய்யாவு ஆகியோரைப் பிடித்ததாக 30.5.93 காலை 10.15 மணிக்கு ராமபுரா காவல் நிலையத்தில் என்னிடம் தகவல் தெரிவித்தார் ராமாபுரம்-ஹன்ட குருபான தொட்டி தூரம் 50 கி.மீ., ராமாபுரம்-நல்லூர் இடையில் தூரம் 30 கி.மீ. எம்.எம்.மலையிலிருந்து கொள்ளேகால் போகவேண்டியிருந்தால் ராமபுரத்திற்கு போய்த்தான் போகவேண்டும் என்பதில்லை. காரணம் ராமாபுரம் வேறு வழியில் இருக்கிறது. பென்னகரம் நல்லதம்பி மகன் முத்தையா என்ற ஒருவரை 30.5.93 அன்று ராமபுரத்தில் மதியம் 2:00 மணிக்கு சார்பு ஆய்வாளர் முகமது இஸ்மாயில் என்னிடம் ஆஜர் செய்தார். அன்று காலை 10.15 மணிக்கு கோபிநத்தத்தில் வைத்து கைது செய்ததாக தகவல் தெரிவித்தார்.

மேலே சொன்ன ஆட்களை கைது செய்து அவர்கள் மேல் சுமத்தப்பட்டுள்ள குற்றத்திற்காக விசாரணை செய்தேன். தங்கள் மேல் சுமத்தப்பட்ட குற்றங்களை அவர்கள் ஒத்துக்கொண்டனர். மேலே சொன்ன ஆட்களிடம் என்ன மாதிரியான விசாரனை அவர் மேற்கொண்டார். அவர்கள் மேல் என்ன குற்றச்சாட்டுக்கள் உள்ளன. அந்த குற்றச்சாட்டுக்களில் அவர்கள் புரிந்த குற்றங்கள் என்ன, அவர்களிடம் அவர்கள் புரிந்த குற்றங்கள் தெரிவிக்கப்பட்டனவா போன்ற அனைத்து விபரங்களும் விசாரணை அறிக்கையிலும் நீதிமன்றத்தில் பதிவு செய்யப்பட்ட நீதிமன்றக் காவல் விண்ணப்பத்திலும் பார்க்கலாம்.

11.5.93 அன்று என்னால் கைது செய்யப்பட்ட குற்றவாளிகளை 12.5.93 மதியம் 12:15 மணிக்கு தடா நீதிமன்றத்தில் ஆஜர்படுத்தினேன். 30.5.1993-ல் கைது செய்யப்பட்டவர்களை 31.5.93 மதியம் 12:40 மணிக்கு மைசூர் நீதிமன்றத்தில் ஆஜர்படுத்தினேன். தடா வழக்குகளுக்கு நான் சாட்சியம் சொல்லியுள்ளேன். வழக்கு நாட்களில் நீதி மன்றத்தில் இருப்பது என் வழக்கம்.

எம்.எம்.மலை காவல் நிலையத்திற்கு புதிய கட்டிடம் கட்டப்பட்டிருக்க வேண்டும். நான் சிறப்பு அதிரடிப்படையில்

இருந்தபோது கட்டிடம் கட்டப்பட்டுக் கொண்டிருந்தது. பழைய காவல் நிலையத்தில் மூன்று அறைகள் இருந்தன. கொள்ளேகால் பொதுப்பணித்துறையின் விருந்தினர் மாளிகையில் சிறப்பு அதிரடிப்படையினரின் அலுவலகம் இருந்தது. அதில் கீழ்தளத்தில் ஐந்து அறைகளையும் முதல் தளத்தில் ஐந்து அறைகளையும் சிறப்பு அதிரடிப் படையினர் உபயோகித்து வந்தனர்.

10க்கு 10 அடி அளவில் ஒவ்வொரு அறையும் இருந்தது. ஒரு அறையில் வயர்லெஸ் சுருவி பொருத்தப்பட்டிருந்தது. அதிரடிப்படைத் தலைவர் தான் தங்குவதற்கும் அலுவலகத்திற்கும் 2 அறைகளை உபயோகித்தார். 3 அறைகள் அலுவலக வேலைகளுக்குப் பயன்படுத்தப்பட்டது. மற்றொரு அறையை சிறப்பு எல்லைப் படையினரின் அதிகாரி உபயோகித்து வந்தார். மற்ற 3 அறைகள் எதற்காக உபயோகிக்கப்பட்டது என்பது எனக்குத் தெரியாது. பொதுப்பணித்துறையினரின் விருந்தினர் மாளிகையிலுள்ள. அறைகளையும் கோயிலுக்குச் சொந்தமான சத்திரங்களையும் சிறப்பு அதிரடிப்படையினர் உபயோகித்துக் கொண்டிருந்தனர். அவர்கள் எத்தனை சத்திரங்களை பயன்படுத்தினார்கள் என்று எனக்குத் தெரியாது. ஊஷ்.ட-9-ல் குறிப்பிட்டுள்ள, விவரிக்கப்பட்டுள்ள பொருட்கள் வைக்கும் அறை, பொருட்கள் வைக்கும் அறையாகத்தான் பயன்படுத்தப்பட்டது. நான் கட்டிடத்திற்குள் போனதில்லை. அதனால் கட்டிடத்திற்குள் என்ன வைத்திருந்தார்கள் என்று எனக்குத் தெரியாது.

அந்த கட்டிடம் சிறப்பு அதிரடிப்படையினரால் பட்டறையாக உபயோகிக்கப்பட்டது என்ற குற்றச்சாட்டு பொய்யானது. பட்டறையில் இயந்திரங்கள், இரும்பு பொருட்கள் சரி செய்யப்படவும் உபயோகமான பொருட்களாக மாற்றவும் எவ்வாறு எல்லாம் அதனைக் கையாள்வார்களோ அதேமாதிரி சிறப்பு அதிரடிப்படையால் எம்.எம்.மலைக்கு கைது செய்யப்பட்டு கொண்டு வரப்படும் ஆட்களிடமிருந்து வீரப்பன் மற்றும் அவரது கூட்டாளிகள் பற்றிய தகவல்களைப்பெற கைதிகளை நடத்தியுள்ளனர் என்பது உண்மையல்ல. எனக்கு பாட்டரியிலிருந்து மின்சாரத்தை உருவாக்கலாம் என்று தெரியும். இவ்வாறு பெறப்படும் மின்சாரத்தை அதனைப் பெறும் சக்தியுடைய பொருட்களில் செலுத்த முடியும் என்பதும் எனக்கு தெரியும்.

வீரப்பன் மற்றும் அவரது கூட்டாளிகளைப் பற்றி தகவல் பெறுவதற்காகவே நானும் எனது மற்ற அதிகாரிகளும் சிறப்பு அதிரடிப்படையினரின் உறுப்பினர்களும் சேர்ந்து பாட்டரியால் உற்பத்தி செய்யப்பட்ட மின்சாரத்தை எங்களால் கைது செய்யப்பட்ட ஆட்களின் உடல் முழுவதும் அதாவது அவர்களின் பிறப்புறுப்பு உட்பட அனைத்து இடங்களிலும் பாய்ச்சியதாக சாட்சியத்தில் கூறப்பட்டுள்ளது பொய்யானதும் கட்டுக்கதையாகும். சாட்சியங்களின்படி வீரப்பன் பற்றிய தகவல்கள் பெறுவதற்கு பிடித்து வரப்பட்ட ஆட்களுக்கு பட்டறையாக உபயோகிக்கப்பட்ட சத்திரத்தில் வைத்து சித்ரவதைகளையும் கொடுமைகளையும் செய்வதாகக் கூறுவது உண்மையல்ல. எங்களால் கைது செய்யப்பட்டவர்களின் கண்களைக் கட்டியும் அவர்களின் கைகளைக்கட்டி கட்டிடத்தின் முகட்டில் தொங்க விட்டு லத்தியால் மிருகத்தனமாக பல நாட்கள் வீரப்பனைப் பற்றி உண்மையான தகவல்களைப் பெறுவதற்காக அடித்ததாக சாட்சியத்தில் சொல்லப்பட்டது பொய் மற்றும் கட்டுக்கதையாகும்.

சிவா, முனிசுவாமி, பழனியம்மா, குருநாதன், கோபால், அய்யாவு, பொன்னுசாமி ஆகியோரைப் பார்த்திருக்கிறேன். குழுவின் முன் அவர்கள் சொன்ன வாக்குமூலத்தை வாசித்தேன் எனக்கும் மற்ற அதிகாரிகளுக்கு எதிராக சாட்சியம் சொல்லப்பட்டிருப்பது நிச்சயமாக பொய்யானது. கட்டுக்கதை. சாட்சியத்தில் சிறப்பு அதிரடிப்படையினர் குற்றம் செய்ததாக சொல்லப்படும் கற்பழிப்பு, பாலின வேறுபாடு இல்லாமல் அவர்களின் பிறப்புறுப்பு உட்பட உடலின் அனைத்து பகுதிகளிலும் மின்சாரத்தைப் பாய்ச்சி உடலுக்கும் மனதுக்கும் வன்முறையை உண்டுபண்ணுவது அவர்களின் கைகளை முதுகுக்குப் பின்னால் கட்டி கட்டிடத்தின் முகட்டில் அவர்களின் மணிக்கட்டில் கட்ட தொங்கவிட்டு லத்தி மற்றும் தடியாலும் மிருகத்தனமாக அடித்ததாகவும் அதனால் அவர்கள் வாழ்க்கை முழுவதும் தழும்புகளுடன் வாழச் செய்கின்றனர் என்பது பொய்யும்,கட்டுக்கதையாகும்.

குருநாதன் சாட்சியத்தில் நான் அவரிடம் தப்பு செய்துவிட்டோம், இனிமேலாவது போய் அமைதியான வாழ்க்கை வாழுமாறு கூறினேன் என்பது முற்றிலும் பொய். சம்புவின் மனைவி வள்ளியம்மாவின் சாட்சியின்படி அவரின் கண் முன்னே

எம்.எம்.மலையில் அவரின் கணவரை நாங்கள் சுட்டுக்கொன்றோம் என்று சொல்லியிருப்பது பொய், கட்டுக்கதை. வீரப்பனையும் அவரது கூட்டாளிகளையும் பிடிக்கும் எங்களின் முயற்சியில் தேவையில்லாமல் அப்பாவி மக்களைக் கொடுமைப்படுத்தியதாக சாட்சியங்கள் கூறியிருப்பது பொய்யானது. சாட்சிகளை நாங்கள் கைது செய்து நீதிமன்றத்தில் ஆஜர் படுத்தியதால்தான் என் மேலும் என்னுடன் வேலை பார்க்கும் அதிகாரிகள் மீதும் அவர்கள் குற்றம் சாட்டியுள்ளனர்.

அவர்களைச் சிறிது காலம் காவலில் வைத்ததற்கு நாங்கள் காரணமாக இருந்ததால் எங்களுக்கெதிராக சாட்சியம் கூறியிருக்கலாம். அவர்களுக்கு தேவையில்லாத தொல்லைகள் கொடுத்திருப்பதாகவும், அவர்கள் குற்றமற்றவர்களாக இருந்து கைதுசெய்து ஒன்பது ஆண்டு சிறைத் தண்டனைக்கு உள்ளாக்கிய தாலும் எங்களுக்கெதிராக சாட்சியம் அளித்திருக்கலாம். இத்தகைய மனித உரிமை மீறல்களுக்கு நஷ்ட ஈடு அளிக்கப் படுவது என்ற வழக்கமும் எங்களுக்கெதிராக குழுவின் முன்பாக அவர்கள் சாட்சியம் அளிப்பதற்குக் காரணமாக இருக்கலாம்.

''எங்களது செலவுக்கான பணத்தை கேப்டனிடமிருந்து பெறுவோம். அவர் என்னிடம் ஒரு போதும் கணக்கு காட்டும்படி கேட்டதில்லை. அந்த பணம் ரகசிய நிதியிலிருந்து கிடைத்ததா என்பது எனக்குத் தெரியாது

எஸ்.கோவிந்தராஜ்.
காவல்துறை கண்காணிப்பாளர்-ஓய்வு.

போலீஸ் தலைவர் (D.G.P) உத்தரவின் பெயரில் வீரப்பனைப் பிடிப்பதற்காக அமைக்கப்பட்ட சிறப்பு அதிரடிப்படைக்கு நான் இடமாற்றம் செய்யப்பட்டேன். 1993 ஆம் ஆண்டு மார்ச் மாதத்தில் இருந்து 1994ஆம் ஆண்டு ஏப்ரல் மாதம் வரை சிறப்பு அதிரடிப்படையில் பணியாற்றினேன். தலைமையகம் நாலு ரோட்டில் இருந்தது. உளவு மற்றும் நடவடிக்கை பிரிவின் பொறுப்பாளராக நான் இருந்தேன். ஒரு உதவி ஆய்வாளர் ஒரு டி.ஏ.ஆர்.உதவி ஆய்வாளர் மற்றும் ஒரு படைப்பிரிவு(டப்ஹற்ர்ய்)

எனக்கு கீழ் செயல்பட்டது. போலீஸ் இன்ஸ்பெக்டர் நாகராஜ் இருந்தார். சப் இன்ஸ்பெக்டர் ரமணா இருந்தார்.

நாலுரோடை சுற்றி நல்லூர். ஜல்லிபாளையம், மீன்யா, சந்தனபாளையா, கரிகா கிண்டி, கலாசி பாளையா மற்றும் இதர கிராமங்களில் வீரப்பன் மற்றும் அவரது கூட்டாளிகளைப் பற்றிய விபரங்களை திரட்டுவதற்கு எனக்கு பணிஒதுக்கீடு செய்யப்பட்டிருந்தது. வீரப்பன், அவரது கூட்டாளிகள் குறித்து எங்களுக்கு கிடைக்கும் தகவல்களைச் சார்ந்தே அந்தந்த பகுதியில் தேடுதல் நடவடிக்கை மேற்கொள்வோம். செயல்நடவடிக்கையும் தகவலின் அடிப்படையில்தான் நடக்கும். எனக்கு கீழே பணியாற்றிய அதிகாரிகள் தங்களால் திரட்டப்பட்ட தகவல்களை என்னிடம் சமர்பிப்பார்கள். அது எழுத்துப் பூர்வமாக இருக்காது. எனக்கு கீழே பணியாற்றிய அதிகாரிகளால் வாய்மொழியாகவே தகவல்கள் என்னிடம் சமர்பிக்கப்படும். அவற்றை நான் தளபதிக்கு (ஈர்ம்ம்ஹய்க்ங்ழ்) தெரிவிப்பேன் அதுவும் வாய்மொழியாகவே இருக்கும். வீரப்பன் மற்றும் அவரது கூட்டாளிகளின் நடவடிக்கை சம்மந்தப்பட்ட எந்த தகவலும் ஒரு அமைப்பிலிருந்து மற்றொன்றிற்கு எழுத்து பூர்வமாக அனுப்பி வைக்கப்படவே மாட்டாது.

பணம் கொடுத்து கிராமவாசிகள், கிராம தலையாரிகள், மாடு மேய்ப்பவர்கள், வன விளைபொருள் ஒப்பந்தக்காரர்கள் மற்றும் பலரிடமிருந்து உளவு தகவல்களை சேகரிப்போம். நாலுரோட்டில் வனகாவலர்களுக்காக அமைக்கப் பட்டிருந்த மூங்கில் ஷெட்டில் எங்களது முகாமை நிறுவியிருந்தோம். அங்கே தங்கிய பிறகு எங்களது தேவைகளுக்கு ஏற்ப அந்த ஷெட்டை விஸ்தரித்தோம். கொள்ளேகால், ராமபுராவிலிருந்து பல சரக்குகளை வாங்கினோம் எங்களது செலவுக்கான பணத்தை கேப்டனிடமிருந்து பெறுவோம். அவர் என்னிடம் ஒரு போதும் கணக்கு காட்டும்படி கேட்டதில்லை. அந்த பணம் ரகசிய நிதியிலிருந்து கிடைத்ததா என்பது என்க்குத் தெரியாது. அந்த நேரத்தில் சங்கர்பிதாரி எங்களது தளபதியாக இருந்தார். சிறப்பு அதிரடிப்படையில் நான் இருந்தகாலத்தில் முத்து, சுப்பிரமணி, கணேஷ், பாதையா, பிலவேந்தரா, ஞானபிரகாஷ், சின்னகவுண்டர், கோவிந்தசாமி அய்யாவு என்கிற ஒன்பது பேரை கைது செய்தேன்.

முத்து, சுப்பிரமணி, கணேஷ், மாதையா ஆகியோரை ராமாபுர காவல்நிலைய குற்ற எண்; 70/92 க்காக ஜல்லிபால்யாவில்

கைது செய்தேன். மற்ற ஐந்துபேர்களை நல்லூர் அருகில் பிலவேந்தரா தோட்டத்தில் கைது செய்தேன். புலனாய்வு அதிகாரிகள் மாரிசாமி, வெங்கடசாமியிடம் உத்தரவுகளை பெறுவேன். அந்த நபர்கள் எங்கே இருக்கிறார்கள் என்று இன்பார்மர்கள் வசம் தகவல் பெறுவோம். அவற்றின் அடிப்படையில் துப்பு கொடுப்பவர்கள் முன்னிலையில் கைது செய்து அவர்களை ஐ.ஜி. முன்பாக ஆஜர்படுத்தினேன்.

எங்கள் முகாமிற்கும் நல்லூருக்கும் இடையே ஐந்து கி.மீட்டர் தூரம். வீரப்பனுடன் தொடர்புடைய சில கிராமவாசிகள் பற்றிய தகவல்களை நாங்கள் பெறுவோம். எப்பொழுதெல்லாம் தகவல் கிடைக்கிறதோ அப்பொழுது கிராமங்களுக்கு சென்று விசாரணை மேற்கொள்வோம். விசாரணைக்காக எந்தவொரு கிராமவாசியையும் நாங்கள் முகாமிற்கு கொண்டு வந்தது இல்லை. நாங்கள் முகாமிட்டிருந்த ஷெட் மரத்தால் குழப்பட்ட வனத்தின் பகுதியாக இருந்தது. நாலுரோடில் பள்ளிகட்டிடம் ஏதும் இருந்ததை பார்த்ததாக எனக்கு நினைவில்லை. நீண்ட காலத்திற்கு முன்பு அந்த இடத்தை விட்டு நாங்கள் வெளியேறும் வரை அந்த பள்ளிக்கு சொந்தமான ஒரு விளையாட்டு மைதானம் ஒன்று இருந்ததாக நினைவில்லை.

ராமபுரா காவல்நிலைய எல்லைக்குட்பட்ட குற்றம் சாட்டப்பட்ட அனைவரையும் நான் கைது செய்தேன். அனைவரையும் புலனாய்வு அதிகாரி முன்பு ஆஜர்படுத்தினேன். அவர்களை எம்.எம்.ஹில்ஸுக்கு நான் கொண்டு சென்றது கிடையாது. எம்.எம்.ஹில்ஸ்க்கு புலனாய்வு அதிகாரி அவர்களை கொண்டு சென்றது குறித்து எனக்கு தெரியாது. அந்த நேரத்தில் புலனாய்வு அதிகாரியாக இருந்த வெங்கடசாமியின் முன்பு குற்றம் சாட்டப்பட்டவர்களை ஆஜர்படுத்தினேன். அதிரடிப்படை தளபதியால் நியமிக்கப்பட்ட மற்றொரு புலனாய்வு அதிகாரி யார் என்பது எனக்குத் தெரியாது. நிலைய அதிகாரிகளை மட்டுமே எனக்குத் தெரியும். புலனாய்வு அதிகாரியாக எவ்வளவு காலம் வெங்கடசாமி இருந்தார் என்பது எனக்குத் தெரியாது. அவர் அந்த காவல் நிலைய விசாரணை அதிகாரிதானா அல்லது காவல் நிலைய பொறுப்பாளர்தானா என்பது குறித்து நான் விசாரித்தது கிடையாது. சிறப்பு அதிரடிப்படையில் நான் இருந்த காலத்திலேயே தளபதியைத் தவிர எம்.எம்.ஹில்ஸில் இருந்த போலீஸ் அதிகாரிகளின் விபரங்கள் குறித்து எனக்கு எதுவும்

தெரியாது. நாலுரோடு முகாமில்தான் நான் தங்கினேன். தளபதியைச் சந்திக்க அவசியப்படும் நேரத்தில் எம்.எம்.ஹில்ஸ்க்கு சென்றிருக்கிறேன். ஐந்து தடவை நான் எம்.எம்.ஹில்ஸ் சென்றிருக்கலாம். நான் எம்.எம்.ஹில்ஸ் காவல் நிலையத்திற்கு சென்றிருக்கிறேன். எம்.எம்.ஹில்ஸ் காவல் நிலைய இன்ஸ்பெக்டர் சித்தமல்லப்பா.

சிறப்பு அதிரடிப்டையினர் ஆயுதங்களையும் வெடிமருத்துகளையும் சேமித்து வைப்பதற்கு பயன்படுத்தும் கட்டிடத்தை பார்த்திருக்கிறேன். வீரப்பன் அவரது சகாக்களைப் பற்றிய தகவலைப் பெறுவதற்காக போலீசாரால் கொண்டு வரப்பட்ட நபர்களை விசாரிக்க சிறப்பு அதிரடிப்படையினர் இத்தகைய கட்டிடத்தில் வைத்து சித்ரவதை செய்ததாக சொல்வது பொய். ஒரே ஒருமுறை அந்தக் கட்டிடத்திற்கு நான் சென்றிருக்கிறேன்.

"செல்விக்கு மருத்துவமனையில் குழந்தை பிறந்து இருபது தினங்களில்''

முத்துராயா.
போலீஸ் துணை கமிஷனர்.
மக்கள் தொடர்பு அதிகாரி. மைசூர்.

படைத் தளபதியால் எனக்கு உளவுப்பணி தரப்பட்டது ஒரு தலைமைக் காவலர் இரு போலீஸ் கான்ஸ்டபிள்கள் எனக்கு உதவினார்கள். அந்தியூர், தட்டகரே, தாமரக்கரே; தேவர்மலை தக்கயனூர், சத்தியமங்கலம், பங்களாபுதூர், கடம்பூர், குன்ட்ரி, சித்தலூர், கட்டீ, அசனூர், பெஜ்ஜலட்டி, பவானிசாகர், தங்கமரடா, திம்பூர் போன்ற ஊர்களுக்கு சென்றிருக்கிறேன். வீரப்பன் மற்றும் அவர் கூட்டாளிகளின் நடமாட்டம் குறித்து உளவுத்தகவல் திரட்டவே அங்கு சென்றேன். வாகனம் ஒன்றும் எனக்கு தரப்பட்டது பதிவு எண் நினைவில் இல்லை. இந்த ஜீப் விஷயத்தில் கஞேஏ லாக் புத்தகம் பராமரிக்கப்பட்டது. அது எம்.எம்.ஹில்ஸ் சிறப்பு அதிரடிப்படை அலுவலகத்தில் வைக்கப்பட்டிருக்கும்.

தட்டகரே, அந்தியூர், திம்பம் ஆகிய இடங்களில் தற்காலிக

முகாம்கள் இருந்தன. அந்தப் பகுதியிலிருந்து வந்த பிறகு நடவடிக்கை குழுவினர் பல்வேறு இடங்களில் தங்கினர். அங்கே காவல் நிலையம் ஒன்று இருந்தது. தமிழ்நாட்டில் உள்ள இடங்கள் பற்றி தனித் துப்பு தகவல்களும் எங்களிடம் இருந்தன. தமிழ்நாடு அதிரடிப்படையினரும் துப்பு கொடுப்பவர்களை வைத்திருந்தனர். நாங்கள் துப்பு கொடுப்பவர்கள் மூலம் கிடைத்த தகவலை பரிமாறிக்கொள்வோம். நான் செயல்படுவதற்கு திட்டவட்டமான இடம் தீர்மானமாக ஒதுக்கப்படவில்லை. தகவலைத் திரட்டுவதற்காக நான் செல்கிறபோது போலீஸ் முகாம்களில் தங்கிக் கொள்வேன். முகாம்கள் ஏதும் இல்லையென்றால் பள்ளிக் கட்டிடங்களில் தங்கிக்கொள்வேன்.

பாண்டிம்மாள், செய்யது ஷெரிப், கணேஷ் மணி ஆகியவர்களை கொளத்தூரில் உள்ள கொளத்தூர் கோவில் அருகே வைத்து பாலார் குண்டு வெடிப்பு வழக்கு தொடர்பாக கைது செய்தேன். கோவை காந்திபுரம் பேருந்து நிலையம் அருகில் செல்வி,அமேஸ், முனிசாமி, அந்துவை கைது செய்தேன். ஒடையர்பாளையா அருகில் ஹன்டகுருபடோட்டி என்ற இடத்தில் ஹரிகிருஷ்ணா தொடர்பான நீதுநாயகா, தாவோஜி நாயகா, பரசுநாயகா. ஜெயவேலுரெட்டி, பொன்னுச்சாமியை கைது செய்தேன். ராமபுரா காவல் நிலையம் தாக்கப்பட்டது சம்பந்தமாக செல்வி போன்ற மற்றவர்களை கைது செய்தேன். மேற்கண்ட நபர்களை எனது தளபதி மற்றும் புலனாய்வு அதிகாரிகளான எம்.ஆர்.முசலே, வெங்கிடசாமி ஆகியோர் வாய்மொழியாக கொடுத்த அதிகாரத்தின் பேரில்தான் கைது செய்தேன். நான் கைது செய்த நபர்களை மட்டுமே நான் ஒப்புவித்தேன்.

பாண்டி மற்றும் பிறர்கள் கோவிலூருக்கு அருகில் இருப்பதாக எனக்கு துப்பு கொடுப்பவர் கூறினார். எங்களுக்கு துப்பு கொடுப்பவரே எனக்கு அடையாளம் காட்டினார். தலைமைக் காவலர், போலீஸ் கான்ஸ்டபிள்கள் மற்றும் துப்பு கொடுப்பவர் ஆகியோர் உதவியுடன் அவர்களை நான் கைது செய்தேன். துப்பு கொடுப்பவர் குளத்தூரில் இருந்து ஆறு கிலோமீட்டர் தொலையில் உள்ள ஒரு கிராமத்தைச் சேர்ந்தவர். பாண்டி மற்றும் பிறரை கைது செய்வது பற்றி நான் கொளத்தூர் போலீசுக்கு தகவல் சொல்லவில்லை. கொளத்தூர் காவல்நிலையத்திற்கு நான் தகவல் தெரிவிப்பேன் என்று

எதிர்பார்க்கப்பட்ட போது நான் அவ்வாறு செய்யவில்லை. வீரப்பன் மற்றும் அவரது கூட்டாளிகளின் கைது விபரம் வெளியிடப்படாமல் தடுப்பதற்காகவும் எங்களுக்கு துப்பு கொடுப்பவரை வீரப்பன் கோபத்திலிருந்து காப்பாற்றும் நோக்கத்துடனும் அவ்வாறு நான் செய்யவில்லை.

செல்வி மற்றும் இதர பிறரை கோவையில் கைது செய்தேன். நான் அந்தியூருக்கு அருகில் இருக்கும்போது அவர்கள் நடமாட்டம் குறித்தும் அவர்கள் மற்றொரு இடத்திற்குச் செல்ல பேருந்தை பிடிக்க இருப்பதாகவும் எனக்கு தகவல் கிடைத்தது. நான் அதற்கு முன்பு அவர்களை கண்டதேயில்லை. துப்புகொடுப்பவரின் கிராமத்திற்கு சென்றேன். அக்கிராமம் அந்தியூர்-பவானிக்கு இடையில் உள்ளது. நான் துப்புகொடுப்பவரை கோவைக்கு என்னுடன் அழைத்துச் சென்றேன் நாங்கள் காந்திபுரம் பஸ் நிலையம் அருகில் காத்திருந்தபோது செல்வி மற்றும் பிறர் அங்கே வந்தனர். அவர்களை நாங்கள் கைது செய்தோம். செல்வி, மற்றும் இதர பிறரை கைது செய்தது பற்றி நான் கோவை காவல் நிலையத்திற்கு தகவல் கொடுக்கவில்லை. எங்களுக்கு துப்பு கொடுப்பவரை காப்பதற்காக அவர்கள் கைது பற்றிய ரகசியத்தை காக்கும் நோக்கத்துடன் அவ்வாறு நான் செய்யவில்லை. செல்வி மற்ற பிறரைக் கைது செய்வதில் தமிழக போலீசாரும் ஆர்வமாக இருந்தனர். துப்பு கொடுத்தவர் செல்வி மற்றும் இதர சாட்சிகளுக்கு தெரிந்தவரா என்று எனக்குத் தெரியாது.

செல்வி பிரசவத்திற்காக பவானி அரசு மருத்துவமனையில் இருந்தபோது அவரை தமிழக போலீசார் அவர்களது காவலில் வைத்திருந்ததாக வாக்குமூலம் அளித்திருப்பதை நான் மறுக்கிறேன். செல்விக்கு மருத்துவமனையில் குழந்தை பிறந்து இருபது தினங்களில் அவரை காவலில் வைத்திருந்ததாகவும், கர்நாடகா போலீஸ் அவரை அடைத்து வைத்திருந்த மேட்டூருக்கு வந்து மேல்விசாரணைக்கு எம்.எம்.ஹில்ஸுக்கு அழைத்துச் சென்றதாகவும் அவர் கூறுவதை நான் மறுக்கிறேன். 3.3.1995 அன்று கோவை காந்திபுரம் பஸ்நிலையம் அருகில் தான் கைது செய்யப்படவில்லை என செல்வி கூறுவதை நான் மறுக்கிறேன்.

"சுற்றியும் எங்கள் முகாம் இருந்தது. காவல் முகாமுக்கு நான் அளித்த தகவல் தொடர்பான நபர்களை நாகராஜ் சம்மன் கொடுத்து கொண்டு வருவாரா என என்னால் சொல்ல இயலாது"

கே.வி.மஞ்சுநாத்.
ஹெட் கான்ஸ்டபிள். கே.எஸ்.ஆர்.பி.

தகவல்களை திரட்டுவதற்கு அமைக்கப்பட்ட குழுவில் நான் இருந்தேன். நாலுரோடு வனத்துறை விருந்தினர் விடுதி மற்றும் போலீசார் அமைத்திருந்த கூடாரத்திற்கு உள்ளேயும், அதைச் சுற்றியும் எங்கள் முகாம் இருந்தது. நாலுரோடு போலீஸ் முகாமில் நான் இருந்தபோது நான் எவரையும் கைது செய்யவில்லை. இன்ஸ்பெக்டர் நாகராஜால் கைது செய்யப்பட்ட சம்பவங்களில் நானில்லை.

வீரப்பன், அவர் கூட்டாளிகளின் நடமாட்டம் குறித்த விபரங்களை திரட்டும் வேலையில் நான் ஈடுபட்டிருந்தேன். என்னாலும், உதவி ஆய்வாளர் நாகராஜாலும் நாலுரோடு காவல்நிலைய முகாமிற்கு கொண்டு செல்லப் பட்டதாக குட்டே மாதேவா அளித்த வாக்குமூலம் பொய்யானது. நான் திரட்டிய தகவலை நாகராஜுக்கு பரிமாற்றம் செய்வேன். அதை அவர் விசாரணை செய்வார். நாகராஜ் ஏன் விசாரிப்பார் என எனக்குத் தெரியாது காவல் முகாமுக்கு நான் அளித்த தகவல் தொடர்பான நபர்களை நாகராஜ் சம்மன் கொடுத்து கொண்டு வருவாரா என என்னால் சொல்ல இயலாது. நான் திரட்டிய தகவலுடன் தொடர்புடைய நபர்களிடம் விசாரணை செய்வதற்காக அவர் அந்த இடத்திற்கு செல்வாரா என்பதையும் என்னால் சொல்ல இயலாது. விசாரணை நோக்கத்துடன் எந்தவொரு நபரையும் காவல் முகாமிற்கு நான் கொண்டு வரவில்லை.

எம்.ஸ்ரீதரமூர்த்தி
ஹெட் கான்ஸ்டபிள், எம்.எம்.ஹில்ஸ் காவல்நிலையம்.

நானாக தனிப்பட்ட முறையில் எத்தவொரு விசாரணையும் நடத்தவில்லை. குற்றம் சாட்டப்பட்டரின் கைரேகை பதிவைப் பெறுதல், ரிமாண்ட் மனு தயாரித்தல், வழக்கு டைரி தயாரித்தல் என புலனாய்வு அதிகாரி எனக்கு இடும் உத்தரவுகளை நான் செய்து வந்தேன். துரைசாமி என்பவரின் மனைவி நல்லம்மா

என்பவர் தலைமறைவாக இருந்தார். அவரை கைது செய்யும்படி புலனாய்வு அதிகாரி எம்.ஆர்.முசலே எனக்கு உத்தரவிட்டார். அவர் ஈரோடு பகுதியில் சுற்றித்திரிவதாக அவருக்கு தகவல் கிடைத்தது. ஈரோட்டிலிருந்து துப்பு தருபவருடன் நான் எம்.எம்.ஹில்ஸில் இருந்து புறப்பட்டேன். பவானி செல்லும் சாலையில் உள்ள பேருந்து நிறுத்தத்தின் அருகில் காலை நல்லம்மாவை கைது செய்தேன். அவரைப் பற்றிய விவரங்களை அவரிடமே விசாரணை செய்து அது திருப்திகரமாக இருந்ததும், துப்பு கொடுப்பவரையும் சேர்த்து எம்.எம்.ஹில்ஸில் இருந்து ஜீப்பில் அழைத்துக்கொண்டு புலனாய்வு அதிகாரியிடம் ஒப்படைத்தேன். அதிகாரி எனக்கு உத்தரவிடாததால் நல்லம்மாவை கைது செய்ததை ஈரோடு போலீசாரின் கவனத்திற்கு நான் கொண்டு செல்லவில்லை. நல்லம்மா பெயர், அவரது கணவரின் பெயர் மற்றும் அவர் வசிக்கும் ஊர் பற்றிய எந்த தனிப்பட்ட தகவலும் என்னிடம் இல்லை. புலனாய்வு அதிகாரி அளித்த உத்தரவின்படி செய்தேன்.

எட்டு அல்லது ஒன்பது ஆண்டுகளுக்கு முன்பாக நல்லம்மா பிரசவிக்கும் காலத்தில் இருந்தபோது போலீஸ் படை அவர் வீட்டிற்கு வந்ததாகவும் அவரையும் அவரது கணவரையும் பன்னாரி காவல் நிலையத்திற்கு அழைத்துச் சென்றதாகவும் கூறுவது பொய்யானது ஆகும். மேலும் அவரது வாக்குமூலத்தில் அவரது கணவர் அவரிடம் இருந்து பிரிந்து வைக்கப்பட்டதாகவும் அவரை பண்ணாரி காவல் நிலையத்தில் சில காலம் சிறை வைத்திருந்து, பின்னர் எம்.எம்.ஹில்ஸ் காவல் நிலையம் அழைத்துச் சென்றதாகவும், பிறகு இரண்டு நாள் கழித்து ஒர்க் ஷாப்பில் அவருக்கு குழந்தை பிறந்ததாகவும் கூறியிருப்பது பொய். யாகும். நல்லம்மாவை மட்டுமே கைது செய்தேன். வேறு எந்த நபரையும் நான் கைது செய்யவில்லை.

"மெக்கரைப் பயன்படுத்தி மின்சாரம் உற்பத்தி செய்யப்பட்டது குறித்து எனக்குத் தெரியும். அனைத்து ஒர்க் ஷாப்களிலும் அது பயன்படுத்தப் பட்டது எனக்குத் தெரியும். அது ஒரு சிறிய கருவியாகும். அதை கையால் சுழற்ற முடியும். மின் பொறிகளை அது உருவாக்கும். டைனமோ மூலமாக

அனேகமாக மின்சக்தி உருவாக்கப்பட்டிருக்கலாம். எந்தவொரு நபரையும் விசாரிப்பதற்கு அந்த மெக்கர்களை பயன்படுத்தியது கிடையாது''

பி.ஏ.பூனச்சா.

ஆணையர். காவல்துறை தலைமையகம். மைசூர்.

இருபது நாட்கள் எம்.எம்.ஹில்ஸில் தங்கினேன். பின்னர் பாலார் முகாமில் பொறுப்பு அதிகாரியாக நியமிக்கப் பட்டேன். 23.05.1993 அன்று பாலார் முகாமில் நான் பொறுப்பேற்றுக் கொண்டேன். தேதியை நான் நினைவுகூர காரணம் உள்ளது. பாலார் முகாமில் பொறுப்பெற்றுக் கொண்ட தினத்திற்கு மறுதினம்தான் கோபால்ஹொசூர் சென்ற வாகனங்களை வீரப்பனும் அவரது கூட்டாளிகளும் ரெங்கசாமிவொட்டு என்ற இடத்தில் தாக்கினார்கள். அதில் உதவி ஆய்வாளர் சிட்டப்பா உட்பட ஆறு போலீசார் கொல்லப்பட்டனர். எனக்கு உளவுப் பணியும், நடவடிக்கை பணியும் தரப்பட்டது.கர்நாடக சிறப்பு துப்பாக்கிப் படையின் இரு படைப்பிரிவுகள் எனது கட்டுப்பாட்டின் கீழ் கொண்டு வரப்பட்டது. உதவி ஆணையாளராக பதவி உயர்வு பெற்றிருந்த நான் தமிழ்நாடு எஸ்.டி.எப்., எல்லை பாதுகாப்பு படை உள்பட அனைத்து செயல் நடவடிக்கை படைப்பிரிவுகளின் பொறுப்பு அதிகாரியாக நியமிக்கப்பட்டேன். கர்நாடகம் மற்றும் தமிழகத்தில் அமைந்துள்ள வனங்கள் முழுக்க செயல்பட்டோம். எம்.எம்.ஹில்ஸில் உள்ள சிறப்பு அதிரடிப்படை முகாமில் நான் ஆஜரானபோது வேறு ஏழு அதிகாரிகளும் ஆஜராகி இருந்தார்கள்.

கூட்டு சிறப்பு அதிரடிப்படை அமைக்கப்படுவதற்கு முன்னதாக அந்த பகுதியில் வீரப்பனையும் அவர் கூட்டாளிகளையும் பிடிப்பதற்காக கர்நாடகத்தின் சிறப்பு அதிரடிப்படை ஒன்று ஏற்கனவே செயல்பட்டுக் கொண்டிருந்தது. எம்.எம்.ஹில்ஸில் பட்டறை எனப்படும் ஒர்க் ஷாப் என்று சொல்லப்படும் இடம் ஏதேனும் குறித்து நான் கேள்விப்பட்டதில்லை. அங்கு எங்களது ஆயுதங்கள், வெடிமருந்துகளை வைப்பதற்கு ஸ்டோர் ரூமாக பயன்பட்ட இடத்தையும் நான் பார்த்தது இல்லை. சிறப்பு அதிரடிப்படையினர் தங்களது ஆயுதங்களையும், வெடிமருந்துகளையும் வைத்துக்

கொள்வதற்கோ அல்லது வீரப்பன் மற்றும் அவர் கூட்டாளிகளின் நடமாட்டம் குறித்து தெரிந்து கொள்வதற்காக போலிசாரால் கைது செய்யப்பட்ட நபர்களிடம் விசாரணை செய்வதற்கும் சத்திரம் ஏதேனும் இருந்ததா என்பதுவும் எனக்கு தெரியாது.

மெக்கரைப் பயன்படுத்தி மின்சாரம் உற்பத்தி செய்யப்பட்டது குறித்து எனக்குத் தெரியும். அனைத்து ஒர்க் ஷாப்களிலும் அது பயன்படுத்தப்பட்டது எனக்குத் தெரியும். அது ஒரு சிறிய கருவியாகும். அதை கையால் சுழற்ற முடியும். மின் பொறிகளை அது உருவாக்கும். டைனமோ மூலமாக அனேகமாக மின்சக்தி உருவாக்கப்பட்டிருக்கலாம். எந்தவொரு நபரையும் விசாரிப்பதற்கு அந்த மெக்கர்களை பயன்படுத்தியது கிடையாது. எனது அறிவுக்கு தெரிந்தவரை ஒரே மாதிரியான மெக்கர் மட்டுமே உள்ளது. அது மிகவும் சிறியதாகும். நான் பல்வேறு வித மெக்கர்களை பார்த்தது கிடையாது.

தேடுதல் நடவடிக்கையின் போது எனக்கு கிடைக்கும் தகவல்களை எம்.எம்.ஹில்ஸ் முகாமிற்கு அனுப்பி வைப்பது எனது வழக்கம். தகவலில் உறுதிப்பாடு அல்லாமல் எந்தவித அடிப்படையிலும் நான் செயல்படுவதில்லை. அருள்தாஸ், பொம்மையா கைது செய்யப்பட்ட விஷயத்தில் அவர்கள் குறித்து துப்புக் கொடுத்தவரை எனக்குத் தெரியும். அவர்கள் எங்கே இருந்தார்கள் என்பதனை எனக்கு தெரிவித்தார். வழக்கமாக எங்களுக்கு துப்பு கொடுக்கும் நபர்களில் ஒருவர்தான் அவர்.

"வள்ளியம்மாவை கைவிலங்கிட்டு கால்களைக் கட்டி நானும் ஆச்சாரி மற்றும் இருவர்''

கே.என் பரமசிவா.

கான்ஸ்டபிள்.

எம்.எம்.ஹில்ஸ் காவல் நிலையத்தில் நான் சேர்ந்த போது சிறப்பு அதிரடிப்படையுடன் சேர்ந்து பணியாற்ற உத்தரவிடப்பட்டேன். எம்.எம்.ஹில்ஸ் காவல் நிலைய ஆய்வாளர் சிட்டமல்லப்பாவின் கீழ் நான் பணியாற்றினேன். பூனாச்சி, பெத்தனஹல்லி இதர இடங்களில் வீரப்பன் மற்றும் அவரது கூட்டாளிகள் நடமாட்டங்கள் குறித்த தகவல்களைத் திரட்டும் பணி எனக்கு ஒப்படைக்கப்பட்டது. எம்.எம்.ஹில்ஸில் ஒரு வாடகை வீட்டில் தங்கினேன்.

சித்தமல்லப்பா உத்தரவுகளுக்கு ஏற்ப தகவல்களைத் திரட்டுவதற்கு கிராமங்களுக்குச் செல்வேன். வாரத்தில் ஆறு நாட்கள் எனது வீட்டில் இருக்கமாட்டேன். ஏழாவது நாள் தலைமையகத்திற்கு திரும்புவேன். நான் திரட்டிய அனைத்து தகவல்களையும் அங்கே சமர்ப்பிப்பேன். வீரப்பன், அவரது கூட்டாளிகள் எங்கே இருக்கிறார்கள் என்பது பற்றியும் அவர்களது நடமாட்டங்கள் பற்றியும் தகவல்கள் எதுவும் நான் திரட்டவில்லை. ஆதலால், ஆய்வாளரிடம் நான் தகவல் எதையும் சமர்ப்பிக்க முடியவில்லை எம்.எம்.ஹில்ஸ் காவல் நிலையத்தில் இரண்டு ஆண்டுகள் பணியாற்றினேன். அங்கே சுமார் நாற்பது கான்ஸ்டபிள்கள் இருந்தனர் இவர்கள் அனைவருக்குமே வீரப்பன் மற்றும் அவரது கூட்டாளிகள் பற்றிய தகவல் திரட்டும் பணி அளிக்கப்பட்டிருந்தது. அந்தத் தகவல் அறிந்த நபர்களை காவல் நிலையங்களில் வைத்து விசாரித்தனர். விசாரணை செய்யும் இரு புலனாய்வு அதிகாரிகளில் ஒருவர் முசலே ஆவார். ஒரு நேரத்தில் எத்தனை பேர் அங்கு கொண்டு வரப்படுவார்கள் என்பதை என்னால் சொல்ல முடியாது. விசாரணைக்கு கொண்டு வரப்பட்ட நபர்களுக்கு தரப்படும் உணவு சம்பந்தமான ஏற்பாடுகள் குறித்து எனக்கு எதுவும் தெரியாது. எம்.எம்.ஹில்ஸ் சிறப்பு அதிரடிப்படை அமைப்புகள் பற்றி எனக்கு தெரியாது. உளவுப் பிரிவினர் அளித்த தகவலின் அடிப்படையில் கொண்டு வரப்பட்டவர்களிடம் விசாரணை மேற்கொள்ள சத்திரம் எதும் பயன்படுத்தப்பட்டதா என்பதும் எனக்கு தெரியாது. கைது செய்யப்பட்டு எம்.எம்.ஹில்ஸுக்கு கொண்டு வரப்பட்டவர்களை சிறப்பு அதிரடிப்படையினர் சித்திரவதை செய்வதற்காக பயன்படுத்தப்பட்ட இடங்கள் எதையும் நான் காணவில்லை வீரப்பன் மற்றும் அவரது கூட்டாளிகள் நடமாட்டம் குறித்த தகவல்களை பெறுவதற்கு பல்வேறு விதமான வழிமுறைகள் கையாளப்பட்டதா என்பதும் எனக்குத் தெரியாது

வள்ளியம்மாவை கைவிலங்கிட்டு கால்களைக் கட்டி நானும் ஆச்சாரி மற்றும் இருவர் கற்பழித்ததாக சொல்லியிருப்பது பொய்யானது. ஜோடிப்பு செய்ததாகும். அப்படி எந்த ஒரு பெண்ணையும் நான் பார்த்தது கிடையாது. எம்.எம்.ஹில்ஸில் நான் தங்கியிருந்த போது காவல்நிலையம் தவிர வேறு எந்த ஒரு கட்டிடத்திற்கும் சென்றது கிடையாது.

"எம்.எம்.ஹில்ஸில் சிறப்பு அதிரடிப்படையில் சேர்ந்தேன்.
எம்.எம்.ஹில்ஸில் நான் பணியாற்றவில்லை.
எம்.எம்.ஹில்ஸில் சிறப்பு அதிரடிப்படை செயல்படுவது என்பது எனக்குத் தெரியாது.
எம்.எம்.ஹில்ஸில் உள்ள ஒர்க் ஷாப்பில் வள்ளியம்மாவை..."
வெங்கடசலாச்சாரி.
கான்ஸ்டபிள்.

நாலுரோடு, ஜல்லிப்பாளையா, ஊக்யம், லக்கண்டி பகுதிகளில் வீரப்பன், அவரது கூட்டாளிகளின் நடமாட்டங்கள், அவர்கள் எங்கே இருக்கிறார்கள் என்பது குறித்த தகவல்களை சேகரிக்கும் பணி எனக்குத் தரப்பட்டது. வாய் உத்தரவுதான். எழுத்துப்பூர்வமான உத்தரவு பிறப்பிக்கப்படவில்லை. எம்.எம்.ஹில்ஸில் சிறப்பு அதிரடிப்படையில் சேர்ந்தேன். நான் பணியில் சேர்ந்தபின் நாலுரோடு முகாமிற்கு அனுப்பப்பட்டேன். எந்தவொரு நேரத்திலும் எம்.எம்.ஹில்ஸில் நான் பணியாற்ற வில்லை. நாலு ரோடு முகாமில் நாங்கள் பணியாற்றிய போது எழுத்துப்பூர்வமான உத்தரவு ஏதும் பிறப்பிக்கப்படவில்லை. வாய்மொழி உத்தரவாக மட்டுமே இருந்தன. நாலு ரோடு முகாமின் ஆய்வாளராக நாகராஜ், உதவி ஆய்வாளராக ரமன்னா பொறுப்பு.

போலீசாரால் போடப்பட்ட கூடாரங்களின் மூலம் நாலு ரோடு முகாம் உருவாக்கப்பட்டது. கட்டிடம் ஏதும் கிடையாது. வனத்திற்கு அருகே அது இருந்தது கூடாரத்திலிருந்து சுமார் அரை பாலாங் தூரத்தில் ஒரு பள்ளிக்கட்டிடம் அமைந்திருந்தது. எனது பணி குறித்து எம்.எம். ஹில்ஸில் உள்ள பொதுப்பணித்துறை விருந்தினர் விடுதியில் இருந்த சிறப்பு அதிரடிப்படையில் அறிக்கை சமர்ப்பிப்பேன். நான் எம்.எம்.ஹில்ஸில் உள்ள காவல் நிலையத்திற்கு சென்றது கிடையாது. அந்தக் காவல்நிலையத்தை நான் பார்த்திருக்கிறேன். எம்.எம்.ஹில்ஸில் சிறப்பு அதிரடிப்படை எங்கே செயல்படுகிறது என்பது எனக்குத் தெரியாது. எனது கடமை குறித்து அறிக்கை தாக்கல் செய்துவிட்டு நாலுரோடு முகாமிற்கு திரும்ப வேண்டும் என்பதால் அனைத்தையும் தெரிந்து

கொள்வதற்கான சந்தர்ப்பம் எனக்கு இருந்ததில்லை. து கிடையாது. பத்தாண்டுகளுக்கு முன்பாக எம்.எம்.ஹில்ஸில் உள்ள ஒர்க் ஷாப்பில் வள்ளியம்மாவை கையில் விலங்கிட்டு நானும், பரமசிவா மற்றும் வேறு இருவரும் கற்பழித்ததாக வள்ளியம்மா தெரிவித்ததை பொய்யானது என்றும் இட்டுக்கட்டிக் கூறப்பட்டது என்றும் நிராகரிக்கிறேன். அந்தப் பெண்ணைப் பார்க்கும் சந்தர்ப்பம் எனக்கு கிடைத்ததில்லை.

"தேடுதல் நடவடிக்கையின் போது அவர்கள் யாரையும் கைது செய்யவில்லை.
சப் இன்ஸ்பெக்டர் வாசுதேவமூர்த்தியால் கைது செய்யப்பட்டார்
குற்றம் சாட்டப்பட்ட ஒருவரை மற்றொரு காவல் எல்லைப் பகுதியில் கைது செய்யும்போது கைது செய்யப்பட்டவர் பற்றிய விபரம் அந்த காவல் நிலையத்திற்கு அந்த அதிகாரி தெரிவிக்க வேண்டும் என்பது சட்டம். ஆனால், அவ்வாறு அவர்கள் தெரிவிப்பதில்லை
மாரிசாமி
காவல்துறை துணை கண்காணிப்பாளர். ஓய்வு.

சிறப்பு அதிரடிப்படைத் தலைவராக சங்கர்பிதாரி இருந்தார். வீரப்பன் மற்றும் அவரது கூட்டாளிகளால் ராமபுரா காவல் நிலையம் தாக்கப்பட்டது தொடர்பான வழக்கை நான் தொடர்ந்து புலனாய்வு செய்தேன். போலீசாருடன் நடந்த மோதலில் சிலர் கொல்லப்பட்டிருந்தனர். வேறு சிலர் கண்டு பிடிக்கப்படாமல் இருந்தனர். வீரப்பன், அர்ச்சுனன், மாரியப்பா, குழந்தை மற்றும் பலருக்கு எதிராக அந்த முதல் அறிக்கை தாக்கல் செய்யப்பட்டது.

இரண்டாவது முதல் தகவல் அறிக்கை 34 பேருக்கு எதிராக 19.03.1993ல் தாக்கல் செய்தபோது புதிய பெயர்கள் வெளிப்பட்டன. சாட்சிகள் புதிய பெயர்களை வெளிப்படுத்தப்படுகிற போது சிறப்பு நீதிமன்றத்திடம் சீல் இடப்பட்ட கவரில் வழக்கு டயரியின் காப்பி தாக்கல் செய்வோம். குற்றம்சாட்டப்பட்டவரை ரிமாண்ட் மனுவுடன் நாங்கள் நீதிமன்றத்தில் ஆஜர்படுத்துகிற

போது வழக்கு டயரியை தாக்கல் செய்யும்படி நீதிமன்றம் வலியுறுத்தும். நீதிமன்றத்தில் ஆஜர் படுத்தப்பட்டுள்ள நபர் கைது செய்யப்பட்ட தேதி, முத்தைய தேதிகள் அடங்கிய வழக்கு டயரியை தாக்கல் செய்யும்படி வற்புறுத்துவார்கள். அதை தவிர்ப்பதற்காக சீல் இடப்பட்ட கவரில் வழக்கு டயரி நகலை தாக்கல் செய்வோம். எங்களால் குற்றம் சாட்டப்பட்டவர்களின் பெயர்பட்டியல் அதில் இருக்கும்.

புலனாய்வின் போது சாட்சியங்களால் புதிய பெயர்கள் வெளியிடப் படுகிற போது இந்த நடைமுறையை பின்பற்றுவோம். ராமபுரா காவல் நிலைய குற்ற எண் 70/92 வழக்கு உள்பட அனைத்து வழக்குகள் விஷயத்திலும் அந்த முறையை நாங்கள் பின்பற்றினோம். அந்த வழக்கு ஆரம்பத்தில் வீரப்பன், அர்ச்சுனன், மாரியப்பா குழந்தை, சேகரா, கோவிந்தா, மணி என பத்திலிருந்து பதினைந்துபேருக்கு எதிராக தொடரப்பட்டிருந்தது 13.07,1995ல் பிறப்பித்த H.T 97, P.O.P. 93 ஆணையின்படி சிறப்பு அதிரடிப் படையிடம் ஒப்படைப்பதற்காக பல்வேறு அதிகாரிகள் தலைமையில் 650 செக் போஸ்ட்கள் அமைக்க அரசு உத்திரவிட்டது டிஐஜி தலைமையில் சிறப்பு அதிரடிப்படை அமைக்கப்பட்டது. ஒரு போலீஸ் கண்காணிப்பாளர், இரு டி.எஸ்.பிகள், ஆயுதப்படையைச் சேர்ந்த இரு டி.எஸ்.பிக்கள், எட்டு போலீஸ் ஆய்வாளர்கள், ஐந்து ஆயுதப்படை ஆய்வாளர்கள், போலீஸ் உதவி ஆய்வாளர்கள், நான்கு வயர்லெஸ் உதவி ஆய்வாளர்கள் மற்றும் பலரும் படையில் இணைக்கப்பட்டனர். சிறப்பு அதிரடிப்படையின் செயல்பாடு திறம்படவும் திறமையாகவும் இருப்பதற்காக அது மூன்று பிரிவுகளாக பிரிக்கப்பட்டது. புலனாய்வு, நடவடிக்கை, உளவுப் பிரிவு என்பதாக அது மூன்றாக பிரிக்கப்பட்டது.

புலனாய்வுப் பணியைத்தவிர எந்த ஒரு அதிகாரிக்கும் குறிப்பிட்ட பணியைச் செய்வதற்காக கமாண்டர் எழுத்துப்பூர்வமான உத்தரவு ஏதும் பிறப்பிப்பதில்லை. அதிகாரிகளுக்கு உணவு மற்றம் நடவடிக்கை பணிகள் தொடர்பாக வாய்மொழியாகவே உத்தரவு போடப்படும். வீரப்பனால் பாதிக்கப் பட்டிருந்த பகுதிகளில் பணியாற்றிய உள்ளூர் போலீஸ் அதிகாரிகளும் சிறப்பு அதிரடிப்படைக்காக பணியாற்ற உத்தர விடப்பட்டிருந்தனர். செக் போஸ்ட்கள் அமைக்கப்பட்டிருந்தது தவிர இப்படியும் உத்தரவிடப்பட்டிருந்தது.

சூழலுக்கு ஏற்ப மைசூர் மற்றும் சாம்ராஜ் நகர் மாவட்டங்களிலிருந்து ஆள்பலம் மற்றும் சாதனங்கள் அதிரடிப்படை நடவடிக்கைக்கு திரட்டிக் கொள்ள அவருக்கு அதிகாரம் வழங்கப்பட்டது. ஆய்வாளர்கள், உதவி ஆய்வாளர்கள் ஒரு டி.எஸ்.பி. ஆகியோர் உள்ளிட்ட பதினைந்து அதிகாரிகள் உளவுப்பணியை பார்த்துக் கொண்டனர். அவர்களுக்கு தலைமைக் காவலர்கள் மற்றும் காவலர்கள் உதவி தரப்பட்டது. அவசரத் தேவைகளுக்கு வாகனங்கள் தரப்பட்டன. வீரப்பன் மற்றும் அவரது கூட்டாளிகளின் செயல்பாடுகள், வீரப்பன் கும்பலுக்கு உதவி செய்பவர்களை பற்றிய தகவல்களை பல்வேறு வட்டாரங்களிலும் அவர்கள் திரட்டி தலைமையகத்திற்கு அனுப்பி வைத்தனர். அந்தத் தகவல்களின் அடிப்படையில் அதிரடிப்படை செயல் நடவடிக்கை குழுவினர் தேடுதல் நடவடிக்கையை மேற்கொண்டனர்.

சிறப்பு அதிரடிப்படையின் நிர்வாகம் தொடர்பான விஷயம் ஏதும் எனக்குத் தெரியாது. நான் ராமபுராவில் நியமிக்கப் பட்டிருந்தேன். நான் எம்.எம்.ஹில்ஸில் தங்கியதில்லை. அங்கு பணியாற்றியதுமில்லை. அதிகாரிகள் கூட்டத்தில் கலந்து கொள்வதற்கு குறிப்பாக உளவுப் பிரிவில் பணியாற்றிய அதிகாரிகள் கூட்டத்தில் கலந்து கொள்வதற்கு நான் எம்.எம்.ஹில்ஸ் செல்வேன். கமாண்டரை சந்தித்து புலனாய்வு சம்பந்தமாக விவாதிப்பதற்கோ,அவரால் அழைக்கப்படும் போதோ மட்டும்தான் நான் அங்கு செல்வேன். மாநில அரசின் வேண்டுகோளின்கீழ் எல்லைப் பாதுகாப்பு படையினர் வந்தபோது சிறப்பு அதிரடிப்படையில்தான் நான் இருந்தேன். வீரப்பனைப் பிடிப்பதற்காக வந்திருந்த எல்லைப் பாதுகாப்பு படையின் பலம் குறித்து எனக்கு நினைவில்லை.

எல்லை பாதுகாப்பு படையைச் சேர்ந்தவர்கள் எம்.எம்.ஹில்ஸ் மற்றும் ஊக்கியம் ஆகிய இடங்களில் நிறுத்தப்பட்டனர். கர்நாடக அதிரடிப்படையின் சீருடையும் எல்லை பாதுகாப்பு படையினரின் சீருடையும் ஒரே விதமாக இருக்கும். வனப்பகுதியில் எளிதாக இயங்குவதற்கு எல்லை பாதுகாப்பு படையினரின் சீருடையும் தயாரிக்கப்பட்டது. தங்குமிடம், செயல் நடவடிக்கைகள், உணவுவசதிகள் போன்ற விஷயத்தில் அதிரடிப்படை போன்று அல்லாமல் எல்லைப் பாதுகாப்பு படை மாறுபட்டு, தனியானதாக இருந்தது. அந்தப்

படையின் செயல்பாட்டை கமாண்டர் கட்டுப்படுத்தி ஒழுங்கு படுத்தினார். வனப்பகுதி நடவடிக்கையோடு அது நின்று கொண்டது. வனப்பகுதியில் தேடுதல் நடவடிக்கை, உத்தரவுக்கு ஏற்ப திடீர் தாக்குதல் நடவடிக்கை போன்றவை அதன் பணியாகும். தேடுதல் நடவடிக்கையின் போது அவர்கள் யாரையும் கைது செய்யவில்லை. எல்லை பாதுகாப்பு படையினருக்கு எதிராக பொதுமக்களிடமிருந்து புகார் ஏதாவது வந்ததா என்பது எனக்குத் தெரியாது.

வீரப்பன் நடமாட்டம் குறித்து தகவல் சேகரிக்க துப்பு தருபவர்களை சந்திப்பதற்காகவும் தகவல் திரட்டுவதற்கும் அதிகாரிகள் ஒவ்வொருவரும் அவர்களது வசதிக்கேற்ப பல்வேறு இடங்களுக்கு அவரவர் குழுவினருடன் சென்றனர். அவசியப்பட்டால் எனக்கும் புலனாய்வு அதிகாரிகளுக்கும் இடையே ஆலோசனைகள் நடப்பது உண்டு. சில சமயங்களில் அவர்கள் என்னை தனியாக சந்தித்து அவர்கள் சேகரித்த தகவல் குறித்து விவாதிப்பார்கள். மற்றும் சில சமயங்களில் வயர்லெஸ் செய்திகள் மூலம அவர்கள் என்னைத் தொடர்பு கொண்டு உத்தரவுகளை பெறுவர். செய்தி மூலமாகவும் நாங்கள் தகவல்களைப் பெறுவதுண்டு. மற்றும் சில நேரங்களில் வயர்லெஸ்கள் மூலம் நாங்கள் விவாதிப்பது உண்டு. ரேடியோ செய்தி பதிவு செய்யப்பட்டதை தவிர எந்தவொரு அதிகாரியும் தனது அறிக்கை தாக்கல் செய்யப்பட்ட இடம் நேரம் அவர் விசாரித்த நபர், பல்வேறு வட்டாரங்களில் இருந்து அவர் திரட்டிய தகவல்களை எழுத்து பூர்வமாக அளிப்பதில்லை. உளவுப்பிரிவு அதிகாரிகளின் நடமாட்டம் குறித்து உறுதிப்படுத்திக் கொள்ள ஆவண பூர்வமான ஆதாரம் எதுவும் இருக்காது.

தமிழ்நாட்டில் எந்த இடத்திலும் சந்தேகப்பட்டவர்கள் தொடர்பான ரேடியோ செய்தி பெறப்பட்டதில்லை. குற்றஞ் சாட்டப்பட்டவரை கைது செய்யும்போது அந்த போலீஸ் எல்லைக்கு கட்டுப்பட்ட காவல் நிலையத்தில் அந்த கைது பற்றி தெரிவிக்க வேண்டாம் என்று எந்த போலீஸ் அதிகாரிக்கும் நான் உத்திரவிட்டதில்லை.

குற்றம் சாட்டப்பட்டவரை வேறொரு காவல் எல்லைக்குள் கைது செய்யும் போது அந்த கைது பற்றி அந்த காவல் நிலையத்திற்கு தெரிவிக்க வேண்டியது அவசியம் இல்லை. கைது செய்யப்பட்டவரை தனது மேலதிகாரிகள் முன்பாகவோ, முதல்

தகவல் அறிக்கை பதிவு செய்யப்பட்ட பகுதிக்கு உட்பட்ட நீதிமன்றத்தில் இருபத்திநான்கு மணி நேரத்திற்குள் ஆஜர்படுத்தினாலோ மேற்கண்டவாறு செய்யவேண்டியதில்லை. நீதிமன்றத்திலோ அல்லது புலனாய்வு அதிகாரிக்கு முன்பாகவோ இருபத்திநான்கு மணி நேரத்தில் கைது செய்யப்பட்டவரை ஆஜர்படுத்த முடியாது என்று கருதினால் அந்த கைது நடந்த ஏரியா காவல் நிலையத்திலோ அல்லது நீதிமன்றத்திலோ அது குறித்து தகவல் தெரிவிக்க வேண்டியது அவசியமானதாகும்.

குற்றம் சாட்டப்பட்டவர் கைதின்போது அந்த காவல் எல்லைக்குட்பட்ட பகுதியின் காவல் நிலைய அதிகாரிகளின் உதவியைப் பெறலாம் அல்லது பெறாமலும் போகலாம். எனது புலனாய்வு பணிக்கு எல்லைப் பாதுகாப்பு படையினரின் உதவியை நான் நாடியதில்லை. உள்ளூர் போலீஸ் அதிகாரிகளுடன் செல்லாமல் வீரப்பனைப் பிடிப்பதற்கு வரவழைக்கப்பட்ட எல்லைப் பாதுகாப்புப்படையினர் எங்கும் செல்லக்கூடாது என்பது உண்மையே. கமாண்டர் அத்தகைய உத்தரவுகளை பிறப்பிப்பார். அத்தகைய உத்தரவுகள் பிறப்பிக்கப்பட்டது எனக்குத் தெரியும். குற்றம் சாட்டப்பட்ட ஒருவரை மற்றொரு காவல் எல்லைப் பகுதியில் கைது செய்யும்போது கைது செய்யப்பட்டவர் பற்றிய விபரம் அந்த காவல் நிலையத்திற்கு அந்த அதிகாரி தெரிவிக்க வேண்டும் என்பது சட்டம். ஆனால் விதிவிலக்கான சூழ்நிலைகளில் அவ்வாறு அவர்கள் தெரிவிப்பதில்லை.

ஊக்கியம் ரெங்கசாமி செட்டியாரின் மகன் துரைசாமி செட்டியாரை எனக்குத் தெரியும். அவர் விவசாயத்தொழில் செய்தவர். ஊக்கியம் கிராமம் ராமாபுரம் காவல்நிலைய எல்லைக்கு உட்பட்ட பகுதியில் உள்ளது. விசாரனை தொடர்பாக நான் ஊக்கியம் செல்லும்போது எனக்கு அவரது அறிமுகம் ஏற்பட்டது. தடா நீதிமன்றம் விசாரிக்கும் வழக்குத் தவிர வேறு எந்த வழக்கிலும் அவர் குற்றம் சாட்டப்பட்ட ஒருவராக இல்லை. ராமாபுரா காவல் நிலையத்தின் குற்ற எண் 70/92 உட்பட மூன்று வழக்குகளில் அவர் குற்றம் சாட்டப்பட்டிருந்தார். போலீஸ் நடமாட்டம் குறித்து வீரப்பனுக்கு தகவல் தெரிவிக்கும் துப்பு தருபவராக அவர் இருந்தார் என்பது அவர் மீதான குற்றச்சாட்டு. அவர் உணவுப் பொருட்களை வீரப்பனுக்கு வழங்கினார் என்ற குற்றமும் அவர் மீது சாட்டப்பட்டிருந்தது. ராமாபுர போலீஸ்

சப் இன்ஸ்பெக்டர் வாசுதேவ மூர்த்தியால் கைது செய்யப்பட்டார். அவர் நீதிமன்றத்தில் ஆஜர்படுத்தப்பட்டார். நான் அவர் அளித்த சாட்சியத்தை பார்த்தேன். 1993 ஆம் ஆண்டு ஏப்ரல் 23 ஆம் தேதி அவரை நான் பேருந்து நிலையத்திலிருந்து போலீஸ் ஸ்டேஷன் அழைத்துச் சென்றதாகவும் சங்கர்பிதாரியிடம் அறிமுகப்படுத்திவிட்டு பின்னர் கொள்ளேகாலுக்கு அவரை அனுப்பி வைக்க உரிய ஏற்பாடுகளை செய்கிறேன் என்று நான் அவருக்கு உறுதி அளித்ததாகவும், போலீஸ் ஸ்டேஷன் கொட்டடியில் அவரை மூன்று நாட்கள் அடைத்து வைத்திருந்ததாகவும் அவர் வாக்குமூலத்தில் சொல்லியிருப்பது முழுமையாக பொய்யானது. அவரை மற்றவர்களுடன் சேர்த்துதான் சப் இன்ஸ்பெக்டர் வாசுதேவமூர்த்தி கைது செய்தார் என்பதுவே உண்மையாகும். 25.04.1993 அன்று ராமபுரம் காவல் நிலையத்திற்கு அவர்களைக் கொண்டு சென்றார். காலை 10.30 மணிக்கு நான் காவல் நிலையத்திற்கு வந்தேன். அங்கு அவர்கள் இருப்பதை அறிந்தேன். அவர்களை ரிமாண்ட் செய்வதற்காக நீதிமன்றம் முன்பு ஆஜர்படுத்துவதற்கான நடவடிக்கைகளை நான் மேற்கொண்டேன்.

பத்துப் பனிரெண்டு குடிசைகள் எரிந்து சாம்பலானதாகக் கூறப்பட்ட தீ விபத்து எதுவும் நல்லூரில் நடக்கவில்லை. மின்சாரம் உற்பத்தி செய்யும் நடமாடும் ஜெனரேட்டர்கள் எதுவும் எந்த காவல் நிலையத்திலும் இருந்ததை நான் பார்த்ததில்லை. கே.எஸ்.ஆர்பி படையினர் வனத்திலிருந்து திரும்பிய போது அவர்களை தங்க வைப்பதற்காக எம்.எம்.ஹில்ஸ் கோயிலுக்கு சொந்தமான நாலைந்து சத்திரங்களை சிறப்பு அதிரடிப்படை தனது தேவைக்காக வைத்துக் கொண்டது. அந்த சத்திரங்களின் மூன்று அறைகள் எம்.எம்.ஹில்ஸ் காவல் நிலைய பழைய ஆவணங்களை வைப்பதற்கு உபயோகப் படுத்தப்பட்டது. அதற்குக்காரணம் காவல் நிலைய ஆவண அறையில் கைப்பற்றப்பட்ட ஆயுதங்கள் வைக்கப்பட்டிருந்தன. வீரப்பன், அவரது கூட்டாளிகளின் நடமாட்டம் குறித்து தகவல் பெறுவதற்காக சந்தேகத்தின் பெயரில் கைது செய்யப் பட்டவர்களை கையாளுவதற்கு ஒர்க் ஷாப் பட்டறையாக அந்த சத்திரங்கள் பயன்படுத்தப்பட்டன என்று பல்வேறு சாட்சிகள் அளித்த வாக்குமூலங்கள் பொய்யானது. மேலும், கரண்ட ஷாக் தரப்பட்டும், கூரையில் கட்டி தொங்க விடப்பட்டும், லத்திகளால்

ஈவு இரக்கமற்று அடித்து துன்புறுத்தி சித்வதை செய்யப்பட்டதாகவும் வீரப்பனுக்கு உதவினார்கள் என்ற சந்தேகத்தினால் மட்டுமே அவர்கள் இப்படி கொடுமையான சித்ரவதை செய்யப்பட்டதாக அவர்கள் சாட்சியம் அளித்திருப்பது பொய்யானது மற்றும் ஜோடிக்கப்பட்ட சாட்சியம் ஆகும்.

"முகாமை நாங்களே உருவாக்கினோம். வனப்பகுதியில் தேடுதல் வேட்டையில் ஈடுபடவும் அவர்களை பிடிப்பதற்கும் அவர்களை எங்கள் காவலில் வைத்துக் கொள்வதற்கும், ஆபத்தான சூழ்நிலையில் அவசியமானால் எதிராளியை சுடுவது உள்பட அவ்வப்போது ஏற்படும் மாறுபட்ட நிலைமைகளை சந்திப்பதற்கு அவசியமான அனைத்து நடவடிக்கைகளையும் மேற்கொள்வதற்கு ஆயுதங்களுடன் சட்டப்பூர்வ அதிகாரம் எங்களுக்கு வழங்கப்பட்டிருந்தது

அங்கே முகாம் இருந்ததில்லை!"

நாகராஜ்
போலீஸ் உதவி ஆணையர்.

நாலுரோடு அருகே பழங்குடியினருக்கு சொந்தமான சுமார் பதினைந்து குடியிருப்பு ஷெட்டுகள் இருந்தன. நாயக்கர்களுக்கும் கவுண்டர்களுக்கும் சொந்தமான மூன்று காபி கடைகள் இருந்தன. நாலு ரோடு சந்திப்பிலிருந்து கிட்டத்தட்ட மூன்றிலிருந்து நான்கு கிமீ தொலைவில் மார்ட்ஹள்ளி என்ற கிராமம் உள்ளது. நாலு ரோடு சந்திப்பிலிருந்து எட்டு கி.மீ தொலைவில் நல்லூர் உள்ளது. நல்லூர் வனப்பகுதியை ஒட்டியபடி நாலுரோடு சந்திப்பு உள்ளது. அங்கே வனக்காவலர் அறையைச் சுற்றிலும் கூடாரங்கள் போட்டு எங்களது நாலுரோடு முகாமை நாங்களே உருவாக்கினோம். சுமார் பத்து கூடாரங்கள் இருந்தன. ஒரு கூடாரத்தின் அளவு ஆறுக்குப் பத்து என்ற அளவில் இருநதது. மரத்தடிகள் மற்றும் இரும்புத் தகடுகளை பயன்படுத்தி சமையலறை ஒன்றையும் உருவாக்கினோம்.

நல்லூரில் பலுக்கர் ராஜு என்ற பெயரில் ஒருவரை போலீசுக்கு துப்பு கொடுக்கும் ஆள் என்ற சந்தேகத்தின்கீழ்

வீரப்பன் மற்றும் அவருடைய கூட்டாளிகளால் 1994 அல்லது 1995 ஆம் ஆண்டிலே கொல்லப்பட்டார். அவரோடு சேர்ந்து அவருடைய 9 வயது மகனும் கொல்லப்பட்டான். வீரப்பன் மற்றும் அவருடைய கூட்டாளிகளிடமிருந்து கிராமத்தை, கிராமத்தவர்களை பாதுகாப்பதற்காக நல்லூரில் முகாம் ஒன்று அமைக்கப்பட்டது. ஒரு படைப்பிரிவும் அங்கு நிறுத்தப்பட்டது. அந்த பிளாட்டூன் தளபதியே முகாமின் பொறுப்பு அதிகாரியாகவும் இருந்தார். சிவில் காவல்துறை, சிறப்பு அதிரடிப்படையை சேர்ந்த அதிகாரி எவரும் அந்த முகாமிற்கு பொறுப்பாக நியமிக்கப்படவில்லை.

பலுக்கர் ராஜு வீட்டின் அருகே கூரை செட் ஒன்றில் முகாம் அமைக்கப்பட்டது. அந்த படைப்பிரிவு பள்ளிக்கூடம் எதிலும் தங்கியிருக்கவில்லை. நம்பகத் தகவல் மூலமாகவோ, கமாண்டோ உத்தரவின் பேரிலோ காட்டிற்குள் புகுந்து வீரப்பனையும் அவர் கூட்டாளிகளையும் பிடிப்பதற்கான அதிகாரம் அந்த செயல் குழுவிற்கு வழங்கப்பட்டிருந்தது. செயல் நடவடிக்கையின் போது வனப்பகுதியில் தேடுதல் வேட்டையில் ஈடுபடவும் அவர்களை பிடிப்பதற்கும் அவர்களை எங்கள் காவலில் வைத்துக் கொள்வதற்கும், ஆபத்தான சூழ்நிலையில் அவசியமானால் எதிராளியை சுடுவது உள்பட அவ்வப்போது ஏற்படும் மாறுபட்ட நிலைமைகளை சந்திப்பதற்கு அவசியமான அனைத்து நடவடிக்கைகளையும் மேற்கொள்வதற்கு ஆயுதங்களுடன் சட்டப்பூர்வ அதிகாரம் எங்களுக்கு வழங்கப்பட்டிருந்தது. சிறப்பு அதிரடிப்படையில் நான் பணியாற்றிய காலத்தில் ஐயன்துரை, மீனுகர் குப்புசாமி, சேவா, கிருஷ்ணன், மணி என்கிற ஐந்து பேரை நான் கைது செய்தேன்.

ராமபுரா காவல் நிலையத்தின் க்ரைம்எண்;70/92ன் கீழ் ஐயன்துரை மீனுகர் குப்புசாமி, சேவா, ஆகியோரை கோபிநத்தம் வன எல்லை அருகே கைது செய்தேன். நல்லூரில் உள்ள ஒரு பழைய கோட்டையில் கிருஷ்ணன், மணியை கைது செய்தேன். அவர்களிடமிருந்து எஸ்பி.என்.எல். துப்பாக்கிகள் கைப்பற்றப் பட்டன. புலனாய்வு அதிகாரி முன்பு அவர்களை ஆஜர்படுத்தினேன். துப்பாக்கிகளை நான் கைப்பற்றிய போது துப்பாக்கிகளில் குண்டுகள் லோடட் செய்யப்பட்டிருந்தன.

அதிகாரிகளின் செயல்பாட்டு அதிகாரப்படி கிராமங்களுக்குச் சென்று வீரப்பன் மற்றும் அவருடைய

கூட்டாளிகளின் நடவடிக்கைகளுடன் தொடர்புடையவர்களை நம்பகமிக்க தகவல்களின் அடிப்படையில் கைது செய்வதற்கு எனக்கு அதிகாரம் வழங்கப்பட்டிருந்தது. பல தடவை நான் எம்.எம்.ஹில்ஸ் சென்றிருக்கிறேன். அங்கே முகாம் இருந்ததில்லை.

காவல்நிலையம் மற்றும் சிறப்பு அதிரடிப்படையின் தலைமையகம் அங்கே அமைந்துள்ளது. பொதுப்பணித்துறைக்கு சொந்தமான புதிய இன்ஸ்பெக்சன் பங்களாவில் அது அமைந்திருந்தது. கோயிலுக்குச் சொந்தமான வேறு எந்தக் கட்டிடங்களையும் சிறப்பு அதிரடிப்படை தனது வசம் வைத்திருந்தது எனக்குத் தெரியாது. கைது செய்யப்பட்டு எம்.எம்.ஹில்ஸ் கொண்டு வரப்பட்ட வீரப்பன் கூட்டாளிகளிடமிருந்து வீரப்பன் மற்றும் அவரது நடவடிக்கைகள் பற்றிய தகவல்களை பெறுவதற்கான ஒரு ஒர்க் ஷாப் பட்டறையாக கோவில் சத்திரம் ஏதும் பயன்படுத்தப்பட்டதா என்பது பற்றி நான் கேள்விப்பட்டது இல்லை. சிறப்பு அதிரடிப்படைக்கு எதிராக அதுபோல சொல்வது தவறானது. அது உண்மையாக இருக்கும் பட்சத்தில் அறுகுறித்து எனக்கு தெரிந்திருக்க வேண்டும். இதர அதிகாரிகளை விட சிறப்பு அதிரடிப்படையில் அதிக காலம் பணியாற்றிய அதிகாரிகளில் நானும் ஒருவன். சிறப்பு அதிரடிப்படையில் நான் இணைந்திருந்த போது ஏற்கெனவே சொன்ன ஐந்து பேரைத் தவிர வேறு எவரையும் நான் கைது செய்ததில்லை. என்னால் கைது செய்யப்பட்டவர்களிடம் நான் விசாரணை செய்ததும் இல்லை. நான் அவர்களை காவலில் வைத்திருந்ததும் கிடையாது. சம்பந்தப்பட்டவர்களின் உண்மையான அடையாளங்களை உறுதிப்படுத்திய பின் அவர்களை விசாரணை நடத்துவதற்கு அதிகாரம் படைத்த அதிகாரிகள் முன்பாக அவர்களைக் கொண்டுவந்து ஆஜர்படுத்தியிருக்கிறேன். நான் யாராவது ஒருவரைக் கைதுசெய்த போதெல்லாம் அந்த நபரின் உண்மை அடையாளங்களை தெரிந்து கொள்வதற்காக என்னுடன் வீரப்பன் சம்பந்தப் பட்டவர்களைப் பற்றி துப்பு சொல்லும் ஒருவரை கூடவே வைத்திருந்திருக்கிறேன். கைது செய்யப்படுகிறவருக்கு துப்பு சொல்பவரை பார்க்கும் சந்தர்ப்பத்தை நாங்கள் அளித்ததில்லை. வீரப்பன் கூட்டாளிகளை கைது செய்வதற்கு துப்பு சொல்பவரின் பாதுகாப்பும் பந்தோபஸ்தும் மிக முக்கியமானதாகும்.

எல்லம்மா சாட்சியத்தை நான் படித்தேன். அவர் தனது

சாட்சியத்தில் கூறிய புகாரை நான் நிராகரிக்கிறேன். எட்டு ஆண்டுகளுக்கு முன்பு நான் அவரது வீட்டிற்கு சென்று அவரது தந்தையை பிடித்துச் சென்று எம்.எம்.ஹில்ஸ்க்கு கொண்டு சென்றதாகவும் அவர் சொன்ன புகாரையும் நான் நிராகரிக்கிறேன். கரண்ட்ஷாக், லத்திகளால் கண்மூடித்தனமாக அடித்தல் போன்ற வழிகளில் தனது தந்தையை போலீசார் கொடுமைப்படுத்தியதாகவும் அதனால் அவர் செயலிழந்து போனதாகவும், எல்லம்மா சொன்ன புகார்களை நான் நிராகரிக்கிறேன். நாலு ரோடு முகாமில் பணியாற்றிய காலத்தில் நல்லூர் கிராமத்திற்கு உள்ளே நான் சென்றது இல்லை. ற

குட்டேமாதேவா சாட்சியத்தை நான் படித்தேன். நான் அவரை பார்த்தது கிடையாது. நாலு ரோடு முகாமில் பணியாற்றிய காலத்தில் எனக்கு கீழே மஞ்க என்ற பெயரில் கான்ஸ்டபிள் எவரும் பணியாற்றியது கிடையாது. எட்டு ஆண்டுகளுக்கு முன்பு அவரை நான் நாலுரோடு போலீஸ் முகாமுக்கு கொண்டு சென்றதாகவும் ராமபுரா காவல்நிலையம் வழியாக எம்.எம்.ஹில்ஸ்க்கு கான்ஸ்டபிள் மஞ்சு அவரை கொண்டு சென்றதாகவும் குட்டே மாதேவா அளித்த சாட்சியத்தில் சொன்னதை பொய் என நான் மறுக்கிறேன். அவர் வாக்குமூலத்தில் சொன்னதைப் போல எம்.எம்.ஹில்ஸ் முகாமில் அவர் சித்ரவதை செய்யப்பட்டதாக தெரிவித்துள்ள புகாரும் பொய்யானதாகும்.

ஞானசுந்தரி என்பவரை எனக்குத் தெரியாது. இந்த விசாரணைக் குழுவின் முன்பு அவர் அளித்த வாக்குமூலத்தில் தெரிவிக்கப்பட்ட புகார்களின் உண்மைத்தன்மை குறித்தோ மற்றவை குறித்தோ எனக்குத் தெரியாது. அது பொய்யானதாகத்தான் இருக்க வேண்டும். ஏனெனில் சிறப்பு அதிரடிப்படையில் நான் இருந்தபோது நான் கேள்விப்பட்டது கிடையாது. எம்.எம்.ஹில்ஸ் ஒர்க் ஷாப்பில் ஐந்து மாத காலம் அடைத்து வைத்திருந்த பின் அவரை அவரது வீட்டின் அருகே கொண்டு சென்று விட்டுவிட்டதாக அவர் சொல்லியிருப்பது பொய்யானது.

குருநாதன் சாட்சியத்தை நான் படித்தேன். 1993ஆம்ஆண்டு மார்ச் மாதம் ஒருநாள் சில போலீஸ் அதிகாரிகளுடன் அதிகாலை மூன்று மணியளவில் அவரது வீட்டிற்குச் சென்று அவரது கண்களைக்கட்டி கம்மாபட்டிக்கு கொண்டு

சென்றதாகவும் அங்கே அவரை நாங்கள் சித்ரவதை செய்ததாகவும், பின் அங்கிருந்து எம்.எம்.ஹில்ஸ் காவல் நிலையத்திற்கு கொண்டு சென்றதாகவும், அவர் தனது பாக்கெட்டில் வைத்திருந்த ஆயிரம் ரூபாய் பணத்தை நாங்கள் எடுத்துக் கொண்டதாகவும் அவர் தெரிவித்துள்ள புகார் பொய்யானது. நஷ்ட ஈடு பெறும் உள் நோக்கத்துடன்தான் இது போன்ற புகார்கள் முன்வைக்கப் பட்டுள்ளன.

வேலுச்செட்டி மகன் கிருஷ்ணன் சாட்சியத்தை படித்தேன். அவர் கைதுசெய்யப்பட்டது தவிர தனது வாக்குமூலத்தில் அவர் தெரிவித்த புகார்கள் அனைத்தும் பொய்தான். நல்லூர் அருகே உள்ள ஒரு பழைய கோட்டையில் குண்டுகள் நிரப்பப்பட்ட துப்பாக்கிகளுடன் அவரும் மணியும் கைது செய்யப்பட்டனர். அவரது வீட்டில் வைத்து கைது செய்யப்பட்டதாகவும் நாலுரோடு போலீஸ் முகாமிற்கு கொண்டு செல்லப்பட்டதாகவும், இரண்டு நாட்கள் அங்கேயே அடைத்து வைக்கப்பட்டிருந்ததாகவும், பின் எம்.எம்.ஹில்ஸ்க்குக்கு கொண்டு செல்லப்பட்டதாகவும் அங்கு காவலில் அடைத்து வைக்கப்பட்டிருந்ததாகவும் சொல்லப்பட்ட வாக்குமூலம் அனைத்தும் பொய்யானவை.

திரு.வி.பி. குணசேகரன் (குறுக்கு விசாரணையில்)

நாலுரோடில் உள்ள முகாமை நான் நிறுவவில்லை. சிறப்பு அதிரடிப்படை தளபதி உத்தரவின் பெயரிலேயே சூழ்நிலை அவசரத்தன்மை கருதி அமைக்கப்பட்டன. எழுத்துப்பூர்வமான உத்தரவு ஏதும் இதற்கு இல்லை. முகாம்கள் நிறுவப்பட்டது தொடர்பாக எங்கும் பதிவு செய்யப்படவுமில்லை. அன்று தேவைப்பட்ட சந்தர்ப்ப சூழ்நிலைக்கு ஏற்பவே முகாம்கள் நிறுவப்பட்டன. ஒரு கிராம பாதுகாப்பிற்காக முகாம் அமைப்பதற்கு எழுத்துப் பூர்வ உத்தரவு ஏதும் கிடையாது. எனது அறிவுக்கு தெரிந்தவரை இதற்கு எழுத்துப்பூர்வமான உத்தரவு தேவைியில்லை. அந்த சமயத்தில் நிலவிய அசாதாரண நிலவரத்தை கணக்கில் கொள்ள வேண்டும். நல்லூரில் கிராம பாதுகாப்பு முகாம் நிறுவப்பட்டதேதி குறித்து எனக்கு நினைவில்லை.

பலுக்கர்ராஜுவும், அவரது மகனும் கொலை செய்யப்பட்ட உடனேதான் அது அமைக்கப்பட்டது. அந்த முகாம் பலுக்கர்ராஜு கொலை செய்யப்படுவதற்கு முன்னதாகவே அமைக்கப்பட்டதாக சொல்வது உண்மை கிடையாது. மாரியம்மன் கோயிலில் நல்லூர் போலீஸ் முகாம் இருந்தது என்று சொல்வதும் உண்மையல்ல.

பலுக்கர்ராஜூ வீட்டை ஒட்டியிருந்த ஒரு கூரை ஷெட்டிலேயே அந்த முகாம் அமைந்திருந்தது. ஊக்கியத்தைச் சேர்ந்த துரைசாமி செட்டியாரை எனக்கு தெரியாது. அவர் சிறையில் இருந்த போது அவரது விவாசாயப் பாசன பம்பு செட்டு மற்றும் கிணற்றை சேதப்படுத்தும்படி நானும் எனது சகாக்களும் போலீஸ்காரர்களுக்கு உத்தரவிட்டதாக சொல்லப்படும் புகார் பொய்யானது.

''மனித உரிமை மீறல்களில் ஈடுபட்ட சிறப்பு அதிரடிப்படையினரால் பாதிக்கப்பட்ட மக்களுக்கு ஆதரவாக செயற்பட்ட மனித உரிமை அமைப்புகளும் அதன் கூட்டு நடவடிக்கைகளும் வீரப்பனைத் தேடுதலில் சிறப்பு அதிரப்படையின் மனித உரிமை மீறல்கள் குறித்த நீதிபதி சதாசிவா விசாரனைக் குழுவின் அறிக்கையை உடனே வெளியிடக் கோரிக்கை.''

மக்கள் கண்காணிப்பகம்-தமிழ்நாடு
மக்கள் சிவில் உரிமைக் கழகம், தமிழ்நாடு - கர்நாடகா
தமிழ்நாடு பழங்குடி மக்கள் சங்கம். சிக்ரம், கர்நாடகா
சாக்கோ அறக்கட்டளை
இந்திய சமூக நிறுவனம் (மனித உரிமைப் பிரிவு), பெங்களூர்.

தமிழகத்தின் கர்நாடக எல்லைப்புற மாவட்டங்களான ஈரோடு, சேலம், தர்மபுரி ஆகிய மாவட்டங்களில் கடந்த 1990களிலிருந்து சந்தன மரக் கடத்தல் வீரப்பனின் நடவடிக்கைகள் அதிகரித்திருந்தது. வீரப்பனுக்கும் வனத்துறை மற்றும் காவல்துறையைச் சார்ந்தவர்களுக்கும் இடையே ஏற்பட்ட சச்சரவுகன் அம்மலைப்பகுதியினைப் பெரும் பீதிக்குள்ளாக்கியது. கர்நாடக வனத்துறைக்கும் போலிசுக்கும் தேடப்படும் நபராக வீரப்பனும் அவரைச் சார்ந்தவர்களும் இருந்தனர். எனவே தமிழக-கர்நாடகப் போலீசார்கள் இணைந்து வீரப்பனை வளத்திற்குள் தேடினார்கள்.

இதன் தொடர்ச்சியாக 1993ஆம் ஆண்டு தமிழக-கர்நாடக

போலீசார்கள் இணைந்து கூட்டுச் சிறப்பு அதிரடிப்படை என்ற ஒரு போலீஸ் பிரிவை அமைத்தார்கள். அதன் தலைவராக தமிழகக் காவல்துறைத் தலைவராயிருந்த திரு வால்டர் தேவாரம் இருந்தார். கர்நாடக மாநிலத்தில் அதன் பொறுப்பாளராக திரு சங்கர் பிதாரி இருந்தார்.

இக்கால கட்டத்தில் மலைப் பகுதியிலும் அதனை ஒட்டிய இரு மாநில கிராமப் பகுதிகளிலும் மக்கள் அச்சத்தின் பிடியில் சிக்குண்டிருந்தார்கள். காவல் துறையினருக்கு வானளாவிய அதிகாரங்கள் வழங்கப்பட்டிருந்தது. மக்களை எல்லாவிதமான கடுமையான இழிவான வன்முறைகளுக்கும் உட்படுத்தினார்கள். சமூகத்தில் காவல்துறை அதனைப் பற்றிய இனம் புரியாத கடுமையான அச்ச உணர்வை ஏற்படுத்துவதைத் தனது முக்கிய நோக்கமாகக் கொண்டிருந்தது. வீரப்பனின் ஆதரவாளர்கள் என்று சந்தேகப்பட்ட அனைவரையும் அதிரடிப்படையினர் ஆங்காங்கே நிறுவியிருந்த சிறப்பு முகாம்களில் பல நாட்கள் சிந்திரவதைக்கு உட்படுத்தினர். முகாமின் அறையில் ஆண், பெண்களை நிர்வாணப்படுத்துவது 'மெக்கர் பெட்டி' என்ற மின் உற்பத்திச் சாதனத்தின் மூலம் உடலின் மென்மையான பகுதிகளில் மின் அதிர்வு ஏற்படுத்துவது. தலைகீழாய்த் தொங்க விடுவது என பத்துக்கும் பேற்பட்ட வடிவங்களில் விசாரணைக்கென்று அழைத்துச் செல்லப்பட்ட வர்களிடம் சித்திரவதை தொடர்ந்தது. பெண்கள் பெருவாரியாகப் பாலியல் பலாத்காரத்திற்கு உள்ளாக்கப்பட்டனர். பல நிராயுதபாணிகள் கட்டுக் கொல்லப்பட்டு வீரப்பனின் கூட்டாளிகள் மோதலில் சாகடிக்கப் பட்டதாக ஊடகங்களில் செய்தியாக்கப்பட்டனர். அதே சமயம் கர்நாடக மாநிலத்தில் தமிழர்கள் அதிகம் வசிக்கும் கொள்ளேகால் தாலுகா எல்லைப் புறங்களில் வீரப்பனின் ஆதரவாளர்கள் என சந்தேகிக்கப்பட்ட பலர் மாதேஸ்வரன் கோவிலுக்குச் சொந்தமான பயணிகள் விடுதியில் அடைக்கப்பட்டிருந்தனர். இந்த விடுதிக்கு 'ஓர்க் ஷாப்' என்று பெயரிடப்பட்டிருந்தது. உலக வலராறுகளில் கொடூரமான பல வதைமுகாம்களுக்கு இணையான வதை முகாமாக இது இருந்தது. பெண்கள் மீது பாலியல் வன்முறை, சித்ரவதை எனப் பல வக்கிரங்கள் தங்கு தடையின்றி அதிரடிப்படையினரால் நிறைவேற்றிடப்பட்டது. விசாரணைக்கென்று அழைத்து வரப்பட்டு உடலில் மின்சாரம் பாய்ச்சி வதை செய்வது, விமானம்போல் கட்டித் தூக்குவது என

பல்வேறு சித்திரவதைகளுக் உள்ளாக்கப்பட்டனர். மேலும் வதைபட்ட எல்லோருக்கும் நாள் ஒன்றுக்கு ஒரு வேளை மட்டுமே உணவு வழங்கப்பட்டது. பல நாட்கள் பட்டினியால் பலர் உடல் மெலிந்து இரத்தசோகை உட்பட பல்வேறு நோய்களுக்கு ஆளாகநேர்ந்தது. இந்தச் சித்திரவதை முகாம் வரலாற்றில் ஹிட்லர் யூதர்களைக் கொடுமைப்படுத்திய வதை முகாமுக்கு இணையானது. சட்டத்தின் ஆட்சி, மனித உரிமை, ஜனநாயகம் என்ற சொற்களின் விளக்கங்கள் அறியப்படாத இரத்த வாடை வீசுபவையாக இந்த அதிரடிப்படை முகாம்கள் இருந்தன. கர்நாடக போலீஸ் எந்தத் தடையுமின்றி தமிழகத்தில் வந்து சந்தேகப்படுவோரைப் பிடித்துத் தனது முகாமிற்குக் கொண்டு செல்வதும், தமிழகப் போலீஸ் கர்நாடகப் பகுதிக்குச் சென்று ஆட்களைக் கைது செய்து வந்து தன் முகாம்களில் அடைத்து வைப்பதும் சர்வ சாதாரணமாயிருந்தது. அந்த காலகட்டத்தில் பல செய்தி ஊடகங்களில் வதை முகாம்களின் கதறல்களும் அழுகையும் ஒரு வரி கூட பதிவு செய்யப்படவில்லை. விசராணைக்கென கொண்டு செல்லப்பட்ட பலர் வீரப்பனுடனான மோதலில் சுடப்பட்டதாக செய்திகளை காவல்துறை வழங்கியது. இச் சூழலில் 1993ஆம் ஆண்டு 'மோதல் மரணம்' மற்றும் விசாரணைக்கென அழைத்துச் செல்லப்பட்டவர்களுக்கான பாதிப்புகள் குறித்து மக்கள் சிவில் உரிமைக் கழகம் (பி.யூ.சி.எல்) அமைப்பினர் உண்மையறியும் குழு மூலம் கர்நாடகத்தின் மாதேஸ்வரன் மலைப்பகுதி மற்றும் மேட்டு கிராமங்களை பார்வையிட்டு அப்பகுதிகளின் அதிரடிப்படை போலீசார் மனிதஉரிமை மீறல் நடந்திருப்பதாக சென்னை உயர்நீதி மன்றத்தில் ஒரு ஆட்கொணர்வு மனுவை தாக்கல் செய்தது. ஆனால் நீதிமன்றம் அம்மனுவின் கோரிக்கையை நிராகரித்தது.

1996 ஆம் ஆண்டு தமிழ்நாடு பழங்குடி மக்கள் சங்கம் மலைப்பகுதி பழங்குடியினரிடம் பணியாற்றத் தொடங்கியது. அப்போது பழங்குடி மக்கள் மீது பல மனித உரிமை மீறல்களை அதிரடிப்படைப் போலீசார் செய்துள்ளதால் அது குறித்து தேசிய மனித உரிமை ஆணையத்திற்குப் புகார் தெரிவித்தது. இதே காலகட்டத்தில் சத்தி தாலுகா மலைப்பகுதியில் கல்மண்டிபுரம் பகுதியில் நடந்த அதிரடிப்படையினர் நடத்திய மனித உரிமை மீறல்களை விசாரிக்க வேண்டி அப்போது புதிதாகத் தமிழகத்தில் துவங்கப்பட்ட மாவட்ட மனித உரிமை நீதி மன்றத்தில் மனு தாக்கல் செய்யப்பட்டது. அம்மனுவை நீதி மன்றம் ஏற்காத

சூழலில் பி.யூ.சி.எல் அமைப்பின் முயற்சியில் உச்ச நீதி மன்ற முன்னாள் நீதிபதி வி.ஆர். கிருஷ்ணய்யர், சென்னை உயர்நீதி மன்றம் தலையீடு செய்யக் கூறியதின் அடிப்படையில் மனு விசாரணை செய்யப்பட்டது. இறுதியில் மாவட்ட மனித உரிமை நீதிமன்றத்தின் செயல்பாடுகளை வகுத்தது. ஆனால் பழங்குடி மக்கள் பாதிப்பிற்குப் பரிகாரம் வழங்கப்படவில்லை. 20.11.1997 அன்று நீதிபதி வி.ஆர். கிருஷ்ணய்யர் தேசிய மனித உரிமை ஆணையத்திற்கு வீரப்பன் தேடுதல் வேட்டையில் நடந்த அத்து மீறல்களை விசாரிக்க வேண்டி ஒரு கடிதம் அனுப்பினார். 22.11.1997ல் சோக்கோ அறக்கட்டளையின் சார்பில் மேற்கண்ட அதிரடிப்படையினர் நடத்திய மனித உரிமை மீறல்களை தேசிய மனித உரிமை ஆணைய விசாரணைக்குப் புகார் அனுப்பினர்.

இக்காலகட்டத்தில் மைசூர் சிறையில் 121 நபர்கள் தடா குற்றச்சாட்டில் கைது செய்யப்பட்டிருந்தனர். இதில் 70 நபர்கள் மூன்றாண்டுச் சிறைவாசத்திற்குப் பின்பு பிணையில் விடுவிக்கப்பட்டனர். மற்ற 51 நபர்கள் தொடர்ந்து சிறையில் வாடிக்கொண்டிருந்தனர். இவர்களுக்கு விசாரணை பிணை மற்றும் பரோல் போன்ற உரிமைகளும் மறுக்கப்பட்டிருந்தன. இவர்களின் அவலமான நிலை குறித்து அறிய தேசிய மனித உரிமை ஆணையம் நீதிபதி சதாசிவா என்ற அதிகாரியை நியமித்து தகவலின் அறிக்கையைப் பெற்றது.

மக்கள் கண்காணிப்பகம்-தமிழ்நாடு அமைப்பு மைசூர் சிறையில் அடைபட்டவர்களுக்கு பல இடையூறுகளுக்கப்பால் சட்ட உதவி அளிக்க முயன்று வந்தனர். இதே காலகட்டத்தில் கர்நாடக பி.யூ.சி.எல். மற்றும் பெங்களூர் சிக்ரெம் (நஓஈஐதஊஙு) ஆகிய அமைப்புகள் இந்த மனித உரிமை மீறலில் ஒத்த கருத்து உள்ள அனைவரையும் ஒருங்கிணைத்தனர். இதன் முதல் கூட்டம் 1998ல் பெங்களூரில் நடைபெற்றது. இதில் தமிழக-கர்நாடக பி.யூ.சி.எல்., தமிழ்நாடு பழங்குடி மக்கள் சங்கம், சோக்கோ அறக்கட்டளை, மக்கள் கண்காணிப்பகம்-தமிழ்நாடு உள்ளிட்டவை கலந்து கொண்டன. மறைந்த கர்நாடக உயர்நீதிமன்ற முன்னாள் நீதிபதி நிட்டு சீனிவாசராவ் இக்கூட்டத்தில் பங்கேற்று பாதிக்கப்பட்ட மக்களின் உரிமைகளுக்காகக் குரல் கொடுத்தார். தமிழகத்தின் அச்சூழலில் வீரப்பன் பிரச்சினையை ஒட்டிய தடா வழக்குகளை திரும்பபெற்றது போன்று கர்நாடக அரசும் தடா வழக்கினைத்

திரும்பப் பெற வேண்டும் என்ற கூட்டறிக்கையும் கோரிக்கையும் வைக்கப்பட்டது. தொடர்ந்து கூட்டாக செயல்படவும் அமைப்புகள் முடிவு செய்தது.

மேலும் பாதிக்கப்பட்ட தமிழக-கர்நாடக கிராமங்களுக்கு இவ்வியக்கங்களை சார்ந்த மனித உரிமை பாதுகாவலர்கள் பயணம் செய்து பாதிக்கப்பட்டோர் பற்றிய விபரங்களைச் சேகரித்தனர். பாதிக்கப்பட்ட வர்களுக்கு நம்பிக்கையையும் அவர்களின் பாதிப்புக்களை ஊடகங்களிலும் வெளிப்படுத்தினர். அதன் மூலமாக பல துயரச் சம்பவங்கள் வெளிப்படுத்தப்பட்டது.

5.7.1998ல் தமிழ்நாடு பழங்குடி மக்கம் சங்கம் மீண்டும் தேசிய மனித உரிமை ஆணையத்தில் இப்பிரச்சினையில் தலையீடு செய்ய வேண்டி நினைவுட்டல் கடிதமும், பாதிக்கப்பட்டவர்களின் பிரமாண வாக்குமூலங்களுடன் அனுப்பியது.

20.11.1998ல் பா.ம.க நிறுவனர் டாக்டர் ராமதாஸ் தன் மூன்று பாராளுமன்ற மற்றும் இரண்டு சட்டமன்ற உறுப்பினர்களின் வேண்டுகோளுடன் தேசிய மனித உரிமை ஆணையம் அம்மனித உரிமை மீறலில் தலையீடு செய்ய தேசிய மனித உரிமை ஆணையத்தின் முன் மனுச் செய்திருந்தார்.

அதிரப்படையினால் பாதிக்கப்பட்டோர் மறுவாழ்வுக்கான பிரச்சாரம்:

1999ல் துவக்கத்தில் இப்பிரச்சினையில் தொடர்ந்து செயல்பட்டு வரும் மக்கள் கண்காணியகம்- தமிழ்நாடு, மக்கள் சிவில் உரிமை கழகம், தமிழக-கர்நாடக பி.யூ.சி.எல்., தமிழ்நாடு பழங்குடி மக்கள் சங்கம், சோக்கோ அறக்கட்டளை, சிக்ரம் ஆகிய அமைப்புகள் பாதிக்கப்பட்ட பெரும்பாலான மக்களிடம் சுமார் 350க்கு மேலான பிரமாணப் பத்திரங்களின் வாயிலாக அவர்களின் பாதிப்புக்களைப் பதிவு செய்து தமிழகத்தின் மாநில மனித உரிமை ஆணையத்தின் நீதிபதி இரத்தினசாமி முன்பு சமர்ப்பித்தது. 27.04.1999 அன்று கொளத்தூரில் முதல்முறையாக பாதிக்கப்பட்டவர்கள் பங்கேற்கக்கூடிய ஒரு மாநாடு அதிரடிப்படையால் பாதிக்கப்பட்டோர் மறுவாழ்வுக்கான பிரச்சாரம் சார்பில் முன்னின்று நடத்தப்பட்டது. இதில் மாநில மனித உரிமை ஆணையத்தின் நீதிபதி திரு இரத்தினசாமி அவர்களும் பங்கேற்றார்கள். மேலும் இந்த மக்களின் மீதான மனித உரிமை மீறல்களுக்கு நியாயம் வேண்டி நடத்தப்பட்ட

இம்மாநாட்டில் இதில் ஏராளமானோர் பங்கேற்றனர். நம்பிக்கை பெற்றனர்.

கர்நாடகத்தில் டெக்கான் ஹெரால்டு பத்திரிகையில் வெளியான அதிரடிப்படையால் சித்திரவதைக்கு உள்ளான மக்கள் பற்றிய செய்தி கண்டு கர்நாடகத்தின் ஓய்வு பெற்ற உயர்நீதி மன்ற நீதிபதி டாக்டர் சந்திரசேகர் தேசிய மனித உரிமை ஆணையம் இப்பிரச்சினையில் தலையீடு செய்ய மனுச்செய்திருந்தார்.

கோவிந்தம்மா என்ற பெண்மணியும் தனக்கு ஏற்பட்ட பாலியல் வன்முறை மற்றும் தன் குடும்பத்தினருக்கு ஏற்பட்ட பாதிப்பு குறித்தும் ஒரு மனு தேசிய மனித உரிமை ஆணையத்தின் முன் தாக்கல் செய்திருந்தார். மேற்கண்ட பல்வேறு முனைகளிலிருந்து தேசிய மனித உரிமை ஆணையம் அதிரடிப்படையின் கொடூரமான மனித உரிமை மீறல் குறித்து விசாரிக்க வைக்கப்பட்ட கோரிக்கை மற்றும் வற்புறுத்தலின் பயனாய் 18.6.1999 அன்று தேசிய மனித உரிமை ஆணையம் கர்நாடகத்தின் ஓய்வு பெற்ற உயர்நீதிமன்ற நீதிபதி சதாசிவா மற்றும் தமிழகத்தின் ஓய்வு பெற்ற மத்தியப் புலனாய்வுத் துறைத் தலைவர் சி.வி. நரசிம்மன் ஆகியோரைக் கொண்ட ஒரு விசாரணைக் குழுவை நியமித்தது.

இச்சூழலில் 11.10.1999ல் அதிரடிப்படையினரால் பாதிக்கப்பட்டோர் மறுவாழ்வு பிரச்சாரம் சார்பில் தமிழகத்தைப் போல தடா வழக்கை கர்நாடக அரசு உச்சநீதி மன்ற வழிகாட்டுதலின் அடிப்படையில் திரும்பப் பெற வழக்குத் தொடர்ந்தது. ஆனால் கர்நாடக அரசு அம்மனுவை மறு பரிசீலனை செய்ய விரைவில் குழு அமைப்பதாக உறுதி கூறியதால் அந்த வழக்கை நீதி மன்றம் நிராகரித்தது. அதே சமயம் கர்நாடக அரசு தன் உறுதி மொழியை நிறைவேற்ற எந்த முயற்சியும் எடுக்கவில்லை. நீதிபதி சதாசிவா குழு 29.12.1999ல் அதன் திட்டமிடல் கூட்டத்தை பெங்களூரில் கூட்டியது. அதிரடிப்படையினரால் பாதிக்கப்பட்டோர் மறுவாழ்வுக்கான பிரச்சாரம் சார்பில் மனுதாரர்கள் மற்றும் செயல்பாட்டாளர்கள் பங்கேற்றனர்.

நீதிபதி சதாசிவா குழு விசாரணை

நீதிபதி சதாசிவா குழுவின் முதல் விசாரணை 2000 ஜனவரி 27, 28 ஆகிய தேதிகளில் ஈரோடு மாவட்டம் கோபிச் செட்டிப்பாளையத்தில் துவங்கியது. இவ்விசாரணையில் ஏராளமான பழங்குடி மக்கள் மற்றும் மலைவாழ் மக்கள் தங்களுக்கு ஏற்பட்ட பாலியல் வன்முறை, சித்திரவதை, மின்சாரம் பாய்ச்சப்பட்ட கொடூரங்களையும் உறவினர்கள் சுட்டுக்கொல்லப்பட்ட அவலத்தையும் கூறினார்கள். ஊடகங்களில் இந்த அதிர்ச்சிகரமான உண்மைகள் வெளிப்பட்டது.

2000 பிப்ரவரி 27, 28 ஆகிய தேதிகளில் நீதிபதி சதாசிவாகுழு தன் விசாரணையை மேட்டூர் தாலுகா கொளத்தூரில் துவங்கியது. பல கிராம மக்கள் தங்களுக்கு மேட்டூர் அதிரடிப்படை முகாமில் ஏற்பட்ட சித்திரவதை, கொலை, கற்பழிப்பு போன்ற நெஞ்சை உலுக்கும் அவலங்களைக் கண்ணீரால் எழுதினர். அதிரடிப்படை தலைவராயிருந்தவர் உள்ளிட்ட பல அதிரடிப் படையினர் மீது பாலியல் வன்முறைக் குற்றச்சாட்டு தெரிவிக்கப்பட்டது. இவ்விசாரணையில் விசாரணைக் குழுவினர் குற்ற வழக்கு சுமத்தப்பட்டு நிலுவையிலிருந்த பலரை விசாரிக்கத் தயங்கியதால் இது குறித்து தேசிய மனித உரிமை ஆணையத்தின் வழிகாட்டுதல் கேட்டு அதிரடிப்படையினரால் பாதிக்கப்பட்டோர் மறுவாழ்வுக்கான பிரச்சாரம் தமிழ்நாடு மற்றும் கர்நாடகா சார்பில் கடிதம் எழுதப்பட்டது. அக்கடிதத்தில் போலீசார் பல அப்பாவிகள் மீது பல்வேறு சித்திரவதைக்குப் பின்னர் பொய் வழக்குப் போட்டுள்ளதால் பாதிக்கப்பட்ட அனைவரையும் விசாரிக்க வேண்டும் என்று வேண்டுகோள் விடுக்கப்பட்டது. அவ்வேண்டுகோளை ஏற்று 13.3.2000ல் நீதிபதி சதாசிவா குழு அனைத்து பாதிக்கப்பட்டவர்களையும் விசாரிக்க வழிகாட்டியது.

13.3.2000ம் தேதி கர்நாடகத்தில் மலை மாதேஸ்வரன் மலையில் விசாரணை துவங்கும் சமயம் கர்நாடக அதிரடிப்படையில் பணியாற்றிய காவல் துறை அதிகாரி முத்தரைய்யா என்பவர் கர்நாடக உயர்நீதிமன்றத்தில் நீதிபதி சதாசிவா குழு விசாரணை நடைபெற தடையுத்தரவு பெற்று வந்து சமர்ப்பித்தார். விசாரணையில் காவல்துறைக்கு அவப்பெயர் ஏற்படுவதாகவும் மேலும் தேசிய மனித உரிமை ஆணையத்திற்கு ஒரு ஆண்டுக்குள் நடந்த மனித உரிமை மீறல்களை விசாரிக்க

மட்டுமே அதிகாரம் உள்ளதாகவும் அவர் தன் மனுவில் குறிப்பிட்டிருந்தார். இந்த நீதிமன்றத் தடையால் தொடர்ந்து விசாரணைக் குழு நடவடிக்கைகள் முடக்கப்பட்டது.

இந்நிலையில் 30.7.2000ம் தேதி வீரப்பன் கன்னட திரைப்பட நடிகர் ராஜ்குமாரை அவரின் தாளவாடியில் பண்ணை வீட்டிலிருந்து கடத்திச் சென்றுவிட்டார். தமிழக-கர்நாடகத்தில் இதனால் பெரும் பதட்டம் ஏற்பட்டது. அச்சமயம் வீரப்பன் தன் கோரிக்கைகளில் ஒன்றாக நீதிபதி சதாசிவா குழு விசாரிக்க அரசு உதவ வேண்டும் என்று கோரியிருந்தார். 8.8.2000 அன்று நீதிபதி சதாசிவாகுழு விசாரிக்க இருந்த தடையும் விலக்கப்பட்டது. ஆனாலும், காவல்துறை அதிகாரி முத்தரைய்யா டிவிஷன் பெஞ்சில் மேல் முறையீடு செய்து திரும்பவும் தடையாணை பெற்றார். 10.8.2000 அன்று கர்நாடக அரசு நிர்ப்பந்தம் காரணமாக மைசூர் சிறையிலிருந்த 51 தடா கைதிகள் உள்ளிட்ட 121 பேரின் தடா வழக்கைத் திரும்பப் பெறுவதாக அறிவித்தது. மைசூர் நீதிமன்றத்தில் மனு தாக்கல் செய்தது. 19.8.2000 அன்று மைசூர் சிறப்பு நீதிமன்றம் தடா வழக்கை அரசு திரும்பப் பெற தன் ஒப்புதலைத் தெரிவித்தது. அதன் அடிப்படையில் 25.8.2000 அன்று லபரூர் சிறையிலிருந்த 51 தடா கைதிகளுக்கும் மைசூர் நீதிமன்றம் பிணை வழங்கியது. ஆனால் அதே தினத்தன்று அப்துல் கரீம் என்ற ஓய்வு பெற்ற போலீஸ்காரர் உச்ச நீதி மன்றத்தை அணுகி அந்த நடவடிக்கைக்கு தடையாணை பெற்றார்.

திரு நக்கீரன் கோபால், திருபழ.நெடுமாறன், திரு.கொளத்தூர் மணி, பேரா.கல்யாணி, திரு.சுகுமாரன் போன்றோர்களின் முயற்சியால் கன்னட நடிகர் ராஜ்குமார் வீரப்பனால் விடுவிக்கப்பட்டார். கர்நாடக அரசு மீண்டும் நீதிபதி சதாசிவா விசாரணைக் குழு விசாரிப்பதைத் தடுக்க பல்வேறு முயற்சிகளை மேற்கொண்டது. ஆனாலும் கர்நாடக உயர்நீதிமன்றம் நீதிபதி சதாசிவா குழுவிற்கிருந்த தடையை நீக்கி உத்தரவிட்டது. அதன் பின்பு மாதேஸ்வரன் மலையில் விசாரணை பல கட்டங்களாக நடத்தப்பட்டது. மைசூர், பெங்களூர் ஆகிய இடங்களில் விசாரணை நடைபெற்றது. போலீசார், பாதிக்கப்பட்ட மக்கள், அதிகாரிகள், மருத்துவர்கள் ஆகியோர் விசாரிக்கப் பட்டனர். நீதிபதி சதாசிவா குழு இறுதியில் தன் விசாரணையை முடித்து 2003 டிசம்பர் 2ல் தேசிய மனித உரிமை ஆணையத்திற்கு முன்பு அறிக்கை சமர்ப்பித்தது.

சதாசிவா கமிட்டி விசாரணையில் 191 சாட்சிகள் விசாரிக்கப் பட்டுள்ளனர். தங்களின் அச்சமும் இருளும் படிந்த வாழ்வில் நம்பிக்கை வெளிச்சமாய் வந்த விசாரளைக் குழுவின் அறிக்கை நியாயமான எந்தக் காரணமுமின்றி ஓராண்டாய்க் கிடப்பில் போடப்பட்டது சாதாரண மக்களை வெகுவாக பாதித்துள்ளது.

மைசூர் தடா நீதி மன்றத்தில் வழக்கு விசாரிக்கப்பட்டது. மக்கள் கண்காணிப்பகம்-தமிழ்நாடு பலருக்குச் சட்ட உதவி வழங்கியது. 121 பேரில் 8 பேருக்கு ஆயுள்தண்டனையில், இருவருக்கு தீவிரவாதத்தால் பாதிக்கப்பட்ட பகுதி என தடா சட்டத்தால் அறிவிக்கப்பட்ட பகுதியில் ஆயுதம் வைத்திருந்தவர்கள் என்று ஐந்தாண்டு சிறைத்தண்டனையும் மேலும், மூவருக்கு ஓராண்டு வீதம் தண்டனையும் வழங்கப்பட்டது. 108 பேர் மீது குற்றம் நிரூபிக்கப்படவில்லை என விடுதலை செய்யப்பட்டனர். தண்டனை பெற்று மூன்று வழக்குகளிலும் எட்டு பேருக்காக உச்ச நீதிமன்றத்தில் மேல் முறையீடு செய்யப்பட்டது. இரண்டு வழக்குகளில் நால்வருக்கு தண்டனையை நீக்க செய்த உசசநீதிமன்றம் பாலாறு குண்டுவெடிப்பு வழக்கில் மட்டும் ஏற்கனவே விதிக்கப்பட்டிருந்த ஆயுள் தண்டனையை மரண தண்டனையாக மாற்றியமைத்து விட்டது. இன்று அவர்கள் குடியரகத் தலைவரின் கருணையை எதிர் நோக்கியுள்ளனர். மரண தண்டனைக்கு எதிராக மக்கள் மாநாடு கர்நாடகா, மார்ட்டள்ளியில் நடந்தது. 2004 மார்ச் 18ம் தேதி தொடர்ந்து பெங்களூரிலும் பிரச்சாரம் சார்பில் மாநாடு நடைப்பெற்றது. 2003 சூன், 15 அன்று அதிரடிப்படையினரின் பல்வேறு எதிர்ப்புகளுக்கு மத்தியில் சுமார் 50க்கும் மேற்பட்ட மருத்துவர்கள் மற்றும் மருத்துவ மையங்கள், பங்கேற்ற சிறப்பு மருத்துவ முகாமை மக்கள் கண்காணிப்பகம், அதிரடிப்படையால் பாதிக்கப்பட்ட மக்களை ஒருங்கிணைந்து மேட்டூரில் நடத்தியது. தொடர்ந்து இந்தப் பிரச்சினையில் அரசியல் கட்சிகள், ஜனநாயக இயக்கங்கள் குரல் கொடுப்பதன் மூலம் பாதிக்கப்பட்டோருக்கு நீதி கிடைக்கும். அவர்தம் வாழ்வில் ஒளிவீசும்.

அதிரடிப்படையினரால் பாதிக்கப்பட்டோர் மறுவாழ்வுக்கான பிரச்சாரம் முன்வைக்கும் கோரிக்கைகள்:

1.தமிழக கர்நாடக அதிரடிப்படையால் பாதிக்கப் பட்டவர்களுக்கான நீதிபதி சதாசிவா அறிக்கை வெளியிடப்பட்டு பாதிக்கப்பட்ட மக்களுக்கு உரிய நிவாரணம் வழங்க வேண்டும்.

2.மனித உரிமை மீறல் குற்றம் செய்த அதிகாரிகள் மீது குற்றவியல் நடவடிக்கை எடுத்து தண்ட வழங்கவேண்டும்.

3.பாதிக்கப்பட்ட மக்களுக்கு மருத்துவ சிகிச்சை மற்றும் சமூகப் பாதுகாப்பு வழங்க வேண்டும்.

4.வீரப்பன் இறந்துவிட்ட சூழலில் மக்களை சித்திரவதைகளுக்கு உள்ளாக்கிய சிறப்பு அதிரடிப்படை உடனடியாக கலைக்கப்பட வேண்டும்.

TAMILNADU TRIBAL PEOPLES' ASSOCIATON

தமிழ்நாடு பழங்குடி மக்கள் சங்கம்

Hon President

D. PANDIAN, B.A.B.L. Stae President N. NANJAPPAN, EX.MLA

State Gen Secretary V.P. GUNASEKARAN.B.E.

To

Date; 05.07.1998.

National Human right Commission, Sardar Patel Bhavan,

NEW DELHI.

Sir,

Subs# Requestion to set up commission of enquiry and compensation to whom loss their life and property ancsustained grevious injuries by the tortuke of the task force Police in the Tamilnadu, Kamataka border area living people in the name of Sandelwood smuggler Veerappan napping operation.

We are the Tamilnadu tribal people's association, we fight for the rights and welfare of the Tribal Peoples in Tamilnadu.

In Tamilnadu and Karnataka 1993 onwards the Special task force police which specially set up to the napping the Sandalwood anuggler Veerappan, the above Police force killed so many innocent people in the border area of Tamilnadu, Karnataka. After they Filled in Special Camp they propogating the 'fake' encounter stories.

So many of the innocent tribal women were raped by the said Police in the Special camps. They threatened that if victims exot this helous aimes it will be endanger to the victimes life. Many people without any locus standi they detained in the Special camps in the nose of investigation for one year or two years. Wo already sent the petition to your office regarding the Police busnorities in you case No.795/22/97#98. Your office also sen notice to the consent police official on 14.2.1998.

Again we sent the followup letter to your office on 20.6.98 regarding to know the following action taken up by your side.

We are giving following victimes were illegally arrested by Kamataka Special task force police in the year of June 1993, but they have so far not refused to their home. returned We reliably suspect that they would have been killed by the above Police.

1) Subramani (Age 30) S/o. Angappa Asari.

2) Arthanari (Age 55), S/o.Kittan.

3) Perumal (Age 20), 5/0.Madhu Chettiar.

4) Murugan (Age 25). 5/0.Beman Madhaiyan.

5) Chikkan (Age 35),

6) Chinnadasan (Age 30). 5/0.Giriyen.

7) Sidhan (Age 35), S/o. Sennengan.

Likewise, the Tamilnadu Special task force also illegally arrested following person from 1993 June onwarde and they did not so for return their homes. We reliably suspect have been that they would/ killed by Tamilnadu Special Task force Police.

1) Krishnapandhan, S/o. Thottayathampadi. Devarmalai, Bargur, (Illegally arrested on June 1993).

2) Mani (Age 30), 5/0.Mallan, (The above Mani illegally arrested on 1995).

3) Resan, (Age 30), S/o. Balan, (Illegally arrested on 1994).

4) Maren (45), S/o.Jadanmadhan, (Illegally arrested on 1994).

One Kunkuman kunupouman, aged about 50 years, son of Mariposa, Allabathotty, Thalavadi, Erode District Tamilnadu who was illegally arrested by Tamilnadu Special Taaf Force Police in the year 1996 and kept in Asanur Special Camp and Special Task force Police Fortuned his for 5 months and released. He was completely bed#ridden his stomach was teared by the Police torture which was septic and he died on 1998 february ewards by the Police torture.

In the year 1996 one Exammal aged about 40 years wife of (Late) Javarayan and Rathini aged about 18 years daughter of late.Javarayan both are mother and daughters both are resident of Pallappadukar, Thalavadi, Sathy Taluk, Erode Dist, Taalinadu, in the Madheswaran Kill Special camp both women were many time raped by the Kamatake Special Task Force Polices.

One Nasl aged about 35 years, wife of Chinnajavanan, one Siddhi aged about 45 years, wife of Onnanan both are resident of Kalmandipuran, Thalavadi, Sathy Taluk, Erode District, Tamilnadu both are raped by Kamataka Special Task force Police in the Nacheswaran Hills camp, Kamatika.

Apart from this available list, many innocent people were killed by Special Task Force Police. Many women were raped many were inhumanly tortured and falsely implicated in TADA Cases. The most of the Victimes were tribals and Poor peoples. Hence, their voice unable to echo to our civilized Society.

We the members of civilized democratic country, we must expose this inhuman atrocities Kamatake and Tamilnadu Police. and repression of both

Hence, we pray that National Human right commission muet set up a comission of enquiry on repression and atrocities of State terrorisim. The culprits of above crimes must be punished. That apart more than 150 people from Tamilnadu Border area hailing from Bargur, Mettur, Kolathur and other places have been implicated in TADA cafes and malty of them Th have been still lingering behind bars subjected to in human torture and atrocities. Only few people namely about 75 persons were enlarged on condition bail that they should reside and sign before the Kollegal of M.M. Hills Police Station of Mysore District, KARNATAKA

It is pertinent to note that charge sheet has already been served long back. But, yet the trial has not been commenced without any trial number of Poor People including 12 ladies have been unnecessarily kept inside even without basic rights of the prisioner. They are brought like a bullocks in cage including women prisioners by a single van. We the people of India, We have the moral responsibility to uphold the human rights.

The Victim of above repression must get compensations.It is submitted that a proper enquiry is conducted among the prisioner in

Mysore Jail implicated in TADA cases so many naked truth of atrocities, rape, haraffement committed by the Police tack force will come to light.
'Thanking You',

Yours sincerely,
V.P.GUNASEKARAN.

PATTALI MAKKAL KATCHI Date: 20/11/98

To
**Justice Venkatachaliah
Chairman
National Human Rights Commission New Delhi.**
Sir,
Sub: Release of Taumiliaus unjustly held under the TADA act in Karnataka

This is to call for your inmediate intervention in a worst form of violation of human rights being perpetrated in the borders of Karnataka and Tamilnadu, for the past 5 years. In the guise of TADA, 121 villagers of the area have been jailed and persecuted from 1993 onwards, for no fault of theirs, except that they happen to live in an area, trampled by the sandalwood poucher Veerappan, at one time or the other. The Karnataka police are responsible for this injustice on Tamilians living in the border villages.

While 76 have been released on bail, the remaining 45 are still under lock#up andpersecution. Out of these unfortunates, 12 are women.

The kind of treatment these people have been subjected to has come out in full detail,in a recent edition of Kumudham, a popular Tamil Magazine. And the matter is totally abhorrent and disgusting. Kamataka Police runs special camps repeatedly in this area. Just within a cell of 15"" 15. hundreds of villagers were packed for months. They are made tosquat withfolded legs, belted tightly with the two arms, so that the whole crowd could be accom#modated, within a minimum space possible.

Further, it is the order that they bury their face in between their knees. Any head that peeps out would attract a hard blow. A posture that is cruelly painful even for 10 Hinutes, is the only form of physical existence these people have been allowed to maintain for months and years.

The women were raped openly in front of the entire crowd from time to time, in a doorless bathroom that is just opposite to the cell. As a result, some of them began to and due to their contracted pasture, there were either natural abortions or still ethes, during the detention it.

Further, in the name of extracting information, most brutal methods have been tried on them. The women were freed of their clothes. Their hands were tied. And metal clippings were attached to their breasts and genitals. Then the clippings were cent nected to electric circus. Due to this repeatedl treatment, the wemon are now carry ing the worst type of intlammation in their genitals.

Men were also subjected to similar cruelties. They were often tied upside down uponbamboos and were thrashed for tips of information they did not possess.

These 15 TADA detainees are with the Kamataka police till date. Whereas in Tamilnadu, a committee was appointed by the order of the Supreme Court and after its findings, all who were arrested from this area under TADA, have been released forthwith.

But in Karnataka, no such committee has been appointed so far. Twelve women and thirty three men are under severe torture for the past six years. For all the crimes of Veerappan and his gang, the innocent ppeople of the area have been victünised merci lessly.

Therefore, considering the gravity of the situation, we request that a high level enquiry may be ordered and justice rendered to the victims. The remaining 45 should also be released on bail immediately.

We hope that you would take up the matter at the earliest and that the long#awaited justice may be rendered to the Tamil population languishing in custody in Karnataka jails.

With kindest regards.

Yours Sincerely.
Dr. S. Ramadoss.

Thiru N. T. Shanmugam, Member of Parliament
Thiru M. Durai, Member of Parliament.
Thiru K.Parymohan. Member of Parliament.
Thiru G.K. Mani, Member of Logislative Assembly (TN)
Thiru P. Govindan Member of Logislative Assembly (TN)

TAMILNADU TRIBAL PEOPLES' ASSOCIATION
Tamil Nadu.

தமிழ்நாடு பழங்குடி மக்கள் சங்கம்

Hon President
D. PANDIAN, B.A.B.L.   Stae President N. NANJAPPAN, EX.MLA
State Gen Secretary V.P. GUNASEKARAN.B.E.

To
The Chair person
National Human Rights Commission, Sansad Marg,
New Delhi#110 001

Respected Sir,
Sub; Reply for the gist of the report submitted by D.6.P. Karnataka.
Ref: The Letter dated 9.11.1998 wide No.795/22/97#98.
National Human Rights Commission(Law Division).

We received your letter along with the gist of report of D.G.P.Karnataka as a reply for my petition dated 10.12.1988. I respectably submit that my previous petitions dated 20.6.1988, 5.7.1998 and another cop of the petition dated 28.11.1997 sent to Chairperson of Tamilnadu Human Rights Commission may kindly be taken into file and for tonsideration as those petitions specifically denate incidence of rape illegal detention, Man alssing and tortur at the hands of taskforce of Karnataka & Tamilnadu with the specific occurances.

Once again we reitrate that our association is not justifying the grusomo murders comitted by Sandalwood Snuggler Veerappan and his on. The Karnataka D.G.P. attempts to shield the attrocities. torture and cape of women of Innocent Tribal people under the garb of celess committed by Veerappan and his men. The specific cases cited by U... Karnataka are confined with number of accused in the Criminal cases witch are pending trial before the court of law.

There are tribal and innocent Nill people who wore subjected to inhuman atrocities, illstreatment, electric shock, waining parts of the body, confinement in duck coons chained with iron wires without food for number of days, molasting and outraging the modesty of woman folk rape in the camps. We have quoated number of specific incidence and tribal people who are subjected to all sorts of Inhuman torture in the camps. The report of the Karnataka D.G.P. is silent about those Incidents narrated in the petitions of our association.

It is pertinent to note that number of persons who were kept in illegal custody for number of days in the camps were let free to the homes with the threat of dire consequences. Out of fear and further illtreatment and due to unrecoverable body pain and discease caused by the ill treatment, those people were unable to report this to anybody for pretty longtime. it is a clear violation of human rights committed by State Agency. This factum cart be found out only by an independent enquiry by human rights forums or retired Judges. We have herewith appended the affidavits of some of the victims for the kind perusal of this Hon'ble Forum. Therefore we eamestly request this Hon'ble forum to have a right enquiry of the victims in this regard.

Secondly the remand prisioners numbering about 121 among whom 72 people on condition bail and remaining to Central Prison, Mysore are being subjected to unabarabie harassement and torturo without any trial for the past six years under TADA provisions. We bring to your attention that ovonafter the specific directions given by the Apex Court of India that review committee should be sot by all state governments to review tho cases of TADA in vlow of the fact that the TADA was misused by the Polico and the government on innocent persons. The Government of Tamilnadu has withdrawn the TADA provisions in respect of rey those cases and innocent people were let free whereas the Government of Karnataka violated. The directions of the Supreme Court and in fact committed contempt o court by not forming the review committee and allow the cases under TADA on innocent persons without Trial for number of years. The report of the D.G.P. Karnataka is conspiciously absent with regard to the cases of TADA and the trial of those prisioners pending for many years. There are specific incidence about the torture of prisioners and rape of nexa woman in the M.M.Hills special camp by the Karnataka Task Force which we have given detalls in our previous petitions. It is not only violation of human right but also controvening the fundamental rights of the constitution that the innocent accused persons are deprived the fair and speedy trial.

Thirdly there are naked facts about indiscriminate attrocities, sexual abuse man missing, custodial death by both Karnataka & Tamilnadu Task Force which are not arch brought to the notice. So far by any means. If an independent and fair enquiry is conducted by retired, High Court or Supreme Court Judges, the people who are affected or the legal heirs of death victims will come forward to depose in porson. In this regard our association will do all our efforts to expose the violations of human rights of trial people at the hands of Kamataka & Tamilnadu Task force.

Once again we place the facts that the nabbing of Voorappan and his associates should not be linked with human rights violations of innocent tribal people subjected to all sorts of inhuman attrocites and

We appeal and roquest to render Justico to those tribal people subjected to attrocities which should not be left unheard.

Under these circumstances, we request your good office to appoint an enquiry to find out truth on our petitioners and render justice to the depressed and oppressed sections of the society.

30#11#1998
BHAVANI

Yours sincerely,
V.P.GUNASEKARAN.

NOTE :#

We have enclosed heewith 15 affidavite of some of the victims for your kind

CHANDRASHEKHAR
Chief Justice of Karnataka
To
Justice M.N. Vankatachalalah,
Chairman,
The National Human Rights Commission,
NEW DELHI#110 001.

Dear Justice Vankatachalalah,

I have enclosed the clipping from ""Deccan Harald"" datad 12#5#1999 containing serious allegations of caps and atrocities in Mals Mahadeshwaca Hills arsa, by the spacial Task Force deployed to nab Vaarappan,

It is also reported that about."" 50 man and 12 women arrastad under TADA on the ground of allegedly giving information to Vaarappan, hava bean in the Mysor Central Jain for the last 6 years. How Long should thay languish in Jail?

I request you to look into these matters and take appropriaty action.

I thank you for deputing shri Chamanlal, formar Diactor Canaral of Police, to anquira in to allegations of atrocities by Polics in Navill#Bagur area in Hassan District.

I believe the Raport of Sri Chamansial discloses that the allegations of atrocities by the Police, ars substantially true. Inquest you to pursu the matter and ask the stata Gova mment to initiats disciplinary action against the Police officials who acs, prima facio, guilty of atrocities.

If you consider it appropriate, the subsistance of the Raport of 3hri Chamanial may ba mada known to the public so that it may have soms affact on the Government and the Police who, unfortunately, have lost sensitivity.

With regards,

Yours sincely.
CHANDRASHEKHAR

தேசிய மனித உரிமை ஆணையத்திற்கு நினைவூட்டல் கடிதம்

12.12.2004

சதாசிவா கமிசன் தனது விசாரணை அறிக்கையை நான்காண்டுகள் கழித்து தேசிய மனித உரிமை ஆணையத்திடம் கடந்த 2003 டிசம்பர் 2 அன்று சமர்ப்பித்தும், நூற்றுக்கணக்கான வாக்குமூலங்களும், கமிசன் முடிவுகளும் சமர்ப்பிக்கப்பட்டு ஓராண்டாகியும் இன்னும் இரகசிய அறிக்கையாகவே உள்ளது. வீரப்பன் தொடர்பான விசாரணையில் அதிரடிப்படையினரின் அத்துமீறல்கள் பற்றி விசாரிக்கத் தேசிய மனித உரிமை ஆணையமே சதாசிவா கமிசனை நியமித்து கால அவகாசமும் கொடுத்தது. வீரப்பன் இறந்துவிட்ட போதும், அது போலியான மோதல்சாவு என்ற கருத்து ஒருபுறமிருக்க வீரப்பன் தேடுதல் வேட்டையில், சித்திரவதை, பாலியல் பலாத்காரம், கொடூரான தாக்குதல்கள், சட்டவிரோதக் காவல், கொலையுண்ட குடும்பத்தினர் ஆகியவற்றிற்கான நிவாரணம் எதுவுமே செய்யப்படவில்லை. அதேநேரத்தில் இத்தகைய செயல்களுக்குக் காரணமான அதிரடிப்படை அதிகாரிகளுக்கு ஆயிரக்கணக்கான பொதுமக்கள் மத்தியில் வீர விருது வழங்கப்படுகிறது.

நீண்டகாலமாக தொட்டுத் தொடரும் இந்நிகழ்வு பற்றி 1997 முதல் இன்று வீர விருதுகள் வழங்கியது வரை புகார் அனுப்பப்பட்டுள்ளது. ஆனால் தேசிய மனித உரிமை ஆணையமோ உரிய நடவடிக்கை எடுக்கத் தவறிவிட்டது. அதற்குரிய மனித நேயத் தரங்களையும், கால அவகாசத்தைக் கடைப்பிடிப்பதில் மட்டுமே திருப்தி அடைந்துள்ளது.

நியாயம் வேண்டி புகார்கள், ஒப்புதல் வாக்குமூலங்கள், மனுக்கள் ஆகியவை பத்தாண்டுகளாக ஆணையத்திற்கு அனுப்பப்பட்டு வருகிறது. இதன் மூலம் இந்த வரலாறு சதாசிவா கமிசனுக்கு ஏற்கெனவே தெரிந்துள்ளது. இந்த வரலாற்றை மீண்டும் மறுபரிசீலனை செய்ய வேண்டியது அவசிய மென்றபோதிலும் முறையான நடவடிக்கை எடுக்கப்படாததால் அது செயலற்றதாகிவிட்டது. அதிரடிப்படையால் பாதிக்கப்பட்ட மக்களுக்கு சட்டப்படி முறையான நிவாரணம் அளிக்க மறுப்பதன் மூலம் அம் மக்களை ஏமாற்றிய குற்றத்திற்கு இக்கமிசன் ஆளாக நேரிடுகிறது.

ஐக்கிய நாட்டவையின் பாரிஸ் கொள்கையின்படி ஒரு மனித

உரிமை பாதுகாப்பு நிறுவனம் செய்ய வேண்டிய நடைமுறைகளையும், கடப்பாடுகளையும் தேசிய மனித உரிமை ஆணையம் நிறைவேற்ற தவறிவிட்டது. நீதி நிர்வாகம் நிதானமாகவும், முறையாகவும், அவசரமில்லாமலும் அதே நேரத்தில் சுறுசுறுப்போடும் இருக்க வேண்டும். அதிரடிப்படையால் பாதிக்கப்பட்டவர்கள் குற்றம் ஏதுமின்றி நீண்ட காலமாக தடா கைதிகளாக இருப்பது, மோசமான மருத்துவச் சிகிச்சை, சுகாதாரமற்ற நிலை ஆகியவற்றால் சிறைச்சாலையில் ஏற்பட்ட உயிரிழப்பு ஆகியவற்றிற்கெல்லாம் இக்கமிசன் நடவடிக்கை எடுக்க வேண்டியுள்ளது.

இடைக்கால நிலாரணம் அளிப்பதாக அரசு வாக்குறுதி அளித்துள்ளது. தேசிய மனித உரிமை ஆணையத்திடம் இதற்கான நடவடிக்கை குறித்து சதாசிவா கமிசன் இறுதிஅறிக்கை சமர்ப்பித்தும் எந்த நடவடிக்கையும் எடுக்கப்படவில்லை. பாதிக்கப்பட்ட குடும்பங்கள் இதற்காக காத்திருக்கின்றன. நீண்டகாலமாக நீதி தாமதப்படுத்தப்படுவதையும் ஓராண்டு காலம் எதுவுமே சொல்லாமல் மௌனமாக இருப்பதையும் ஆணையத்தின் கவனத்திற்கு கொண்டு செல்லவே சென்னையில் மக்கள் உரிமை மாநாடு நடத்தப்படுகிறது. பாதிக்கப்பட்டவர்களின் குரலுக்கு இத்தருணத்தில் ஆணையம் செவிசாய்க்க வேண்டுவது கட்டாயமாகிறது.

தேசிய மனித உரிமை ஆணையம்.
செயலற்ற தன்மையின் வரலாறு
கூட்டு அதிரடிப்படை 1993-2004

வீரப்பனின் கடத்தல் தொழிலை ஒழிக்கும் நோக்கில் தமிழக கர்நாடக அரசுகளின் சார்பில் 1993இல் கூட்டு அதிரடிப்படை அமைக்கப்பட்டது. உடனே அதிரடிப்படையின் வன்முறைகளும் மனித உரிமை மீறல்களும் தொடர்ந்தன. அடர்ந்த காடுகளின் புறஎல்லைப் பகுதியிலுள்ள கிராம மக்களைப் பயமுறுத்தும் வகையில் இந்நடவடிக்கைகள் மேற்கொள்ளப்பட்டன. நூற்றுக் கணக்கானோர் சட்டவிரோதக் காவலில் வைக்கப்பட்டனர். இவற்றையெல்லாம் நான்கு ஆண்டுகளாகத் தன் வழக்காகக் கூட எடுக்காமல் ஆணையம் தவறிவிட்டது. ஆனால் 1997இல் திருமதி கோவிந்தம்மா; வழக்கு எண்-222/10/97-98; அளித்த புகாரை தேசிய மனித உரிமை ஆணையம் கவனத்தில் கொண்டு 1993 முதல் தடாவின் ஆசியுடன் அதிரடிப்படை நிகழ்த்திய அத்துமீறல்களை விசாரணை செய்தது. வழக்கு எண் 795/22/97-98 மற்றும் 79/10/99-00-இன்படி நூற்றுக்கணக்கானோர் இரண்டு முதல் எட்டு ஆண்டுகள் குற்றம் ஏதும் சுமத்தப்படாமல் சிறையில் உள்ளனர். இதில் பலர் தற்சமயம் விடுதலை பெற்றிருந்தாலும் சட்டவிரோத மாக அவர்கள் சிறையில் அடைக்கப்பட்டதற்கோ அல்லது சித்திர வதை, பாலியல் பலாத்காரம் ஆகியவற்றால் பாதிக்கப்பட்டதற்கோ எவ்வித நிவாரணமும் அளிக்கப் படவில்லை.

வழக்கு எண் 22/10/97-98 (23 ஜூன் 1997)

கர்நாடக அரசின் தடா வழக்கில் வீரப்பனோடு சக குற்றவாளியாகச் சேர்க்கப்பட்டவரின் மனைவி திருமதி கோவிந்தம்மா ஆணையத்திடம் அளித்த மனுவில் இரண்டு வருடங்களாக தன் கணவர் சிறையிலடைக்கப் பட்டு சித்திரவதைக்குள்ளாகியிருக்கிறார். எவ்விதக் குற்றமும் செய்யாத அவருக்கு ஜாமீன் மறுக்கப்படுகிறது.

வழக்கு எண் 75/22/97-98 (28 நவம்பர் 1997)

தமிழ்நாடு பழங்குடி மக்கள் சங்கத்தின் மாநில பொதுச் செயலாளர் திரு குணசேகரன் அவர்கள் அதிரடிப்படையால் சித்திரவதை, பாலியல் பலாத்காரம், தாக்குதல், சட்டவிரோதக் காவல் போன்ற பல்வேறு சம்பவங்களால் பாதிக்கப்பட்ட 15 பேரின் வாக்குமூலங்களை ஆணையத்திடம் அளித்தார். 121பேர்

தடா கைதிகளாக கர்நாடக அதிரடிப்படை மூகம் சிறையில் அடைக்கப்பட்டனர். இதில் 49பேர் எவ்வித விசாரணையுமின்றி நான்கரை ஆண்டுகளாக சிறையிலேயே உள்ளனர் மீதமுள்ள 72பேர் நிபந்தனை ஜாமீனில் விடுதலையாகியுள்ளனர்.

வழக்கு எண் 79/10/99-00 (17 மே 1999)

கர்நாடக உயர்நீதிமன்றத்தில் முன்லான் நீதிபதி சந்திரசேகர் கமிசனிடம் தடா வழக்கில் 50 ஆண்கள் 12 பெண்கள் கைது செய்யப்பட்டு மைசூர் மத்திய சிறையில் அடைக்கப்பட்டுள்ளனர். ஆறு ஆண்டுகளாகச் சிறையிலிருக்கும் இவர்கள் மீது எந்த விசாரணையும் நடைபெறவில்லை. குறிப்பிட்ட குற்றச்சாட்டு எதுவும் சுமத்தப்பட வில்லை என்று தெரிவித்தார். மேலும் அதிரடிப்படை அதிகாரிகள் மாதேஸ்வரன் மலையில் செய்த அத்துமீறல்கள் பற்றிய செய்தி அறிக்கையும், பாலியல் பலாத்காரம், வன்முறைகள் ஆகியவற்றையும் குறிப்பிட்டார்.

சதாசிவா கமிசன் விசாரணை

புகார் மனுவில் தெளிவாகக் குறிப்பிடப்பட்ட அத்து மீறல்கள், வழக்கு எண்: 534/22/97 98 (22 நவம்பர் 1997) மற்றும் 249/10/97-98 (20 நவம்பர் 1998) ஆகியவையே 28 ஜூன் 1999இல் சதாசிவா கமிசனை தேசிய மனித உரிமை ஆணையம் அமைக்க அடிப்படையாக இருந்தது. 1993லிருந்து நடை பெற்ற அத்துமீறல்களில் பல இடம்பெற வில்லை. ஆயினும் கமிசனின் அறிக்கை இன்னும் வெளியிடப் படாமலேயே உள்ளது. 700க்கும் அதிகமான மனித உரிமை மீறல்கள் இடம்பெற்றுள் ளன. அனைத்துமே அதிரடிப்படைக் கெதிராக கூறப்பட்டவையாகும் தவறான மோதல் சாவுகள், காணாமல் போதல், காவல் நிலைய பாலியல்

பலாத்காரம், மின்சார அதிர்ச்சி கொடுத்தல் சட்ட விரோதமாக சிறையிலடைத்தல், உணவு தண்ணீர் கொடுக்காமலிருத்தல் போன்ற மனித உரிமை மீறல்கள் இதிலடங்கும். சிறப்பு அதிரடிப்படையின் மேல் கூறப்பட்ட இப்புகார்களையே இக்கமிசன் விசாரணை செய்தது.

சதாசிவா கமிசன் அமைக்கப்பட்டாலும் குறிப்பிட்ட கால அவகாசத்தில் இக்கமிசன் முழுமையாகச் செயல்படவில்லை. சில முக்கிய குற்றங்கள் மூடி மறைக்கப்பட்டன. தமிழ்நாட்டில் சேலம், ஈரோடு மாவட்டத்திலும் கர்நாடகாவில் மைசூர், பெங்களூர்

நகரங்களிலும் காவல்துறையின் தலையீடு விசாரணையைப் பாதித்தது. ஒரு கட்டத்தில் இக்கமிசன் உண்மையிலேயே மனித உரிமை மீறல்களுக்கான காரணத்தை விசாரிக்க வந்துள்ளதா? அல்லது பெயரளவில் நீதியை நிலைநாட்ட வந்துள்ளதா என்று சந்தேகத்தை மனித உரிமைக் காப்பாளர்களிடையே எழுப்பியது.

ஆரம்பம் முதல் இறுதிவரை இக்கமிசனின் நடவடிக்கை சரியில்லாததால் 2003 செப்டம்பர் 6 அன்று மக்கள் கண்காணிப் பகம்- தமிழ்நாடு அமைப்பு அதிரடிப்படையில் பாதிக்கப்பட்ட வர்களின் தலைவர் நீதியரசர் ஆனந்த் அவர்களை சதாசிவா கமிசன் அறிக்கை தொடர்பாக சந்திக்க அனுமதி கேட்டது. ஒரு மாதம் கழித்து 13.10.2003ல் இதற்கான பதில் கிடைத்தது. அதில் காமிசனின் அறிக்கை இன்னும் நடைபெற வில்லை. எனவே இது தொடர்பாக பாதிக்கப்பட்டவர்களுடனோ அவர்களின் பிரதிநிதிகளுடனோ கலந்தாலோசிக்கத் தேவையில்லை என்று கூறியது பாதிக்கப்பட்டவர்கள் நீதிக்காகக் காத்திருப்பதே பொருத்தமானது என ஆணையம் கருதியதாகவே தோன்றுகிறது.

சதாசிவா குழுவானது நூற்றுக்கணக்கான பாதிக்கப் பட்டவர்கள் தங்கள் துன்பங்களையும் காவல் துறையினரின் திட்டமிட்ட கொடும் செயல்களையும் குறித்து அளித்த சத்தியபிரமாண வாக்குமூலங்களையும் பொது ஆவணத்தில் உட்படுத்தி தனது பணியையும் பூர்த்தி செய்துள்ளது. நான்கு வருட காலமாக 192 பாதிக்கப்பட்டோர் மற்றும் பல அதிரடிப்படை அதிகாரிகளிடமிருந்தும் வாக்குமூலங்களைப் பெற்ற பின்னர், 2 டிசம்பர் 2003 அன்று சதாசிவா குழு தனது முழு பரிந்துரைகளையும் ஆணையத்திற்கு சமர்ப்பித்தது.

இந்த நாள். பாதிக்கப்பட்டோர் மற்றும் அவர்கள் குடும்பத்தினருக்கு நீண்டகாலமாக அங்கீகரிப்பும், பணஉதவியும் அளிக்கப்படாமல் இருந்த காரணத்தால், கொண்டாடப்பட வேண்டியதாக இருந்திருக்க வேண்டும். ஆனால் இப்போதைய நிலையை மரியாதைக்குரிய ஆணையத்தின் நாட்பட்ட செயலின்மை என்றே அழைக்க வேண்டும். தேசிய மனித உரிமை ஆணையத்தின் இணையதளத்தின்படி, இந்த கண்டுபிடிப்புகள் மீதான ஆணையத்தின் கடைசி கூற்று. விசாரணை அறிக்கை தற்போது பரிசீலனை செய்யப்பட்டுக் கொண்டிருக்கிறது. மேல் நடவடிக்கை குறித்து ஆணையம் சிந்திக்கும்“ என்ற 3 டிசம்பர் 2003 அன்றைய வெளியிடே ஆகும். ஆனால் ஒரு வருடத்திற்கு

மேல் ஆகியும் இந்த பரிசீலனை மௌனத்தையே தந்துள்ளது. குழுவின் பரிந்துரைகள் மரியாதைக்குரிய ஆணையத்தின் கைகளிலேயே முடங்கிக் கிடக்கிறது.

சிறப்பு அதிரடிப்படை விருதுகள்:

அக்டோபர் 18- 2004 அன்று வீரப்பன் கைப்பற்றப்பட்டு கொல்லப்பட்டதை கொண்டாடுவதில், இந்தியாவில் மிகவும் பிரசித்தி பெற்ற குற்றவாளியின் சாவைக் கொண்டாடுவதில் தமிழக, கர்நாடக அரசுகள் காலம் தாழ்த்தவே இல்லை. அதே வேளையில் வீரப்பன் பற்றிய தகவல்களைப் பெற சிறப்பு அதிரடிப் படை மேற்கொண்ட முயற்சியின் பாகமாக அப்பகுதி கிராமத்தினர் மீது போலீசார் இழைத்த கொடுமைகளையும், இறுதி மோதலில் போலீசார் கையாண்ட முறைகளையும் அவர்கள் விமர்சிக்கவும் இல்லை. பல வருடங்களாக இந்த பாதிக்கப்பட்ட மக்கள் தங்களுக்கு நேர்ந்த பாதிப்பிற்கு ஏதேனும் பொது அங்கீகாரம் கிடைக்கும் என்று காத்திருக்கும்போது, இந்த சிறப்பு அதிரடிப்படை "வீரர் களுக்கு விருதுகள் அறிவிக்கப்பட்டு, சில நாட்களுக்குள் வழங்கவும் பட்டன. அக்டோபர் 30 அன்று நிகழ்ந்த பொதுவிழாவின்போது பல வருடங்களாக காவல் துறையினரிடமிருந்து தப்பிவந்த வீரப்பனைக் கொன்றதற்காக தமிழ்நாடு சிறப்பு அதிரடிப்படையின் 752 உறுப்பினர்கள் தமிழக முதல்வர் ஜெ.ஜெயலலிதாவிடமிருந்து அபரிதமான பாராட்டையும் பல்வேறு விருதுகளையும் பெற்றனர். முதல்வர் சிறப்பு அதிரடிப்படை மற்றும் அதன் உறுப்பினர்களை வீரம், அர்ப்பணிப்பு, தொழில் நேர்த்தியின் உதாரணம் என்றழைத் தார். ஒவ்வொரு அதிகாரியும் உடனடியான பதவியேற்றம், அவரவர் விருப்பத்திற்கேற்ற வீட்டுமனை மற்றும் மூன்று லட்சம் ரூபாய் ஆகியவற்றை பெற்றனர். கர்நாடக அதிரடிப்படையைச் சேர்ந்த 900 உறுப்பினர்களுக்கும் அவரவர் சொந்த ஊர்களில் வீட்டுமனையும், ஐந்து லட்ச ரூபாயும் வீரப்பனைக் கைப்பற்றியதற்கான விருதாக உறுதி செய்யப்பட்டுள்ளது.

இதில் கவலைக்குரிய விஷயம், உரிமை மீறல்கள் பல நிகழ்த்திய சரித்திரம் உடைய இப்படையின் தலைமை அதிகாரிகள் பலர் இதிலும் மிதமிஞ்சிய விருதுகளைப் பெற்றிருக்கின்றனர் என்பதே ஆகும். கொடூரமான காவல் பாலியல் வன்புணர்ச்சி சம்பவத்தில் குற்றம் சாட்டப்பட்டுள்ள முன்னாள் அதிரடிப்படைத் தலைவர் தேவாரம் அவர்கள் ரூ.1.25 கோடி மதிப்புள்ள வீட்டு மனையைப் பெற்றுள்ளார். சென்னையி

லிருந்தபோது பல மர்மமான மோதல் சாவுகளுக்கும் காரணமாக இருந்த சிறப்பு அதிரடிப்படைத் தலைவர் விஜயக்குமார் மற்றும் ஒரு முன்னாள் அதிரடிப்படைத் தலைவரான ஆர்.நடராஜன் ஆகியோர் ரூ.81.71 லட்சம் மதிப்புள்ள வீட்டுமனையைப் பெற்றுள்ளார்கள். காவல்துறை கண்காணிப்பாணிகளான செந்தாமரைக் கண்ணன், கே.சண்முகவேலு ஆகியோருக்கு ரூ.73.65 லட்சம் மதிப்புடைய சொத்துக்கள் உறுதி செய்யப்பட்டுள்ளது.

இந்த விருதுகள் அனைத்தும் தேசிய மனித உரிமை ஆணையத்தின் "காவல்துறை நடவடிக்கையின் போது நிகழும் மோதல் சாவுகள் மீதான வழிநடத்தல்களை மீறியே வழங்கப்பட்டுள்ளன. இருப்பினும் தேசிய மனித உரிமை ஆணையம் தானாக முன்வந்தோ, 21 அக்டோபர் 2004 அன்று மக்கள் கண்காணிப்பகம் அனுப்பிய முறையான புகாருக்குப் பின்னரோ, இதுவரை எந்த நடவடிக்கையும் எடுக்கவில்லை. இந்த நடைமுறைச் சட்டத்தின் பிரிவு (ஜி), சம்பவம் நடந்தவுடனேயே சம்பந்தப்பட்ட அதிகாரிகளுக்குப் பதவி உயர்வுக்கான முறை வருவதற்கு முன்னரே பதவி உயர்வு மற்றும் உடனடியான விருதுகள் அளிக்கக்கூடாது. இதுபோன்ற பரிசுகள் சம்பந்தப்பட்ட அதிகாரியின் வீரச்செயல் சந்தேகத்திற்கு இடமின்றி நிரூபிக்கப் பட்ட பின்னரே கொடுக்க அல்லது பரிந்துரைக்கப்பட வேண்டும் என்று உறுதி செய்யப்பட வேண்டும்" என்று குறிப்பிடப்படுகிறது. வீரப்பன் இழைத்த குற்றங்களின் மோசமான தன்மையே வீரப்பன் கொலையாளிகளை வீரச்செயல் புரிந்தவர்களாக ஆக்கிவிடாது. அரசின் பிரதிநிதிகள் என்பதால், இவர்கள் நடத்தையை நாம் மதிப்பிடுகின்ற அளவுகோல் சட்டத்தின் ஆட்சியாக இருக்க வேண்டும். மேலும் இந்த அதிகாரிகளின் முற்கால செயல்களை, தனிநபர்கள் என்ற முறையிலும் கூட்டான முறையிலும் அவர்கள் பாதுகாக்கப் பணிக்கப்பட்டிருக்கும் மனிதத்தன்மை, நீதி மற்றும் முறைகள் ஆகியவற்றிற்கு முரணாக நடப்பதற்கான தூண்டு தலையே வெளிப்படுத்துகிறது. வீரப்பன் கைப்பற்றப்படுதல் மற்றும் அதனைத் தொடர்ந்து தமிழக முதல்வர் ஜெயலலிதாவால் சிறப்பு அதிரடிப்படை அதிகாரிகள் மீது 30 அக்டோபர் 2004 அன்று குவிக்கப்பட்ட விருதுகள் ஆகியவற்றிற்குப் பின்னர், தேடு தல் வேட்டையின் போது. பாதிக்கப்பட்ட 700க்கும் மேற்பட்ட தனிநபர்களுக்கு "நீதி" என்பது கேலிக்கூத்தாகவே போய்விட்டது.

அதிரடிப்படையால் பாதிக்கப்பட்டோருக்கு சமூகப் பாதுகாப்பு, நீதி, நிவாரணம் வழங்கிடக்கோரி

மக்கள் உரிமை மாநாடு

நாள்; 12.12.2004. ஞாயிறு காலை 10மணி

இடம்; குட்செப்பர்டு அரங்கம் 82, கோடம்பாக்கம் நெடுஞ்சாலை வள்ளுவர் கோட்டம் அருகில், சென்னை-34

அன்புடையீர்! வணக்கம்.

1990ல் தொடங்கிய தமிழக-கர்நாடக எல்லைப் பகுதிகளில் வீரப்பனைப் பிடிப்பதற்காக அமைக்கப்பட்ட எஸ்.டி.எப். என்னும் இரு மாநிலங்களின் கூட்டுச் சிறப்பு அதிரடிப்படையினரின் அத்துமீறல்களால் கிராமங்களில் வசிக்கும் ஆயிரக்கணக்கான மக்கள் உயிர்வாழும் உரிமை இழந்துள்ளனர். மோதல் சாவு என்ற பெயரில் பலியானவர்கள் ஏறத்தாழ இருநூறுபேர். உயிர் பிழைத்துப் பிணமாக வாழும் விதவையர், ஊனமுற்றவர், மனநலம் பிறழ்ந்தோர் என இருப்பவர்கள் ஆயிரத்திற்கும் மேற்பட்டோர்.

வீரப்பனின் உறவினர்கள் என்பதால் மாதேஸ்வான் மலையிலுள்ள ஓர்க் ஷாப் என்னும் சித்திரவதை முகாமில், இட்லரின் கையில் யூதர்கள் பட்ட வதைகளுக்கு இணையான சித்திரவதைகளுக்கு உள்ளானவர்கள் ஏறத்தாழ 1000 பேர். அதில் 121பேர் ஒடுக்குமுறைச் சட்டமான 'தடா'வின் கீழ் மைசூர் மத்திய சிறைச்சாலையில் அடைக்கப்பட்டனர். இவர்களில் பத்தாண்டு கொடும் சிறைத்தண்டனைக்குப் பிறகு 'தடா' சிறப்பு நீதிமன்றத் தால், குற்றம் நிரூபிக்கப்படவில்லை என விடுவிக்கப்பட்டவர்கள் 108பேர். கட்டிய கணவனையும், உற்றாரையும் போலீசாரின் பொய் மோதல்களில் பறிகொடுத்துவிட்டு, பெற்ற பிள்ளைகளைப் பரிதவிக்க விட்டுவிட்டு பத்தாண்டுகள் செய்யாத குற்றத்திற்காக சிறைத்தண்டனை அனுபவித்து விடுதலையான பெண்களுக்கு நமது சட்டங்களும் நீதிமன்றங்களும் இதுவரை எந்த இழப்பீடும் வழங்கவில்லை. ஆனால் 2000 கோடியை விழுங்கி 20 ஆண்டுகள் தேடிய பிறகு மோதலில் சுட்டுக் கொன்றதாக நம்பவைத்து சிறப்பு அதிரடிப்படையினர் நடத்திய ஆட்டத்திற்கும், பாட்டத்திற்கும் அளவில்லை. தமிழக அரசு 200 கோடி ரூபாய் வரிப்பணத்தை சிறப்பு அதிரடிப்படையினருக்கு வாரி வழங்கியது. முன்னதாக வழங்கப்பட்ட பதவி உயர்வுகளும், என்றோ கூட்டு

அதிரடிப்படைத் தலைவராக இருந்த தேவாரத்திற்கு கோடிக்கு மேல் மதிப்புள்ள 'இலவச' வீட்டுமனை - விழா என எத்தனை ஆர்ப்பாட்டம். மோதல் சாவுகளின்போது அரசு கடைப்பிடிக்க வேண்டிய வழிமுறை பற்றி 1997 ஆம் ஆண்டே தேசிய மனித உரிமை ஆணையம் அனைத்து மாநில முதல்வர்களுக்கும் கடிதம் எழுதியுள்ளது. அவை எதுவும் வீரப்பன் மோதல் சாவின்போது கடைப்பிடிக்கப்படவில்லை. தமிழக அரசின் எதேச்சதிகாரப் போக்கை தேசிய மனித உரிமை ஆணையம் தட்டிக் கேட்கவு மில்லை. சிறப்பு அதிரடிப்படையின் அத்துமீறல் குறித்து விசாரிக்க தேசிய மனித உரினம ஆணையத்தால் நியமிக்கப்பட்ட நீதிபதி சதாசிவா கமிட்டி மூன்றாண்டு விசாரணைக்குப்பிறகு 2003 டிசம்பர் 2ஆம் தேதி தனது அறிக்கையையும் பரிந்துரைகளையும் தேசியமனித உரிமை ஆணையத்திடம் கொடுத்துள்ளது. அவ்வாறு கொடுத்து ஓர் ஆண்டு முடிந்தபிற்கும் இன்னும் அந்த அறிக்கையின் மீது நடவடிக்கை எடுக்கவே தேசிய மனித உரிமை ஆணையத்திற்கு மனம் வரவில்லை. காலம் கடந்த நீதி மறுக்கப்பட்ட நீதி என்னும் கூற்று தேசிய மனித உரிமை ஆணையத்தின் மேற்கூறிய செயலின் மைக்கு, செயல்பட விருப்பமில்லாத தன்மைக்குப் பொருந்தாதா? சித்திரவதை எதற்கும் உள்ளாகாத சங்காராச்சாரியார் சிறை செல் வதே மனித உரிமை மீறல் என்று வழக்கத்திற்கு மாறாக நேரடியாக ஜாமீன் கேட்டு சென்னை உயர்நீதிமன்றம் செல்கின்றனர். விடுமுறை நாளில் கூட விசாரணைக்காக நீதிமன்றத்தின் கதவுகள் திறக்கப்படுகிறது. ஆனால் சாமான்யனுக்கு கடைக்கண் கருணை காட்டக்கூட தயங்குகிறது தேசிய மனித உரிமை ஆணையம்.

சட்டத்திற்கு முன் அனைவரும் சமம் எனும் அடிப்படை உரிமை ஏட்டில் மட்டும்தானா? இல்லை எளிய மனிதனுக்கும் நீதி கிடைக்குமா? என்பதை உறுதி செய்ய மாநகர் சென்னையில் மாபெரும் மாநாடு அனைத்துக் கட்சிகளும், இயக்கங்களும் சேர்ந்து குரல் கொடுக்கும் சிறப்பு அதிரடிப்படையின் சித்திரவதையால், பாதிக்கப்பட்டோரின் மாநாடு.

நாள்; 12.12.2004

தமிழக கர்நாடக அதிரடிப்படையால் பாதிக்கப்பட்டோர் களுக்கான நீதிபதி சதாசிவா கமிட்டி அறிக்கையை வெளியிட்டு பாதிக்கப்பட்ட மக்களுக்கு உரிய நிவாரணம் வழங்கிடு.

மனித உரிமை மீறல் செய்த அதிகாரிகள் மீது குற்றவியல் நடவடிக்கை எடுத்து தண்டனை வழங்கிடு.

துவக்க நிகழ்ச்சி

வரவேற்புரை : வழக்கறிஞர் சி.சே.இராசன், சித்திரவதைக்கு எதிரான பிரச்சாரம்

தலைமை : திருமிகு.வி.பி.குணசேகரன், தமிழ்நாடு பழங்குடி மக்கள் சங்கம்

ரன் இந்த மாநாடு : வழக்கறிஞர் ஹென்றி டிபேன், மக்கள் கண்காணிப்பகம்–தமிழ்நாடு

வாழ்த்துரை :

திரு.நக்கீரன் கோபால், ஆசிரியர், நக்கீரன்

திரு.மாத்யூ பிலிப், சிக்ரம், பெங்களூர்

திரு.மகபூப் பாட்சா, சோக்கோ அறக்கட்டளை, மதுரை

முனைவர்.வி.சுரேஷ், மக்கள் சிவில் உரிமைக் கழகம், தமிழ்நாடு & பாண்டிச்சேரி

மாநாட்டைத் துவக்கி வைத்து எழுச்சியுரை

மருத்துவர் ச.இராமதாசு, நிறுவனர், பாட்டாளி மக்கள் கட்சி

பாதிக்கப்பட்ட மக்களுக்கு மருத்துவ சிகிச்சை மற்றும் சமூகப் பாதுகாப்பு வழங்கிடு

தமிழக அரசே! வீரப்பன் இறந்துவிட்ட சூழலில் மக்களை இன்னும் சித்திரவதைகளுக்கு உள்ளாக்கி வரும் சிறப்பு அதிரடிப்படையை உடனடியாக கலைத்திடு...

மேற்கண்ட கோரிக்கைகளை வலியுறுத்தி நடக்கும் இம்மாநாட்டிற்கு ஜனநாயகத்தில் நம்பிக்கை கொண்டோர் அனைவரும் கலந்துகொள்ள அழைக்கிறோம். அனைவரும் வருக!

துவக்க நிகழ்ச்சி
வழக்கறிஞர் சி.கே.இராசன்,
சித்திரவதைக்கு எதிரான பிரச்சாரம்
திருமிகு.வி.பி.குணசேகரன்,
தமிழ்நாடு பழங்குடி மக்கள் சங்கம்
வழக்கறிஞர் ஹென்றி டிபேன்,
மக்கள் கண்காணிப்பகம்

வாழ்த்துரை;
திரு-நக்கீரன் கோபால், ஆசிரியர், நக்கீரன்.
திரு.மாத்யூ பிலிப், சிக்ரம், பெங்களூர்
திரு. மகபூப் பாட்சா, சோக்கோ அறக்கட்டளை, மதுரை.
முனைவர். வி.சுரேஷ்,
மக்கள் சிவில் உரிமைக் கழகம், தமிழ்நாடு & பாண்டிச்சேரி

மாநாட்டைத் துவக்கி வைத்து எழுச்சியுரை
மருத்துவர் ச.இராமதாசு, நிறுவனர், பாட்டாளி மக்கள் கட்சி

மனித உரிமை மீறலில் ஈடுபட்ட அதிரடிப்படையினரும் குற்றவியல் நடைமுறைச் சட்டமும்

வழக்கறிஞர் ப.பா.மோகன்,
தமிழ்நாடு பழங்குடி மக்கள் சங்கம்

பாதிக்கப்பட்ட மக்களுக்குப் பாதுகாப்பும்- அரசுகள் உறுதியளித்த நிவாரண நிதியும்

புதுவை கோ.சுகுமாறன்,
செயலாளர், மக்கள் உரிமைக் கூட்டமைப்பு.